அந்தோன் சேகவ்
சிறுகதைகளும் குறுநாவல்களும்

அந்தோன் சேகவ்

சிறுகதைகளும் குறுநாவல்களும்

எதிர்
வெளியீடு

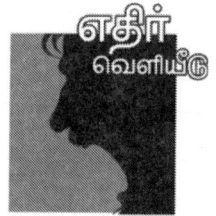

அந்தோன் சேகவ்
சிறுகதைகளும் குறுநாவல்களும்
அந்தோன் சேகவ்
தமிழில்: ரா. கிருஷ்ணையா, பூ. சோமசுந்தரம்

முதல் பதிப்பு: டிசம்பர் 2012
நான்காம் பதிப்பு: ஜூலை 2023

எதிர் வெளியீடு,
96, நியூ ஸ்கீம் ரோடு, பொள்ளாச்சி – 642 002
தொலைபேசி: 04259 –226012, 99425 11302

விலை: ரூ. 350

Anton Chekhov
Sirukathaigalum Kurunavalgalum
Copyright © Anton Chekhov

First Edition: December 2012
Fourth Edition: July 2023

Published by
Ethir Veliyeedu, 96, New Scheme Road, Pollachi - 2
email: ethirveliyedu@gmail.com
www.ethirveliyeedu.com

ISBN: 978-93-87333-22-2
Layout & Cover Design: Jeevamani
Printed at Jothy Enterprises, Chennai.

All rights reserved. No part of this book may be reprinted or reproduced or utilised in any form or by any electronic, mechanical or other means, now known or hereafter invented, including photocopying and recording, or in any information storage or retrieval system, without permission in writing from the Publisher.

பொருளடக்கம்

- அந்தோன் சேகவும் அவர் கதைகளும்........................9
- ம. கோர்க்கி அந்தோன் சேகவ்........................14
- பச்சோந்தி........................47
- வான்கா........................53
- தத்துக்கிளி........................60
- ஆறாவது வார்டு........................103
- மாடவீடு ஓவியரின் கதை........................196
- இயோனிச்........................227
- நாய்க்காரச் சீமாட்டி........................259
- மணமகள்........................287

அந்தோன் சேகவும் அவர் கதைகளும்

கடைசியாகச் சேகவ் எழுதிய சிறுகதையின் பெயர் **மணமகள் (1903)**. இதில் நாதியா என்றொரு நங்கையின் கதையைக் கூறுகிறார் சேகவ். கதையின் ஆரம்பத்தில் பொழுது புலருவதற்குச் சிறிது நேரம் முன்னதாய் நாதியா விழித்தெழுந்து தோட்டத்தினுள் உற்று நோக்குகிறாள். "அடர்த்தியான வெண்ணிற மூடுபனி செந்நீல மலர்களை முக்காடிட்டு மூட விரும்புவது போல் அவற்றை நோக்கிப் படர்ந்து வந்தது." கொள்கை குறிக்கோளற்ற தனது அசமந்த வாழ்க்கை மாறவோ முடிவுறவோ போவதில்லையென நினைக்கிறாள் அவள், அப்போது அடர்த்தியான அதே வெண்ணிற மூடுபனி நாதியாவின் ஆன்மாவை முக்காடிட்டு மூடுவது போல் தோன்றுகிறது நமக்கு. ஆனால் பிற்பாடு பொழுது புலருகிறது. "சன்னலுக்கு அடியிலும் தோட்டத்திலும் புள்ளினங்கள் கூச்சலிட்டன, தோட்டத்திலிருந்து மூடு பனி அகன்று விட்டது, வசந்த சூரியனது ஒளி யாவற்றைச் சுற்றிலும் பிரகாசித்தது, யாவும் புன்னகை புரிந்தன." இயற்கைக் காட்சியில் ஏற்படும் ஒரு மாற்றம் மட்டுமல்ல இது, நாதியாவினது ஆன்மாவிலேயே ஏற்படும் ஒரு பெரிய மாற்றமாகவும் விளங்குகிறது - குறிக்கோளற்ற அற்பத்தனமான ஒரு வாழ்க்கையுடன் தனக்குள்ள பிணைப்புக்களை முற்றாகவும் முடிவாகவும் துண்டித்துக் கொள்வதன்று ஏற்கெனவே அவள் தீர்மானத்துக்கு வந்து விடுகிறாள்.

சேகவின் இந்தக் கடைசிக் கதையின் தலைவியினது ஆன்மாவில் ஏற்படும் இம்மாற்றம் சேகவின் இலக்கியப் பணி அனைத்தையும் ஓரளவுக்குத் தீர்மானிப்பதாய்ச் சொல்லலாம்.

அந்தோன் சேகவ் சிறிய தென்திசை நகரான தகன் ரோகில் 1860ல் பிறந்தார். இருபதாவது வயதில் மாஸ்கோ பல்கலைக் கழகத்தில் மருத்துவத் துறையில் சேர்ந்தார். அதேபோது நையாண்டி நகைச்சுவை ஏடுகளிலும் செய்தியேடுகளிலும், சிறுகதைகளும் விகடத் துணுக்குகளும் ஓரங்க நாடகங்களும் வசைச் சித்திரங்களும் எழுத ஆரம்பித்தார்.

1880ஆம் ஆண்டுகள் ருஷ்யாவில் மெத்தக் கடினமான காலமாகும். பிற்போக்கு தலைவிரித்தாடிற்று, **சுதந்திர சிந்தனை**யின் சிறு வெளிப்பாடுகளும் இம்மியளவேயான அறிகுறிகளுங்கூட நசுக்கப்பட்டன. பிற்போக்கானது அடர்த்தியான வெண்ணிற மூடுபனி போல் நாடு அனைத்தையும் முக்காடிட்டு மூடியிருந்தது. இளைஞராயிருந்த சேகவ் இவ்வாண்டுகளில் எழுதிய கதைகளில் பணத்தையும் பட்டம் பதவியையும் நாடிய சிறு மதியினரைச் சித்திரித்தார், நாட்டாண்மை புரியும் 'தடித்தோரின்' படாடோபத்தையும் குட்டை மனத்தையும், 'மெலிந்தோரது' அசட்டுப் பணிவையும் அடிமைப் புத்தியையும் எள்ளி நகையாடினார். இவ்வுலகில் ஒவ்வொர் ஆளுக்கும் அளிக்க வேண்டிய கௌரவம் அவரது பணத்தையும் அந்தஸ்தையும் கொண்டுதான் நிர்ணயிக்கப்படுகிறது.

... தரும நிதிக்காப் பொழுதுபோக்கு மன்றத்தில் மாறுவேட நடன விருந்து நடைபெறுகிறது. நடனமாடாத அறிவுத்துறை மேன்மக்கள் சிலர் படிப்பறையில் செய்தியேடுகள் படித்துக் கொண்டிருக்கிறார்கள். அப்போது முகமூடி அணிந்த ஒருவர் குடி மயக்கம் கொண்ட நிலையில் திடுமென நடனக்கூடத்திலிருந்து இரு இளம் பெண்களை அழைத்துக் கொண்டு படிப்பறைக்குள் நுழைகிறார். இந்த இளம் பெண்களுடன் தான் தனியே இருக்க விரும்புவதாய் அறிவிக்கிறார், படித்துக் கொண்டிருப்போரை எழுந்து வெளியே போகச் சொல்கிறார். குடித்துவிட்டுப் படிப்பறையில் வந்து அட்டகாசம் செய்ய வேண்டாமென்று அவரைக் கடிந்து கொள்கிறார்கள், செய்தியேடு படிப்போர். முகமூடி அணிந்த ஆள் ரகளை செய்கிறார். வீனில் தான் நடன விருந்துக்குப் பணம் தரவில்லை, இந்த இளம் பெண்களை 'இயற்கை நிலையில்' காண வேண்டும் என்கிறார். மன்றத்து

அலுவலர்கள் இந்த ஆளை வெளியே இழுத்துச் செல்ல முயலும் போது இவர் தமது முகமூடியைக் கழற்றிவிட்டு முகத்தைக் காட்டுகிறார். இவர் சாதாரண குடிகாரரல்ல, உள்ளூர் தொழிலதிபர், லட்சாதிபதி என்பது தெரிகிறது; எல்லாரும் மிரண்டு போகின்றனர். செய்தியேடு படிக்கும் அறிவுத் துறையினர் பேச்சுமூச்சின்றி எழுந்து படிப்பறையிலிருந்து நடையைக் கட்டுகிறார்கள். **(முகமூடி, 1884)**.

சேகவ் எதையும் பலத்த குரலில் பிரகடனம் செய்வதில்லை, வாசகருக்கு நேரடியாய் அறிவுறுத்த முற்படுவதில்லை. ஆயினும் அவரது கதைகளைப் படிக்கும் வாசகர் தம் காதுக்குள் ஒரு குரல் ஒலிக்கக் கேட்கிறார்: "மனிதனாய் வாழ அச்சப்படுகிறீர்களே, ஏன் இது? மேல் நிலையில் இருப்பவர் என்றதும் போற்றுகிறீர்கள், கீழ் நிலையில் இருப்பவர் என்றதும் அப்படி அலட்சியப்படுத்துகிறீர்களே, அழகா இது? மெய்யான இன்பம் பணத்திலும் பட்டம் பதவியிலும் அடங்கியிருப்பதாகவா நினைக்கிறீர்கள்? ஏன்தான் பதவி ஏணியிலே உயர ஏறிக் கொண்டே இருக்க வேண்டுமெனத் துடிக்கிறீர்களோ?"

பச்சோந்தி (1884) இளைஞராய் இருக்கையில் சேகவ் எழுதிய பிரபலமான கதைகளில் ஒன்று இது. மேலிடம் என்றதும் பல்லைக் காட்டும் மனோபாவத்தை நயம்பட எடுத்துரைத்து நகைக்கிறது இந்தக் கதை. சந்தை வழியே செல்லும் போலீஸ் அதிகாரி, அங்கு ஓர் ஆளை நாய் கடித்து விட்டதாய்க் கேட்டதும் நாயின் உடைமையாளனை சும்மா விடக் கூடாதென்று கத்துகிறார். அந்த நாய் ஜெனரலுடையதாய் இருக்கலாம் என்று யாரோ ஒருவர் கூறியதும் போலீஸ் அதிகாரி பச்சோந்தியைப் போல் உடனே நிறம் மாறி, நாயால் கடிபட்ட ஆளைத் திட்ட முற்படுகிறார். அந்த ஆள்தான் நாயிடம் குறும்பு செய்திருப்பான் என்று அவனைக் கண்டிக்கிறார். நாய் ஜெனரலுடையதாய் இருக்காது என்று பேசப்பட்டதும் திரும்பவும் அதிகாரியின் நிலை மாறிவிடுகிறது. இம்மாதிரியான நாயின் உடைமை யாளனைத் தண்டிக்காமல் விடக் கூடாது என்று கூச்சலிடுகிறார்...

இயோனிச் (1898) இளம் வயதில் எஸ். நகருக்கு வந்த வேலை ஏற்கும் ஒரு டாக்டரின் கதை இது. இந்நகரில் கல்வி கேள்வியில் சிறந்தோராகவும் கலைகளில் தேர்ந்தோராகவும் கூறப்படும் தூர்க்கின் குடும்பத்தாருடன் அவருக்குப் பரிச்சயம் ஏற்படுகிறது. இவர்களது வீட்டில் வளரும் நங்கை காத்யாவின்

மீது அவர் காதல் கொள்கிறார். ஆனால் காதலின் உணர்ச்சித் துடிப்பும் ஊக்கமும் மிக்க மணிக் குரலுடன் கூடவே டாக்டரது மனத்துள் வேறொரு குரலும் ஒலித்துக் கொண்டிருக்கிறது. நகர மத்தியதர வகுப்பாரது வாழ்க்கையின் சிடுசிடுப்பான குரல் அது. இந்த இரண்டாது குரல் நாளடைவில் பலத்துப் பெருத்து, முதலாவது குரலை மூழ்கடிக்கிறது. அற்பமும் புன்மையும் பகட்டும் மடமையும் நிறைந்த கொச்சையான சுற்றுப்புற வாழ்க்கையின் வெள்ளம் இந்த இளம் டாக்டரையும் தன்னுள் இழுத்துக் கொண்டு விடுகிறது. அவரது ஆன்மா ஒளியிழந்து மங்குகிறது, பணம் பண்ணுவதைத் தவிர வேறு எதிலும் நாட்டமில்லாதவராகிறார். ஊதிப் பருத்துப் போய் சலிப்புற்றுச் சிடுசிடுக்கிறார். இயோனிச்சின் கதை மனித ஆன்மா சிறுகச்சிறுக நலமிழந்து மரத்துப் போவதைக் காட்டுகிறது, அடர்த்தியான மூடுபனி ஆன்மாவின் எழில் மலரை முக்காடிட்டு மூடுவதைக் காட்டுகிறது.

சேகவின் கதைகள் படிப்பேரைக் கலங்கச் செய்கிறவை, துயரம் தோய்ந்த புன்னகை புரிகிறவை, மென்மையானவை. அவரது கதைகளும், **கடற் பறவை, வான்யா மாமா, மூன்று சகோதரிகள், செர்ரித் தோட்டம்** முதலான நடகங்களும் வாசகர்களையும் பார்வையாளர்களையும் அக்காலத்திய ருஷ்ய வாழ்க்கையின் பன்மை குறித்தும் கொச்சைத்தனம் குறித்தும் சிந்திக்க வைத்தன; மனித மாண்புக்குரிய வாழ்வை மலரச் செய்ய வேண்டுமென்ற ஊக்கத்தை அவர்களுக்கு ஊட்டின.

சேகவ் சித்திரித்த பழைய ருஷ்யா மறைந்து புதிய ருஷ்யா உதித்தெழுந்துவிட்டது. இந்த அருணோதயத்தைச் சேகவ் கண்டு களிக்க முடியவில்லை, 1904ல் அவர் இறந்து விட்டார். சேகவின் கதைகளிலும் நாடகங்களிலும் கூறப்படும் ஆலை அதிபர்களும் வர்த்தகர்களும் இன்று ருஷ்ய நாட்டில் இல்லை; 'கடிந்தோர்', 'மெலிந்தோர்' என்ற பிரிவினை ஒழிந்து புதிய சமுதாயம் இங்கு மலர்ந்துவிட்டது. சேகவின் கதைத் தலைவர்கள் பழைய வரலாற்றுக்கு உரியோராகி விட்டனர்.

ஆயினும், இன்றைய ருஷ்யாவின் வாசகர்கள் சேகவைத் தம் உயிரனையராய் நேசிக்கிறார்கள், லட்சக் கணக்கான பிரதிகளில் இன்று அவரது புத்தகங்கள் மீண்டும் மீண்டும் வெளியிடப்படுகின்றன, வெளிவந்ததுமே விற்றுப் போகின்றன. காரணம் என்ன?

ருஷ்யாவிலும் அனைத்து உலகிலும் சேகவ் போற்றப்படுகிறார், கோடானு கோடி வாசகர்கள் அவரது புத்தகங்களை ஆவலுடன் படிக்கிறார்கள். காரணம் என்னவெனில் சேகவ் யாவற்றுக்கும் முதலாய் உண்மையை எடுத்துரைக்கிறார், உள்ளதை உள்ளபடிக் கூறி உள்ளத்தை ஒளிபெறச் செய்கிறார். சேகவின் உண்மையானது மனச்சான்றைத் துயிலெழச் செய்யும் உண்மையாகும்: மனித வாழ்வு வளமும் எழிலும் பெற வேண்டும், பெறவும் போகிறது என்ற உணர்வையும் ஊக்கத்தையும் ஊட்டும் உண்மையாகும். மனிதனின் நிலையை மனிதனுக்குத் தெரியப்படுத்தும் போது மனிதன் மேம்படுவான் என்று சேகவ் கூறி வந்தார்.

சேகவின் வாழ்க்கையும் சேகவின் கதைத் தலைவர்களது வாழ்க்கையும் இன்னல் மிக்கதாகவே இருந்தன: ஆயினும் அவர் இந்த உடனடி நிலைமையை மட்டுமின்றி, ஓசையின்றி அடியெடுத்து வைத்து நெருங்கி வரும் வருங்காலத்தையும் கணக்கில் எடுத்துக் கொண்டார்.

சேகவ் மகத்தான எழுத்தாளராவார், அதோடு அவர் மகத்தான வாசகர்களை மனதிற் கொண்டு எழுதியவருமாவார். வாசகர்களின் உயர் பண்புகளில், அவர்களது கூர்மதியிலும் நல்லுணர்விலும் உள்ளன்பிலும் முழு நம்பிக்கை கொண்ட எழுத்தாளர் சேகவ். வாசகர்களை அவர் ஒன்றும் தெரியாத சிறு பிள்ளைகளாகவோ, சிந்தனையற்றவர்களாகவோ கருதி, ஒவ்வொன்றுக்கும் தாமே தீர்வைத் தயாரித்தளிக்க முயலவில்லை, அவர்களுக்கு உபதேசிக்க முற்படவில்லை. தாம் எழுதுவதை வாசகர்கள் கூர்ந்து நோக்குவர், சிந்தனை செய்வர், பிழையின்றிப் புரிந்து கொள்வர் என்று அவர் திட நம்பிக்கை கொண்டிருந்தார்.

▣

ம. கோர்க்கி
அந்தோன் சேகவ்

மூன்பு ஒரு நாள் என்னை அவர் கூச்கூச் - கோய் கிராமத்துக்கு வருமாறு அழைத்திருந்தார்; அங்கே அவருக்கு ஒரு சிறு கொல்லையும் அதில் இரண்டடுக்குகளில் வெண்ணிற வீடு ஒன்றும் இருந்தன. தம்முடைய இந்தப் 'பண்ணையை'* எனக்குக் காட்டிச் சென்ற போது, உற்சாகமும் விறுவிறுப்பும் மிக்கவராய் அவர் சொன்னார்:

"என்னிடம் பணம் நிறைய இருக்குமானால், நோயால் நலிவுற்ற கிராமப் பள்ளி ஆசிரியர்களுக்காக இங்கே உடல் நல விடுதி ஒன்று கட்டுவேன். வெளிச்சமாய் இருக்கும் தெரியுமா? பெரிய பெரிய சன்னல்களும் நல்ல உயரமான மச்சுத் தளங்களும் கொண்டு ஒரே வெளிச்சமாய் இருக்கும்படிக் கட்டுவேன். அதில் அருமையான நூலகமும் பலவிதமான இசைக் கருவிகளும் இருக்கும், தேனீ வளர்ப்பிடமும் காய்கறித் தோட்டமும் கனிச் சோலையும் அமைத்திடுவேன். வேளாண்மை விஞ்ஞானம், வானிலை ஆய்வு - இப்படிப் பலவும் குறித்து விளக்க உரைகளுக்கு ஏற்பாடு செய்வேன். பள்ளிக்கூட ஆசிரியர்களாய் இருப்போர் எல்லாம் தெரிந்தவர்களாய் இருக்க வேண்டும். ஆமாம், எல்லாம் அவர்களுக்குத் தெரிந்திருக்க வேண்டும்!"

---

* அவரது இறுதி ஆண்டுகளில் சேகவ் காசநோய் வயப்பட்டு, மருத்துவர்களின் ஆலோசனைக்கு ஏற்ப, கிரீமியாவில் கருங் கடற்கரையின் கண் யால்தா என்னும் இடத்தில் தங்கியிருந்தார். யால்தாவில் அவர் கட்டிக் கொண்ட இந்த வீட்டில் 1899லிருந்து 1904 வரை வசித்து வந்தார். இப்போது இந்த வீடு சேகவ் நினைவுக் காட்சியகமாய் இருந்து வருகிறது.

திடுமெனப் பேச்சை நிறுத்திவிட்டு இருமினார், பிறகு கடைக் கண்ணால் என்னை நோட்டமிட்டார், அவருக்குரிய அந்த மென்மை வாய்ந்த இனிய புன்னகை அவரது முகத்தில் தவழ்ந்தது - எதிர்த்து நிற்க முடியாதபடி எவரையும் அவர் பால் கவர்ந்து இழுத்து, அவர் சொல்வதைக் கூர்ந்து கேட்கச் செய்யும்படியான புன்னகை அது.

"உங்களுக்கு எனது ஆசைக் கனவுகளைக் கேட்க அலுப்பாகவா இருக்கிறது? ஆனால் நான் இதைப் பற்றிப் பேசப் பிரியப்படுகிறவன். கூர்மதியும் கல்விஞானமும் உடைய நல்ல ஆசிரியர்கள் ருஷ்யக் கிராமங்களுக்கு எவ்வளவு இன்றியமையாதவர்கள், தெரியுமா? விரிவான கல்வி மக்களுக்குக் கிடைத்தாக வேண்டும், இல்லையேல் அரசானது அரை வேக்காட்டுக் கற்களைக் கொண்டு கட்டிய வீட்டைப் போல் இடிந்து விழவே செய்யும்! இதைப் புரிந்து கொள்வோமானால், ருஷ்யாவில் பள்ளி ஆசிரியர்களுக்கு எப்படியாவது தனிச் சிறப்பான நிலைமைகள் கிடைக்கச் செய்தாக வேண்டும், அதுவும் உடனே அவசரமாய்ச் செய்தாக வேண்டும் என்பது விளங்கும். ஆசிரியராய் இருப்பவர் கலைவாணராய், இலக்கிய விற்பன்னராய் இருத்தல் வேண்டும்; தமது பணியில் அடங்காத ஆர்வம் கொண்டவராய் இருத்தல் வேண்டும். ஆனால் நம்மிடம் இருப்பவர் தேர்ச்சித் திறனில்லாத மூட்டைத் தூக்கியாய், அறைகுறைக் கல்வி கற்றவராய் இருக்கிறார். குழந்தைகளுக்குக் கல்வி புகட்டுவதற்காகக் கிராமத்துக்குப் போகும் இவர், கடத்தல் தண்டனை பெற்றுக் கடின உழைப்புக்காகத் தொலைவிடத்துக்குச் செல்லும் கைதிக்கு இருக்கக் கூடிய அதே அளவு உற்சாகத்துடன் தான் புறப்பட்டுப் போகிறார். கிராமத்திலே பட்டினி கிடக்கிறார், அடக்கி ஒடுக்கப்படுகிறார், பிழைக்க வழி இல்லாமற் போய்விடும் அபாயம் அவரை அச்சுறுத்துகிறது. ஆசிரியராய் இருப்பவர் கிராமத்திலே முதலாமவராய் இருத்தல் வேண்டும்; விவசாயிகள் அவரிடம் கேட்கும்படியான எல்லாக் கேள்விகளுக்கும் பதிலளிக்க வல்லவராகவும், சக்தி வாய்ந்தவர் என்றும் எல்லோரது கவனத்துக்கும் மதிப்புக்கும் உரியவர் என்று விவசாயிகளால் போற்றப்படுகிறவராகவும் இருத்தல் வேண்டும். அவரைப் பார்த்துக் கத்துவதற்கு... அவரை அவமானப்படுத்துவதற்கு எவரும் துணிய முடியாதபடி அல்லவா இருக்க வேண்டும் ஆனால், நம் நாட்டில் துணிச்சலுடன் அல்லவா இதைச் செய்கிறார்கள் எல்லாரும் - கிராமப் போலீஸ்காரர், பணக்காரக் கடைக்காரர்,

பாதிரியார், காவல் துறை அதிகாரி, பள்ளிக்கூடத் தர்மகர்த்தா, கிராம மூதாளர், பிறகு பள்ளிக்கூட இன்ஸ்பெக்டர் என்பதாகச் சொல்லிக் கொண்டு கல்வி நிலையை மேம்படுத்துவதில் கவலை கொள்ளாமல் மாவட்டச் சுற்றறிக்கைகளை அப்படியே எழுத்துக்கு எழுத்து செயற்படுத்துவதில் முனைந்துவிடும் அந்த அதிகாரி ஆகிய எல்லாரும் இதைத்தானே செய்கிறார்கள். ஆசிரியரானவர் மக்களுக்குக் கல்வியறிவு ஊட்டுகிறவர் - புரிகிறதா உங்களுக்கு? - மக்களுக்குக் கல்வியறிவு ஊட்டுகிறவர்! இவருக்கு இப்படிக் கஞ்சத்தனமாய் அற்ப ஊதியம் அளிப்பது எப்படிப்பட்ட மடமை! இம்மாதிரியான மனிதர் கந்தல் அணிந்து செல்கிறார்; இடிந்து போய் வெதுவெதுப்பின்றி ஈரமாய் இருக்கும் பள்ளிக்கூடங்களில் குளிர் தாங்காமல் நடுங்குகிறார்; சரிவர அமையாத கணப்படுப்பின் புகையிலே திணறுகிறார்; எந்நேரமும் அவருக்கு நீர்க்கோவை, முப்பது வயதுக்கெல்லாம் குரல்வளை அழற்சி, கீல்வாதம், காசம்... சகிக்க வொண்ணாத நிலைமை! நமக்கு வெட்கக்கேடு! ஆண்டில் எட்டு, ஒன்பது மாதங்களுக்கு நமது ஆசிரியர் குகையிலே உறையும் துறவியைப் போல் வாழ்கிறார் - பேசுவதற்கு ஆள் யாரும் இல்லை, புத்தகங்கள் இல்லை, பொழுது போக்குகள் இல்லை, தனித்திருந்து அசடர் ஆகின்றார்!... தம்மிடம் வருமாறு நண்பர்களை அழைத்து உறவாடத் துணிவாராயின், சந்தேகத்துக்குரிய பேர்வழியாகக் கருதப்படுகிறார். ஆம், சந்தேகத்துக்குரிய பேர்வழியாகக் கருதப்படுகிறார். ஆம், சந்தேகத்துக்குரியவர் - மூடர்களை மிரட்டுவதற்காகத் தந்திரக்காரக் கயவர்கள் கையாளும் அபத்தச் சொல்!... வயிற்றைப் புரட்டுகிறது... ஒருவகை அபசாரமே அன்றி வேறல்ல, மாபெரும் முக்கியத்துவம் வாய்ந்த மகோன்னதப் பணியாற்றும் மனிதருக்குப் புரியப்படும் அபசாரம். ஆசிரியரை நேருக்கு நேர் சந்திக்கையில் எனக்கு எப்படி இருக்கிறது தெரியுமா? நெஞ்சு குறுகுறுக்கிறது, அவரது பயந்த சுபாவத்துக்காகவும் அவந்தரையான கோலத்துக்காகவும் உள்ளுக்குள் எனக்குச் சங்கடமாய் இருக்கிறது, ஆசிரியரது இந்த அவல நிலைக்கு எப்படியோ நான் தான் காரணம் என்பது போன்ற குற்ற உணர்ச்சி என் மனத்தை உறுத்துகிறது... வேடிக்கையல்ல, உண்மையைச் சொல்கிறேன்!”

ஆலோசித்தவாறு கணப் பொழுது மௌனமாய் இருந்தபின் கையை வீசிக் காட்டி மெல்லிய குரலில் கூறினார்.

*"எவ்வளவு அபத்தமான, அலங்கோலமான நாடு - நமது இந்த ருஷ்யா!"**

அவரது அன்பு கெழுமிய கண்களின் மீது ஆழ்ந்த சோகம் கரு நிழலெனப் படர்ந்தது. மெல்லிய பின்னல்களாய் அந்தக் கண்களைச் சுற்றிலும் சுருக்கங்கள் தோன்றி, அவருடைய பார்வையை ஆழமாக்கின. சுற்று முற்றும் பார்த்துவிட்டு அவர் தம்மைத் தாமே கிண்டல் செய்து கெண்டார்:

"பாருங்களேன், மிதவாதச் செய்தியேட்டிலிருந்து தலையங்கக் கட்டுரையை அப்படியே முழுமையாய் உங்களிடம் சொல்லித் தீர்த்து விட்டேன். போகலாம் வாங்க, பொறுமையாகக் கேட்டதற்காக உங்களுக்குத் தேநீர் தருகிறேன்..."

அடிக்கடி அவர் இப்படிச் செய்வது வழக்கம்: ஆர்வமும் உருக்கமும் உளமார்ந்த முனைப்பும் மிக்கவராகப் பேசிக் கொண்டிருப்பார், பிறகு திடுமெனத் தம்மையும் தாம் பேசிய பேச்சையும் கேலி செய்து நகை புரிந்து கொள்வார். அவரது இந்த மென்மை வாய்ந்த, துயரம் தோய்ந்த நகைப்பானது, சொற்களின் மதிப்பை, கனவுகளின் மதிப்பை அறிந்த ஒருவருக்கு உரித்தான நுட்பம் மிகுந்த அந்த ஐயப்பாட்டினை நமக்கு உணர்த்தும். அதோடு உள்ளம் கவரும்படியான தன்னடக்கமும் அரிய உணர்ச்சி நயமும் இந்த நகைப்பில் கலந்திருப்பதைக் காண முடியும்...

பேசாமல் மௌனமாய் நாங்கள் வீட்டுக்குத் திரும்பி நடந்தோம். பிரகாசமான, வெதுவெதுப்பான நாள் அது. கதிரவனது ஒளியில் அலைகள் பளிச்சிட்டு விளையாடி இரைந்தன. குன்றின் அடிவாரத்தில் நாய் ஒன்று எதைப் பற்றியோ மகிழ்ச்சி கொண்டு கீச்சுக் குரல் எழுப்பிக் கொஞ்சிற்று. சேகவ் என் கரத்தைப் பற்றிக் கொண்டு இருமலுக்கு இடையே மெல்லக் கூறினார்:

"வெட்ககரமானது, சோகம் வாய்ந்தது, ஆயினும் இதுதான் உண்மை: நாயைப் பார்த்துப் பொறாமைப்பட வேண்டிய நிலையில் இருக்கிறார்கள் மிகப் பலரும்..."

உடனே புன்சிரிப்பு சிரித்தபடி மேலும் சொன்னார்:

---

* அக்காலத்திய ஜாரிஸ்டு ருஷ்யாவைப் பற்றி இவ்வாறு கூறினார் சேகவ்.

"இன்று நான் பேசுகிற பேச்சு எல்லாம் கிழடு தட்டிய பேச்சாய் இருக்கிறது... கிழவனாகி வருகிறேன்!"

அடிக்கடி அவர் என்னிடம் கேட்பார்:

"இதைக் கேளுங்கள், ஆசிரியர் ஒருவர் வந்திருக்கிறார். நோய் வாய்ப்பட்டவர், மணமானவர் - அவருக்கு உதவ வழி உண்டா? நீங்கள் ஏதாவது செய்ய முடியுமா? தற்போதைக்கு அவருக்கு ஏதோ ஏற்பாடு செய்திருக்கிறேன்..."

இல்லையேல்:

"கோர்க்கி, கேளுங்கள் இதை: ஆசிரியர் ஒருவர் உங்களைப் பார்த்துப் பேச விரும்புகிறார். அவரால் எழுந்து வருவதற்கில்லை, படுத்த படுக்கையாய் இருக்கிறார். நீங்கள் போய் அவரைப் பார்க்கிறீர்களா?"

இல்லையேல்:

"புத்தகங்கள் அனுப்பி வைக்கும்படி இதோ சில ஆசிரியைகள் கேட்கின்றார்கள்..."

சில சமயம் அவர் வீட்டில் இந்த 'ஆசிரியர்' இருக்கக் காண்பேன்: வழக்கம் போல் இவ்வாசிரியர் தமது எக்கச்சக்கமான நிலைமையை உணர்ந்து அதனால் முகம் சிவந்து போய், தடங்கலின்றிக் 'கல்விஞானத்துடன்' பேச வேண்டுமென்ற முயற்சியால் வியர்த்து விருவிருத்த நிலையில், நாற்காலியின் ஓரத்தில் அமர்ந்து கொண்டு பாடுபட்டுச் சொற்களைத் தேடிப் பிடித்துப் பேசுவார்; அல்லது பிணயெனச் சொல்லத்தக்க அளவுக்குக் கூச்சம் கொண்டவருக்கு உரிய மிதமிஞ்சிய அன்னியோன்னியத்துடன் பேச முயன்று, எழுத்தாளரின் கண்ணுக்கு அசடாகப் பட்டுவிடக் கூடாதே என்ற விருப்பத்தில் ஏனைய யாவற்றையும் மறந்தவராய் அந்தோன் பாவ்லவிச்சைப் பார்த்துக் கேள்விக்கு மேல் கேள்வியை அடுக்கிச் செல்வார்; அனேகமாய் எல்லாம் திடுமென அந்தக் கணத்தில் அவர் மனத்துள் உதித்த கேள்விகளாகவே இருக்கும்.

அந்தோன் பாவ்லவிச் தாறுமாறான அந்தப் பேச்சைக் கவனமாகக் கேட்டுக் கொண்டிருப்பார், துயரச் சாயல் படிந்த அவரது கண்கள் பளிச்சிட்டுப் புன்னகை புரிந்து, கன்னப் பொட்டுகளில் உள்ள சுருக்கங்களைச் சிலிர்க்கச் செய்யும். ஆழமும் மென்மையும் கனிவுமுடைய அவரது குரலில் பிறகு

அவர் பேச ஆரம்பிப்பார். அவருடைய சொற்கள் எளிமை வாய்ந்த தெளிவான சொற்களாய், வாழ்க்கையுடன் நெருங்கிய பிணைப்பு கொண்டவையாய் இருக்கும். அவரைப் பார்த்துப் பேச வந்தவரை இந்தச் சொற்கள் உடனே நிம்மதியடைய வைத்து இயல்பான நிலைமைக்குத் திரும்பி வரச் செய்யும். கெட்டிக்காரராய் இருக்க வேண்டுமென்ற முயற்சியை ஆசிரியர் விட்டொழித்து விடுவார், இதனால் உடனே அவர் கெட்டிக்காரராய் மட்டுமன்றிச் சுவையானவராகவும் மாறிவிடுவார்...

இந்த ஆசிரியர்களில் ஒருவர் என் நினைவுக்கு வருகிறார் - நெட்டையான, ஒல்லியான மனிதர், ஒட்டி உலர்ந்த முகமும் சோர்வுடன் தாடையை நோக்கிக் கவிழ்ந்த நீளமான கிளி மூக்கும் கொண்டவர். அந்தோன் பாவ்லவிச்சுக்கு எதிரே அமர்ந்து, அசங்காத கரிய விழிகளால் அவரது முகத்தை உற்றுப் பாரத்தவாறு தொண தொணக்கும் அடித் தொண்டைக் குரலில் அவ்வாசிரியர் சொல்லிக் கொண்டிருந்தார்:

"கல்வி போதனைக் காலம் முழுமையிலும் வாழ்நிலையிலிருந்து வரப்பெறும் இவ்வித மனப்பதிவுகள் குவிவு பெற்று, அந்த மாதிரியான மனோதத்துவக் கலப்படத் திரட்சியாய் உருவாகி, சுற்றிலும் உள்ள உலகினை எதார்த்தப் போக்குடன் அணுகுவதற்கு அறவே வழி இல்லாதபடிச் செய்து விடுகிறதே. உலகம் என்பது அதைப் பற்றி நாம் கொண்டிருக்கும் கருத்துருவமே தவிர வேறு என்ன..."

இங்கே அவர் தத்துவஞானத் துறையினுள் நுழைந்து, குடிமயக்கம் கொண்ட நிலையில் பனிக்கட்டியில் அடியெடுத்து வைத்தவரைப் போல் வழுக்கியடித்துக் கொண்டு சென்றார்.

"அது சரி, இதைச் சொல்லுங்கள்" என்று தணிவான குரலில் அன்புடன் கேட்டார் சேகவ். "உங்களுடைய மாவட்டத்தில் மாணாக்கர்களை அடிக்கிறாராமே ஒருவர், யார் அவர்?"

நாற்காலியிலிருந்து ஆசிரியர் துள்ளி எழுந்து ஆவேசமாகக் கைகளை வீசினார்.

"என்ன? நானா? இல்லவே இல்லை! அடிப்பதாவது?" பொறுக்க மாட்டாதவராய்ப் பொருமினார்.

"நீங்கள் கிளர்ச்சியடையக் கூடாது" என்று அவர் அமைதி யடையும் வண்ணம் புன்னகை புரிந்தவாறு, தொடர்ந்து கூறினார் அந்தோன் பால்லவிச். "நீங்கள் செய்ததாகவா சொன்னேன்? செய்தியேட்டில் படித்ததாய் எனக்கு ஞாபகம், யாரோ ஒருவர் அடித்தாராம், உங்கள் மாவட்டத்தில்...."

ஆசிரியர் தமது இருக்கையில் அமர்ந்து, வியர்த்து விட்ட முகத்தைத் துடைத்தவாறு நிம்மதியுடன் பெருமூச்சு விட்டு அடித் தொண்டைக் குரலில் கூறினார்:

"மெய்தான்! அப்படி ஒரு சம்பவம் நடைபெற்றது. அவர் பெயர் மக்காரவ். என்னைக் கேட்டால் இதில் ஆச்சரியப்படுவதற்கு ஒன்றும் இல்லை! அக்கிரமம்தான், ஆனால் புரிந்து கொள்ளக் கூடியது. அவர் மணமானவர், நான்கு குழந்தைகள், மனைவியோ நோயாளி, அவருங்கூட உடல் நலம் இல்லாதவர்தான் - காசத்தால் துன்புறுகிறார். அவருக்குக் கிடைக்கும் சம்பளம் இருபது ரூபிள்... பள்ளிக்கூடம் கிடங்கு போன்றது, ஆசிரியர்களுக்கு இருப்பது ஒரேயொரு அறை. இம்மாதிரியான நிலைமைகளில், குற்றம் குறையற்ற தேவதூதனையும் கூட அடிக்கவே தோன்றும். ஆனால் மாணக்கர்கள் தேவதூதர்களைப் போன்றவர்கள் அல்லர், - உங்களுக்குச் சந்தேகமே வேண்டாம்!"

"கணப் பொழுதுக்கு முன்பு சிறிதும் இரக்கம் இல்லாதவராய், தாம் அறிந்த பிரமாதமான சொற்களை எல்லாம் சேகவ் திகைப்புறும்படி எடுத்தாள முயற்சி செய்த இம்மனிதர், திடுமென இப்போது காண்போர் கலங்கும்படித் தமது நீளமான கிளிமூக்கை ஆட்டியசைத்துக் கொண்டு, எளிமையிலும் எளிமையான, கல்லாய்க் கனக்கும் சொற்களில் பேசினார் - அவரது இந்தச் சொற்கள் ருஷ்யக் கிராமத்தில் நடைபெறும் வாழ்க்கையின் கேடுகெட்ட, பயங்கர உண்மையைத் தெட்டத் தெளிவாகத் தெரியச் செய்தன...

விடை பெற்றுக் கொள்ளுகையில் அந்த ஆசிரியர் மெல்லிய விரல்களுடன் சிறிதாய் இருந்த சேகவின் உலர்ந்த கையைத் தமது இரு கைகளாலும் பிடித்து அழுத்தியவாறு கூறினார்:

"மேலிடத்தவரைப் பார்க்க வருவது போல் கூச்சப் பட்டுக் கொண்டும் நடுங்கிக் கொண்டும் உங்களிடம் வந்தேன், நானும் கொஞ்சம் மதிக்கத்தக்கவன்தான் என்று காட்டிக் கெள்ள விரும்பி வான்கோழிச் சேவலைப் போல் பகட்டாய்

ஆடினேன்... அருமையான ஒருவரிடமிருந்து, யாவற்றையும் புரிந்து கொள்ளக்கூடிய நெருங்கிய ஒருவரிடமிருந்து செல்வது போல இப்பொழுது விடை பெற்றுக் கொண்டு புறப்படுகிறேன். யாவற்றையும் புரிந்து கொள்வது என்பது மகத்தானது! நன்றி உங்களுக்கு! போய் வருகிறேன். பெரியோராய் இருப்போர் எளிமையாய் இருக்கின்றார்கள், புரிந்து கொள்கிறார்கள், நாங்கள் யார் மத்தியிலே வாழ்கிறோமோ அந்தச் சின்னப் பிறவிகளைக் காட்டிலும் உள்ளத்தால் எங்களுக்கு நெருங்கியவர்கள் என்ற அரும்பெரும் எண்ணத்துடன் புறப்படுகிறேன். வணக்கம், எந்நாளும் உங்களை மறக்க மாட்டேன்..."

அவரது மூக்கு அதிர்ந்து சிலிர்த்தது, உதடுகள் அன்பு நிறைந்த புன்னகையால் மலர்ச்சியுற்றன. எதிர்பாராத விதமாய் அவர் மேலும் சொன்னார்:

"சரிவரச் சொன்னால் இந்தச் சின்னப் பிறவிகள் பாக்கிய மில்லாத ஆட்களும் ஆவர் - நாசமாய்ப் போக!"

புறப்பட்டுச் சென்ற அவரைப் பார்வையால் பின் தொடர்ந்த வாறு அந்தோன் பாவ்லவிச் புன்னகை புரிந்து கொண்டார். பிறகு அவர் கூறினார்:

"அருமையானவர், ஆனால் அதிக காலத்துக்கு ஆசிரியராய் நீடிக்க மாட்டார்..."

"ஏன் அப்படிச் சொல்கிறீர்கள்?"

"விரட்டியடித்து விடுவார்கள்... தொலைத்துக் கட்டி விடுவார்கள்."

சற்று நேரம் மௌனமாய் இருந்துவிட்டு, மிருதுவான மெல்லிய குரலில் மேலும் கூறினார்:

"ருஷ்யாவில் நேர்மையானவர் எவரும் சிறு குழந்தைகளுக்குப் பூச்சாண்டி காட்டுகவதற்காகத் தாதிகளுக்குப் பயன்படும் ஆளைப் போன்றவர் ஆவர்..."

அந்தோன் பாவ்லவிச்சுக்கு முன்னால் இருக்கையில் அதிக எளிமை வாய்ந்தோராய், மெய்யானவர்களாய், எந்த வேடமும் இன்றித் தமது சுய சொரூபத்தில் இருக்க வேண்டுமென்ற விருப்பம் எல்லாருக்கும் அவர்களை அறியாமலே ஏற்பட்டதாகத் தோன்றுகிறது எனக்கு. பலரும் அவர் முன்னால் தமது ஜோடனைகளைக் களைந்தெறிந்ததை நான் பல சந்தர்ப்பங்களில்

கவனித்து வந்தேன். காட்டில் வாழும் குடிகள் கிளிஞ்சிகளையும் மீன் பற்களையும் அணிந்து அழகுபடுத்திக் கொள்வது போல ருஷ்யர்கள் தம்மை ஐரோப்பியர்களாகக் காட்டிக் கொள்வதற்காக உபயோகித்த ஜோடனைகளாகிய ஆடம்பரமான புத்தகச் சொற்களையும் புதுப் பாணியிலான தொடர்களையும் மலிவான ஏனைய பல அற்பங்களையும் உதறி எறிந்ததைக் கண்டு வந்தேன். மீன் பற்களிலும் பறவை இறகுகளிலும் விருப்பம் கொண்டவரல்ல அந்தோன் பாவ்லவிச். மினுமினுக்குகிறவை, கிணு கிணுக்குகிறவை, அன்னியமானவை யாவும், 'மேன்மைச் சிறப்புக்காக' மனிதர்கள் தரித்துக் கொள்கிறவை எல்லாம், அவருக்கு அருவருப்பையே உண்டாக்கின. பகட்டான ஆடம்பரக் கோலம் பூண்டவரை அவர் சந்திக்க நேர்ந்த ஒவ்வொரு சந்தர்ப்பத்திலும், உதவாத வெற்றுச் சுமையாய் வருத்திய இந்த அணிமணிகளிடமிருந்து, பேசுகிறவரது உண்மை உருவையும் உயிருள்ள ஆன்மாவையும் குலைத்திட்ட இவற்றிலிருந்து, அம்மனிதரை விடுவிக்க வேண்டுமென்ற அடங்காத ஆவல் அவருள் எழக் கண்டேன். வாழ்நாள் முழுதும் அந்தோன் பாவ்லவிச் தமது ஆன்மாவின் வழிப்படி வாழ்ந்தவர்; எப்போதுமே அவர் அவராகவே, அகச் சுதந்திரமுடையவராய் இருந்தவர் அந்தோன் சேகவ், அவரிடமிருந்து சிலர் எதிர்பார்த்ததையும், நயங் குறைந்த ஏனைய சிலர் ஆணவமாகக் கோரியதையும் கவனியாது புறக்கணித்தவர். 'உன்னதமான' உரையாடல்களை, அவர் விரும்பியதில்லை - தற்போது அணிந்து கொள்ள உருப்படியான ஆடை ஒன்றேனும் இல்லாத நிலையில், வருங்காலத்துக்கு உரிய பட்டு ஆடை குறித்துப் பேசுவது அபத்தமே அன்றி வேடிக்கை அல்ல என்பதை மறந்து, அப்பாவிகளான ருஷ்யர்கள் அவ்வளவு உற்சாகமாய் ஈடுபட்டுக் களிப்புறும் இந்த உரையாடல்கள் அவருக்குப் பிடிக்காதவை.

இன்னரும் எளிமை வாய்ந்தவரான அவர் எளிமையானவை, உண்மையானவை, நேர்மையானவை யாவற்றையும் நேசித்தார். ஏனையோரையும் எளிமை வாய்ந்தவர்களாய் ஆக்குவதற்கு அவர் தமக்குரிய சொந்த வழியைக் கடைபிடித்து வந்தார்.

கண்ணைப் பறிக்கும்படியான ஆடைகள் அணிந்த மூன்று சீமாட்டியர் ஒரு நாள் அவரிடம் வந்திருந்தார்கள். அவரது அறையினுள் பட்டு ஆடைகளின் சலசலப்பும் தலை கிறுகிறுக்கும்படியான செண்டுகளின் மணமும் நிரம்பும்படி மூவரும் அவருக்கு முன்னால் ஆர்ப்பாட்டமாய் அமர்ந்து,

அரசியலில் அபார அக்கறை கொண்டவர்களாகப் பாவனை செய்து கொண்டு 'கேள்வி மேல் கேள்வி கேட்க' ஆரம்பித்தார்கள்.

"அந்தோன் பாவ்லவிச்! போர் எப்படி முடிவுறுமென்று நினைக்கிறீர்கள்?"

அந்தோன் பாவ்லவிச் இருமியவாறு சிறிது நேரம் ஆலோசித்து விட்டு மென்மையும் உருக்கமும் அன்பும் நிறைந்த குரலில் பதிலளித்தார்:

"நிச்சயம் சமாதானத்தில்தான் முடிவுறும்...."

"ஓ, அதில் என்ன சந்தேகம்? ஆனால் வெற்றி பெறப்போவது யார்? கிரேக்கர்களா, துருக்கியர்களா?"

"நான் என்ன நினைக்கிறேன் என்றால், யார் அதிக பலமுடையவர்களோ, அவர்கள் தான் வெற்றி பெறுவார்கள்..."

"உங்கள் அபிப்பிராயத்தில் யார் அதிக பலமுடையவர்கள்?" என்று போட்டி போட்டுக் கொண்டு கேட்டனர் சீமாட்டியர்.

"யார் நன்கு உண்டு, நன்கு கற்றுள்ளனரோ...."

"ஆ, எவ்வளவு சாதுர்யமான பதில்!" என்று வியந்து கூவினாள் ஒரு சீமாட்டி.

"நீங்கள் அதிகம் விரும்புவது யாரை? கிரேக்கர்களையா, துருக்கியர்களையா?" என்று வினவினாள் இன்னொரு சீமாட்டி.

அந்தோன் சேகவ் அவளைக் கனிவுடன் நோக்கினார், பணிவன்புடன் புன்சிரிப்பு சிரித்துக் கொண்டு பதிலளித்தார்:

"நான் விரும்புவது மர்மலேடு*... உங்களுக்குப் பிடிக்காதா அது?"

"எனக்கு உயிர்தான்!" என்று துள்ளிக் கொண்டு கூவினாள் அந்தச் சீமாட்டி.

"மணமும் சுவையும் மிக்கது ஆயிற்றே!" என்று இன்னொரு சீமாட்டி வலியுறுத்தினாள்.

---

* மர்மலேடு - பழப் பாகுப் பணியாரம்.

உடனே மூவரும் மர்மலேடின் நுட்பங்களைப் பற்றி ஊக்கமாய் உரையாட முற்பட்டார்கள். இங்கு அவர்கள் வியக்கத்தக்க புலமையும் நுண்ணறிவும் பெற்றிருந்தது வெளியாயிற்று. இதுகாறும் அவர்கள் சிந்தித்திராத அந்தத் துருக்கியர்களையும் கிரேக்கர்களையும் பற்றிய பிரச்சினையில் மிகுந்த நாட்டம் கொண்டிருப்பதாகப் பாவனை செய்து மூளையை வருத்திக் கொள்வது தேவையற்றதாகியதும் அவர்களுக்கு ஏற்பட்ட மகிழ்ச்சியைத் தெளிவாகவே காண முடிந்தது.

புறப்பட்டுச் செல்லுகையில் அவர்கள் குதூகலம் மிக்கவர்களாய் அந்தோன் பாவ்லவிச்சிடம் வாக்களித்தார்கள்:

“நாங்கள் உங்களுக்கு மர்மலேடு அனுப்பப் போகிறோம்.”

அவர்கள் போய்ச் சேர்ந்ததும், “உரையாடல் சிறப்பாய் இருந்தது!” என்று நான் குறிப்பிட்டேன்.

அந்தோன் பாவ்லவிச் மெல்லச் சிரித்துக் கொண்டு கூறினார்:

“ஒவ்வொருவரும் அவரது சொந்த மொழியில் பேச வேண்டும்...”

இன்னொரு சமயம் கண்ணுக்கு இனிய இளம் பிராசிக்யூட்டர் ஒருவர் அவரது அறையில் இருக்கக் கண்டேன். சேகவுக்கு முன்னால் நின்று சுருட்டை முடித் தலையைப் பின்பக்கம் சாய்த்து உலுக்கிக் கொண்டு, தன்னம்பிக்கை வாய்ந்த குரலில் அவர் சொன்னார்:

“அந்தோன் பாவ்லவிச், உங்களுடைய **போக்கிரி*** கதையில், நீங்கள் மிகவும் சிக்கலான பிரச்சினையை என் முன்னால் வைக்கிறீர்கள். தெனிஸ் கிரிகோரியெவிடம் வேண்டுமென்றே கேடு புரியும் சித்தம் இருப்பதாய் அங்கீகரிப்பேனாயின், சிறிதும் தயங்காமல் தெனிசைச் சிறைக்கு அனுப்புதல் என் கடமையாகும், ஏனெனில் சமுதாயத்தின் நலன்கள் இதனைக் கோருகின்றன. ஆனால்அவன் நாகரிகமடையாத பழங்குடியினன் என்பதால் தனது செயல் குற்றச் செயலாகும் என்பதை உணராதவனாய் இருக்கிறான். அவனது நிலைக்காக நான் வருந்துகிறேன்!

* இந்தக் கதையில் சேகவ், விவரம் அறியாத அப்பாவிக் குடியானவனைப பற்றிக் கூறுகிறார். ரயில் பாதையின் தண்டவாளத்திலிருந்து திருகாணியைக் கழற்றி எடுத்தால் ரயில் வண்டி விபத்துக்கு உள்ளாக நேரலாம் என்பது அறியாமலே, மீன் பிடிக்கும் வலையுடன் பளுவாய் இணைப்பதற்காக அவன் தண்டவாளத்துக்குத் திருகாணியைக் கழற்றுகிறான்.

ஆய்வறிவு இல்லாதவனாய் நடந்து கொள்கிறான் என்று கருதி இரக்க உணர்ச்சிகளுக்கு நான் பணிந்து விட்டால், மறுபடியும் அவன் திருகாணிகளைக் கழற்றி ரயில் வண்டியைத் தடம் புரளச் செய்ய மாட்டானென எப்படி என்னால் சமுதாயத்துக்கு உத்தரவாதம் அளிக்க முடியும்? இதுதான் இங்கு எழும் கேள்வி! என்ன செய்யலாம்?"

பேச்சைச் சற்றே நிறுத்தி பின்னால் சாய்ந்தபடித் தமது ஊடுருவும் பார்வையை அந்தோன் பாவ்லவிச்சினது முகத்தின் மீது பதித்தார். அவர் உடுத்தியிருந்த பணித்துறை உடுப்பு புத்தம் புதியது. அதில் மார்பில் வரிசையாய் இருந்த பொத்தான்கள் அந்த வெறித்தனமான நீதிப் பற்றாளராகிய இளைஞரது சுத்தமான முகத்தில் பளபளத்த கண்களைப் போல் தன்னம்பிக்கை வாய்ந்த அசட்டுத்தனத்துடன் பளிச்சிட்டு மின்னின.

"நான் நீதிபதியாய் இருந்திருந்தால் தெனிசுக்குக் குற்ற விடுதலைத் தீர்ப்பு அளித்திருப்பேன்" என்று அந்தோன் சேகவ் கருத்தார்ந்த முறையில் சொன்னார்.

"எந்த அடிப்படையில்?"

"அவனிடம் சொல்லியிருப்பேன்: 'தெனிஸ், உணர்ந்து குற்றம் புரிகிற ரகத்தவனாய் நீ இன்னும் வளர்ந்தாகவில்லை, போய் உடனே இந்தக் காரியத்தைச் செய்!' "

வழக்கறிஞர் சிரித்தார், ஆனால் மறு கணமே தமது ஆடம்பரமான காரியார்த்த தோரணை திரும்பவும் வரப் பெற்றுத் தொடர்ந்து கூறினார்:

"இல்லை, மதிப்புக்குரிய அந்தோன் பாவ்லவிச், நீங்கள் எழுப்பியிருக்கும் பிரச்சினைக்குச் சமுதாய நலன்களது நோக்கு நிலையிலிருந்து மட்டுமே தீர்வு காண இயலும். சமுதாயத்தின் வாழ்வையும் சொத்துக்களையும் பாதுகாப்பது எனக்குரிய கடமை. தெனிஸ் நாகரிக வளர்ச்சி இல்லாதவன் என்பது மெய்தான், ஆயினும் அவன் குற்றவாளியே, இதுதான் இங்குள்ள உண்மை!"

"உங்களுக்கு இசைப்பெட்டி பிடிக்குமா?" என்று வெடுக்கெனக் கேட்டார் அந்தோன் பாவ்லவிச்.

“ஓ, பிடிக்குமே! சந்தேகம் என்ன? அற்புதமான கண்டுபிடிப்பு!” என்று ஊக்கமாகப் பதிலளித்தார் இளைஞர்.

“ஆனால் எனக்கு இந்த இசைப் பெட்டி சகிக்கவே முடியாத ஒன்று!” என்று வருத்தத்துடன் குறிப்பிட்டார் அந்தோன் பாவ்லவிச்.

“ஏன் அப்படி?”

“ஆமாம், அது பேசுகிறது, பாடுகிறது - ஆனால் இம்மியளவு கூட உணர்ச்சி இல்லை. அதிலிருந்து வெளிவருவது எல்லாம் வெறுமையாய், உயிரற்றதாய் இருக்கிறது... புகைப்படம் பிடிப்பதில் உங்களுக்கு ஈடுபாடு உண்டா?”

புகைப்படக் கலையில் அந்த வழக்கறிஞர் அபார அபிமானம் கொண்டவர் என்பது உடனே தெரிய வந்தது - அளவிலா ஆர்வத்துடன் அவர் அதைப் பற்றிப் பேச ஆரம்பித்தார். இசைப் பெட்டியில் அறவே கருத்து இழந்துவிட்டார், மிகவும் கூர்மையாகச் சரியானபடி சேகவ் கண்ணுற்றது போல், அந்த ‘அற்புதமான கண்டுபிடிப்புக்கும்’ அவருக்கும் அத்தனை ஒற்றுமை இருந்தும் கூட அதில் நாட்டமின்றி வேறோன்றைப் பற்றிப் பேசிக் கொண்டிருந்தார். துடிப்பானவர், ஓரளவு சுவையானவர், வேட்டையில் கலந்து கொள்ளும் குட்டி நாயைப் போல் வாழ்க்கையில் இன்னும் இளநிலையில் இருக்கும் ஒருவர் அந்தப் பணித்துறை உடுப்பிலிருந்து வெளியே தலை காட்டியதைத் திரும்பவும் நான் கண்டேன்.

இளைஞரை அனுப்பி வைத்ததும் அந்தோன் பாவ்லவிச் வேதனையுடன் குறிப்பிட்டார்:

“இந்த மாதிரியானவை... நீதித்துறையின் பின்புறத்தில் இருக்கும் இந்தப் பருக்கள், மாந்தரது கதியை அல்லவா தீர்மானிக்கின்றன.”

சற்று நேரத்துக்குப் பிறகு, மேலும் கூறினார்:

“பிராசிக்யூட்டர்கள் தூண்டிலிட்டு மீன் பிடிக்க விரும்பு கிறவர்கள். முக்கியமாய், பெரிய பெர்ச் மீன் கிடைக்குமா என்று தேடுகிறவர்கள்.”

கொச்சைத்தனம் எங்கிருப்பினும் அதை அம்பலப்படுத்திக் காட்டுவது அவருக்குக் கைவந்த கலையாகும். வாழ்க்கையில் மிக உயர்ந்த கோரிக்கைகளை முன்வைத்துப் பாடுபடுகிறவரால் மட்டுமே இந்தக் கலையில் பாண்டித்தியம் பெற முடியும். மனிதனிடத்தே எளிமையும் எழிலும் இசைவும் கோலோச்சக் காண வேண்டுமென்ற அடங்காத ஆசையிலிருந்து உதித்தெழும் கலை இது. கொச்சைத்தனத்தை வெளிப்படுத்திக் காட்டிக் கண்டிப்பதில் எப்போதுமே அவர் கடுமை வாய்ந்தவராகவும் இரக்கமற்றவராகவும் இருந்தவர்.

யாரோ ஒருவர் அவர் முன்னால் பிரபல இதழ் ஒன்றின் ஆசிரியரைப் பற்றிச் சொன்னார்: ஏனையோருக்கு அன்பும் பரிவும் காட்டுவதன் அவசியம் குறித்து எந்நேரமும் வற்புறுத்தி வருபவரான இந்த ஆசிரியர், ரயில் வண்டியில் கண்டக்டர் ஒருவரை எக்காரணமும் இல்லாமல் அவமதித்தார் என்றும், தமக்குக் கீழுள்ள பணியாளர்களிடம் முரட்டுத்தனமாய் நடந்து கொள்வது அவரது வழக்கம் என்றும் கூறினார்.

"ஆமாம், வேறு என்னவாம்?" என்று வெறுமையுடன் நகைத்துக் கொண்டார் அந்தோன் பாவ்லவிச். "மேற்குலத்துக்கு உயர்ந்துவிட்ட மனிதர் இவர், கல்வியறிவு உடையவர்... கல்லூரி மாணவராய் இருந்தவர்! மரப்பட்டை மிதியடிகளில் போய்க் கொண்டிருந்தார் இவர் தந்தை, ஆனால் இவர் பளபளக்கும் பூட்சுகள் அணிந்தவர் ஆயிற்றே..."

இதைச் சொன்ன அவரது குரலின் தொனி, இந்த 'மேற் குலத்தவர்' எள்ளி நகையாடத் தக்கதோர் அற்பன் என்பதை எல்லார்க்கும் அறிவித்தது.

'பேராற்றல் படைத்தவர்!' என்று ஒரு பத்திரிகையாளரைப் பற்றி அவர் சொன்னார். "அவரது எழுத்துக்கள் உன்னதமானவை, மனிதநேயம் வாய்ந்தவை.... இனிப்பானவை. எல்லார் முன்னிலையிலும் தமது மனைவியை முட்டாளெனத் திட்டுகிறார். அவரது வீட்டு வேலைக்காரர்கள் ஈரமும் குளிருமான அறையில் இருக்க வேண்டியிருப்பதால் எப்போதும் அவர்களுக்குக் கீல்வாதம்...."

"என்.என். இருக்கிறாரே, அவரை உங்களுக்குப் பிடிக்குமா, அந்தோன் பாவ்லவிச்?"

சிறுகதைகளும் குறுநாவல்களும் 27

“ஆமாம்... அவர் அருமையான ஆள் ஆயிற்றே” என்று இருமிக் கொண்டு பதிலளிக்கிறார் அந்தோன் பாவ்லவிச். “எல்லாம் அறிந்தவர். நிறைய படிக்கிறார். என்னிடம் மூன்று புத்தகங்கள் வாங்கிச் சென்றார், திருப்பித் தரவில்லை. மறந்து விடுவார், நீங்கள் அற்புதமானவர் என்று இன்று உங்களிடம் சொல்வார், நாளைக்கு வேறு ஒருவரிடம் போய் உங்களது ஆசை நாயகியின் கணவரது நீலப் பட்டைகளையுடைய கறுப்புப் பட்டுக் காலுறைகளைக் கிழித்து விட்டீர்கள் என்று கூறுவார்....”

‘கனத்த’ சஞ்சிகைகளது ‘ஆழமான’ பகுதிகள் படிக்க முடியாதபடிச் சப்பென்றும் கடினமாகவும் இருப்பதாக யாரோ ஒருவர் முறையிட்டது அவர் காதில் விழுந்தது.

“அந்தக் கட்டுரைகளைப் படிக்காதீர்கள்” என்று உறுதி வாய்ந்தவராகப் பதிலளித்தார் அந்தோன் பாவ்லவிச். “அவை கூட்டுறவுப் படைப்புகள்... அதாவது நண்பர்கள் கூட்டாகத் தயாரிப்பவை. திருவாளர்கள் கிராஸ்னோவ், செர்னோவ், பெலோவ்* எழுதுகின்றவை. ஒருவர் கட்டுரை எழுதுகிறார், இன்னொருவர் மறுப்புரை தருகின்றார், மூன்றாமவர் முதல் இரண்டுக்கும் உள்ள முரண்பாடுகளுக்குச் சமரசம் காண்கிறார். கற்பனையான ஆட்டக்காரருடன் சீட்டாட்டம் ஆடுவது போன்றதாகும் இது. ஆனால் வாசகருக்கு இதெல்லாம் எதற்காக என்று அவர்களில் யாரும் தம்மைக் கேட்டுக் கொள்வதாகத் தெரியவில்லை.”

பருத்த சீமாட்டி ஒருவர் முன்பு ஒரு தரம் அவரிடம் வந்தார். ஆரோக்கியமாகவும் கண்ணுக்கு இனியராகவும் இருந்தார், சிறப்பான ஆடைகள் அணிந்திருந்தார், வந்ததும் ‘சேகவ் பாணியில்’ பேச ஆரம்பித்தார்:

“வாழ்க்கை அலுப்பூட்டுவதாய் இருக்கிறது, அந்தோன் பாவ்லவிச்! எல்லாமே சோபையற்றதாகி விட்டது - மக்கள், வானம், கடல், ஏன் மலர்களும் கூட எனக்குச் சோபையற்றதாய் இருக்கிறது. விரும்புவதற்கு ஏதும் இல்லை.... உள்ளம் பதறுகிறது. இது ஒருவகைப் பிணியாகும்....”

“பிணியேதான்!” என்று அழுத்தமாகக் கூறினார் அந்தோன் சேகவ். “மெய்யாகவே பிணிதான். லத்தீனத்தில் இதற்குப் பெயர் மார்பஸ் பாசாங்குட்டிஸ்.”

* திருவாளர்கள் சிவப்பர், கறுப்பர், வெள்ளையர்.

நல்ல வேளை அந்தச் சீமாட்டிக்கு லத்தீனம் தெரியவில்லை, அல்லது தெரியாதது போல் அவர் பாசாங்கு செய்தாரோ, என்னவோ?

“விமர்சகர்கள் நிலத்தை உழும் குதிரைகளைத் தொல்லை செய்யும் குதிரை - ஈக்கள் போன்றவர்கள்” என்று, அறிவார்ந்ததான அவரது அந்தப் புன்னகை பளிச்சிடக் கூறினார் சேகவ். “குதிரை வேலை செய்கிறது, அதன் தசைநார்கள் வீணைத் தந்திகளைப் போல் விரைப்பாய் இருக்கின்றன. திடுமெனக் குதிரை - ஈ குதிரையின் பிட்டத்தில் வந்தமர்ந்து ரீங்காரமிட்டு நறுக்கெனக் கடிக்கிறது. குதிரை சிலிர்த்துக் கொள்கிறது, வெடுக்கென வாலை உதறுகிறது. எதற்காக இந்த ஈ இப்படி ரீங்காரமிட்டுச் சுற்றி வருகிறது? எதற்காக என்று அதற்கே தெரியுமோ, என்னமோ -. சந்தேகம்தான். அதன் சுபாவம் அப்படி - அமைதியில்லாமல் துறுதுறுத்துக் கொண்டிருக்கிறது. தான் இருப்பதைத் தெரியப்படுத்திக் கொள்ள விரும்புகிறது - ‘நானும் இந்த உலகில் வாழ்கிறவன்தான், தெரியுமோ? இதோபார், எனக்கு ரீங்காரம் செய்யத் தெரியும், எதைப் பற்றி வேண்டுமானாலும் ரீங்காரம் செய்வேன்!’ என்கிறது அது. இருபத்தைந்து ஆண்டுகளாய் நான் என் கதைகளைப் பற்றிய விமர்சனங்களைப் படித்து வருகிறேன், பயனுள்ள எந்தவொரு விவரத்தையும் எதிலும் படித்ததாய் நினைவு இல்லை, எந்தவொரு நல்ல ஆலோசனையையும் சொல்லக் கேட்டது இல்லை. ஸ்காபிச்செவ்ஸ்கி என்பவர் மட்டும் தான் என் மனதில் பதிந்திருப்பவர், குடித்துவிட்டு நான் எங்காவது குழியிலே செத்துக் கிடப்பேன் என்று, வருவது அறிந்து எழுதியவர் அவர்...”

துயரம் படிந்த அவரது சாம்பல் நிறக் கண்களில் அனேகமாய் எப்போதுமே மென்மையான நுட்ப ஏளனம் மிருதுவாகப் பளிச்சிட்டுக் கொண்டிருந்தது. ஆனால் எப்போதாவது இந்தக் கண்கள் கடுப்பும் கண்டிப்பும் கடுமையும் வாய்ந்தவையாக மாறிவிடும், அவரது மிருதுவான அன்பார்ந்த குரலில் அந்நேரங்களில் கடுப்பான தொனி புகுந்து கொண்டுவிடும். அடக்கமும் அன்பும் மிக்கவரான இவர் அவசியமெனக் கருதுவாராயின் எந்தப்பகை சக்தியையும் உறுதியாய் எதிர்த்து நிற்கக் கூடியவர் என்பதை அப்போது நான் உணர்வேன்.

ஏனையோரிடம் அவர் கொண்டிருந்த போக்கில் நம்பிக்கைக்கு இடமில்லாத நிலைக்குரிய சாயல் ஒன்று, கடுமையும் அமைதியும்

வாய்ந்த வெறுமைக்கு ஒப்பான ஒன்று இருப்பதாகச் சில சமயம் எனக்குத் தோன்றும்.

"ருஷ்யரானவர் ஒரு விபரீதப் பிறவி!" என்று அவர் கூறினார் ஒரு நாள். "சல்லடை போன்றவர் அவர், எதையும் அதிக காலத்துக்கு மனத்தில் தேக்கி வைத்துக் கொள்ள முடியாதவர். இளைமைப் பருவத்தில், கைக்குக் கிடைப்பதை எல்லாம் ஆவலுடன் படிக்கிறார்; முப்பது வயதான பின், காய்ந்து கருகிய சருகுகளைத் தவிர இதில் ஏதும் அவரிடம் எஞ்சியிருப்பதில்லை. வாழ்வாங்கு வாழ வேண்டுமாயின், மனிதனாய் வாழ வேண்டுமாயின், உழைப்பது அவசியம்! அன்பு கொண்டு, நம்பிக்கை கொண்டு உழைத்தாக வேண்டும். நம் நாட்டில் நமக்கு இப்படி உழைக்கத் தெரியவில்லை. கட்டடக் கலைஞர் நல்ல கட்டடங்களாய் இரண்டு அல்லது மூன்று கட்டியபின் எஞ்சிய வாழ்வெல்லாம் சீட்டாட உட்கார்ந்து விடுகிறார், அல்லது நாடக மேடைத் திரைக்குப் பின்னால் மறைந்து விடுகிறார். டாக்டருக்கு வாடிக்கைக்காரர்கள் ஓரளவு சேர்ந்ததும் விஞ்ஞான முன்னேற்றத்துடன் இணைந்து முன்செல்வதை நிறுத்திக் கொண்டு விடுகிறார்; நோவஸ்தி தெராப்பி ('நோய் நீக்கச் செய்தி') ஏட்டைத் தவிர வேறு எதையும் படிப்பதில்லை; எல்லா நோய்களும் நீர்க்கோவையிலிருந்து எழுகிறவையே என்கிற நம்பிக்கை நாற்பது வயதுக்கெல்லாம் அவரிடம் வேரூன்றி விடுகிறது. துளியளவாவது தமது வேலையின் உட்பொருளைப் புரிந்து கொள்கிற அதிகாரி ஒருவரையேனும் இதுகாறும் நான் கண்டதில்லை. வழக்கமாய் இவர் தலைநகரிலோ, மாநில நகரிலோ அமர்ந்து கொண்டு குறிப்புகளையும் கோப்புகளையும் கற்பனை செய்து, நிறைவேற்றப் படுவதற்காக அவற்றை ஸ்மியேவுக்கும் ஸ்மோர்கனுக்கும் அனுப்பி வைக்கிறார். இந்த ஆவணங்களால் ஸ்மியேவிலும் ஸ்மோர்கனிலும் நடமாட்டச் சுதந்திரமின்றி முடக்கப்படுவோர் யாராய் இருந்தால் அவருக்கு என்ன? - நாத்திகர் எப்படி நரக வேதனைகள் குறித்துக் கவலைப்படுகிறவர் அல்லவோ, அது போல அந்த அதிகாரியும் இதெல்லாம் குறித்துக் கவலைப்படுகிறவர் அல்ல. வழக்கறிஞர் எதிர்வாதியின் தரப்பில் வெற்றிகரமாய் வாதாடிப் பெயர் பெற்றுக் கொண்டபின், உண்மையின் தரப்பில் வாதாடுவது குறித்துக் கவலைப்படுவதை நிறுத்திக் கொள்கிறார், சொத்து உரிமைகளின் தரப்பில் மட்டும் வாதாட முற்படுகிறார், குதிரைப் பந்தயங்களில் பணம் கட்டுகிறார், சிப்பி உணா உண்கிறார்,

எல்லாக் கலைகளிலும் தேர்ந்த ஞானமுடைய இரசிகராகத் தம்மைப் பாவித்துக் கொள்கிறார். நடிகரானவர் இரண்டு மூன்று பாத்திரங்களை ஏற்று நடிப்பதில் ஓரளவு வெற்றி பெற்றதும் நடிப்புப் பயிற்சியை அதோடு நிறுத்திக் கொண்டு நெடுந் தொப்பி அணிந்து, மாமேதையாகத் தம்மைக் கருதிக் கொள்கிறார். ருஷ்ய நாடு பேராசைக்காரர்களும் சோம்பேறிகளும் ஆனவர்களது நாடு. இவர்கள் அளவின்றி அநியாயமாய் உண்டும் குடித்தும் வருகிறார்கள், பகற்பொழுதில் தூங்க விரும்புகிறார்கள், தூங்கும் போது குறட்டை விடுகிறார்கள். வீட்டில் ஒழுங்கு முறைக்காக வேண்டி இவர்கள் மணம் புரிந்து கொள்கிறார்கள், சமுதாயத்தில் அந்தஸ்துக்காக வேண்டி ஆசைநாயகி தேடிக் கொள்கிறார்கள். இவர்களது மனப்பாங்கு நாய்களுக்கு உரிய மனப்பாங்கு: உதையுங்கள், அடக்க ஒடுக்கமாகக் கீச்சிட்டவாறு வாலை இடுக்கிக் கொண்டு தமக்குரிய இடங்களைப் பார்க்க ஓடும்; தட்டிக் கொடுங்கள், மல்லாந்து படுத்துக் கொண்டு பாதங்களை உயர்த்தி வாலை ஆட்டும்...”*

துன்பமும் கடுமையும் வாய்ந்த இகழ்ச்சி இச்சொற்களில் தொனிக்கிறது. ஆயினும், இகழ்ந்த அதே நேரத்தில் அவர் இரங்கவும் செய்தார். அவருக்கு முன்னால் யாரேனும் நிந்திக்கப்படுவாராயின், உடனே அவருக்காக அந்தோன் சேகவ் பரிந்து பேச முற்படுவார்:

“என்னாங்க நீங்கள்? தொண்டு கிழவர் அவர், எழுபது வயதாகிறது...”

இல்லையேல்:

“இன்னும் அவர் வயது வராதவர் ஆயிற்றே, இளம் பருவத்துக்குரிய அசட்டுத்தனமே அன்றி ஒன்றுமில்லை...”

அவர் இப்படிப் பேசிய போது, அவர்முகத்தில் அருவருப்புக் கான குறி எதையும் நான் கண்டதில்லை...

இளம் பிராயத்தில் கொச்சைத்தனமானது வேடிக்கையாகவும் பொருட்படுத்தத் தகாததாகவுமே தோன்றுகிறது. ஆனால் சிறிது சிறிதாக அது ஆளைச் சுற்றி வளைத்துக் கொண்டு விடுகிறது; நச்சு அல்லது கரிப் புகை போல் அதன் இருண்ட பனி மூட்டம் மூளையினுள்ளும் இரத்தத்தினுள்ளும் ஊடுருவிச் சென்று

* சேகவின் இயோனிச் கதையை இதற்கு ஒரு சிறந்தஉதாரணமாகக் குறிப்பிடலாம்.

விடுகிறது. பிறகு அந்த ஆள் விடுதியின் முன்னுள்ள துரு பிடித்து மக்கிப்போன பெயர்த் தகடு போல் ஆகிவிடுகிறார் - தகட்டில் வரிவடிவங்கள் இருப்பதாகவே தெரிகிறது, ஆனால் என்ன குறிக்கப்பட்டிருக்கிறது என்பது தான் புலப்படவில்லை.

கொச்சைத்தனத்தின் இருண்ட கடலில் துன்பம் வாய்ந்த அதன் மங்கலான விகடங்களை அந்தோன் சேகவால் அவரது ஆரம்பக் காலக் கதைகளிலேயே புலப்படுத்திக் காட்ட முடிந்தது. அவரது 'நகைச்சுவைக்' கதைகளைக் கவனமாகப் படித்துப் பார்த்தால் போதும்: வெறுப்புக்கும் வேதனைக்கும் உரிய கொடிய துன்பங்களைக் கதாசிரியர் நிறையவே கண்ணுற்றார் என்பதையும், வெட்கப்பட்டுக் கொண்டு அவற்றை நகைப்பூட்டும் வாசகங்களுக்கும் சம்பவங்களுக்கும் பின்னால் ஒளித்து வைத்தார் என்பதையும் உணர்ந்து கொள்ளலாம்.

கன்னிகை போல் அப்படி நாணம் கொண்டவராய் இருந்தார் அவர். "கண்ணியம் என்பது இல்லையே உங்களிடம்... கொஞ்சம் முயற்சி செய்துதான் பாருங்களேன்!" என்று யாரையும் பார்த்துப் பலத்த குரலில் பகிரங்கமாய் வற்புறுத்துவதற்கு அவருக்கு மனம் ஒப்பவில்லை. கண்ணியம் தமக்கு அவரச அவசியத் தேவை என்பதை அவர்கள் தாமாகவே உணர்ந்து கொள்வார்கள் என்று வீணாய் அவர் நம்பி வந்தார். கொச்சையானவை, அழுக்கானவை யாவற்றையும் வெறுத்தவரான அவர், வாழ்க்கையின் ஆபாசங்களைக் கவிஞருக்கு உரிய உயர்ந்த மொழியில், நகைச் சுவையாளரது மென்மையான புன்னகையுடன் விவரித்தார். அவரது கதைகளின் மெருகிடப்பட்ட அழகான மேற்பரப்புக்கு அடியில் இக்கதைகளது உட்கருத்தில் அடங்கியுள்ள முற்றிலும் கசப்பான கண்டனம் சொற்ப அளவுக்கே கண்ணுக்குத் தெரிகிறது.

அல்பியோனது மகள் என்னும் கதையைப் படிக்கும் மதிப்புக்குரிய வாசக அன்பர்கள் சிரிக்கிறார்கள். யாவற்றுக்கும் யாவருக்கும் அன்னியராகத் தனித்திருக்கும் ஒருவரை நன்கு உண்டு வாழ்கிறவரான கோமான் இழிந்த முறையில் நையாண்டி புரிவதை அவர்கள் கவனிக்கத் தவறினாலும் தவறலாம். அந்தோன் சேகவின் நகைச்சுவைக் கதை ஒவ்வொன்றிலும் தூய்மையும் மெய்மையும் வாய்ந்த மனித இதயத்தின் மென்மையான ஆழ்ந்த பெருமூச்சு என் காதில் விழுகிறது. தமது தன்மானத்தைப் பாதுகாத்துக் கொள்ள முடியாதவர்களாய், போராட்டம் இல்லாமலே மிருக பலத்துக்குப் பணிந்து அடிமைகளாய்

வாழ்கிறார்களே, அன்றாடம் அருந்தும் முட்டைக்கோசு சூப்பு கூடுமான அளவுக்குச் சத்து நிறைந்ததாய் இருப்பது அவசியம் என்பதன்றி வேறு நம்பிக்கை இல்லாதவர்களாகவும், வலிமையும் அகம்பாவமும் கொண்டோரிடம் உதைபட நேருமோ என்ற அச்சத்தைத் தவிர வேறு உணர்ச்சி இல்லாதவர்களாகவும் இருக்கிறார்களே என்று இரக்கம் தெரிவித்து, நம்பிக்கைக்கு வழியில்லாத நிலையில் விடும் பெருமூச்சு அது.

வாழ்க்கையின் சிறுசிறு விவகாரங்களது அவலத்தை சேவவைப் போல் யாரும் என்றும் அவ்வளவு தெளிவாகவும் நுட்பமாகவும் புரிந்து கொண்டதில்லை. மத்தியதர வகுப்பாரது வாழ்க்கையின் இருண்ட குழப்படியில் மானக்கேடாகவும் பரிதாபத்துக்கு உரியதாகவும் இருந்தவை யாவற்றையும் இதன் முன் யாராலும் இரக்கமின்றி இப்படி உண்மைச் சித்திரமாய் வரைந்து மக்களுக்குக் காட்ட முடிந்ததில்லை.

கொச்சைத்தனத்தை அவர் தமது பகையாகக் கொண்டிருந்தார். வாழ்வெல்லாம் அதை எதிர்த்துப் போராடினார், அதை எள்ளி நகையாடினார், கூர்மை வாய்ந்த உறுதியான பேனாவினால் அதை வரைந்து காட்டினார். முதல் பார்வைக்குப் பாங்காவும் வசதியாகவும் ஒளி மிக்கதாவும் கூட அமைந்ததாகத் தோன்றும் இடங்களிலும் கொச்சைத்தனத்தின் பூசணத்தைக் கண்டு பிடித்துச் சுட்டிக்காட்டினார்... அவரது சடலம் - கவிஞர் ஒருவரது சடலம் - சிப்பிகளைக் கொண்டு வருவதற்கான சரக்கு ரயில் பெட்டியில் மாஸ்கோவுக்கு வந்து சேரும்படிச் செய்து, கொச்சைத்தனமானது அவர் மீது வஞ்சம் தீர்த்துக் கொண்டது.

கொச்சைத்தனமானது களைத்து ஓய்ந்து போன அதன் பகையைப் பார்த்து வெற்றிக் களிப்புடன் கொக்கரித்து இளிக்கும் இளிப்பு போன்றதாய் இருக்கிறது எனக்கு, கறை படிந்து அழுக்கேறிய அந்தப் பச்சை நிறச் சரக்குப் பெட்டி. சாக்கடைப் பத்திரிகைகளது எண்ணற்ற 'நினைவு அஞ்சலிகள்' வஞ்சக இரங்கல்களே அன்றி வேறல்ல - தனது பகைவன் மாண்டான் என்று இரகசியமாய் ஆனந்தப்பட்டுக் கொண்ட அந்தக் கொச்சைத்தனத்தினுடைய கெட்ட மூச்சின் துர்நாற்றம்தான் அவற்றில் வீசுகிறது.

அந்தோன் சேகவின் கதைகளைப் படிக்கையில், கூதிர்ப் பருவத்தின் கடைப் பகுதியில் சோகமான நாளுக்குரிய

உணர்ச்சிகள் நம்மை ஆட்கொள்கின்றன - காற்று தெளிந்திருக்கிறது, இலையற்ற கிளைகளை விரித்து நிற்கும் மரங்களது கூர்மையான உருவரை பளிச்செனத் தெரிகிறது, வீடுகள் ஒடுங்கிக் கொண்டு கும்பலாகக் கூடியுள்ளன, மனிதர்கள் சேர்ந்து போயிருக்கிறார்கள். தனிமையால் வாட்டமடைந்து, சலனமற்று, சக்தியிழந்து போய் யாவும் விசித்திரமாய் இருக்கின்றன. ஆழமான நீலத் தொலைவுகள் வெளுமையாய் இருக்கின்றன, வெளிறிய வானத்துடன் கலந்து குளிரில் கெட்டியான சேறு மூடிய நிலத்தின் மீது அவை சோர்வு தரும் குளிர் மூச்சு விடுகின்றன. ஆனால் கூதிர் காலத்து வெயிலைப் போல் கதாசிரியது சிந்தையானது தடங்கள் பதிந்த பாதைகள் மீதும், காணலான தெருக்கள் மீதும், சேறு படிந்த நெரிசலான வீடுகள் மீதும் திகழொளி வீசிக் காட்டுகிறது. பரிதாபத்துக்குரிய ‘சிறு’ மனிதர்கள் இந்த வீடுகளில் அலுப்பிலும் சோம்பலிலும் முக்கித் திணறுகிறார்கள், தூக்கக் கலக்கங்கள் கொண்ட அர்த்தமற்ற பரபரப்பு தமது இல்லங்களில் நிரம்பும்படிச் செய்கிறார்கள். அதோ போகிறாள் **கண்ணாட்டி** - சாம்பல் நிறச் சுண்டெலியைப் போல் மிரளுகிறவள், இனியவள், பரம சாது. அடிமைப்பட்டவளாய் அளவின்றி அன்பு செலுத்தக் கூடியவள் அவள். கன்னத்தில் அடியுங்கள், வாய்விட்டு அழக்கூடத் துணிய மாட்டாள் - அடக்கவொடுக்கமான அடிமை அவள். **மூன்று சகோதரிகள்** நாடகத்தில் வரும் துயரார்ந்த ஓல்கா அவளுக்குப் பக்கத்தில் நிற்கிறாள். ஓல்காவும் அன்பு செலுத்தக் கூடியவள்தான். அவளது சோம்பேறிச் சகோதரனது சீர்குலைந்து போன, கேவலம் வாய்ந்த மனைவியன் கண நேர விருப்பங்களுக்கு எல்லாம் அடிபணிகிறாள்.அவளைச் சுற்றிலும் அவளது சகோதரிகளது வாழ்வு தகர்ந்து விழுகிறது. அவள் அழுகிறாளே தவிர, ஏதும் செய்ய இயலாதவளாய் இருக்கிறாள். கொச்சைத்தனத்தை எதிர்த்து அவள் உள்ளத்திலிருந்து உளிருள்ள, வலுவான சொல் ஒன்றுகூட எழவில்லை.

இதோ போகிறார்கள் - கண்ணீரும் கம்பலையுமான ரனெவ்ஸ்கயாவும் முன்பு **செர்ரித் தோட்டத்தின்** உடைமையாளர்களாய் இருநத ஏனையோரும். குழந்தைகள் போல் தன்னலம் வாய்ந்தவர்கள், கிழடு தட்டியோர் போல் தள்ளாடுகிறவர்கள், நெடுநாளுக்கு முனபே மடிந்தொழிந்திருக்க வேண்டியவர்கள் - சிணுங்கிக் கொண்டும் புலம்பிக் கொண்டும் இருக்கிறார்கள். தம்மைச் சுற்றிலும் நடைபெறுவது எதையும் காணாதவர்களாய், எதையும் புரிந்து கொள்ளதவர்களாய்

இருப்பவர்கள், வாழ்வை உறிஞ்சச் சக்தியிழந்துவிட்ட புல்லுருவிகள் இவர்கள். உதவாக்கரை மாணவரான தெரேஃபிமவ் உழைப்பின் அவசியம் குறித்து அழகாய்ப் பேசிவிட்டு வீண் பொழுது போக்குகிறார், சோம்பேறிகளாகக் காலம் ஓட்டுவோரது நலத்துக்காக அலுக்காமல் வேலை செய்யும் வார்யாவை அசட்டுத்தனமாய்க் கேலி செய்து மகிழ்கிறார்.*

வெர்டுனின் முன்னூறு ஆண்டுகளுக்குப் பிறகு வாழ்க்கை எவ்வளவு சிறப்பாய் இருக்குமென்று கனவு காண்கிறார், ஆனால் தம்மைச் சுற்றிலும் யாவும் தகர்ந்து வருவதையோ, தம் கண்ணெதிரே சொலேனி அலுப்பாலும் அசட்டுத்தனத்தாலும் தூண்டப்பட்டுப் பரிதாபத்துக்கு உரிய கோமான் துசென்பாகைக் கொலை புரியத் தயாராய் இருப்பதையோ அவர் கவனிக்கவில்லை.**

காதலுக்கும், தமது மடமைக்கும் சோம்பலுக்கும், இகலோக சம்பத்துக்களிலான மோகத்துக்கும் அடிமைப் பட்டவர்களது முடிவின்றிச் செல்லும் அணிவரிசை வாசகரது கண்முன்னால் நடைபோடுகிறது. வாழ்க்கையின்பால் நிலவும் இருண்ட அச்சத்துக்கு அடிமைப்பட்டவர்கள், இனம் புரியாத கலவரத்துடன் செல்கிறார்கள், நிகழ் காலத்தில் தமக்கு இடமில்லை என்பதை உணர்ந்து எதிர்காலம் குறித்து தொடர்பின்றி வாழ்வெல்லாம் பினாத்துகிறார்கள்...

சில சமயம் துப்பாக்கிச் சுடும் சப்தம் இந்த அவலத் திரளிலிருந்து கேட்கிறது - இவானவ்*** அல்லது தெரப்லேவ்**** தாம் செய்ய வேண்டிய காரியத்தை திடுமெனக் கண்டறிந்து கொண்டு, உயிரை விட்டுவிட்டார்.

இருநூறு ஆண்டுகளில் வாழ்க்கை எவ்வளவு சிறப்பாய் இருக்கும் என்பது பற்றி இவர்களில் பலரும் இன்னருங் கனவுகள் காண்கிறார்கள். ஆனால் நாம் ஒன்றும் செய்யாமல் கனவு மட்டும் காண்போமாயின், வாழ்க்கையைச் சிறப்பானது ஆக்கப் போகிறவர் யார்? - இந்த எளிய கேள்வி இவர்களில் யாருக்கும் உதிப்பதாய் இல்லை.

---

* ரனெவ்ஸ்கயா, தெரேஃபிமவ், வார்யா - சேகவின் செர்ரித் தோட்டம் நாடகத்தில் வரும் பாத்திரங்கள்.

** வெர்டுனின், சொலேனி, துசென்பாக் - சேகவின் மூன்று சகோதரிகள் நாடகத்தில் வரும் பாத்திரங்கள்.

*** இவானவ் - சேகவின் இவானவ் நாடகத்தின் தலைமைப் பாத்திரம்.

**** தெரப்லேவ் - சேகவின் கடற் பருந்து நாடகத்தின் முக்கிய பாத்திரங்களில் ஒருவர்.

கையாலாகாத பிறவிகளான அவலமான இந்த அசட்டுக் கும்பலிடம் விவேகம் மிக்கவரான மகத்தான ஒரு மனிதர் செல்கிறார், தமது தாயகத்தைச் சேர்ந்த அவல ஆட்களாகிய இவர்கள் எல்லோரையும் கவனமாகப் பார்வையிடுகிறார். துயரம் தோய்ந்த புன்னகை புரிந்து, நம்பிக்கைக்கு இடமில்லாத சோகம் முகத்திலும் உள்ளத்திலும் கொண்டவராய், மென்மை வாய்ந்ததாய் இருப்பினும் ஆழ்ந்த கண்டனம் தொனிக்கும் நேர்த்தியான நேர்மை மிகுந்த குரலில் கூறுகிறார்:

"கனவான்களே, இழிவிலும் இழிவானது நீங்கள் வாழுகின்ற இந்த வாழ்க்கை!"

ஐந்து நாட்களாகக் காய்ச்சல், ஆனால் படுத்திருக்க விருப்பம் இல்லை. சோர்வுதரும் பின்லாந்து மழைத் தூறல் ஈரப் புழுதியை நில உலகின் மீது தூவுகிறது. இன்னோக் கோட்டையிலிருந்து பீரங்கிகள் இடிமுழக்கமிட்டுக் 'குறி பார்க்கின்றன'. இரவில் கூம்பொளி விளக்குகளின் நீளமான ஒளி நாக்குகள் மேகங்களை நக்குகின்றன - பேய்த்தனமான வெறியாட்டமான யுத்தத்தை ஓயாமல் நினைவுபடுத்திய சகிக்கவொண்ணாத அகோரக் காட்சி.

நான் சேகவ் நூல்களைப் படித்தேன். பத்து ஆண்டுகளுக்கு முன்பு அவர் இறந்திராவிடில், இந்த யுத்தம் அனேகமாய் அவரை மடிய வைத்திருக்கும், மனிதர்கள் மீதான வெறுப்பால் முதலில் நச்சுப்படுத்தி மடிய வைத்திருக்கும்.* அவர் அடக்கம் செய்யப்பட்டது பற்றி எனக்கு நினைவு வருகிறது.

மாஸ்கோ அப்படி 'உளமார நேசித்த' எழுத்தாளராம், இவரைக் கொண்ட சவப்பெட்டி, 'சிப்பிகள் நண்டுகள்' என்று கதவில் பெரிய எழுத்துக்களில் குறிக்கப்பட்டிருந்த ஒரு வகைப் பச்சையிலான சரக்குப் பெட்டியில் கொண்டு வரப்பட்டது. எழுத்தாளரைத் தரிசிப்பதற்காக ரயில் நிலையத்தில் கூடியிருந்த சிறிய கூட்டத்தில் ஒரு பகுதி அப்போது மஞ்சூரியாவிலிருந்து வந்து இறங்கிய ஜெனரல் கெல்லரின் சவப்பெட்டியைப் பின் தொடர்ந்து சென்று, சேகவை ஏன் இராணுவ வாத்தியக் குழு இசையுடன் எடுத்துச் செல்கிறார்கள் என்று வியந்தது. தவறுதல் கண்டுபிடிக்கப்பட்டதும் தமாஷான ஆட்கள் சிலர் கிளுகிளுத்துச் சிரித்துக் கொண்டார்கள். சேகவின் சவப்பெட்டியைப் பின்தொடர்ந்தவர்கள் சுமார்

---
* கோர்க்கி இங்கு குறிப்பிடுவது, முதல் உலகப் போர் (1914-18). சேகவ் 1904ல் மரணமடைந்தார்.

நூறு பேர்தான், அதிகம் இல்லை. வழக்கறிஞர்களான இருவர் என் நினைவைவிட்டு மறையவில்லை. இருவரும் புதிய பூட்சுகளும் பல நிறங்களில் பளிச்சிட்ட டைகளும் அணிந்து மாப்பிள்ளைகளைப் போல் காட்சியளித்தனர். இவர்களுக்குப் பின்னால் நடந்த எனக்கு, இவர்களில் ஒருவரான மக்லக்கோவ் நாய்களுடைய மதிநுட்பத்தைப் பற்றிப் பேசியது காதில் விழுந்தது. இன்னொருவர் நான் அறியாதவர், தமது கோடைக் குடிலின் வசதிகளைப் பற்றியும் அதன் சுற்றுப்புறத்தின் எழிலைப் பற்றியும் பெருமையாகப் பேசிக் கொண்டிருந்தார். ஊதா நிற ஆடை அணிந்து லேஸ் அலங்காரங்களைக் கொண்ட கைக்குடை பிடித்திருந்த ஒரு சீமாட்டி, கொம்பு விளிம்புடைய மூக்குக் கண்ணாடி அணிந்த வயதான ஒரு சீமானிடம் வற்புறுத்திச் சொன்னாள்:

“ஓ, அவர் அருமையானவர் ஆயிற்றே, தமாஷான ஆள்...”

முதியவர் நம்பிக்கை இல்லாதவராய் இருமிக் கொண்டார். அன்று வெப்பமும் புழுதியுமாய் இருந்தது. பருத்த போலீஸ் அதிகாரி ஒருவர் பருத்த வெள்ளைக் குதிரையில் அணிவரிசையின் முன்னால் கம்பீரமாகப் போய்க் கொண்டிருந்தார். இவையும் மற்றும் மிகப் பலவும், மென்மையும் நயமும் மிக்கவரான மாபெரும் கலைமேதையின் நினைவுக்குச் சிறிதும் ஒவ்வாதனவாய், வேதனைக்குரிய இழிவுகளாய் அமைந்தன.

மூதாளர் சுவோரினுக்கு எழுதிய கடிதம் ஒன்றில் சேகவ் குறிப்பிட்டார்:

“உயிர் வாழ்வதற்காக நடத்த வேண்டியிருக்கும் அவலமான போராட்டத்தைக் காட்டிலும் புன்மையானது, கவிதைப் பாங்குக்கு ஒவ்வாதது ஏதும் இல்லை; வாழ்வின் இன்பத்தை அழித்திடுகிறது, அக்கறையில்லாத மந்த நிலையை உண்டாக்குகிறது.”

இந்தச் சொற்கள் முழுக்க முழுக்க ருஷ்ய மனப்பாங்காய் அமைந்த ஒன்றை வெளியிடுகின்றவை, என் கருத்துப்படி இந்த மனப்பாங்கு இம்மியளவுங்கூட அந்தோன் பாவ்லவிச்சுக்குப் பொருந்தாத ஒன்று. ருஷ்யாவில் யாவும் நிறைய இருக்கின்றன, ஆனால் மக்களுக்கு உழைப்பில் அபிமானம் இல்லை - இங்கே பெரும்பாலனோர் இத்தகைய எண்ணமுடையோராய் இருக்கிறார்கள். ருஷ்யர்கள் செயலாற்றலைப் போற்றுகிறார்கள், ஆனால் உண்மையில் இதில் அவர்களுக்கு நம்பிக்கை இருக்க

வில்லை. செயல் முனைப்புள்ள மனப்பாங்கு கொண்ட எழுத்தாளர் - உதாரணமாய், ஜாக் லண்டன் போன்றவர் - ருஷ்யாவில் உருவாக வழியில்லை, ஜாக் லண்டனது நூல்களை நமது வாசகர்கள் ஆர்வமாகப் படிக்கிறார்கள், ஆனால் இந்நூல்கள் ருஷ்யர்களிடையே செயலுக்கான சித்தத்தைத் தூண்டக் காணோம், கற்பனையை மட்டுமே ஊக்கம் பெறச் செய்கின்றன. ஆனால் சேகவ் இந்த அர்த்தத்தில் அதிகமாய் ருஷ்யராய் இருக்கவில்லை*. அவர் தமது பிள்ளைப் பிராயத்திலிருந்தே 'உயிர் வாழ்வதற்கான போராட்டத்தை' மகிழ்ச்சிக்கு இடமில்லாத சோபையற்ற வடிவில், ரொட்டித் துண்டுக்கான அன்றாட அற்ப கவலைகளின் வடிவில் நடத்த வேண்டியிருந்தது - தமக்காக மட்டுமின்றி ஏனையோருக்கும் பெற வேண்டியிருந்ததால் அவருக்குப் பெரிய ரொட்டித் துண்டு தேவைப்பட்டது. மகிழ்ச்சிக்கு இடமில்லாத இந்தக் கவலைகளில் அவர் தமது இளைமைப் பருவத்து சக்திகள் யாவற்றையும் ஈடுபடுத்த வேண்டியிருந்தது. நகைத்திறத்தை அவர் இழக்காது பாதுகாத்துக் கொள்ள முடிந்தது ஆச்சரியம்தான். மக்கள் சோர்வடையும்படி உணவுக்காகவும் உறக்கத்துக்காகவும் பட வேண்டியிருந்த அவதியையே அவர் வாழ்க்கையாகக் கண்ணுற்று வந்தார். அதன் பெருங் காவியங்களும் சோக நாடகங்களும் சர்வசாதாரண அற்பங்களின் கனத்த திரையால் அவர் பார்வையிலிருந்து மறைக்கப்பட்டிருந்தன. ஏனையோரது பசி தீர்வதற்காகக் கவலைப்பட வேண்டிய நிலைமையிலிருந்து அவர் ஓரளவு விடுவிக்கப்பட்ட பிறகு தான் அவர் இந்த நாடகங்களின் சாராம்சத்தைக் கூர்மையுடன் உற்று நோக்க முடிந்தது.

---

* பிற்பாடு 1931ல் கோர்க்கி எழுதியதாவது: 'அக்டோபர் புரட்சிக்கு முன்பு முதலாளித்துவச் 'சிந்தனையாளர்கள்' - அரசியல்வாதிகளும் சமூகவியலாளர்களும் பத்திரிகையாளர்களும் - ருஷ்யத் தொழிலாளியும் விவசாயியும் பண்பாடு இல்லாதவர்கள், நிறையக் குடிப்பவர்கள், எழுத்தறிவு இல்லாதவர்கள் என்றும், கீழ்ப்படிந்து வாழ்வதற்கும் பொறுமையாய் இருப்பதற்கும் அவர்களுக்கு உள்ள சக்தி அளவு கடந்தது என்றும் எழுதினார்கள்... இந்த வரிகளை எழுதும் இவ்வாசிரியர் ஒடுக்கப்பட்ட விவசாயிகள் காட்டிய பொறுமையைக் கண்டு அருவருப்பு அடைந்து, சில சமயம் வரலாற்றின் உட்பொருளைக் கவனிக்கத் தவறி விட்டார். தமது தாய்நாட்டு மக்கள் பால் அவருக்கு இருந்த கருத்தோட்டம் அதிக அன்பு வாய்ந்ததாய் இருக்கவில்லை.

ஆனால் 'உரிய தருணம் வந்தது', 'முழு மூச்சுடன் முன்செல்' என்று வரலாறு ஆணையிட்டது. முன்பு இகழ்ச்சிக்குரியவாறு வாழ்க்கையின்பால் செயலற்ற போக்கு கொண்டு உங்களைக் கொதிப்படைந்து சீறும்படிச் செய்த மக்கள், உழைப்பாளி உலகின் மிக மிக செயல் முனைப்பு வாய்ந்த சக்தியாகத் தம்மை மாற்றிக் கொண்டு விட்டனர்.'

பண்பாட்டின் அடிப்படையாய் உழைப்புக்குள்ள முக்கியத்துவத்தை அந்தோன் பாவ்லவிச்சைப் போல்அவ்வளவு ஆழமாகவும் முழுமையாகவும் உணர்ந்தவர் யாரையும் நான் கண்டதில்லை. அவரது இந்த உணர்வு அவருடைய வீட்டிலிருந்த சில்லறைப் பொருள்களிலும், வீட்டுக்கு அவர் சாமான்களைத் தேர்வு செய்து கொண்டதிலும், செய்பொருள்கள் என்பதற்காகவே அவற்றினிடம் அவருக்கு இருந்த அபிமானத்திலும் வெளிப்பட்டு வந்தது. இவற்றை வாங்கிச் சேர்க்கும் ஆசையால் அவர் சிறிதும் பீடிக்கப்படாமல் இருந்தார் என்றாலும், மனிதனது ஆக்கத்திறனால் உருவாக்கப்பட்ட பொருள்கள் என்ற முறையில் இவற்றை அவர் அலுக்காமல் போற்றிப் பாராட்டினார் கட்டடங்கள் கட்டவும் தோட்டங்கள் அமைக்கவும் நிலத்தை அழகுபடுத்தவும் விரும்பினார். அவர் உழைப்பின் கவிதைப் பண்பை உணர்ந்தவர். தாம் நட்ட கனிமரங்களும் அலங்காரச் செடிகளும் வளர்ந்து பெரிதானதை அவர் எவ்வளவு கண்ணும் கருத்துமாய்க் கவனித்து வந்தார்! அவுத்காவில் வீடு கட்டிய போது அது சம்பந்தமான பல சிரமங்களுக்கு இடையே அவர் கூறினார்:

“ஒவ்வொருவரும் அவருக்குச் சொந்தமான நிலத்தில் அவரால் முடிந்தது அனைத்தும் செய்வாராயின், நமது பூமி எவ்வளவு அழகானதாய் இருக்கும்!”

அப்போது நான் **வசீலி புஸ்லயேவ்** நாடகத்தை எழுதும் வேலையில் ஈடுபட்டிருந்தேன். பெருமையுடன் வசீலி தனக்குத் தானே நிகழ்த்திக் கொள்ளும் ஒற்றையாள் உரையை அவருக்குப் படித்துக் காட்டினேன்.

வலிமை வேண்டும்,
        நான் வலிமை பெருதல் வேண்டும்!
வெப்பமூச்சு விட்டுப்
        பனிக் கவசம் கரைப்பேன்,
உலகெங்கும் செல்வேன்,
        நிலமெல்லாம் உழுது பயிரிடுவேன்,
உன்னத நகரங்கள் உதித்தெழ
        வழி செய்வேன்,
கோயில்கள் கட்டுவேன்,
        கனிச் சோலைகள் வளர்ப்பேன்,
கோலவுரு பெற்று
        எழில் நங்கை போலாகும் இப்புவி!

கட்டியணைத்தே மணப்பெண்ணெனக்
    கரத்திலே ஏந்துவேன்,
கெட்டியாய் அதை என் நெஞ்சுடன்
    வைத்தழுத்தி,
இறைவனிடம் எடுத்துச் சென்று காட்டி
    மகிழ்வேன்;
"புவியின் எழிலைப் பாரேன்,
    என் இறைவா!
இன்னரும் உலகு ஆக்கியுள்ளேன்"
    என்பேன்.
"கல்லென விண்ணிலே
    நீ உருட்டி விட்டாய்,
மதிப்பரும் மரகதமாய்
    அதை மாற்றியுள்ளேன்!
காணக் கண்கோடி வேண்டும்
    என் இறைவா,
கதிரோன் உலகின்
    பைஞ்சுடர் மணி விந்தை!
அன்புக்குக் காணிக்கையாய்
    உனக்கு அளிப்பேன் என்றாலும்,
என் உயிருக்கு உயிரானதை
    நான் தருவது எப்படி?"

சேகவுக்கு இந்த ஒற்றையாள் உரை பிடித்திருந்தது. என்னையும் டாக்டர் அலேக்சினையும் பார்த்து உணர்ச்சி மேலிட்டவராய் இருமிக் கொண்டு கூறினார்:

"நன்றாய் இருக்கிறது... முழுக்க முழுக்க உண்மையானது, மனிதத் தன்மை வாய்ந்தது. 'எல்லாத் தத்துவஞானத்தின் உட்பொருளும்' இதில்தான் அடங்கியிருக்கிறது. மனிதன் உலகெங்கும் வாழ்கிறான், இதை அவன் தனக்கு உகந்த நல்ல இடமாக்கிக் கொள்வான்." தீர்மானமாகத் தலையை ஆட்டிக் கொண்டு அவர் திரும்பவும் கூறினார்: "நிச்சயம் இதைச் செய்யவே போகிறான்!"

வசீலியின் ஒற்றையாள் உரையை மறுபடியும் படித்துக் காட்டும்படி என்னிடம் சொல்லிவிட்டு, சன்னலுக்கு வெளியே பார்த்தவாறு கவனமாய்க் கேட்டார்; முடிவில் கூறினார்:

"கடைசி நாலு வரிகளும் வேண்டாம், இவை வலிந்து கூறியதாய் இருப்பவை, தேவையில்லாதவை."

அவர் தமது இலக்கியப் படைப்புகள் குறித்து அதிகம் பேசுவதில்லை, விருப்பமில்லாதவராய் எப்போதாவது தான் குறிப்பிடுவார். லேவ் தல்ஸ்தோய் பற்றிக் குறிப்பிடுகையில் எப்படியோ, அனேகமாய் அதே போல் கன்னிப் பருவத்துக்குரிய நாணத்தோடும் எச்சரிக்கையோடும் தான் குறிப்பிடுவார் என்று கூடச் சொல்லலாம். எப்போதாவது குதூகலமான மன நிலையில் இருக்கையில் மெல்லச் சரித்துக் கொண்டு கதையின் மையப் பொருளைச் சொல்வார் - எப்போதுமே நகைச்சுவைக் கதையாகவே இருக்கும்.

"இதைக் கேளுங்கள் - பள்ளிக்கூட ஆசிரியையாக இருக்கும் ஒரு பெண்ணைப் பற்றி எழுதப் போகிறேன். அவள் நாத்திகம் பேசுகிறவள், டார்வினைப் போற்றுகிறவள், மக்களிடையே நிலவும் தப்பெண்ணங்களையும் மூட நம்பிக்கைகளையும் எதிர்த்துப் போராடுவது அவசியமெனத் திடமாய் நம்புகிறவள். ஆனால் விருப்பத்தைக் கைகூடச் செய்யும் மாய எலும்பு வேண்டுமென்று கறுப்புப் பூனையைக் கொதிநீரில் மூழ்கடிக்க இரவு பன்னிரண்டு மணிக்குக் குளிப்பு அறைக்குப் போகிறாள், அவள் விரும்பும் ஆளின் உள்ளத்தைக் கவர்ந்து அவனிடம் காதலை அரும்பச் செய்வதற்கு இந்த மாய எலும்பு அவளுக்குத் தேவைப்படுகிறது - ஆமாம், அந்த மாதிரியான எலும்பு இருக்கிறது தெரியுமோ...."

எப்போதுமே அவர் தமது நாடகங்களைத் 'தமாஷ்' நாடகங்களாகக் குறிப்பிட்டு வந்தார். 'தமாஷ் நாடகங்களே' தாம் எழுதியதாய் அவர் மனப்பூர்வமாய் நம்பினார் என்றே நினைக்கத் தோன்றியது. "சேகவின் நாடகங்களை உணர்ச்சி வயப்பட்ட நகைச்சுவை நாடகங்களாய் நடித்துக் காட்ட வேண்டும்" என்று சவ்வா மரோஸவ் விடாப்பிடியாக வலியுறுத்திய போது அவர் அப்படியே சேகவின் சொற்களைத்தான் திருப்பிக் கூறினார் என்பதில் சந்தேகமில்லை.

ஆனால் பொதுவாய் இலக்கியத்தில் எப்போதுமே சேகவ் மிகவும் உன்னிப்பான கவனம் செலுத்தி வந்தார், முக்கியமாய் "ஆரம்ப நிலை எழுத்தாளர்களுக்கு" அவர் காட்டிய பரிவு உள்ளத்தை நெகிழச் செய்யக் கூடியதாகும். லஸரேவ்ஸ்கி,

அலிகேர், மற்றும் மிகப் பலரது கனத்த கத்தையாய் அமைந்த கையெழுத்துப் பிரதிகளைப் போற்றத்தக்க பொறுமையுடன் படித்தார்.

"நம் நாட்டில் எழுத்தாளர்களின் எண்ணிக்கை அதிகரித்தாக வேண்டும்" என்பார் அவர். "நமது அன்றாட வாழ்க்கையில் இலக்கியம் இன்னமும் புதுமையான ஒன்றாகவே இருக்கிறது, 'பொறுக்கியெடுத்த சிலருக்கு' மட்டும் உரித்தானதாய் இருக்கிறது. நார்வேயில் இருநூற்று இருபத்தாறு பேருக்கு ஒரு எழுத்தாளர் வீதம் இருக்கிறார், ஆனால் நம் நாட்டில் பத்து லட்சத்துக்கு ஒருவர் வீதமே இருக்கிறார்."

அவரது நோய் சில சமயம் அவரை மிதமிஞ்சி மனச் சோர்வு அடையச் செய்யும், மனித இனத்திடம் நம்பிக்கை இழக்கும்படியுங்கூடச் செய்யும். அந்த மாதிரியான நேரங்களில் அவரது அபிப்பிராயங்கள் மனம் போனபடி மாறிச் செல்லும், அவருடன் பழகுவது இத்தருணங்களில் கடினமாகிவிடும்.

ஒரு நாள் சோபாவில் படுத்து வறட்டு இருமல் இருமி வெப்பமானியை வைத்துக் கொண்டு விளையாடியவாறு அவர் கூறினார்:

"சாவதற்காக உயிர் வாழ்வது எவ்விதத்திலும் சுவையானது அல்ல, ஆனால் காலத்துக்கு முன்னதாகவே சாகப்போகிறோம் என்பது அறிந்து வாழ்வது இருக்கிறதே - மெய்யாகவே அது மடமையாகும்..."

இன்னொரு சந்தர்ப்பத்தில், திறந்த சன்னலுக்குப் பக்கத்தில் அமர்ந்து தொலைவில் கடலை உற்று நோக்கியவாறு திடுமென ஆத்திரமாகச் சொன்னார்:

"நம்பிக்கையுடன் வாழப் பழகியவர்கள் நாம் - பருவநிலை நன்றாயிருக்கும், அமோக அறுவடை கிடைக்கும், இனிய காதல் கைவரப் பெறும், பெருஞ் செல்வம் கிடைக்கும், அல்லது தலைமைப் போலீஸ் அதிகாரியாகப் பதவி பெறலாம் என்றெல்லாம் நம்பிக்கையுடன் எதிர்பார்க்கிறோம். ஆனால் விவேகம் வாய்ந்தவராவோம் என்று நம்பியவர் எவரையும் நான் கண்டதில்லை. புதிய ஜாரின் ஆட்சியில் நிலைமை மேம்படும், இருநூறு ஆண்டுகளில் மேலும் பன்மடங்கு நன்றாய் இருக்கும் என்று நமக்கு நாமே கூறிக் கொள்கிறோம் - இந்த நல்ல

காலத்தை நாளைக்கே வரும்படிச் செய்ய யாரும் முயலவில்லை. மொத்தத்தில் வாழ்க்கையானது நாளுக்கு நாள் மேலும் மேலும் சிக்கலாகி வருகிறது; தனது சொந்த விருப்பப்படிப் போய்க் கொண்டிருக்கிறது; மக்கள் மேலும் மேலும் முட்டாள்கள் ஆகி வருகிறார்கள்; மேலும் மேலும் அதிக எண்ணிக்கையில் வாழ்க்கையிடமிருந்து தனிமைப்பட்டுச் செல்கிறார்கள்.''

பிறகு ஏதோ சிந்தனை செய்தவாறு நெற்றியைச் சுளித்துக் கொண்டு மேலும் சொல்கிறார்:

''சிலுவை ஊர்வலத்தின் போது முடவர்களாய் ஒதுங்கிவிடும் பிச்சைக்காரர்களைப் போல.''

அவர் ஒரு டாக்டர். டாக்டரின் நோய் நோயாளியின் நோயைக் காட்டிலும் எப்போதுமே மோசமானது. நோயாளிகள் உணர மட்டுமே செய்கிறார்கள், ஆனால் டாக்டரோ உணருவது மட்டுமல்லாமல் நோயால் தமது உடலுக்கு உண்டாகிவரும் அழிவை நன்கு அறிந்தவராகவும் இருக்கிறார் அறிவானது சாவை மேலும் நெருங்கி வரச் செய்வதற்கு எடுத்துக்காட்டு இது.

அவர் சிரித்தபோது அவரது கண்கள் இனிய நயம் பெற்றன - பெண்ணுக்குரிய மென்மையும் மிருதுவான இரக்கமும் அவற்றில் மிளிர்ந்தன. அவரது சிரிப்பு அனேகமாய் ஓசையற்றது, அது அலாதியான கவர்ச்சி வாய்ந்தது. சிரித்த போது அவர் மெய்யாகவே மனம் மகிழ்ந்து கொண்டார். அவரைப் போல் அப்படி 'ஆன்மிகமாகச்' சிரிக்கக் கூடியவர் வேறு யாரையும் எனக்குத் தெரியாது.

அசிங்கமான கதைகள் அவரைச் சிரிக்க வைத்ததில்லை.

அவரது அந்த அருமையான, முழு மனதான சிரிப்பைச் சிரித்தவாறு ஒரு சமயம் அவர் என்னிடம் சொன்னார்:

''தல்ஸ்தோய் உங்களுடன் பழகுவதில் ஏன் அப்படி நிலையற்றவராய் இருக்கிறார் தெரியுமா? அவருக்குப் பொறாமை, சுலேர்ழித்ஸ்கியிற்கு அவரைக் காட்டிலும் உங்களிடம் தான் அதிக பற்றுதல் இருப்பதாக நினைக்கிறார். ஆமாம், உண்மை இது! நேற்று என்னிடம் அவர் கூறினார்: ''அது ஏனோ தெரியவில்லை, கோர்க்கியுடன் என்னால் இயல்பான முறையில் நடந்து கொள்ள முடிவதே இல்லை. சுலேர்ழித்ஸ்கி அவருடன் கூட இருந்து

வருவது எனக்குப் பிடிக்கவில்லை. சுலேர்ழித்ஸ்கியிற்கு அவனால் தீமை ஏற்படும். கோர்க்கி கெட்டவர். துறவியாகி விடுவதாய் வாக்குறுதி ஏற்கும்படிக் கட்டாயம் செய்யப்பட்ட சமயப் பாடசாலை மாணவனைப் போன்றவர், அனைத்து உலகின் மீதும் அவர் குரோதம் கொண்டிருக்கிறார். அவரது ஆன்மா உளவாளியின் ஆன்மா, எங்கிருந்தோ வந்திருக்கிறார் அவருக்கு அந்நியமான கனான் நாட்டுக்கு, யாவற்றையும் நன்றாகப் பார்த்து யாவற்றையும் குறித்துக் கொள்கிறார். அவரது தெய்வம் குடியானவப் பெண்கள் அஞ்சுகிற வனாந்தர அல்லது நீர் நிலைச் சாத்தன் போன்றது.' "

இதைச் சொல்லுகையில் கண்களில் கண்ணீர் வரும்படிச் சிரித்தார் சேகவ். கண்ணீரைத் துடைத்துக் கொண்டு அவர் மேலும் சொன்னார்:

"கோர்க்கி நல்லவர் ஆயிற்றே" என்றேன் நான். "இல்லை, இல்லை - எனக்குத் தெரியும்" என்றார் அவர். "வாத்து மூக்கு போன்றதாய் இருக்கிறது அவர் மூக்கு. துரதிருஷ்டம் வாய்ந்தோருக்கும் தீயவர்களுக்கும்தான் அந்த மாதிரி மூக்கு இருக்கும். பெண்களுக்கு அவரைப் பிடிப்பதில்லை. நாய்களைப் போல் நல்ல ஆட்களைக் கண்டதும் அறிந்து கொள்ளும் திறனுடையவர்கள் பெண்கள். சுலேர்ழித்ஸ்கி இருக்கிறாரே, அவர் தன்னலமில்லா அன்பு செலுத்தும் மதிப்பிடற்கரிய பேறு பெற்றவர். இதில் அவருக்குள்ள ஆற்றல் ஒப்பற்றது. அன்பு செலுத்த வல்லவர் எல்லாம் வல்லவர்...."

கணப் பொழுதுக்குப் பிறகு திரும்பவும் சொன்னார் சேகவ்:

"ஆமாம், கிழவர் பொறாமைப்படுகிறார்.... வியந்து போற்றத் தக்கவர்..."

தல்ஸ்தோயைப் பற்றிப் பேசிய போதெல்லாம் எளிதில் புலப்படாதபடி நுட்பமான புன்னகை - மென்மையானது, நாணம் வாய்ந்தது - அவர் கண்களில் பளிச்சிட்டது; ஏதோ மாயமான மர்மம் வாய்ந்த ஒன்றைப் பற்றிப் பேசுவது போல், மிருதுவாகவும் எச்சரிக்கையுடனும் குறிப்பிட வேண்டியது போல், தணிவான மெல்லிய குரலில் பேசினார்.

தல்ஸ்தோயின் பக்கத்தில் எஸ்கெர்மன் போன்றவர் ஒருவர் இருந்து, மூதறிஞரின் வாயிலிருந்து வெளிப்பட்ட கூர்மை

வாய்ந்த, எதிர்பாராத, அடிக்கடி முரண்பாடான பொன் மொழிகளைக் குறித்துக் கொள்ளாமற் போனது பற்றி அவர் திரும்பத் திரும்பச் சொல்லி வருத்தப்பட்டுக் கொண்டார்.

"நீங்கள் இதைச் செய்ய வேண்டும்" என்று சுலேர்ழித்ஸ்கியிடம் அவர் வற்புறுத்தினார். "உங்களிடம் தல்ஸ்தோய் அவ்வளவு பிரியமாய் இருக்கிறார், உங்களுடன் அவ்வளவு அதிகமாகவும் சிறப்பாகவும் பேசுகிறார்."

சுலேர்ழித்ஸ்கியை பற்றிச் சேகவ் என்னிடம் கூறினார்:

"ஞானக் குழந்தை அவர்..."

மிக நன்றாய்க் கூறினார்.

சேகவின் கதை ஒன்றைத் தல்ஸ்தோய் ஒரு தரம் புகழ்ந்து பேசக் கேட்டேன், **கண்ணாடி** என்று நினைக்கிறேன்.

"அது தூய்மை வாய்ந்த நங்கையால் பின்னப்பட்ட லேஸ் போன்றது" என்றார் அவர். "பழங்காலத்தில் அம்மாதிரியான லேஸ் பின்னும் நங்கையர் இருந்தார்கள் - தமது இன்பக் கனவுகளை எல்லாம் வாழ்நாள் முழுதும் அவர்கள் பின்னல்களாகப் பின்னிக் கொண்டிருப்பது வழக்கம். தமது இதயக் கனவுகளை அவர்கள் லேஸ்களாகப் பின்னி விடுவார்கள், அந்த லேஸ்கள் யாவும் தெளிவற்றவையான தூய காதலில் தோய்ந்தவையாய் இருக்கும்." கண்களில் கண்ணீர் ததும்ப மெய்யாகவே உணர்ச்சி மேலிட்டவராகப் பேசினார் தல்ஸ்தோய்.

அன்று சேகவுக்குக் காய்ச்சல், கன்னங்கள் திட்டுத் திட்டாகச் சிவந்து போய், தலையைக் கவிழ்த்துக் கொண்டு அமர்ந்திருந்த அவர், கவனமாய்த் தமது வில் மூக்குச் கண்ணாடியைத் துடைத்துக் கொண்டார். சிறிது நேரம் வரை அவர் ஒன்றும் சொல்லவில்லை. முடிவில் பெருமூச்சுவிட்டுக் கொண்டு, சங்கடப்பட்டவாறு மெல்லிய குரலில் கூறினார்:

"அதில் அச்சுப் பிழைகள் ஏராளம்..."

சேகவைப் பற்றி நிறைய எழுத முடியும். ஆனால் இதற்கு விவரமாகவும் கறாராகவும் எழுதுவது அவசியமாகும் - எனக்கு இது முடியாத காரியம். **ஸ்டெப்பி** கதையை அவர் எழுதிய அதே விதத்தில் அவரைப் பற்றி எழுத வேண்டும் - மணம் கமழும்

எளிமையுடன் முழுக்க முழுக்க ருஷ்யக் கதையாய், நினைவுகளில் ஆழ்ந்து வருத்தம் தோய்ந்ததாய் அதை எழுத வேண்டும். ஒருவர் தமக்னெ எழுதிக் கொள்ளும் கதையாய் இருத்தல் வேண்டும்.

அத்தகைய மனிதர் ஒருவரை நினைவுபடுத்திக் கொள்வது மனத்துக்கு இனிமையானது. திடுமென உள்ளத்துள் மகிழ்ச்சி பொங்குவதற்கு ஒப்பானது அது. வாழ்க்கையை மீண்டும் அது தெளிவான அர்த்தம் பெறச் செய்கிறது.

மனிதன்தான் உலகின் அச்சு.

அவனது தீய பண்புகள், குற்றங்குறைகள் என்னாவது என்றா கேட்கிறீர்கள்.

மனிதர்களது அன்புக்காக நாம் எல்லாரும் ஏங்குகிறோம், வயிறு பசிக்கையில் அரைவேக்காட்டு ரொட்டியுங்கூட இனிக்கவே செய்கிறது.

◼

பச்சோந்தி

போலீஸ் இன்ஸ்பெக்டர் அச்சுமேலவ்* புதிய மேல் கோட்டு அணிந்து கையில் ஒரு காகிதக் கட்டுடன் சந்தையின் குறுக்கே சென்றார். செம்பட்டைத் தலைப் போலீஸ்காரர் பறிமுதல் செய்யப்பட்ட நாவல் பழக் கூடையைத் தூக்கிக் கொண்டு அவர் பின்னார் நடந்தார். சுற்றிலும் நிசப்தமாயிருந்தது... சந்தையில் எந்த ஆத்மாவும் இல்லை... கடைகள், மதுவிடுதிகள் இவற்றின் திறந்த வாயில்கள் பசியால் வாடி விரியப் பிளந்த வாய்களைப் போல் சோகமாய் ஆண்டவன் உலகை நோக்கின. இவற்றின் அருகே பிச்சைக்காரர்களையும் கூட யாரையும் காண முடியவில்லை.

திடுமென எழுந்த கூக்குரல் அச்சுமேலவின் காதில் விழுந்தது. “கடிக்கவா செய்கிறாய்! அசட்டு நாயே! பசங்களே, விடாதீங்க! பிடியுங்கள்! இந்தக் காலத்தில் கடிக்க அனுமதி இல்லை. பிடியுங்கள் அதை! ஊய்!”

நாய் ஊளையிடும் சப்தம் கேட்டது. அச்சுமேலவ் அந்தச் சப்தம் எழுந்த திசையில் திரும்பிப் பார்த்தார். அவர் கண்ணுற்றது இதுதான்: வணிகர் பிச்சூகினது மரவாடியிலிருந்து மூன்று கால்களில் ஒரு நாய் வெளியே ஓடி வந்தது. கஞ்சி போட்ட பூச் சட்டையும் பொத்தான் மாட்டப்படாத அரைக் கோட்டும் அணிந்தவர் அதை விரட்டிக் கொண்டு வந்தார். முன்பக்கமாய் முழு உடலையும் கவிழ்த்துக் கொண்டு ஓடி அவர், அந்த நாயின் பின்னங் கால்களைப் பிடித்துக் கொண்டு விட்டார். மீண்டும் ஊளையிடும் சப்தம், திரும்பவும் “பிடி, விடாதே!” என்ற

* பைத்தியமெனப் பொருள்படும் அச்சுமேலி என்னும் ருஷ்யச் சொல்லிலிருந்து புனையப்பட்டிருக்கும் பெயர்.

கூக்குரல். தூக்கம் கலையாத முகங்கள் கடைகளிலிருந்து எட்டிப் பார்த்தன. தரைக்கடியிலிருந்து உதித்தெழுந்தது போல் நொடிப் பொழுதுக்குள் மரவாடிக்கு முன்னால் கூட்டம் கூடிவிட்டது.

"மாண்புடையீர், கலவரம் மாதிரி அல்லவா இருக்கிறது!" என்றார் போலீஸ்காரர்.

அச்சுமேலவ் உடனே திரும்பி அந்தக் கூட்டத்திடம் நடந்தார். மரவாடியின் வாயிலுக்கு எதிரே வந்ததும், பொத்தான் மாட்டப்படாத அரைக் கோட்டு அணிந்த மேற்கூறிய ஆள் வலக் கையை உயர்த்தி இரத்தம் கசியும் தனது விரலைக் கூட்டத்தினருக்குக் காட்டியவாறு நிற்க கண்டார். "சனியனே, உன்னை என்ன செய்கிறேன், பார்!" - இந்த வாசகம் குடிமயக்கம் தெளியாத அந்த ஆளின் முகத்தில் எழுதி ஒட்டப்பட்டிருந்தது. அவர் உயர்த்திக் காட்டிய விரல் வெற்றிக் கொடி போல் காட்சியளித்தது. அவர் பொற்கொல்லர் ஹுரியூக்கின்* என்பது அச்சுமேலவுக்குத் தெரிந்தது. கூட்டத்தின் நடு மையத்தில் அந்தக் குற்றவாளி நாய் முன்னங்கால்களை அகல விரித்து, அங்கமெல்லாம் வெலவெலத்து நடுங்கிய வண்ணம் உட்கார்ந்திருந்தது. கூரிய மூக்கும் முதுகில் மஞ்சள் புள்ளியும் கொண்ட வெண்ணிற பர்சோய் நாய்க் குட்டி அது. கலங்கிய அதன் கண்களில் சோகமும் பீதியும் குடிக் கொண்டிருந்தன.

"என்ன இதெல்லாம்" என்று கேட்டுக் கூட்டத்தை இடித்து விலக்கிக் கொண்டு அச்சுமேலவ் உள்ளே நுழைந்தார். "இங்கே என்ன செய்கிறீர்கள்? நீ ஏன் விரலை உயர்த்திக் காட்டுகிறாய்? கூக்குரலிட்டது யார்!"

"மாண்புடையீர், எந்த வம்புமின்றி நடந்து வந்து கொண்டிருந்தேன்" என்று, மூடிய கைக்குள் இருமியபடி ஹுரியூக்கின் பதில் கூற முற்பட்டார். "இங்கே மீத்ரி மீத்ரிச்சிடம் மரம் சம்பந்தமாய் எனக்குக் கொஞ்சம் வேலை இருந்தது. எக்காரணமுமின்றித் திடீரென என் விரலைக் கடித்து விட்டது இந்த எழவு. என்னை மன்னிக்கணும்... நான் வேலை செய்கிறவன்... என்னுடைய வேலை நுட்பநயம் வாய்ந்தது. இன்னும் ஒரு வாரத்துக்கு என்னால் இந்த விரலை அசைக்க முடியாது போலிருக்கு. எனக்கு இவர்கள் இழப்பீடு தரும்படிச் செய்யணும் நீங்கள். மாண்புடையீர், மூர்க்கப் பிராணிகள் புரியும் கொடுமைகளைச் சகித்துக் கொண்டு வாழ வேண்டுமென எந்தச்

* ஹுரியூ - ஹுரியூ. - பன்றியின் உறுமல்.

சட்டமும் கூறவில்லை. இவையெல்லாம் கடிக்க ஆரம்பித்தால் வாழ்க்கை நரக வேதனையாகிவிடும்..."

"ஊம்... சரிதான், சரிதான்" என்று கனைத்துக் கொண்டு புருவங்களை நெளித்தவாறு கடுமையான குரலில் பேசினார் அச்சுமேலவ். "சரிதான், சரிதான்... யாருடைய நாய் இது? இந்த விவகாரத்தை நான் சும்மாவிடப் போவதில்லை. நாய்களை ஓடித் திரியும்படி விடுவோருக்குச் சரியானபடிப் பாடம் கற்பிக்கப் போகிறேன். ஒழுங்கு விதிகளுக்குப் பணிந்து நடக்க விரும்பாதோர் குறித்து இனி சும்மாயிருக்கக் கூடாது, நடவடிக்கை எடுத்தாக வேண்டும்! போக்கிரிப் பசங்கள், சரியானபடி அபராதம் விதிக்கப்படும் இவர்களுக்கு. நாய்களையும் மாடுகளையும் சுற்றித்திரிய விட்டால் என்ன கிடைக்கும் என்று நான் தெரியப்படுத்தப் போகிறேன்! எது என்னவென்பதைப் புரியவைக்கப் போகிறேன்! எல்தீரின்" என்று கூப்பிட்டு போலீஸ்காரரின் பக்கம் திரும்பினார். "இந்த நாய் யாருடையது என்று கண்டுபிடித்து அறிக்கை ஒன்று தயார் செய். உடனே இந்த நாயை ஒழித்துக் கட்டியாக வேண்டும். பைத்தியம் பிடித்த நாயாகத்தான் இருக்கும்... யாருடையது இது?"

"ஜெனரல் ழிகாலவினுடைய நாயென்று நினைக்கிறேன்" என்று கூட்டத்திலிருந்து ஒரு குரல் எழுந்தது.

"ஜெனரல் ழிகாலவ்! ஓகோ! எல்தீரின், என்னுடைய கோட்டைக் கொஞ்சம் கழற்றி விடு... உஸ், வெக்கை தாங்க முடியவில்லையே! மழை பெய்யப் போகிறது, அதனால்தான் புழுங்குகிறது." பிறகு அவர் ஹூரியூக்கின் பக்கம் திரும்பினார். "எனக்கு இது புரியவில்லை - உன்னை இது கடிக்க நேர்ந்தது எப்படி? உன் விரல் எப்படி அதன் வாய்க்கு எட்டிற்று? இது சின்னஞ்சிறு நாய், நீ வாட்டசாட்டமான ஆள்! ஆணியில் விரலைக் கீறிக் கொண்டிருப்பாய், பிறகு இழப்பீடு கேட்டு வாங்கலாமென்று உனக்கு எண்ணம் தோன்றியிருக்கிறது. உன்னைப் போன்ற ஆட்களை எனக்குத் தெரியுமே! எமகாரர்கள் ஆயிற்றே!"

"மாண்புடையீர், புகையும் சிகரெட்டை அதன் மூக்கு நுனியில் வைத்துச் சுட்டு வேடிக்கை பார்த்தார், உடனே அது விழுந்து பிடுங்கிற்று. அது ஒன்றும் அசட்டுப் பிறவியல்லவே!

இந்த ஹு ரியூக்கின் எப்பொழுதுமே இப்படித்தான், சேஷ்டை செய்யாமல் இருக்க முடியாது அவரால்!"

ஒன்றரைக் கண்ணா! உன் புழுகு மூட்டையை அவிழ்க்காதே, நிறுத்து! நீ ஒன்றும் நேரில் பார்க்கவில்லை, பிறகு ஏன் இப்படிப் புழுகுகிறாய்? மாண்புமிகு இன்ஸ்பெக்டர் விவரம் அறியாதவரல்ல; பொய் பேசுகிறவர் யார், உண்மையைச் சொல்கிறவர் யார் என்று அவருக்குத் தெரியும். நான் சொல்வது பொய்யானால் நீதிபதி என்னை விசாரணை செய்யட்டும்? சட்டத்தில் குறிக்கப்பட்டிருக்கிறது... இன்று எல்லாரும் சரிநிகர் சமானம். உனக்கு இதைச் சொல்கிறேன் நான், போலீசில் எனக்கு யாரும் இல்லாமற் போய்விடவில்லை, சகோதரர் ஒருவர் இருக்கிறார்..."

"போதும், நிறுத்து!"

"இல்லை, இது ஜெனரலுடைய நாயல்ல" என்றார் போலீஸ் காரர், அழுத்தம் திருத்தமாய். "ஜெனரலிடம் இம்மாதிரியான நாய் எதுவும் இல்லை. அவரிடம் இருப்பவையாவும் மோப்ப நாய்கள்."

"நிச்சயம் தானா?"

"சந்தேகமில்லை, மாண்புடையீர்."

"நீ சொல்வது சரிதான்! ஜெனரலுடைய நாய்கள் யாவும் விலை உயர்ந்தவை, ஜாதி நாய்கள். ஆனால் இதைப் பாரேன்! பார்க்கச் சகிக்கவில்லை, தெருச் சனியன்! இம்மாதிரியான நாயை யாரும் வீட்டில் வைத்திருப்பார்களா? பித்து பிடித்துவிட்டதா உனக்கு? இம்மாதிரி நாய் மாஸ்கோவிலோ, பீட்டர்ஸ்பர்கிலோ தென்படுமானால், அதன் கதி என்னவாகும் தெரியுமா? சட்டத்தைப் பற்றி யாரும் கவலைப்பட மாட்டார்கள், அதே நிமிடத்தில் அதற்கு முடிவு ஏற்பட்டுவிடும். ஹு ரியூக்கின், நீ கடிபட்டு இழப்புக்கு உள்ளானவன், இந்த விவகாரத்தை நீ இதோடு விட்டுவிடக்கூடாது. தக்கபடி பாடம் கற்பித்தாக வேண்டும்! ஆம், உடனே செய்தாக வேண்டும்..."

"ஒருவேளை ஜெனரலுடைய நாய்தானோ என்னமோ" என்று போலீஸ்காரர் கூறிவிட்டுச் சிந்திக்கலானார். "யாருடையது என்று அதன் மூஞ்சியிலா எழுதி ஒட்டியிருக்கறது? அன்று நான்

இம்மாதிரியான ஒரு நாய் அவருடைய வீட்டு வெளிமுற்றத்தில் இருக்கக் கண்டேன்."

"ஜெனரலுடைய நாய்தான், சந்தேகம் வேண்டாம்" என்று கூட்டத்தினரிடமிருந்து அந்தக் குரல் மீண்டும் ஒலித்தது.

"ஓ! கோட்டை என் மீது மாட்டு, எல்தீரின்... ஜில் காற்று வீசுகிறது, குளிராயிருக்கு. இதை ஜெனரலுடைய வீட்டுக்கு அழைத்துச் சென்று அங்கே அவர்களைக் கேட்டுப் பார். நான் இதைக் கண்டதாகவும், அனுப்பி வைத்திருப்பதாகவும் சொல்லு. தெருவிலே விடவேண்டாமென்று அவர்களிடம் கூறிவிட்டு வா. இது விலை உயர்ந்த நாயாய் இருக்கும். ஊரிலுள்ள முரடர்கள் எல்லாம் இதன் மூக்கிலே சிகரெட்டைத் திணிக்க முற்பட்டால் உருப்படாமல் அல்லவா போய்விடும். நாய் மென்மையான பிராணி!... முட்டாளே! கையைக் கீழே இறக்கு நீ! அசிங்கம் பிடித்த அந்த விரலை எல்லோருக்கும் காட்டிகிட்டு நிற்காதே. எல்லாம் நீ செய்ததுதான், குற்றம் உன்னுடையதுதான்..."

"ஜெனரலுடைய சமையற்காரர் இதோ வருகிறாரே, அவரைக் கேட்டால் தெரிந்து விடுகிறது... உம்மைத் தானே, புரோஹர்! கிழவரே, இங்கே வா! இந்த நாயைப் பார்... உங்கள் வீட்டு நாயா இது?"

"நல்லாயிருக்கே! இம்மாதிரி ஒரு நாய் எங்களிடம் எந்நாளும் இருந்ததில்லை!"

"இனி யாரையும் விசாரிக்கத் தேவையில்லை" என்றார் அச்சுமேலவ். "தெரு நாய்தான். இங்கே பேசிக் கொண்ட நின்று பயனில்லை. தெரு நாயென்று சொல்லி விட்டார்கள், ஆகவே, இது தெரு நாயேதான். இழுத்துச் சென்று ஒழித்துக் கட்டு! விவகாரம் தீர்ந்து போகட்டும்."

"இது எங்களுடைய நாயல்ல" என்ற புரோஹர் தொடர்ந்து சொன்னார். "ஜெனரலுடைய சகோதரர் சில நாட்களுக்கு முன்பு வந்தாரே, அவருடையது இது. எங்கள் ஜெனரலுக்கு பர்சோய் நாய்கள் பிடிக்காது. ஆனால் அவர் சகோதர் இருக்கிறாரே, அவருக்கு உயிர்தான்..."

"என்ன, ஜெனரலுடைய சகோதரர் வந்து விட்டாரா? விளதீமிர் இவானிச் வந்து விட்டாரா?" என்று வியந்து கூவினார்

அச்சுமேலவ்; ஆனந்தத்தால் அவர் முகம் பூரித்துவிட்டது. "மகிழ்ச்சிக்குரிய செய்தி ஆயிற்றே! எனக்குத் தெரியாதே இது. இங்கேயே தங்கிவிடப் போகிறாரா?"

"இங்கே தான் இருக்கப் போகிறார்."

"எதிர்பாராத நல்ல செய்தி! தமது சகோதரரைப் பார்ப்பதற்காக வந்திருக்கிறாரா? செய்தி தெரியாதவனாய் இருந்திருக்கிறேன். **அவருடைய** நாயா இது? மட்டற்ற மகிழ்ச்சி! வீட்டுக்கு அழைத்துச் செல்... அற்புதமான நாய்க் குட்டி! அந்த ஆளின் விரலைக் கடித்தாயா நீ? ஹ-ஹ-ஹா! பரவாயில்லை, நீ நடுங்காதே! உர்-உர்-ர்... பொல்லாத குட்டி, கோபம் பொத்துக் கொண்டு வருகிறது... அருமையான நாய்க் குட்டி!"

புரோஹர் அந்த நாயை அழைத்துக் கொண்டு மர வாடியிலிருந்து போய்ச் சேர்ந்தார்.. கூட்டத்தினர் ஹுரியூக்கினைப் பார்த்துச் சிரித்தனர்.

"இரு! செம்மையாய்த் தருகிறேன் உனக்கு!" என்று அச்சுமேலவ் அவனை மிரட்டினார். பிறகு மேல் கோட்டை நன்றாய் இழுத்துவிட்டுக் கொண்டு சந்தையின் குறுக்கே நடந்தார்.

∎

வான்கா

ஒன்பது வயதுச் சிறுவன் வான்கா மூக்கவ் வேலை பயிலுவதற்காக மூன்று மாதங்களுக்கு முன்பு புதைமிதி தயாரிப்பாளர் அல்யாஹினிடம் விடப்பட்டவன். கிறிஸ்மஸ் பண்டிகைக்கு முந்திய இரவு அவன் தூங்கவில்லை. எசமானும் எசமானியும் முதுநிலை வேலைப் பயிற்சியாளர்களும் கோயிலுக்குப் புறப்பட்டுச் செல்லும் வரை காத்திருந்தான்; பிறகு அலமாரியிலிருந்து மசிப் புட்டியையும் துருபிடித்த முனை கொண்ட பேனாக்கட்டையையும் எடுத்து வந்து, கசங்கிப் போன காகிதத்தைப் பிரித்து வைத்துக் கொண்டு எழுதத் தயாராகி விட்டான். முதலாவது எழுத்தை வரையுமுன் நெஞ்சு படபடக்க இரண்டொரு தரம் வாயிற் கதவையும் சன்னலையும் பார்த்துக் கொண்டான். புதைமிதி அச்சுக் கட்டை அடுக்குத் தட்டுகளுக்கு நடுவிலிருந்த சாமிப் படத்தை உற்று நோக்கியவாறு விக்கிச் செறுமிப் பெருமூச்சு விட்டுக் கொண்டான். காகிதம் பெஞ்சின் மேல் இருந்தது, வான்கா பெஞ்சின் பக்கத்தில் தரையில் மண்டியிட்டு அமர்ந்திருந்தான்.

"அன்புக்குரிய தாத்தா கன்ஸ்தன்தீன் மக்காரிச்!" என்று எழுதினான். "உனக்கு நான் கடிதம் எழுதுகிறேன். கிறிஸ்மஸ் வாழ்த்துக்கள் அனுப்புகிறேன். ஆண்டவன் உனக்கு அருள்புரிய வேண்டுகிறேன். எனக்கு அப்பாவும் இல்லை, அம்மாவும் இல்லை; உன்னைத் தவிர யாரும் இல்லை எனக்கு."

இருண்ட சன்னல் கண்ணாடியை நோக்கி வான்கா கண்களை உயர்த்தினான். மெழுகுவத்தியின் பிம்பம் சன்னல் கண்ணாடியில் ஆடித் துடித்தது. அவனுடைய மனக் கண்முன்

தாத்தா கன்ஸ்தன்தீன் மக்காரிச் தெளிவாய்த் தோற்றமளித்தார். ழிவரியோவ் என்றொரு நிலப்பிரபுவின் பண்ணையில் அவர் இரவு நேரக் காவற்காரராய் வேலை பார்த்து வந்தார். மெலிந்து உருவில் சிறியவரான கிழவர் அவர், வயது சுமார் அறுபத்தைந்து இருக்கும். ஆனால் குறிப்பிடத்தக்க துடிப்பும் விறுவிறுப்பும் வாய்ந்தவர், சிரித்த முகமும் குடிபோதை கொண்டு மங்கிய கண்களுமுடையவர். பகற் பொழுதில் அவர் பின்கட்டுச் சமையலறையினுள் தூங்குவார், அல்லது சமையற்காரிகளோடு வேடிக்கையாயப் பேசிக் கொண்டு உட்கார்ந்திருப்பார். இரவில் பெரிய ஆட்டுத்தோல் கோட்டு அணிந்து சடசடப்பியை ஆட்டி ஒலித்தவாறு பண்ணையைச் சுற்றி நடப்பார். அவருக்குப் பின்னால் கிழட்டுக் கஷ்தான்காவும் விலாங்கு என்ற இன்னொரு நாயும் தலையைத் தொங்கப் போட்டுக் கொண்டு செல்லும். அதன் கரிய நிறத்துக்காகவும் நீளமான நீர் நாயை ஒத்த உடலுக்காகவும் அதற்கு விலாங்கு என்று பெயர். இந்த விலாங்கு பணிவு மிக்கதாய் அருமையாய் வாலைக் குழைத்துக் கொண்டுதான் உற்று நோக்கும். ஆயினும் யாராலும் அதை நம்ப முடியாது. அதன் அடக்கமும் பணிவும் வெளிவேஷமே தவிர மெய்யானவையல்ல; அதன் கள்ளத்தனத்தையும் குரோதத்தையும் மூடிமறைக்கவே பயன்பட்டன இவை. திருட்டுத்தனமாய் அணுகி வந்து காலைக் கடிப்பதிலும், யார் கண்ணிலும் படாமல் குளிர்க் கிடங்கினுள் நுழைவதிலும், விவசாயிகளுடைய கோழிக் குஞ்சுகளைக் கவர்ந்து கொண்டு ஓடுவதிலும் அது தேர்ந்த திறமைசாலி. அதன் பின்னங் கால்களில் எத்தனையோ தரம் வெட்டுக் காயம் பட்டிருக்கும், இருமுறை அதைக் கட்டி அந்தரத்தில் தொங்க விட்டார்கள், வாரம் தவறாமல் நையப் புடைத்து உயிர் போகும் நிலையில் விட்டுச் சென்றார்கள். ஆனால்அது யாவற்றையும் சாமாளித்துக் கொண்டு உயிர் வாழ்ந்து வந்தது.

தாத்தா இந்நேரத்தில் அனேகமாய் வெளி வாயில் அருகே நின்று கண்களைச் சுளித்துக் கொண்டு, கோயில் சன்னல்களிலிருந்து சென்னிறத்தில் பளிச்சிடும் ஒளியைப் பார்ப்பார்; ஒட்டுக்கம்பளப் பொதி மிதிகளைக் கால்களில் மாட்டிக் கொண்டு தத்துப்புத்தென நடந்து வேலையாட்களோடு கும்மாள மடிப்பார். அவருடைய சடசடப்பி இடுப்பு வாரில் தொங்கும். குளிராயிருக்கிறது என்று சொல்லிக் கைகளை விரித்துத் தன்னைத் தானே கட்டிப்பிடித்துக் கொள்வார். அல்லது யாராவது சமையற்காரியையோ பணிப்பெண்ணையோ

கிள்ளிவிட்டுக் கிளுகிளுத்துக் கிழட்டுச் சிரிப்பு சிரித்துக் கொள்வார்.

"ஒரு சிமிட்டா எடுத்துக் கொள்" என்று அந்தப் பெண்களிடம் தனது பொடி டப்பாவைக் காட்டுவார்.

ஒரு சிமிட்டா எடுத்து மூக்கினுள் இழுத்து உடனே தும்முவார்கள் அந்தப் பெண்கள். தாத்தாவுக்கு ஆனந்தம் தாங்க முடியாது, வயிறு குலுங்கச் சிரிப்பார்.

"உறைந்து போன மூக்குக்கு நல்லது!" என்று கூவுவார்.

நாய்களுக்குங்கூட மூக்குப்பொடி கொடுப்பார். கஷ்தான்கா தும்மிவிட்டுத் தலையை ஆட்டி ஆட்சேபித்தவாறு விலகிச் செல்லும். ஆனால் பணிவடக்கம் மிகுந்த விலாங்கு தும்முவது சரியல்ல என்று வாலைக் குழைத்துக் கொண்டு நிற்கும். வானிலை அற்புதமாயிருந்தது. காற்று அசங்காது அமைதியாய், பளிங்கு போல் தெளிவாய், மாசுமறுவற்றிருந்தது. கரிய இரவென்றாலும் கிராமத்தில் வெண்ணிறக் கூரைகளும், புகைபோக்கிகளிலிருந்து எழும் புகையும், உறைபனிக் கவசமிட்டு வெள்ளி போல் பளபளத்த மரங்களும், வெண்பனிப் பெருக்குகளும் தெட்டத் தெளிவாய்க் கண்ணுக்குத் தெரிந்தன. ஒய்யாரமாய்க் கண்சிமிட்டும் விண்மீன்கள் வானத்தில் வாரியிறைக்கப்பட்டிருந்தன. பால்வெளி மண்டலம் விழா நாளுக்காகக் கழுவிச் சுத்தம் செய்யப்பட்டு வெண்பனியால் தேய்த்து மெருகிடப்பட்டதுபோல் கண்ணைப் பறிக்கும்படி எடுப்பாய்த் தெரிந்தது...

வான்கா பெருமூச்சு விட்டவாறு பேனாவால் மசியைத் தொட்டு, மேலும் எழுதிச் சென்றான்:

"நேற்று என்னை அடித்து நொறுக்கி விட்டார்கள். முடியைப் பிடித்து எசமான் என்னை வெளி முற்றத்துக்கு இழுத்துச் சென்று கடிவாள வாரால் நையப் புடைத்தார். காரணம் என்னவென்றால் அவர்களுடைய குழந்தையை ஆட்டிக் கொண்டிருக்கையில் தவறிப் போய் நான் தூங்கி விட்டேன். சென்ற வாரத்தில் ஒரு நாள் எசமானி என்னைக் கெண்டை மீனைச் சுத்தம் செய்யச் சொன்னாள். நான் வால் பக்கத்திலிருந்து ஆரம்பித்தேன், உடனே எசமானி அந்த மீனைப்பிடுங்கி அதன் தலையை என் முகத்திலே வைத்துத் தேய்த்தாள். ஏனைய வேலைப் பயிற்சியாளர்கள் என்னைக் கேலி செய்கிறார்கள், மதுவிடுதிக்குப் போய் வோத்கா

வாங்கி வரச் சொல்கிறார்கள், எசமானுடைய வெள்ளரிக் காய்களைத் திருடி வரும்படிக் கூறுகிறார்கள், எசமான் கைக்குக் கிடைப்பதை எடுத்து என்னை அடித்துக் கொல்கிறார். சாப்பிட இங்கே எனக்கு ஒன்றும் கிடைப்பதில்லை. காலையில் ரொட்டி தருகிறார்கள். மத்தியானத்துக்குக் கஞ்சியும், இரவில் மீண்டும் ரொட்டியும் கொடுக்கிறார்கள். தேநீரோ, முட்டைக் கோஸ் சூப்போ எதுவும் எனக்குக் கிடைப்பதில்லை, யாவற்றையும் அவர்களே தீர்த்துக் கட்டி விடுகிறார்கள். என்னை நடையிலே படுக்கச் சொல்கிறார்கள், அவர்களுடைய குழந்தை கத்தும் போது நான் தூங்கக் கூடாது, அதை ஆட்டிக் கொண்டிருக்க வேண்டும். எனது அருமைத் தாத்தா, உனக்குப் புண்ணியம் உண்டு, என்னை இங்கிருந்து அழைத்துச் சென்றுவிடு, கிராமத்துக்குக் கூட்டிச் சென்றுவிடு, என்னால் இனி பொறுக்க முடியாது. தாத்தா, உன்னை மன்றாடிக் கேட்டுக் கொள்கிறேன், எந்நாளும் மறக்காமல் உனக்காகப் பிரார்த்தனை செய்வேன், என்னை இங்கிருந்து அழைத்துச் சென்றுவிடு, இல்லையேல் நான் செத்துத்தான் போவேன்...”

வான்காவின் உதடுகள் துடித்தன, கரிபிடித்த முட்டிக் கையால் கண்களைத் துடைத்துக் கொண்டு செறுமினான்.

“உனக்கு மூக்குப்பொடி இடித்துத் தருவேன்” என்று தொடர்ந்து எழுதினான். “உனக்காக ஆண்டவனை வேண்டிக் கொள்வேன். நான் எதாவது குறும்பு செய்தால் நீ எவ்வளவு வேண்டுமானாலும் என்னை உதைக்கலாம். எனக்கு அங்கே வேலை இருக்காதென நீ நினைத்தால், நான் காரியக்காரரிடம் போய் என்மீது இரக்கங் கொள்ளும்படிக் கேட்பேன், புதைமிதிகளுக்குப் பாலிஷ் போடும் வேலையை எனக்குத் தரும்படி வேண்டுவேன், அல்லது ஃபெத்காவுக்குப் பதில் நான் ஆடு மேய்க்கப் போவேன். எனது அன்புக்குரிய தாத்தாவே, என்னால் சகிக்க முடியவில்லை, எனக்கு உயிர் போகிறது. இங்கிருந்து ஓடி விடலாம், நடந்தே கிராமத்துக்கு வந்து விடலாம் என்று நினைத்தேன். ஆனால் எனக்குப் புதைமிதியடிகள் இல்லை, கொடுங் குளிர் தாங்க முடியாதே என்று பயந்து கொண்டு சும்மாயிருந்தேன். நான் பெரியவனானதும் உன்னைக் கருத்துடன் கவனித்துக் கொள்வேன். யாரும் உன்னைத் துன்புறுத்த விடமாட்டேன். நீ இறந்த பின் உன்னுடைய ஆத்மாவுக்காகப் பிரார்த்தனை செய்வேன், என் அம்மாவுக்காகப் பிரார்த்திக்கிறேனே அதேபோல செய்வேன் உனக்காகவும்.”

“மாஸ்கோ மிகப் பெரிய ஊர், கனவான்களது வீடுகளுக்குக் கணக்கே இல்லை, குதிரைகளும் ஏராளம். ஆனால் ஆடுகள் இல்லை, நாய்கள் கொஞ்சங்கூட மூர்க்கமின்றிச் சாதுவாய் இருக்கின்றன. கிறிஸ்மஸ் பண்டிகையின் போது பையன்கள் நட்சத்திரம் எடுத்துச் செல்வதில்லை. கோயிலில் நம்மைப் பாட விடமாட்டேன் என்கிறார்கள். தூண்டில் முட்கள் அப்படியே தூண்டில் நூல்களும் கோல்களும் அடங்கலாய்க் கடையில் விற்கப்படுவதை முன்பு ஒருதரம் பார்த்தேன் நான். எந்த மீன் வேண்டுமானாலும் பிடிப்பதற்கு ஏற்றவையாய் விதம் விதமாய் நன்றாய் இருந்தன. ஒரு பூடு எடையுள்ள பெரிய தோப்பா மீனைத் தாங்கக் கூடிய ஒன்றுங்கூட இருந்தது. பண்ணை வீட்டில் எசமான் வைத்திருக்கிறாரே அந்த மாதிரி துப்பாக்கியும் இன்னும் பலவிதமான துப்பாக்கிகளும் கடைகளில் விற்கிறார்கள், நான் பார்த்தேன். ஒவ்வொன்றும் நூறு ரூபிளுக்குக் குறையாது. கசாப்புக் கடைகளில் காட்டுக் கோழிகளும், உள்ளான்களும் முயல்களும் இருக்கின்றன. ஆனால், கடையில் இருப்பவர்கள் இவை எங்கே சுடப்பட்டவை என்று சொல்ல மாட்டேன் என்கிறார்கள்.”

“அருமைத் தாத்தா, பண்ணை வீட்டில் கிறிஸ்மஸ் மரம் வைக்கையில் எனக்கு ஒரு தங்கக் காய் எடுத்துப் பச்சைப் பெட்டியில் பத்திரமாய் வை. திருமதி ஓல்கா இக்னாத்யெவ்னாவிடம் கேட்டுவாங்கு, வான்காவுக்கு என்று சொல்லு.”

நெடுமூச்சு விட்டு மீண்டும் சன்னல் கண்ணாடியை உற்றுப் பார்த்தான் வான்கா. பண்ணைவீட்டுக் கனவான்களுக்குக் கிறிஸ்மஸ் மரம் கொண்டு வருவதற்காகப் பேரனையும் அழைத்துக் கொண்டு தாத்தா புறப்பட்டுச் சென்றதும்அவனுக்கு நினைவு வந்தது. ஆகா, அப்போதெல்லாம் காலம் எவ்வளவு இன்பகரமாய் இருந்தது! தாத்தா கெக்கலிக்கும், இதைப் பார்த்து வான்காவும் கெக்கலித்துக் கொள்வான். பிர் மரத்தை வெட்டத் தொடங்குமுன் தாத்தா புகைக் குழாயைப் பற்ற வைத்துப் புகைபிடிப்பார், ஒரு சிமிட்டா பொடி எடுத்து மூக்கில் வைத்து நெடுநேரம் உறிஞ்சுவார், குளிரில் நடுங்கும் வான்காவைப் பார்த்து வாய்விட்டுச் சிரிப்பார்... உறைபனிக் கவசம் பூண்ட பிர் மரங்கள் தம்மில் சாவுக்காகக் குறிக்கப்பட்டிருப்பது யாராய் இருக்குமோ என்று ஆடாமல் அசையாமல் காத்திருந்தன. அப்பொழுது திடுமென ஒரு முயல் வெண்பனிப் பெருக்கைத் தாவி அம்பு

போல் பாய்ந்து ஓடிற்று... தாத்தா இருப்பு கொள்ளாமல் துடிதுடித்துக் கத்துவார்:

"நிறுத்து அதை! நிறுத்து அதை!... நிறுத்து! ஓ! குட்டை வால் சாத்தான்!"

மரத்தைத் தாத்தா பண்ணை வீட்டுக்கு இழுத்து வருவார், அவர்கள் அதைச் சிங்காரிக்கத் தொடங்குவார்கள்... திருமதி ஒல்கா இக்னாத்யெவ்னாதான் - வான்காவுக்கு மிக்கப் பிடித்தவர் - யாவரையும்விட முன்னிலையில் நின்று ஓடியாடி வேலை செய்வார். வான்காவின் தாயாகிய பெலகேயா உயிரோடு இருந்த காலத்தில், பண்ணை வீட்டில் அவள் வேலை புரிந்து வந்த போது ஓல்கா இக்னாத்யெவ்னா வான்காவுக்கு மிட்டாய்த் தருவது வழக்கம். அவனுக்கு அவர் எழுதவும் படிக்கவும் நூறு வரை எண்ணவும் சொல்லிக் கொடுத்து மகிழ்வார், நடனமாடுவதற்குக் கூடக் கற்றுத் தந்தார். ஆனால் பெலகேயா இறந்த பிறகு, அனாதையாகிவிட்ட வான்கா பின்கட்டுச் சமையலறைக்கு, அவனுடைய தாத்தாவிடம் அனுப்பப்பட்டு விட்டுபின். அங்கிருந்து மாஸ்கோவுக்குப் புதைமிதி தயாரிப்பாளர் அல்யாஹினிடம் கொண்டு வந்து விடப்பட்டான்...

"தாத்தா, உடனே புறப்பட்டு வா, என்னை இங்கிருந்து அழைத்துச் சென்றுவிடு" என்று மேலும் எழுதினான் வான்கா. "ஏசுநாதர் அருள் புரிவார், என்னை அழைத்துச் சென்றுவிடு, உன்னை நான் மன்றாடிக் கேட்டுக் கொள்கிறேன். அனாதைச் சிறுவன் நான், துன்புறுகிறேன், எனக்கு நீ கருணை காட்ட வேண்டும். எந்நேரமும் என்னை அடிக்கிறார்கள். எந்நேரமும் நான் பசியாய் இருக்கிறேன். துன்பம் தாங்கமாட்டாமல் எந்நேரமும் இங்கு நான் அழுது கொண்டிருக்கிறேன். புதைமிதி அச்சுக் கட்டையால் எசமான் ஒரு நாள் என் மண்டையில் அடித்தார். அப்படியே கீழே விழுந்த நான் மீண்டும் எழுந்திருக்கப் போவதில்லை என்றே நினைத்தேன். இங்கு எனது நிலை நாயினும் கேடானதாய் இருக்கிறது... அல்யோனாவுக்கும் ஒற்றைக் கண் எகோருக்கும் கோச் வண்டிக்காரருக்கும் என் அன்பதைத் தெரிவிக்கிறேன். என்னுடைய கன்சர்ட்டினா இசைத்துருத்தியை யாரிடமும் கொடுத்து விடாதே. உன்னுடைய பேரன் இவான் ழுக்கவ். அருமைத் தாத்தா, வா என்னிடம்."

காகிதத்தை நான்காய் மடித்தான், ஒரு கப்பேக் கொடுத்து அதற்கு முந்திய தினம் அவன் வாங்கி வைத்திருந்த உறையினுள் அதைப்போட்டு மூடினான்... பிறகு சற்று சிந்தனை செய்துவிட்டு, பேனாவால் மசியைத் தொட்டீ எழுதினான்: **'தாத்தா'** - தலையைச் சொறிந்து கொண்டு மீண்டும் சிந்தித்து விட்டு எழுதினான்:

'கன்ஸ்தன்தீன்மக்காரிச், கிராமம்.'

யாரும் குறுக்கிட்டுத் தன்னை எழுத விடாமல் தடுக்க வில்லையென மனம் மகிழ்ந்தவனாய்க் குல்லாவை எடுத்துத் தலையில் போட்டுக் கொண்டான். கோட்டு போட்டுக் கொள்ளாமலே வெறுஞ் சட்டையோடு தெருவுக்கு ஓடினான்.

முந்திய நாளன்று அவன் விசாரித்த போது, கசாப்புக் கடையில் இருந்தவர்கள் கடிதங்களைத் தபாற் பெட்டிகளில் போட வேண்டும், இந்தப் பெட்டிகளிலிருந்து அவை மூன்று குதிரைகளையும் குடிமயக்கம் கொண்ட வண்டிக்காரர்களையும் கணகணத்து ஒலிக்கும் மணிகளையுமுடைய கோச் வண்டிகள் மூலம் உலகெங்கும் அனுப்பப்படுகின்றன என்பதாய்ச் சொல்லியிருந்தார்கள். யாவற்றிலும் அருகாமையிலிருந்த தபாற் பெட்டியிடம் ஓடி மதிப்பிடற்கரிய தனது கடிதத்தை அதன் இடுக்கினுள் போட்டான்...

இதன் பின் ஒரு மணி நேரத்துக்கெல்லாம் இனிய நம்பிக்கைகள் இதமாய்த் தட்டிக் கொடுத்து அவனை தூங்க வைத்தன... அவனுடைய கனவில் ஒரு கணப்படுப்பு தோன்றியது. கணப்படப்புப் பரணில் காலைத் தொங்கப் போட்டுக் கொண்டு உட்கார்ந்திருந்த அவனுடைய தாத்தா அந்தக் கடிதத்தைச் சமையற்காரிகளுக்குப் படித்துக் காட்டினார்... கணப்படுப்புக்கு முன்னால் விலாங்கு தனது வாலைக் குழைத்துக் கொண்டு மேலும் கீழுமாய் நடை போட்டது...

▣

தத்துக்கிளி

1

ஓல்கா இவானவ்னாவின் நண்பர்கள் எல்லோரும் அவளுடைய திருமணத்துக்கு வந்திருந்தனர்.

“பாருங்களேன் இவரை - இன்னதெனச் சொல்ல இயலாத ஏதோ ஒன்று இவரிடம் இருக்கிறது இல்லையா?” என்று தன் கணவரின் பக்கம் தலையை அசைத்து அவள் தன் நண்பர்களிடம் கேட்டாள். எவ்வகையிலும் குறிப்பிடத்தக்கவராய் இராத சாமான்ய ஆள் ஒருவரைத் தான் மணந்து கொண்டது ஏனென விளக்கிக் கூற விரும்பினாள் போலும்.

அவளது கணவரான ஓசீப் ஸ்தெப்பானவிச் தீமவ் மிகச் சாதாரணபதவி வகித்த ஒரு டாக்டர். அவர் இரண்டு மருத்துவமனைகளில் வேலை செய்தார், ஒன்றில் வெளியிருப்பு மருத்துவராகவும் மற்றொன்றில் பகுப்பாய்வாளராகவும் இருந்தார். மருத்துவமனைக்கு வந்து செல்லும் நோயாளிகளை ஒன்பது மணியிலிருந்து நண்பகல் வரை பரிசீலித்து மருந்து கொடுத்தார், பிறகு தமது வார்டுக்குச் சென்று தமது நோயாளிகளைப் பார்வையிட்டார். பிற்பகலில் குதிரை வண்டியில் ஏறி இன்னொரு மருத்துவமனைக்குச் சென்று அங்கே பிண அறுவைப் பகுப்பாய்வு நடத்தினார். அவருக்குத் தனியார் மருத்துவத் தொழில் அதிகமில்லை, ஆண்டுக்குச் சுமார் 500 ரூபிளுக்கு மேல் இல்லை. அவ்வளவுதான், அவரைப் பற்றி வேறோன்றும் சொல்வதற்கில்லை. ஆனால் ஓல்கா இவானவ்னாவும் அவளது நண்பர்களும் இம்மாதிரியல்ல,

சாமான்யமானவர்களல்ல இவர்கள். ஒவ்வொருவரும் ஏதேனும் ஒரு விதத்தில் சிறப்புக்குரியவராய் விளங்கியவர். எவரும் வெளியே தெரியாத அனுமதேயமாய் இருக்கவில்லை. இவர்கள் எல்லோரும் ஏற்கெனவே பெயர் பெற்று ஓரளவு புகழும் பெற்றவர்கள். அப்படிப் புகழுக்குரியோராய் என சொல்வது சரியல்லவெனில் எப்படியும் வருங்காலத்தில் சீரும் சிறப்பும் நிச்சயம் பெறுவார்களெனக் கருதத்தக்கவர்கள். ஒருவர் நடிகர், நடிப்புக்கலையில் அவரது அபாரத் திறமை ஏற்கெனவே அவருக்குப் பெயர் பெற்றுத் தந்திருந்தது. ஒய்யாரமும் மிடுக்கும் நயமும் வாய்ந்தவர் அவர், மிக அருமையாய் செய்யுளும் வசனமும் ஓதுவார், ஓல்கா இவானவ்னாவுக்கு நாவன்மையில் பாடங்கள் கற்றுத் தந்தார். இன்னொருவர் இசை நாடகப் பாடகர், கமுக்கு மொமுக்கென்று இருப்பார், கலகலப்பாய்ப் பேசுவார். பெருமூச்சு விட்டவாறு ஓல்கா இவானவ்னாவிடம் அவர் வலியுறுத்தி வந்தார்; அவள் தன்னைத்தானே அநியாயமாய்க் கெடுத்துக் கொள்கிறாள், வீண் பொழுது போக்காமல் தன்னைக் கட்டுப்படுத்திக் கொள்வாளாயின் தேர்ந்த பாடகியாகி விடுவாள் என்று. இவர்களையன்றி ஓவியக் கலைஞர்களும் சிலர் இருந்தார்கள். இவர்களில் முக்கியமானவர் ரியாபவ்ஸ்கி, அன்றாட வாழ்க்கை பற்றிய ஓவியங்களும் விலங்கினச் சித்திரங்களும் இயற்கைக் காட்சி ஓவியங்களும் தீட்டுகிறவர், சுமார் இருபத்தைந்து வயதான ஆண் அழகர், மென்னிற முடிகளுடையவர். கண்காட்சிகளில் இவரது ஓவியங்கள் பரபரப்பை உண்டாக்கி வந்தன - அண்மையில் இவர் தீட்டி முடித்திருந்த ஒரு ஓவியம் ஐந்நூறு ரூபிளுக்கு விலை போயிற்று. ஓல்கா இவானவ்னாவின் சித்திரவரைகளை இவர் பூர்த்தி செய்து கொடுப்பது வழக்கம். அவளுடைய ஓவிய முயற்சிகள் பயனளிக்க வல்லவையே என்பதாய்க் கூறி வந்தார். பிறகு வயலின் செலோ வித்வான் ஒருவர் இருந்தார், தமது வாத்தியத்தைக் "கரைத்துருகிக் கண்ணீர் வடிக்கச்" செய்ய வல்லவர், தாம் அறிந்த பெண்களில் ஓல்கா இவானவ்னாவினால் மட்டும்தான் தனக்கு இசைவாய்ப் பக்கவாத்திய இசை அளிக்க முடியுமென்று பகிரங்கமாய்க் கூறி வந்தார். எழுத்தாளரும் ஒருவர் இருந்தார், இளைஞரே என்றாலும் அதற்குள் பிரபலமடைந்துவிட்ட இவர் குறுநாவல்களும், நாடகங்களும் கதைகளும் எழுதினார். இன்னும் யார்? ஆமாம், வசீலி வசீலிவச் இருந்தாரே. இவர் பிரபுக் குலத்தவரான நிலக்கிழார், புத்தகங்களுக்கு விளக்கச் சித்திரம் தீட்டுவது இவருடைய பொழுதுபோக்கு, அதோடு

இவர் தளிர்க்கொடி ஒப்பனைச் சித்திரக்காரர், பண்டை ருஷ்யப் பாணியிலும் வீரகாவிய முறையிலும் தேர்ந்த ஞானமுடையவர், காகிதத்திலும் பீங்கானிலும் புகைக் கண்ணாடியிலும் மெய்யாகவே இவர் விந்தைகள் புரிந்து காட்ட வல்லவர். இவர்கள் எல்லாம் கலையார்வமிக்க மிதவாத சமுதாயத்தினர், அதிர்ஷ்ட தேவதையின் செல்லப் பிள்ளைகள், நாகரீகநயம் வாய்ந்த இந்தச் சீலர்களுக்கு உடம்பு நல்லபடியாய் இல்லாத போதுதான் டாக்டர்கள் எனப்படுவோர் சிலர் இவ்வுலகில் இருப்பது நினைவுக்கு வரும், தீமவ் என்ற பெயர் இவர்களது செவிகளில் சீதரவ் அல்லது தராசவ் போன்ற மிகச் சாதாரண பெயராய் ஒலித்தது. இவர்கள் மத்தியில் தீமவ் யாரும் அறியாத அயலாராய், சிறிதும் தேவையற்றவராய்த் தோன்றினார். உண்மையில் அவர் பொடிப் பையனைப் போல அல்லவா காணப்பட்டார்? அவர் போட்டிருந்த நீள் கோட்டு வேறு யாருக்காகவோ தைக்கப்பட்டதாய்த் தோன்றிற்று, அவரது தாடி கடைக்காரரின் தாடி போன்றதாய் இருந்தது. அவர் எழுத்தாளராகவோ, கலைஞராகவோ இருந்திருந்தால், இந்தத்தாடி அவருக்கு ஸோலாவின்* தோற்றத்தை அளிப்பதாய் எல்லோரும் சொல்லியிருப்பார்கள்.

அந்த நடிகர் ஓல்கா இவானவ்னாவின் எழிலைப் போற்றிப் பேசிக் கொண்டிருந்தார், அவளது வெண்பட்டு முடிகளிலும் திருமணக் கோலத்திலும் அவள், வசந்தத்திலே மேலெல்லாம் மென்மையான வெண்மலர்கள் மூடியிருக்கும் மெல்லியச் செர்ரி மரம் போலல்லவா கவர்ச்சியாய் இருந்தாள் என்று வியந்து கொண்டார்.

“இல்லை, இதைக் கேளுங்கள் நீங்கள்” என்று அவரது கையைப் பற்றிக் கொண்டு கூறினாள் ஓல்கா இவானவ்னா. “எப்படி இவ்வாறு நேர்ந்தது என்று சொல்கிறேன் கேளுங்கள். இதைக் கேளுங்கள்... என் தந்தையும் தீமவும் ஒரே மருத்துவமனையில் வேலை செய்தவர்கள், தெரியுமா உங்களுக்கு? என் தந்தை நோய் வாய்ப்பட்டுப் படுக்க நேர்ந்ததும் தீமவ் இராப் பகலாய் அவர் படுக்கை அருகே இருந்து கவனித்துக் கொண்டார். தன்னலங் கருதாத் தியாகஉணர்ச்சி என்றால் இதைத்தான் சொல்ல வேண்டும்! ரியாபவ்ஸ்கி, இதைக் கேள் நீ! எழுத்தாளரே, நீரும் கேளும்! மிகவும் சுவையான விவரமாகும் இது. எல்லாரும் இப்படி என் அருகே வாங்க. வியக்கத்தக்க தியாக உணர்ச்சி, மெய்யான

* ஸோலா (Zola), எமிலி (840-1902), பிரபல பிரெஞ்சு எழுத்தாளர்.

உள்ளன்பு! இரவில் நானும் தூங்கவே இல்லை. தந்தையின் படுக்கைக்குப் பக்கத்தில் உட்கார்ந்திருந்தேன். திடுமென என்ன ஆயிற்று கேளுங்கள் - ஆர்வமிக்க இளைஞர் தம் உள்ளத்தை எனக்குப் பறி கொடுத்து விட்டார் - திடுதிப்பென நடந்து விட்டது! எனது தீமவ் தலைகால் புரியாதபடி அப்படிக் காதல் கொண்டு விட்டார். விதி புரிந்திடும் கூத்துதான் எல்லாம்! என் தந்தை இறந்தபின் எப்போதாவது தீமவ் என்னைப் பார்ப்பதற்காக வருவார், எப்போதாவது நாங்கள் வெளியிடங்களிலும் சந்திப்பது உண்டு. பிறகு ஒரு நாள் திடுமென என்னை வேண்டினார், தமது மனைவியாவதற்குச் சம்மதிக்க வேண்டும் என்றார், நான் எதிர்பார்க்கவே இல்லை! இரவு முழுதும் அழுதேன், நானும் அப்படிக் கண்ணை மூடிக் கொண்டு காதல் கொண்டு விட்டேன்! ஆக, இதோ இவர் மனைவியாகியிருக்கிறேன். இவரிடம் ஏதோ ஒன்று இருக்கிறது, வலுமிக்கது, சக்தி வாய்ந்தது, கரடியின் பிடி போன்றது ஒன்று இருக்கிறது, தெரிகிறதா உங்களுக்கு? முகத்தில் முக்கால் பாகத்தைத் தான் இப்போது நமக்குக் காட்டுகிறார், வெளிச்சமும் சரியாய் இல்லை, முழு முகமும் தெரியும்படித் திரும்பியதும் நெற்றியைப் பாருங்கள். எப்படிப்பட்ட நெற்றி இவருடைய நெற்றி? ரியாபவ்ஸ்கி, என்ன நினைக்கிறாய் நீ? தீமவ், உங்களைப் பற்றிதான் பேசிக் கொண்டிருக்கிறோம்!" என்று தன் கணவரின் காதில் விழும்படிக் கத்தினாள் அவள்.

"இங்கே வாங்களேன்! ரியாபவ்ஸ்கியிக்கு உங்களது தூய கையைக் கொடுங்கள்... அப்படித்தான். நீங்கள் இருவரும் நண்பர்களாய் இருக்க வேண்டும்!"

வெகுளியான இன்முகங் காட்டி ரியாபவ்ஸ்கியுடன் கை குலுக்கினார் தீமவ்.

"மிக்க மகிழ்ச்சி" என்றார் அவர். "கல்லூரியில் என்னுடன் ரியாபவ்ஸ்கி என்றொருவர் இருந்தார். உங்கள் உறவினராய் இருக்க முடியாது, இல்லையா?"

2

ஓல்கா இவானவ்னாவுக்கு வயது இருபத்திரண்டு, தீமவுக்கு முப்பத்தொன்று. மணம் புரிந்து கொண்டபின் இருவரும் பிரமாதமான வாழ்க்கை நடத்தினர். ஓல்கா இவானவ்னா தானும் தன் நண்பர்களும் தீட்டிய சித்திரங்களைச் சட்டமிட்டும்

சட்டமிடாமலும் மாட்டி தனது வரவேற்பறையின் சுவர்களை அலங்கரித்தாள். சீனக் கைக் குடைகள், ஓவிய வண்ணக் கலவைத் தட்டுகள், பல வண்ணத் திரைச்சீலைகள், கைவாட்கள், சிறிய மார்புருவச் சிலைகள், புகைப்படங்கள் இப்படிப் பல விதமான கலைப் பொருள்களை அறையினுள் பியானோவைச் சுற்றிலும், தட்டுமுட்டுச் சாமான்களைச் சுற்றிலும் வைத்து அழகு செய்தாள்... சாப்பாட்டு அறையில் வண்ணப் பூக்கள் அச்சிடப்பட்ட மலிவான சித்திரத் திரைகளையும் மரப்பட்டை மிதியடிகளையும் அறுப்பு அரிவாள்களையும் சுவர்களில் தொங்க விட்டாள், ஒரு மூலையில் புல்லரிவாளையும் பரம்புக் கலத்தையும் இணைத்து வைத்தாள், இவ்விதம் "ரூஸ் பாணியிலான" சாப்பாட்டு இறையை உருவாக்கிக் கொண்டாள். படுக்கை அறையின் கூரைத் தளத்தையும் சுவர்களையும் கருநிறத்துணி கொண்டு ஒப்பனை செய்து அறையைக் குகை போன்ற தோற்றம் பெறச் செய்தாள். கட்டில்களுக்கு மேல் வெனிஸ் கண்ணாடிக் கூண்டு விளக்கைத் தொங்க விட்டாள், ஈட்டிக் கோடரியை ஏந்திய ஒரு பதுமையைக் கதவில் பொருத்தினாள். இளம் தம்பதிகள் தமக்கு நேர்த்தியான உறைவிடத்தை அமைத்துக் கொண்டு விட்டதாய் எல்லோரும் கூறினர்.

ஓல்கா இவானவ்னா தினமும் பதினொரு மணிக்கு எழுந்தாள், பியானோ வாசித்தாள், வெயில் இருக்குமாயின் எண்ணெய் வண்ண ஓவியங்கள் தீட்டினள். பன்னிரண்டு மணியடித்துச் சிறிது நேரமானதும் அவளது ஆடை தயாரிப்பாளரிடம் சென்றாள். அவளிடமும் தீமவிடமும் அதிகப் பணமில்லை, தமது அவசியத் தேவைகளுக்கு வேண்டியதற்கு மட்டுமே இருந்தது. ஆகவே அவள் நித்தம் புதுப்புது ஆடைகளால் நாலு பேருக்கு முன்னால் தோன்ற வேண்டுமாயின், அவளது ஆடை தயாரிப்பாளரும் அவளும் பல விதமான உத்திகளைக் கையாள வேண்டியிருந்தது. இருவருமாய்ச் சேர்ந்து மெய்யாகவே அதிசயங்கள் புரிந்து காட்டினர்; சாயம் துவைக்கப்பட்ட பழைய மேலாடையிலிருந்தும் சல்லாப் பட்டுத் துண்டுகள், லேசுகளிலிருந்தும் ஆடைகள் அல்ல, காண்போர் மயங்கும்படியான மந்திர ஜாலங்களை, கனவுக் காட்சிகளை உருவாக்கினர். ஆடை தயாரிப்பாளரிடம் வேலைகளை முடித்துக் கொண்ட பின், ஓல்கா இவானவ்னா தனது சினேகிதையான ஒரு நடிகையிடம் செல்வது வழக்கம், நாடக உலகத் தகவல்கள் தெரிந்து கொண்டு அப்படியே எதாவது முதல் இரவுக் காட்சிக்கோ, யாருடைய உதவி நிதிக்கான காட்சிக்கோ

டிக்கெட்டுகள் கிடைக்குமா என்று முயற்சி செய்து பார்ப்பாள். நடிகையிடமிருந்து யாராவது பிரபலஸ்தரிடம் செல்வாள் - அவரைத் தன் வீட்டுக்கு அழைப்பதற்காகவோ, இல்லையானால் சும்மா அரட்டை அடிப்பதற்காகவோ போவாள். எங்கும் அவளுக்கு உளம் நிறைந்த குதூகல வரவேற்பு கிடைக்கும்; அவள் நல்லவள், இனிமையானவள், விசேஷமானவள் என்பதாய் எல்லோரும் அவளைப் போற்றுவார்கள்... பெயரும் புகழும் பெற்ற பெரும் புள்ளிகளென அவள் போற்றிய பலரும் அவளைத் தம்மில் ஒருத்தியாய், தமக்குச் சரிசமானவளாய் வரவேற்றார்கள்; அவள் மட்டும் தனது ஆற்றலையும் திறமையையும் இத்தனைத் திசைகளில் செலுத்திச் சிதறடிக்காமல் இருப்பாளாயின், அவளுக்குள்ள அரிய திறன்களும் உயர்ந்த ரசனையும் கூர்மதியும் அவளை வெற்றி சிகரத்துக்கு இட்டுச் சென்றுவிடுமென ஒருமனதாய் எல்லோரும் கூறினர். அவள் பாடினாள், பியானோ வாசித்தாள், எண்ணெய் வண்ண ஓவியங்கள் தீட்டினாள், களிமண்ணில் சிற்ப உருவங்கள் செய்தாள், அமெச்சூர் நாடகங்களில் நடித்தாள் - ஏனோதானோ என்றல்ல, தேர்ந்த திறமையோடு இவை யாவற்றையும் செய்தாள். ஒளியலங்காரத்துக்கு வேண்டிய ஒளிக்கூண்டுகள் செய்வதாயினும் சரி, ஆடைகள் அணிந்து கொள்வதாயினும் சரி, அல்லது யாருக்காவது கழுத்தில் டை கட்டிவிடுவதே ஆயினும் சரி, அவள் செய்யும் ஒவ்வொரு காரியமும் கலைச் சிறப்பும் எழிலும் கவர்ச்சியும் மிக்கதாய் இருந்தது. ஆயினும் இவை யாவற்றையும்விட பிரபலஸ்தர்களுடன் நொடிப் பொழுதில் நட்பு கொண்டு அவர்களோடு அன்யோன்யமாய்ப் பழக ஆரம்பிப்பதில்தான் அவளது அதியற்புதத் திறன் மிகவும் அதிசயிக்கத்தக்கவாறு வெளியாயிற்று. யாராவது ஒருவர் இம்மியளவுக்குச் சிறப்பு பெற்றுவிட்டால் போதும், அல்லது நாலு பேர் பேசும் படிப் பெயரெடுத்து விட்டால் போதும், அதே கணத்தில் அவள் தன்னை அவருக்கு அறிமுகப்படுத்திக் கொள்வாள், உடனே அவருடன் நட்பு கொண்டு தனது வீட்டுக்கு வரும்படி அழைப்பாள். இப்படிப் புதிதாய் யாருடனாவது அவள் நட்பு கொள்ள நேரும் நாள் அவளுக்கு மெய்யான திருநாளாய் முக்கியத்துவம் பெற்றுவிடும். புகழுடையோரை அவள் போற்றினாள், அவர்களை நினைத்துப் பெருமிதப்பட்டுக் கொண்டாள், ஒவ்வோர் இரவிலும் அவர்களைத் தனது கனவுகளில் கண்டாள் - பிரபலஸ்தர்களைத் தெரிந்து கொள்ள வேண்டுமென்று அப்படி அவள் அடங்காத

சிறுகதைகளும் குறுநாவல்களும் **65**

தாகம் கொண்டிருந்தாள். பழைய நண்பர்கள் மறைந்தனர், மறக்கப்பட்டனர், அவர்களிடத்தில் புதிய நண்பர்கள் தோன்றினர். விரைவில் இவர்களும் சலிப்புக்குரியோராகி விடுவார்கள், ஏமாற்றமளிப்போராகி விடுவார்கள்; புதிய நண்பர்களை, புதிய பிரபலஸ்தர்களை அவள் அடங்காத ஆவலோடு தேட முற்படுவாள்; அவர்களைத் தேடிப் பிடித்ததும் வேறு யாராவது கிடைப்பார்களா என்று சுற்றிலும் பார்ப்பாள். ஏனோ அது?

பிற்பகல் நான்கு மணிக்கும் ஐந்து மணிக்கும் இடையில் வீட்டில் தன் கணவருடன் பகல் சாப்பாடு சாப்பிடுவாள். கணவரின் எளிமையும் நல்லறிவும் நற்குணமும் அவளைப் பரவசமுற்று ஆனந்தக் களிப்புறச் செய்தன. மீண்டும் மீண்டும் அவள் துள்ளிக் குதித்தெழுந்து அவரது கழுத்தைக் கட்டிப் பிடித்துக் கொண்டு அவர் மீது முத்தங்கள் பொழிவாள்.

"தீமவ், நல்லறிவும் உயர்ந்த பண்புகளுமுடைய சிறந்த மனிதர் நீங்கள்" என்று அவரிடம் கூறினாள் அவள். "ஆனால் உங்களிடம் பெரிய குறை ஒன்று இருக்கிறது. கலையில் உங்களுக்குக் கொஞ்சங்கூட நாட்டமில்லை, இசையையும் ஓவியத்தையும் நீங்கள் புறக்கணிக்கிறீர்கள்."

"இவற்றை நான் புரிந்து கொள்வதில்லை" என்று அவர் தன்னடக்கத்துடன் கூறினார். "வாழ்வெல்லாம் நான் இயற்கை விஞ்ஞானத்திலும் மருத்துவத்திலும் கருத்துக் கொண்டு வேலை செய்து வந்திருக்கிறேன், கலையில் கவனம் செலுத்த நேரமில்லாமற் போய்விட்டது."

"தீமவ், இது மன்னிக்க முடியாதது!"

"ஏன் அப்படி? உன் நண்பர்கள் இயற்கை விஞ்ஞானத்தைப் பற்றியோ, மருத்துவத்தைப் பற்றியோ ஒன்றும் தெரியாதவர்கள், ஆனால் இதற்காக அவர்களைப் பற்றி நான் குறைவாய்ப் பேசவில்லை. அவரவரும் தத்தமக்குரிய துறையிலே ஈடுபட வேண்டும். இயற்கைக் காட்சி ஓவியங்களையும் இசை நாடகங்களையும் புரிந்து கொள்ள முடிவதில்லை, ஆனால் இவை குறித்து எனது போக்கு இதுதான்: கூர்மதி கொண்டோர் சிலர் தம் வாழ்வையே இவற்றுக்காக அர்பணித்துக் கொள்கிறார்கள், கூர்மதி கொண்ட வேறு சிலர் இவற்றுக்காகப் பெருந் தொகைகள் அளிக்கத் தயாராயிருக்கிறார்கள், ஆகவே இவை அவசியமாகவே இருக்க வேண்டும். நான் இவற்றைப் புரிந்து

கொள்ள முடியவில்லை, ஆனால் இவற்றைப் புறக்கணிக்கிறேன் என்பதல்ல இதற்கு அர்த்தம்."

"உங்களது தூய கையைக் குலுக்கி உங்களைப் போற்றுகிறேன் நான்!"

சாப்பாட்டுக்குப் பிற்பாடு ஓல்கா இவானவ்னா வெளியே சென்றாள், பலரையும் போய்ச் சந்தித்தாள், பிறகு நாடகத்துக்கோ, கச்சேரிக்கோ சென்றாள், நள்ளிரவுக்குப் பிற்பாடு வீட்டுக்குத் திரும்பினாள். நாள் தவறாமல் இவ்வாறே நடந்து வந்தது.

புதன்கிழமை தோறும் அந்தியில் வீட்டில் தங்கி விருந்தினர்களை வரவேற்றாள். இந்தப் புதன்கிழமை அந்திப் பொழுதுகளில் சீட்டாட்டமோ, நடனமோ நடைபெறுவதில்லை, எல்லோரும் கலைகளில் ஈடுபட்டு மகிழ்ந்தனர். பிரபல நடிகர் ஓதினார், பாடகர் பாட்டு பாடினார், ஓவியர்கள் ஓல்காவின் எண்ணற்ற ஆல்பங்களில் சித்திரங்கள் வரைந்தனர், வயலின் செல்லோ வித்வான் வாசித்தார். இல்லத் தலைவியும் சித்திரம் தீட்டினாள், பதுமைகள் செய்தாள், பாடினாள், பக்க வாத்தியம் வாசித்தாள். ஓதலுக்கும் வாசிப்புக்கும் பாட்டுக்கும் இடையிலான நேரங்களில் இலக்கியம், நாடகம், கலை இவை குறித்துப் பேசிக் கொண்டும் வாதாடிக் கொண்டும் இருந்தனர். சீமாட்டிகள் யாரும் இல்லை, நடிகைகளையும் தனது ஆடை தயாரிப்பாளரையும் தவிர்த்து ஏனைய எல்லாப் பெண்களையும் அற்பமானோராய், சகிக்க முடியாதோராய்க் கருதினாள் ஓல்கா இவானவ்னா. வாயிற் கதவின் மணி ஒலிக்கும் தோறும் அவள் துணுக்குற்றுத் துள்ளியெழாத புதன்கிழமை அந்திப் பொழுது இருந்ததே இல்லை; முகத்தில் வெற்றிக் களிப்பு மின்ன "அவரேதான்!" என்று வியந்து கூவுவாள்; தான் புதிதாய் அழைத்திருந்த யாரோ ஒரு பிரபலஸ்தர் வந்து சேர்ந்து விட்டார் என்பதே இதன் பொருள். தீமவை வரவேற்பு அறையில் காணவே முடியாது. அப்படி ஒருவர் அந்த வீட்டில் இருப்பதாகவே யாருக்கும் நினைவு இராது. ஆனால் சரியாயப் பதினென்றரை மணி அடித்ததும் சாப்பாட்டு அறையின் கதவு திறக்கப்படும், சாந்தமான இனிய சுபாவத்தைக் காட்டும் இதமான புன்னகையோடு வாயிற் படியிலே நின்று உள்ளங் கைகளைத் தேய்த்தவாறு கூறுவார் தீமவ்:

"கனவான்களே, சாப்பிடுவோம் வாங்க!"

எல்லாரும் சாப்பாட்டு அறைக்கு வந்து சேர்வார்கள், ஒவ்வொரு தரமும் அதே பொருள்கள் அவர்கள் கண்ணெதிரே காட்சியளிக்கும்: ஒரு வட்டில் நிறைய சிப்பி இறைச்சி, பன்றித் தொடைக்கறி அல்லது கன்றிறைச்சியில் ஒரு பெரிய துண்டு, சார்டின் மீன்கள், பாலாடைக் கட்டி, மீன்சினை, உப்பிலிட்ட குடைக்காளான்கள், வோத்கா, இரு கண்ணாடிக் குடுவைகளில் ஒயின்.

"எனது அருமை விருந்தபசார மேலாளரே!" என்று ஓல்கா இவானவ்னா களிபேருவகை கொண்டவளாய்க் கைகளைப் பிசைந்தவாறு சொல்வாள். "உங்களை எவ்வளவு புகழ்ந்தாலும் தகும்! பாருங்களேன், இவரது நெற்றியைப் பாருங்களேன் எல்லாரும்! தீமவ் உங்கள் முகத்தின் பக்கவாட்டுத் தோற்றம் எங்களுக்குத் தெரியும்படி கொஞ்சம் திரும்புங்களேன்! பாருங்களேன் இதை - வங்காளத்துப் புலியின் முகத்தை! அது போது முகபாவத்தைக் கவனியுங்கள், பெண்மானுடையது போல்லவா சாந்தமும் இனிமையும் வாய்ந்ததாய் இருக்கிறது! எனது அருமை தீமவ், தங்கமே தங்கம்!"

விருந்தினர்கள் சாப்பிட ஆரம்பித்தார்கள், தீமவின் பக்கம் திரும்பிப் பார்த்துவிட்டுத் தம்முள் நினைத்துக் கொண்டார்கள்: "மெய்யாகவே அருமையான ஆள்!" ஆனால் விரைவில் அவரைப் பற்றி மறந்துவிட்டுத் தொடர்ந்து நாடகங்களையும் இசையையும் கலையும் பற்றிப் பேசலானார்கள்.

இளந் தம்பதியர் இன்பமாய் வாழ்ந்தனர், அவர்களது வாழ்க்கை ஒழுங்கு தவறாமல் நன்றாகவே நடைபெற்று வந்தது. மெய்தான், அவர்களது தாம்பத்திய வாழ்க்கையின் மூன்றாவது வாரம் அவ்வளவு நன்றாய் இல்லை, உண்மையில் வருத்தம் தருவதாகவே இருந்தது. மருத்துவமனையில் தொத்து ஏற்பட்டு அவர் அக்கியால் வருந்த வேண்டியதாயிற்று. ஆறு நாட்களுக்கு அவர் படுக்கையை விட்டு நகர முடியவில்லை, அதோடு அவரது அழகான கரு முடிகளை ஒட்ட வெட்டிக் கொள்ள வேண்டியதாயிற்று. ஓல்கா இவானவ்னா அவரது படுக்கைக்கு அருகே அமர்ந்து கண்ணீர் வடித்தாள். ஆனால் அவர் ஓரளவு நலமடைந்ததும் ஒட்ட வெட்டப்பட்ட அவரு தலையில் வெள்ளைக் கைக் குட்டையைக் கட்டி அராபிய பெதூன்* இனத்தவராய்த் தோன்றும்படி அவரை ஓவியம்

* பெதூன் - அராபியாவையும் வடகளு ஆப்பிரிக்காவின் சில பகுதிகளையம் சேர்ந்த நாடோடி வகையினரான அரபுகள்.

வரைய ஆரம்பித்தாள் அவள். இருவரும் இதைப் பெரிய வேடிக்கையாய்க் கருதி மகிழ்ந்து கொண்டார்கள். பிறகு மூன்று நாட்களில் அவர் முழுநலமடைந்து மீண்டும் மருத்துவமனைக்குப் போகத் தொடங்கிய போது திரும்பவும் அவர் துரதிர்ஷ்டத்தால் பீடிக்கப்பட்டார்.

"எனக்கு அதிர்ஷ்டமில்லை, அம்மா" என்று ஒரு நாள் பகற்சாப்பாடு சாப்பிடுகையில் அவளிடம் கூறினார் அவர். "இன்று நான் நான்கு பிண அறுவை ஆய்வு நடத்தினேன், இரண்டு விரல்களில் வெட்டுப்பட்டுவிட்டது. வீட்டுக்குத் திரும்பிய பிறகுதான் இதைக் கவனித்தேன்."

ஓல்கா இவானவ்னா பயந்து போய் விட்டாள். ஆனால் அவர் சிரித்துக் கொண்டு, ஒன்றும் நேர்ந்துவிடாது, பிண அறுவை ஆய்வுகளின் போது இம்மாதிரி அடிக்கடி நான் கையைக் காயப்படுத்திக் கொண்டதுண்டு என்று சொன்னார்.

"அம்மா, நான் மெய்மறந்து போய் விடுகிறேன், கவன மில்லாதவனாகி விடுகிறேன்."

இரத்தத்தில் நச்சு பரவிவிடுமோ என்று ஓல்கா இவானவ்னா நடுங்கிக் கொண்டிருந்தாள், அப்படி ஒன்றும் நேர்ந்துவிடக் கூடாதென்று ஒவ்வோர் இரவும் ஆண்டவனை வேண்டிக் கொண்டாள். தீங்கின்றியே யாவும் முடிவுற்றன. வருத்தத்தாலோ கவலையாலோ களங்கம் செய்யப்படாத பழைய இன்பகரமான, அமைதியான வாழ்க்கை திரும்பவும் ஆரம்பமாயிற்று, நிகழ்காலம் சிறப்பாகவே இருந்தது, விரைவில் வசந்தம் வந்துவிடும், தொலைவிலே வரும்போதே அவர்களைப் பார்த்துப் புன்னகை புரியும், எத்தனையோ நூறு ஆனந்தங்களுக்கு வித்திடும். இன்பமான வாழ்க்கை என்றென்றும் நீடித்துச் செல்லும், ஏப்ரல், மே, ஜூன் மாதங்களை மாஸ்கோவிலிருந்து நெடுந்தூரத்தில் கிராமக் குடிலில் கழிப்பாள், நடைப் பயணங்கள், சித்திரம் தீட்டுதல், மீன் பிடித்தல், குயில்களின் இசை இப்படிப் பல இன்பங்கள் கிட்டும். பிறகு ஜூலையிலிருந்து இலையுதிர் காலம் வரை வோல்கா ஆற்றிலே கலைஞர்களது உல்லாசப் பயணத்துக்கு ஏற்பாடாகியிருந்தது, கலைஞர் குழுவின் நிரந்தர உறுப்பினரான ஓல்கா இவானவ்னாவும் இதில் பங்கெடுத்துக் கொள்வாள். ஏற்கெனவே அவள் நார்ப்பட்டில் தனக்குப் பயண ஆடைகள் இரண்டு செட்டுகள் தயார் செய்து கொண்டு விட்டாள்; மற்றும் வண்ணங்கள், தூரிகைகள், கான்வஸ், புதிய வண்ணக்

கலவைத் தட்டு முதலானவையும் வாங்கிக் கொண்டு விட்டாள். அவளுடைய ஓவியம் எப்படி முன்னேறியிருக்கிறது என்பதைக் காண்பதற்காக ரியாபவ்ஸ்கி நாள் தவறாமல் அவளிடம் வந்து சென்றார். அவள் தனது கலைப்படைப்பை அவரிடம் காட்டியதும் கால் சட்டைப் பைகளுக்குள் ஆழமாய்க் கைகளை நுழைத்துக் கொண்டு உதடுகளை அழுத்தி மூடி மூக்கால் காற்றை வலிய உள்ளுக்கு இழுத்துக் கொண்டு கூறுவார்:

"ஓ.... மேகம் இப்படிக் கூச்சலிடுகிறதே, இது அந்தி வெளிச்சமாய்த் தெரியவில்லை. முன்னணி சற்று குளறு படியாய் இருக்கிறது, ஏதோ ஒன்று இல்லாதது போல் கண்ணுக்குக் குறையாய்த் தெரிகிறது, நான் சொல்வது புரிகிறதா உனக்கு?.... உனது குடில் சரியானபடி நொறுக்கப்பட்டுப் பரிதாபமாய் ஊளையிடுவது மாதிரி அல்லவா இருக்கிறது... அந்த மூலையை இன்னும் கொஞ்சம் கருமையாக்க வேண்டும். ஆனால் மொத்தத்தில் அப்படி ஒன்றும் மோசமாயில்லை... எனக்கு மகிழ்ச்சி தருவதாகவே இருக்கிறது."

எவ்வளவுக்கு எவ்வளவு புரியாத முறையில் அவர் பேசினாரோ, அவ்வளவுக்கு அவ்வளவு எளிதாய் ஓல்கா இவானவ்னா அவருடைய கருத்தைப் புரிந்து கொண்டாள்.

3

கிராமக் குடிலிலிருந்த தம் மனைவிக்கு எடுத்துச் செல்வதற்காக வெண்திங்களன்று பிற்பகலில் தீமவ் வெளியே சென்று சிற்றுண்டி வகைகளும் மிட்டாயும் வாங்கினார். அவளை அவர் பார்த்து இரண்டு வாரங்களுக்கு மேலாகிவிட்டது, அவரால் சகிக்க முடியவில்லை. ரயில் வண்டியில் உட்கார்ந்திருந்த போதும், பிறகு மரங்கள் அடர்ந்த தோப்பினுள் அந்தக் கிராமக் குடிலைத் தேடிச் சென்ற போதும் அவருக்கு வயிறு பசித்தது, களைப்பாயிருந்தது. மனைவியுடன் சேர்ந்து நிம்மதியாய்ச் சாப்பிடலாம், பிறகு காலை நீட்டிப் படுக்கையில் படுத்தால் பரம சுகமாயிருக்கும் என்பதாய்க் கனவு கண்டு மகிழ்ந்து கொண்டார். மீன்சினையும் பாலாடைக் கட்டியும் புகையிலிட்ட மீனும் அடங்கிய தமது பொட்டலத்தைப் பார்த்தபோது அவருக்கு உற்சாகமாய் இருந்தது.

கிராமக் குடிலைத் தேடி அவர் அடையாளம் தெரிந்து கொள்வதற்குள் சூரியன் அடிவானத்தில் அழுந்தி விட்டான்.

வயது முதிர்ந்த வேலையாள் அவரிடம் அம்மாள் வீட்டில் இல்லை, ஆனால் சீக்கிரம் வந்து விடுவார் என்று சொன்னாள். அந்தக் குடில் சிறிதும் கவர்ச்சியற்றதாய், தணிவான கூரையுடையதாய் இருந்தது; சுவர்களில் நோட்டுப் புத்தகக் காகிதம் ஒட்டப்பட்டிருந்தது; தரைகளில் மேடு பள்ளங்களும் வெடிப்புகளும் இருந்தன. அதில் மூன்று அறைகள் தான் இருந்தன. ஒன்றினுள் ஒரு கட்டிலும், அடுத்ததில் ஓவியக் கான்வஸ்களும் வண்ணத் தூரிகைகளும் அழுக்குக் காகிதங்களும் இருந்தன; நாற்காலிகளிலும் சன்னல் மேடைகளிலும் ஆடவர் கோட்டுகளும் தொப்பிகளும் கிடந்தன; மூன்றாவது அறையில் தாம் அறியாத மூன்று ஆட்கள் இருக்கக் கண்டார். இருவர் பழுப்பு நிறமுடையோராய்த் தாடியுடன் தோற்றமளித்தனர், மூன்றாவது ஆள் மழுக்கச் சிரைத்த முகத்துடன் கழுக்கு மொழுக்கென்று இருந்தார், நடிகராகவே இருந்திருக்க வேண்டும் அவர். மேஜையின் மீது சமொவாரில் தண்ணீர் தளபுளத்துக் கொண்டிருந்தது.

“உங்களுக்கு என்ன வேண்டும்?” என்று அந்த நடிகர் நேசபாவமற்ற முறையில் தீமவைப் பார்த்து விசாரித்தார். “ஓல்கா இவானவ்னாவைப் பார்ப்பதற்காக வந்திருக்கிறீர்களா? சற்று நேரம் காத்திருங்கள், இதோ வந்து விடுவாள்.”

தீமவ் உட்கார்ந்து கொண்டு காத்திருந்தார். பழுப்பான ஆட்களில் ஒருவர் தூக்கக் கலக்கம் கொண்ட கண்களால் அவரைப் பார்த்தபடிக் கொஞ்சம் தேநீரை ஊற்றியெடுத்து.

“தேநீர் அருந்துகிறீர்களா?” என்று கேட்டார்.

தீமாவுக்குப் பசியும் தாகமும் தாங்க முடியவில்லை; ஆயினும் தமது பசியைக் கெடுத்துக் கொள்ளக் கூடாதென்று தேநீர் வேண்டாமென்று கூறிவிட்டார். விரைவில் காலடி ஓசை கேட்டது. அவர் நன்கறிந்த சிரிப்பொலியும் கேட்டது. கதவு தடாரென அடித்துக் கொண்டது. ஓல்கா இவானவ்னா அகன்ற விளிம்பு தொப்பி அணிந்து கையில் ஒரு பெட்டியுடன் அறைக்குள் புகுந்தாள். அவளுக்குப் பின்னால் ஒரு பெரிய குடையையும், மடக்கு நாற்காலியையும் தூக்கிக் கொண்டு சிவந்த கன்னங்களுடன் மிகவும் உற்சாகமாய் வந்தார் ரியாபவ்ஸ்கி.

“தீமவ்!” என்று ஆனந்தம் தாங்காமல் முகம் சிவக்கக் கூச்சலிட்டாள் ஓல்கா தலையையும் இருகைகளையும் அவர்

மார்புடன் வைத்தழுத்தினாள். "நீங்களேதான்! இத்தனை நாளாய் ஏன் வரவில்லை? ஏன்? ஏன்!"

"எப்படி அம்மா வருவேன்? எந்நேரமும் வேலை, எப்போதாவது அவகாசம் கிடைத்தால் அப்போது ரயில் இல்லை."

"ஓ, உங்களைப் பார்த்து எப்படி நான் ஆனந்தப்படுகிறேன்! உங்களைப் பற்றிதான் கனவு கண்டேன், இரவெல்லாம்! உடம்பு சரியில்லையோ, என்னவோ என்று பயந்தேன். ஓ, அருமையிலும் அருமையானவர் நீங்கள்! இப்போது நீங்கள் வந்தது எவ்வளவு பெரிய அதிர்ஷ்டம் தெரியுமா? என்னைக் காப்பாற்றுவதற்கென்றுதான் சரியாய் இந்த நேரம் வந்திருக்கிறீர்கள். உங்கள் ஒருவரால் தான் என்னைக் காப்பாற்ற முடியும்! நாளைக்கு அதிவிசேஷமான திருமணம் ஒன்று நடைபெறப் போகிறது" என்று சிரித்துக் கொண்டும், கணவரின் டையை அவிழ்த்துக் கட்டிக் கொண்டும் வேகமாய்ப் பேசிச் சென்றாள். "ரயில் நிலையத்தில் தந்தி இயக்குபவர் திருமணம் செய்து கொள்ளப் போகிறார், சிக்கெல்தயேவ் என்று பெயர், கண்ணுக்கு இனிய இளைஞர், முட்டாளல்ல, இளைஞரின் முகத்தில் வலுமிக்க ஏதோ ஒன்று, கரடியின் பிடி போன்ற ஏதோ ஒன்று இருக்கிறது... இளம் வரான்கியனது* உருவப் படத்துக்கு இவரை உட்காரவைத்து வரையலாம். இங்கு வந்திருக்கும் கோடை விடுமுறையாளர்களான நாங்கள் எல்லோரும் இவரிடம் நாட்டம் கொண்டிருக்கிறோம், இவரது திருமணத்துக்கு வந்து சிறப்பிப்பதாய் வாக்களித்திருக்கிறோம்... இளைஞர் இக்கட்டான நிலையில் இருக்கிறார், தன்னந் தனி ஆள், வெட்கப்படுகிறார், இவருக்கு நாங்கள் ஆதரவு அளிக்காமல் இருந்தோமானால் அது பாவமாகும். கேளுங்கள் இதை, கோயிலில் தொழுகை முடிந்ததும் உடனே திருமணம் நடைபெறப் போகிறது; கோயிலிலிருந்து எல்லோரும் அப்படியே மணமகள் வீட்டுக்குப் போகிறோம்... தோப்பு, புள்ளினங்கள் இசைக்கும் கீதம், புல்வெளியில் கதிரவனது ஒளித் திட்டுகள், பளிச்சிடும் பச்சைப் பகைப்புலனில் நாங்கள் எல்லோரும் வண்ணப் புள்ளிகளாய் அமைந்திருப்போம் - அதிவிசேஷமாய் இருக்கும், அப்படியே பிரெஞ்சு உணர்ச்சி வெளிப்பாட்டு ஓவியக் கலை மாதிரி அமைந்திருக்கும். ஆனால் நான் எதை

* வரான்கி 10-11 ஆம் நூற்றாண்டுகளில் ஸ்லாவ் கோமகன்களிடம் கூலிப் படையாட்களாய் சேவகம் புரிந்த ஸ்காண்டிநேவியர்களைக் குறிக்கும் பழங்காலத்து ருஷ்யப் பெயர்.

அணிந்து கொண்டு கோயிலுக்குப் போவேன்?" என்று முகத்தைத் தொங்கப் போட்டுக் கொண்டு கேட்டாள். "இங்கே என்னிடம் ஒன்றும் இல்லை, ஒன்றுமே இல்லை! ஆடைகள் இல்லை, மலர்கள் இல்லை, கையுறைகள் இல்லை... நீங்கள் தான் என்னைக் காப்பாற்ற வேண்டும்! என்னைக் காப்பாற்றுவதற்காக விதி உங்களை இங்கே அனுப்பிவைத்திருக்கிறது, இப்போது நீங்கள் இங்கு வந்திருப்பது இதைத்தான் காட்டுகிறது. எனது அருமை தீமவ், எனது சாவிகளை எடுத்துக் கொண்டு வீட்டுக்குப் போய்ப் பீரோவிலிருந்து எனது இளஞ் சிவப்பு ஆடையை எடுத்து வர வேண்டும் நீங்கள். உங்களுக்கு தெரியும், நேர் முன்னால் தொங்கிக் கொண்டிருக்கிறது அது... பெட்டி அறையில் தரையில் இரண்டு அட்டைப் பெட்டிகள் இருப்பதைக் காண்பீர்கள். மேல்ப் பெட்டியைத் திறந்தால் வலைத்துகிலாய் இருக்கும், வகை வகையான வலைத் துகில்கள், பிறகு பல விதமான துண்டுத் துணிகள், இவற்றுக்கெல்லாம் அடியில் மலர்கள் இருக்கும். இந்த மலர்களை அப்படியே வெளியே எடுங்கள், அவை கசங்கி விடாமல் பார்த்துக் கவனமாய் எடுங்கள். இவற்றிலிருந்து நான் எனக்கு வேண்டியதைப் பொறுக்கியெடுத்துக் கொள்வேன். அப்படியே கையுறைகள் வாங்கி வர வேண்டும் நீங்கள்."

"சரி, அப்படியே செய்கிறேன்" என்றார் தீமவ். "நாளைக்குக் காலையில் திரும்பிச் சென்று யாவற்றையும் உனக்கு அனுப்பி வைக்கிறேன்."

"நாளைக்கா?" என்று ஓல்கா இவானவ்னா கலக்க முற்றுப் போய் அவரை உற்றுப் பார்த்தவாறு கேட்டாள். "நாளைக்குப் போனால் இவை யாவும் எனக்கு நேரத்தில் வந்து சேர முடியாதே! காலையில் ஒன்பது மணிக்குத் தான் முதல் ரயில் இங்கிருந்து புறப்படுகிறது, ஆனால் திருமணம் பதினொரு மணிக்கு! அருமையிலும் அருமையான எனது தீமவ், அது சரிப்பட்டுவராது. இன்றே நீங்கள் புறப்பட வேண்டும், வேறு வழியே இல்லை! நாளைக்கு உங்களால் வர முடியாவிட்டால், யாவற்றையும் ஓர் ஆள் மூலம் அனுப்பி வையுங்கள். புறப்படுங்கள், இப்போதே... ரயில் வந்துவிடும் சீக்கிரம். நீங்கள் கால தாமதம் செய்யக் கூடாது."

"சரி."

"உங்களை அனுப்பி வைக்க எனக்கு பிடிக்கவில்லை, வேதனைப்படுகிறேன்!" என்றாள் ஓல்கா இவானவ்னா, அவள் கண்களில் கண்ணீர் தளும்பிற்று. "தந்தி இயக்குபவருக்கு அப்படி வாக்கு அளித்தேனே, எவ்வளவு பெரிய முட்டாள் நான்!"

தீமவ் மடக்கு மடக்கென்று ஒரு கிளாஸ் தேநீரைக் குடித்துவிட்டு ஒரு மிட்டாயைக் கையில் எடுத்துக் கொண்டார், அசட்டுச் சிரிப்பு சிரித்துவிட்டு ரயில் நிலையத்துக்குப் புறப்பட்டார். மீன்சினை, பாலாடைக் கட்டி, புகையிலிட்ட மீன் ஆகியவற்றை பழுப்பு நிற ஆட்களும் பருத்த நடிகருமாய்ச் சேர்ந்து தின்று தீர்த்தனர்.

4

ஜூலை மாதத்தில் நிலாவொளி வீசிய அமைதியான ஓர் இரவில் ஓல்கா இவானவ்னா வோல்கா ஆற்றுக் கப்பல் ஒன்றில் மேற்றளத்தில் நின்று மாறி மாறி ஆற்று நீரையும் கண்கவர் ஆற்றங்கரையையும் பார்த்துக் கொண்டிருந்தாள். அவளுக்குப் பக்கத்தில் நின்றிருந்த ரியாபவ்ஸ்கி, நீர்ப்பரப்பிலே தெரிந்தே கரு நிழல்கள் கனவே தவிர நிழல்கள் அல்ல, யாவற்றையும் மறந்து விட்டு மாண்டு போனால் எவ்வளவு நன்றாயிருக்கும் என்றார்; நமது வாழ்க்கை வெறும் அகங்காரமென்று நமக்கு உணர்த்தி யாவற்றுக்கும் மேலான, நிரந்தரமான, பேரின்பமயமான ஒன்று இருப்பதை எடுத்துரைக்கும் பளிச்சிட்டு மின்னும் இந்த மாயாவினோத நீர்ப்பரப்புக்கும், எல்லையற்ற இந்த வானத்துக்கும், சோக உருக்கொண்டு துயரச் சிந்தனையிலே மயங்கியிருக்கும் இந்த கரைகளுக்கும் மத்தியில் நாம் ஒரு நினைவாய் மாறி விடுவோமாயின் எவ்வளவு சிறப்பாயிருக்கும் என்றார். கடந்த காலம் பொருட்படுத்தத் தகுதியற்ற அற்பமாகவும் எதிர்காலம் சூன்யமாகவும் இருக்கின்றன. போனால் வராத இந்தத் தெய்வீக இரவுங்கூட விரைவில் முடிவுறப் போகிறது, ஆதியந்தமில்லாததுடன் ஒன்று கலக்கப் போகிறது - ஆகவே நாம் ஏன் உயிர் வாழ வேண்டும் என்றார்.

ஓல்கா இவானவ்னா ஒரு புறத்தில் ரியாபவ்ஸ்கியின் குரலுக்கும் மறு புறத்தில் இரவின் மௌனத்துக்கும் செவி மடுத்தவாறு தான் அமரத்துவம் பெற்றவள் என்பதாய், எந்நாளும் தான் இறக்கப் போவதில்லை என்பதாய்த் தன்னுள் கூறிக் கொண்டாள். வானவில் போல் வண்ண ஜாலம் காட்டும்

இதன்முன் தான் கண்டிராத விந்தையான இந்த நீர்ப் பரப்பும், மற்றும் இந்த வானமும், ஆற்றங்கரைகளும், கரு நிழல்களும், என்ன காரணமென்று சொல்ல இயலாதபடித் தன் ஆத்மாவினுள் நிறைந்து வழியும் இன்பக் களிப்பும் ஆகிய இவை யாவும் அவள் ஒரு காலத்தில் பெரிய கலை மேதையாய்ப் பெயர் பெறப் போவதாய், எங்கோ தொலைவில் நிலவொளி இரவுக்கு அப்பால் வரம்பற்ற விசுவ வெளியில் அவளது வெற்றியும் புகழும் மக்கள் அவள் மீது சொரியப் போகும் அபிமானமும் அவளுக்காகக் காத்திருப்பதாய் அவளிடம் கூறின... நெடுந் தொலைவினுள் கண் கொட்டாமல் நெடுநேரம் அவள் பார்த்தபோது இசையின் நாதங்களும் மகிழ்ச்சி ஆரவாரமும் இவற்றுக்கிடையே வெண்ணிற ஆடை அணிந்த தானும் நாற்புறமிருந்தும் தன் மீது சொறியப்படும் மலர்களும் அவள் கண்ணுக்குத் தெரிவதாய் நினைத்தாள். தன் பக்கத்தில் கைப்பிடிக் குழாயின் மீது சாய்ந்து கொண்டு மெய்யான மாமனிதன் ஒருவன், மேதை ஒருவன், தெய்வகடாட்சம் பெற்றவன் ஒருவன் நிற்பதாய் அவள் தன்னுள் கூறிக் கொண்டாள்... இதுவரை இவன் படைத்தவை யாவும் அருமையும் பெருமையும் புதுமையும் வாய்ந்து மகத்துவம் மிக்கனவாய் இருந்தன; இனி வருங்காலத்தில் இவனது அற்புதத் திறன் முதிர்ச்சியுற்று இவன் படைக்கப் போகிறவை இன்னும் சிறப்புடைத்தனவாய், விவரிக்க முடியாதபடி உன்னதமாய் இருக்கும்; இவை யாவற்றையும் இவன் முகத்திலே, தன் உள்ளத்தில் உள்ளவற்றை எடுத்துரைக்க இவன் கையாளும் பாணியிலே, இயற்கையின் பால் இவனுக்குள்ள போக்கிலே தெளிவாய்த் தெரிந்தன. இவனுக்கே உரிய தனி மொழியில் இவன் அந்திப் பொழுதின் நிழல்களையும் வண்ணக் கோலங்களையும் நிலாவொளியின் பிரகாசத்தையும் சித்திரித்தின், இயற்கையின் மீது இவனுக்கு இருந்த சக்தி யாராலும் எதிர்த்து நிற்க முடியாத கவர்ச்சி கொண்டதாய் அல்லவா இருந்தது? அதோடு இவன் கண்ணுக்கு இனியவனாய்த் தனிச்சிறப்பு கொண்டவனாய் இருந்தான், இவனது சுதந்திரமான, சுயேச்சையான வாழ்க்கை மண்ணுலகக் கட்டுகளால் இருத்தப்படாமல், விண்ணிலே பறக்கும் பறவையின் வாழ்க்கை போன்றதாய் இருந்தது.

"குளிராகி வருகிறது" என்றால் ஓல்கா இவானவ்னா, அவளுக்கு உடம்பு வெடவெடத்தது.

ரியாபவ்ஸ்கி தமது கோட்டால் அவளைப் போர்த்தியவாறு துயரம் தோய்ந்த குரலில் கூறினார்:

“உனது சக்திக்கு கட்டுண்டவனாகி விட்டேன். அடிமையாகி விட்டேன் நான். இன்று நீ இப்படி இன்ப மயக்க மூட்டுபவளாய் இருக்கிறாயே, ஏன் இது?”

வைத்த கண் வாங்காது முழு நேரமும் அவளையே அவர் உற்று நோக்கினார். அவருடைய கண்களின் பார்வையில் அச்சம் தரும் ஏதோ ஒன்று இருந்தது, கண்களை உயர்த்தி அவரைப் பார்ப்பதற்கு அவளுக்குப் பயமாயிருந்தது.

“கண் மூடித்தனமாய் உன் மீது காதல் கொண்டு விட்டேன்...” என்று முணுமுணுக்கும் குரலில் அவர் சொன்னார். அவரது மூச்சு அவள் கன்னத்தை வருடிச் சென்றது. “நீ ஒரு வார்த்தை சொன்னால் போதும், உடனே நான் வாழ்வதை விட்டொழித்து விடுவேன், கலைக்கு முழுக்குப் போட்டு விடுவேன்....” என்று உணர்ச்சி வயப்பட்டுப் போய் முனகினார். “என்னைக் காதலிக்க வேண்டும் நீ, காதலிக்க வேண்டும்....”

“இம்மாதிரி பேச வேண்டாம்” என்று ஓல்கா இவானவ்னா கண்களை மூடிக் கொண்டு கூறினாள். “பயங்கரமாய் இருக்கிறது. தீமவ் என்னாவது?”

“தீமவுககும் இதற்கும் என்ன சம்பந்தம்? தீமவுக்கு இங்கு என்ன வேலை? அவருடன் எனக்கு ஆக வேண்டியது ஒன்றுமில்லை. வோல்கா, நிலா, எழில், என் காதல், எனது இன்ப மயக்கம், ஆனால் தீமவ் ஏன் இங்கே?... எனக்கு வேண்டியதில்லை, கணப் பொழுதை மட்டும் எனக்கு அளி நீ... ஒரேயொரு கணம்!”

ஓல்கா இவானவ்னாவின் இதயம் படபடத்து அடித்துக் கொண்டது. தன் கணவரைப் பற்றி நினைக்க முயன்றாள் அவள். ஆனால் கடந்தகாலம் அனைத்தும், அவளது திருமணமும் தீமவும் அவளது புதன்கிழமை அந்திப் பொழுதுகளும் இப்போது அவளுக்குக் குறுகிச் சிறுத்துப் போய் அற்பமாகி, சலிப்பூட்டுவனவாய், எதற்கும் உதவாதனவாய், எங்கோ மிக நெடுந் தொலைவுக்கு விலகிச் சென்றுவிட்டன என்பதாய் நினைத்தாள்... ஆம், தீமவுக்கும் இதற்கும் என்ன சம்பந்தம்? தீமவுக்கு இங்கு என்ன வேலை? அவளுக்குத் தீமவுடன் ஆக வேண்டியது என்ன? உண்மையில் அப்படி ஓர் ஆள் உண்டா, என்ன? வெறுங் கனவு இல்லையா அவர்?

"மிகச் சாமான்ய ஆளான அவரைப் போன்ற ஒருவருக்கு இதுவரை கிடைத்திருக்கும் இன்பம் எதேஷ்டமாயிற்றே" என்று அவள் தனக்குத் தானே கூறிக் கொண்டு கைகளால் முகத்தை மூடிக் கொண்டாள்." **அங்கே** எனக்கு அவர்கள் தீர்ப்பளிக்கட்டும், என்னை அவர்கள் சபிக்கட்டும், நான் நாசமாய்ப் போகிறேன், ஆம், அவர்களைப் பழி வாங்கும் பொருட்டாவது நான் நாசமாய்ப் போகிறேன்... எல்லாவற்றையும் ஒரேயொரு தரமாவது அனுபவித்துப் பார்த்துவிட வேண்டும். ஆண்டவனே, எவ்வளவு பயங்கரமாய் இருக்கிறது, ஆயினும் எவ்வளவு இனிமையாய் இருக்கிறது!"

"சரி, என்ன சொல்கிறாய்?" என்று முணுமுணுத்தவாறு அந்தக் கலைஞர் அவளைக் கட்டித் தழுவிக் கொண்டார், அரை மனத்துடன் அவரை விலக்கித் தள்ள முயன்ற அவளது கைகளில் ஆவல் மிக்கவராய் முத்தமிட்டார். "என்னைக் காதலிக்கிறாயா நீ? காதலிக்கிறாயா? ஆக, எவ்வளவு அருமையான இரவு! தெய்வீகமான இரவு!"

"ஆம், அற்புதமான இரவு!" என்று முணுமுணுத்தாள் அவள், கண்ணீர் பளிச்சிட்ட அவரது கண்களினுள் உற்று நோக்கினாள், பிறகு அவசரமாய்ப் பார்வையைத் திருப்பிக் கொண்டு தன் கரங்களால் அவரைக் கட்டியணைத்து உதடுகளில் அழுத்தமாய் முத்தமிட்டாள்.

"ஒரு நிமிடத்தில் கினெஷ்மா வந்தடைவோம்" என்று மேற்றளத்தின் எதிர்ப் பக்கத்திலிருந்து யாரோ கூறுவது காதில் விழுந்தது.

பலத்த காலடி ஓசை கேட்டது. சிற்றுண்டி அறைச் சிப்பந்தி போய்க் கொண்டிருந்தான்.

"இதைக் கேள், உன்னைத்தானே" என்று அவனைக் கூப்பிட்டாள் ஓல்கா இவானவ்னா. ஆனந்தத்தால் சிரித்துக் கொண்டும் அழுது கொண்டும் இருந்தாள் அவள். "எங்களுக்கு ஒயின் கொண்டு வந்து கொடு."

கிளர்ச்சியுற்று வெளிறிட்டுவிட்ட கலைஞர் ஒரு பெஞ்சின் மீது அமர்ந்து கொண்டு, பாராட்டு தெரிவிக்கும் நன்றி நிறைந்த கண்களால் ஓல்கா இவானவ்னாவை உற்று நோக்கினார்,

சிறுகதைகளும் குறுநாவல்களும் 77

பிறகு கண்களை மூடிக் கொண்டு அயர்ந்து போய் இளநகை புரிந்தவாறு கூறினார்:

"களைப்புற்று விட்டேன் நான்."

கைப்பிடிக் குழாயின் மீது அவர் தமது தலையைச் சாய்த்துக் கொண்டார்.

5

செப்டம்பர் இரண்டாம் நாள் கதகதப்பாய் அமைதியாகவே இருந்தது, ஆயினும் அன்று பனி மூடியிருந்தது. அதிகாலையில் வோல்கா ஆற்றின் மீது மூடுபனி தவழ்ந்து கொண்டிருந்தது. ஒன்பது மணிக்குப் பிற்பாடு தூற ஆரம்பித்துவிட்டது. மப்பும் மந்தாரமும் நீங்குமென்று நம்பிக்கைக்குக் கிஞ்சிற்றும் இடமிருக்கவில்லை. காலை உணவருந்திய போது ரியாபவ்ஸ்கி ஓவியத்தைப் போல் அலுப்பூட்டும்படியான நன்றிகெட்ட கலை எதுவுமில்லை என்று ஓல்கா இவானவ்னாவிடம் கூறினார். தான் ஒரு கலைஞனல்ல, தான் கலைத்திறன் கொண்டிருப்பதாய் நினைப்போர் முட்டாள்களே ஆவர் என்றார். பிறகு சிறிதும் எதிர்பாராத விதத்தில் திடுதிப்பெனக் கத்தியைக் கையில் எடுத்து தமது மிகச் சிறந்த ஓவியச் சித்திர வரையைக் கிழித்தெறிந்தார். காலை உணவுக்குப் பிற்பாடு அவர் ஆற்றைப் பார்த்தவாறு சிடுசிடுப்போடு சன்னலருகே உட்கார்ந்திருந்தார். வோல்கா ஆறு ஒளியிழந்து மங்கிப் போய்ச் சோபையற்றுச் சேர்வுக் கோலம் பூண்டிருந்தது. துயரச் சாயல் கொண்டு அயர்வூட்டும் இலையுதிர் காலம் நெருங்குவதை யாவும் அறிவுறுத்தின. கரைகளில் கம்பளம் விரித்தாற் போல் கண் குளிரக் காட்சியளித்த செழிப்பான பசுமையும், கதிரவனது ஒளியின் எதிரொளிப்புகளது வைர ஜொலிப்பும், தெள்ளத் தெளிவான நீலத் தொலைவும், மற்றும் இயற்கையின் எழிற் கோலம் அனைத்தும் வோல்கா ஆற்றிலிருந்து எடுத்துச் செல்லப்பட்டு அடுத்த வசந்தம் வரை பெட்டியிலே வைத்துப் பூட்டப்பட்டு விட்டதாய்த் தோன்றிற்று. காக்கைகள் ஆற்றின் மீது பறந்து "கா! கா!" என்று கரைந்து பழிப்பு காட்டின. அடித் தொண்டையால் இவை எழுப்பிய கூச்சலைக் கேட்டுக் கொண்டிருந்த ரியாபவ்ஸ்கி ஓவியம் தீட்டித் தான் ஓய்ந்து விட்டதாகவும் திறன் எல்லாம் இழந்து விட்டதாகவும் கூறிக் கொண்டார். உலகில் யாவும் மாறாத மாமூல் முறையிலே அமைந்தனவாய், சார்புறவு கொண்டனவாய், அபத்தமாய்

இருக்கின்றன, இப்படி இந்தப் பெண்ணிடம் சிக்கியிருக்கக் கூடாதென்று நினைத்தார்... சுருக்கமாய்ச் சொல்வதெனில் அவர் சோர்ந்து மனமொடிந்து போய் விட்டார்...

தடுப்புக்கு இன்னொரு பக்கத்தில் கட்டிலில் உட்கார்ந்திருந்த ஓல்க இவானவ்னா அழகன் தனது வெண்பட்டு முடிகளில் விரல்களை விட்டுக் கோதியவாறு கற்பனையில் மூழ்கியிருந்தாள்; தனது வீட்டில் வரவேற்பு அறையில், படுக்கை அறையில், கணவரின் அறையில் தான் இருப்பதாய் நினைத்தாள். அவளது கற்பனை அவளை நாடகமன்றத்துக்கும் ஆடை தயாரிப்பாளரிடமும், பெயரும் புகழும் பெற்ற அவளது நண்பர்களிடமும் அழைத்துச் சென்றது. இவர்கள் இந்நேரம் என்ன செய்த கொண்டிருப்பார்கள்? தன்னைப் பற்றி இவர்கள் எப்போதாவது நினைத்துப் பார்ப்பார்களா? பருவம் ஆரம்பமாகி விட்டது, அவள் தனது புதன்கிழமை அந்திப் பொழுதுகள் குறித்து நினைக்க வேண்டிய காலம் வருகிறது. தீமவ் எப்படி இருக்கிறார்? அருமையிலும் அருமையான தீமவ்! அவளை வீட்டுக்குத் திரும்பி வருமாறு எவ்வளவு பணிவுடன் சிறு பிள்ளையின் அவலத்துடன் வேண்டிக் கடிதத்துக்கு மேல் கடிதம் எழுதி வருகிறார் அவர். மாதந்தோறும் அவளுக்கு 75 ரூபிள் அனுப்பி வந்தார்; கலைஞர்களிடமிருந்து தான் நூறு ரூபிள் கடன் வாங்கியதாய் அவள் எழுதியதும் மேலும் ஒரு நூறு ரூபிள் அனுப்பிவைத்தார். எவ்வளவு தங்கமானவர், தயாள குணமுடையவர்! பயணத்தால் அவள் களைப்புற்று விட்டாள், சலித்துப் போயிருந்தாள், இந்த விவசாயிகளிடமிருந்து, ஆற்றிலிருந்து எழும் ஈர வீச்சத்திலிருந்து விலகிச் சென்றுவிட வேண்டுமென்று, விவசாயிகளது குடிசைகளில் தங்கிய போதும் கிராமம் கிராமமாய்ப் பயணம் சென்ற போதும் அவளை விட்டு அகலாமல் வதைத்த அந்த உடல் அசுத்த உணர்ச்சியை உதறித் தள்ள வேண்டுமென்று ஏங்கினாள். ரியாபவ்ஸ்கி மட்டும் இந்தக் கலைஞர்களுடன் செப்டம்பர் இருபதாம் தேதி வரை இருப்பதாய் இவர்களுக்கு வாக்களித்திராவிடில் இன்றே இருவரும் புறப்பட்டு விடலாமே - எவ்வளவு நன்றாய் இருக்கும்!

“தெய்வமே, இந்தச் சூரியன் வெளியே தலை காட்டப் போவதே இல்லையா?” என்று முனகினார் ரியாபவ்ஸ்கி. “சூரியன் பதுங்கியிருக்கையில் எப்படி நான் வெயிலில் பிரகாசிக்கும் இயற்கைக் காட்சியைத் தீட்டுவேன்?”

“மந்தார வானத்தையுடைய சித்திரவரை ஒன்று உன்னிடம் இருக்கிறதே” என்று தடுப்புக்குப் பின்னாலிருந்து வெளியே வந்து கூறினாள் ஓல்கா இவானவ்னா. “நினைவில்லையா - வலப் புற முன்னணியில் தோப்பும் இடப்புறத்தில் பசு மந்தையும் வாத்துகளும் இருக்குமே. அதை எடுத்துப் பூர்த்தி செய்வதுதானே.”

“அட தெய்வமே” கலைஞர் தமது அருவருப்பை முகச் சுளிப்பு மூலம் வெளிக் காட்டினார். “பூர்த்தி செய்வதாம் பூர்த்தி! நான் என்ன செய்ய வேண்டுமென்று நீ சொல்லும் அளவுக்கு என்னை அவ்வளவு பெரிய முட்டாள் என்றா நினைக்கிறாய்?”

“என் பால் உனது போக்கு மாறிவிட்டது, அவ்வளவு தான்” என்று பெருமூச்செறிந்தாள் ஓல்கா இவானவ்னா.

“அதுவும் நல்லது தானே!”

ஓல்கா இவானவ்னாவுக்கு முகம் கோணிவிட்டது, கணப்படுப்பருகே நடந்து சென்று அங்கே நின்றவாறு அழுதாள் அவள்.

“இருக்கிற வேதனை போதாதென்று கண்ணீர் வடிக்க ஆரம்பித்து விட்டாயா? போதும் நிறுத்து! அழுவதற்கு எனக்கு ஆயிரம் காரணங்கள் இருக்கின்றன, ஆயினும் நான் அழாமல் இருக்கிறேன்.”

“ஆயிரம் காரணங்கள்தான்!” என்று செறுமினாள் ஓல்கா இவானவ்னா. “என்னைப் பார்த்தால் உனக்குக் கசப்பாய் இருக்கிறது, அதுதான் பிரதான காரணம். ஆமாம், அப்படிக் கசப்பாய் இருக்கிறது!” அவளுடைய செறுமல்கள் அதிகமாயின. “நமது காதல் குறித்து நீ வெட்கப்படுகிறாய், அதுதான் உண்மை. கலைஞர்கள் இதைக் கண்டு கொண்டு விடுவார்களே என்று பயப்படுகிறாய். ஆனால் அவர்கள் எல்லோருக்கும் எவ்வளவோ காலமாய்ப் பகிரங்கமாய் தெரிந்த ஒன்றை மறைப்பது எப்படி?”

“ஓல்கா, உன்னிடம் நான் வேண்டுவது ஒன்றே ஒன்றுதான்” என்றார், அவர், நெஞ்சின் மீது கையை வைத்துக் கெஞ்சும் குரலில். “ஒன்றே ஒன்றுதான் - என்னைத் தொல்லை செய்யாதே! உன்னிடம் நான் வேண்டுவதெல்லாம் அவ்வளவு தான்.”

“இன்னும் என்னைக் காதலிக்கிறயா என்பதை முதலில் செல்லு நீ!”

“என்னைச் சித்தரவதைச் செய்கிறாய்!” என்று பற்களை நெரித்துக் கொண்டு சீறினார் கலைஞர். “நான் வோல்காவில் விழுந்து சாவதிலோ, அல்லது பித்துப் பிடித்து அலைவதிலோதான் இது முடிவுறும் போல் தெரிகிறது! என்னைத் தொல்லை செய்யாதே, சும்மாய் விடு!”

“சரி என்னைச் சாக அடி நீ, சாக அடி!” என்று கத்தினாள் ஓல்கா இவானவ்னா. “சாக அடி!”

தேம்பி அழுதவாறு தடுப்புக்கு பின்னால் சென்றாள் அவள். வைக்கோல் வேய்ந்த கூரையின் மீது மழை சட சடத்தது. ரியாபவ்ஸ்கி தலையை அழுத்திப் பிடித்துக் கொண்டு சிறிது நேரம் அறையில் மேலும் கீழுமாய் நடந்தார். பிறகு யாருடனோ நடைபெற்ற வாதத்துக்கு முடிவான பதிலளித்து விட்டது போல் முகத்தில் வைராக்கியம் வெளிப்பட குல்லாயைத் தலையில் வைத்து அழுத்தித் துப்பாக்கியைத் தோளில் மாட்டிக் கொண்டு குடிசையை விட்டு வெளியே சென்றார்.

அவர் வெளியே சென்றதும் ஓல்கா இவானவ்னா தனது கட்டிலில் படுத்துக் கொண்டு நெடுநேரம் அழுதாள். விஷம் குடிப்பது நல்லதல்லவா, ரியாபவ்ஸ்கி திரும்பி வந்து பார்க்கையில் தான் செத்துக் கிடப்பது தெரியுமே என்பதாய் முதலில் நினைத்தாள். ஆனால் அவளது சிந்தனை விரைவில் அவள் வீட்டின் வரவேற்பு அறைக்கும், அவள் கணவரின் அறைக்கும் திரும்பி விட்டன; தீமவின் பக்கத்தில் அமைதியாய் உட்கார்ந்து சாந்தி, தூய்மை இவற்றின் இனிமையை அனுபவிப்பதாகவும், பிறகு நாடக மன்றத்தில் அமர்ந்து மஸீனியைக்* கேட்டுக் கொண்டிருப்பதாகவும் நினைத்தாள். நாகரிக வாழ்வுக்கும், நகரின் சப்தங்களுக்கும் புகழ் பெற்றவர்களுக்குமான ஏக்கம் அவள் உள்ளத்தில் எழுந்து அவளை வருத்திற்று. கிராமப் பெண் ஒருத்தி குடிசைக்குள் வந்து சாப்பாடு தயாரிப்பதற்குத் துவக்கமாய்ச் சாவதானமாய்க் கணப்படுப்பில் தீ மூட்டினாள். எரியும் விறகின் நெடி மூக்கில் ஏறிற்று, காற்றில் புகை கலந்து நீலமாயிற்று. கலைஞர்கள் சேறு படிந்த அவர்களது நெடிய மிதியடிகளுடன் வந்து சேர்ந்தனர், மழையில் அவர்களது முகங்கள் நனைந்திருந்தன. ஒருவரது சித்திர வரையை ஒருவர்

* மஸீனி (Mazini), அஞ்செலோ (1845-1926) - இத்தாலியப பாடகர்.

பார்த்துக் கொண்ட பின் வானிலை மோசமாயிருந்தும் வோல்கா அதற்குரிய தனிக் கவர்ச்சியோடுதான் இருப்பதாய்த் தமக்குத் தாமே ஆறுதல் கூறிக் கொண்டனர். சுவரிலிருந்த மலிவான கடிகாரத்தின் ஊசலி "டிக்-டிக்-டிக்" என்று அசைந்தாடிக் கொண்டிருந்தது. அறையின் ஒரு மூலையில் சாமிப் படங்களுக்கு அருகே ஈக்கள் மொய்த்து மெல்ல உஸ்ஸிட்டன, பெஞ்சுகளுக்கடியிலிருந்த தடித்தடிக் கட்டுகளில் கரப்பான்கள் ஊர்ந்தன...

அஸ்தமன நேரத்தில் ரியாபவ்ஸ்கி திரும்பி வந்தார். குல்லாவை மேஜையின் மீது எறிந்துவிட்டு ஓய்ந்து போன நிலையில், முகம் வெளிறிட்டுத் தோன்ற, சேறு படிந்த மிதியடிக் காலுடன் பெஞ்சின் மீது உட்கார்ந்து கண்களை மூடிக் கொண்டார்.

"நான் ஓய்ந்து போய் விட்டேன்" என்றார் அவர். கண்களைத் திறப்பதற்கு அவர் செய்த முயற்சியில் அவரது புருவங்கள் துடித்தன.

ஓல்கா இவானவ்னா உண்மையில் தனக்கு ஒன்றும் கோப மில்லை என்று காட்டி மனம் ஒத்துப்போக வேண்டுமென்ற ஆவலோடு அவரிடம் சென்று வாய் பேசாமல் முத்தமிட்டுவிட்டுச் சீப்பினால் அவரது மென்னிற முடிகளை வாரிவிட்டாள். அவரது முடிகளைச் சீவிவிட வேண்டுமென்று திடுமென அவளுக்கு விருப்பம் உண்டாயிற்று.

"என்ன இதெல்லாம்?" என்று அவர் பிசுபிசுப்பான ஏதோ ஒன்று தன்மீது பட்டுவிட்டது போல் துணுக்குற்றுக் கண்களைத் திறந்து கொண்டு விட்டார். "என்ன இதெல்லாம்? தயவு செய்து என்னைத் தொல்லை செய்யாதே நீ!"

அவளைத் தன்னிடமிருந்து விலக்கிவிட்டு அவர் நகர்ந்து கொண்டார். அவர் முகத்திலே வேதனையும் அருவருப்பும் வெளிப்படக் கண்டாள் அவள். அப்போதுதான் அந்தக் கிராமப் பெண் முட்டைக்கோஸ் சூப்புத் தட்டை இருகைகளால் கவனமாய் ஏந்திப் பிடித்துக் கொண்டு அவரிடம் வந்தாள். அந்தப் பெண்ணின் கட்டை விரல்கள் இரண்டும் சூப்பில் பட்டு நனைந்திருந்ததை ஓல்கா இவானவ்னா கவனித்தாள். பாவாடையை இழுத்து வயிற்றின் மீது கெட்டியாய்ச் சுற்றியிருந்த அந்தப் பெண்ணின் சுத்தக் குறைவும், ரியாபவ்ஸ்கி ஆவலாய்ச் சாப்பிட்ட அந்த முட்டைக்கோஸ் சூப்பும், அந்தக்

குடிசையும், ஆரம்பத்தில் எளிமையும் கலையெழிலோடு கூடிய ஒழுங்கின்மையும் வாய்ந்த இனிய வாழ்க்கையாய்த் தோன்றிய இந்த வாழ்க்கையும் இப்போது சகிக்க முடியாத வேதனைகளாய்த் தன்னை வதைப்பதாய் நினைத்தாள் அவள். திடுமென அவள் அவமதிக்கப் பட்டவளாய் மனம் கசந்து கூறினாள்:

"சிறிது காலத்துக்கு நாம் பிரிந்திருந்தாக வேண்டும், இல்லையேல் சலிப்பு தாங்க முடியாமல் நாம் சண்டையிட்டுக் கொள்ள வேண்டியதாகிவிடும். இங்கு என்னால் சகிக்க முடியவில்லை. இன்றே நான் இங்கிருந்து சென்றுவிடப் போகிறேன்."

"எப்படிப் போவாய்? துடைப்பக் கட்டையிலா?"

"இன்று வியாழக்கிழமை, ஆகவே ஒன்பது மணிக்குக் கப்பல் இங்கு வரும்."

"அப்படியா? ஆமாம், ஆமாம்... நல்லது, புறப்படு நீ" என்று இதமாய்க் கூறினார், குட்டை இல்லாததால் துண்டினால் உதடுகளைத் துடைத்துக் கொண்டார். "உனக்கு இங்கே சலித்துப் போய்விட்டது, இங்கிருந்து போய்விடாமல் உன்னை நான் இருத்தி வைக்க முயல்வது சுயநலக் காரியமாகிவிடும். நீ திரும்பிச் செல், 20ஆம் தேதிக்குப் பிற்பாடு நாம் சந்திக்கலாம்."

ஓல்கா இவானவ்னா மலர்ச்சியடைந்து மன மகிழ்ச்சியால் கன்னங்கள் சிவப்பாய் ஒளிர சாமான்களை எடுத்து வைத்துப் பயணத்துக்குத் தயார் செய்தாள். "மெய்தானா இது, விரைவில் வீட்டுக்குத் திரும்பி வரவேற்பு அறையில் உட்கார்ந்து கொண்டும் ஓவியம் தீட்டிக் கொண்டுமா இருக்கப் போகிறோம்? படுக்கை அறையிலே படுத்துறங்கவும், விரிப்பு போடப்பட்ட மேஜையின் எதிரே அமர்ந்து சாப்பிடவுமா போகிறோம்?" என்று தனக்குத் தானே கூறி மகிழ்ந்து கொண்டாள். ஒரு பெருஞ் சுமை தன்னை விட்டு நீங்கியது போன்ற உணர்வு ஏற்பட்டது, கலைஞரின் மீது அவளுக்கிருந்த கோபம் மறைந்து விட்டது.

"ரியாபுஷா, எனது ஓவிய வண்ணங்களும் தூரிகைகளும் இங்கே உன்னிடமே இருக்கட்டும்" என்று அவள் உரக்க கூறினாள். "நீ உபயோகித்தவை போக எஞ்சியவற்றை உன்னுடன் எடுத்து வா... நான் இங்கே இல்லாமற் போனதும் நீ சோம்பறியாய்

83

வீணில் பொழுதை கழிக்காதே, மனச் சோர்வெல்லாம் வேண்டாம் - வேலை செய் நீ! ரியாபுஷா, சரியான அசடு நீ!"

ஒன்பது மணியானதும் ரியாபவ்ஸ்கி முத்தமிட்டு அவளுக்கு விடை அளித்தார். கப்பலின் மேற்றட்டில் ஏனைய கலைஞர்களுக்கு முன்னால் முத்தமிட விரும்பாமல் இங்கேயே விடை அளித்தார் என்பது அவளுக்குத் தெரிந்தது. கப்பல் துறைக்கு அவளை அவர் அழைத்துச் சென்றார். கப்பல் ஆடியசைந்து வந்து நின்றது, பிறகு அவளை ஏற்றிக் கொண்டு புறப்பட்டுச் சென்றது.

இரண்டரை நாட்களில் அவள் வீட்டுக் வந்து சேர்ந்தாள். தொப்பியையோ, மழை அங்கியையோ கழற்றாமலே, மனக் கிளர்ச்சியால் பலமாய் மூச்சு விட்டவாறு வரவேற்பு அறைக்குள் சென்றாள், அங்கிருந்து சாப்பாட்டு அறைக்குள் நுழைந்தாள். மார்புச் சட்டையின் பொத்தான்கள் திறந்திருக்க சட்டைக் கைகளை மடக்காமல் சாப்பாட்டு மேஜையின் முன்னால் அமர்ந்து முட்கரண்டியின் முள்களில் கத்தியைத் தேய்த்துத் தீட்டிக் கொண்டிருந்தார் தீமவ்; வதக்கிய காட்டுக் கோழி இறைச்சி அவருக்கு எதிரே மேஜையில் இருந்தது. ஓல்கா இவானவ்னா யாவற்றையும் தனது கணவரிடமிருந்து மறைத்துவிட வேண்டும், அதற்குரிய திறமையும் வலிமையும் தனக்கு உண்டு என்ற உறுதியுடன் தான் வீட்டுக்குள் வந்தாள். ஆனால் அடக்கமும் இன்பக் களிப்பும் கொண்ட புன்முறுவலால் விரிந்து மலர்ந்துவிட்ட கணவரின் முகத்தையும், அவர் கண்களில் பிரகாசித்த இன்ப ஒளியையும் கண்ணுற்றதும் இம்மாதிரியான ஒருவரை ஏமாற்றுவது பொய்ப் பழி சுமத்தித்தூற்றுவதற்கோ, திருடுவதற்கோ, கொலை புரிவதற்கோ ஒப்பான வெறுக்கத்தக்க இழி செயலாகும், முடியாத காரியமாகும் என்பதாய் அவளுக்குத் தோன்றிற்று. நடந்தது பூராவையையும் அவரிடம் சொல்லி விடுவதென உடனே அவள் முடிவு செய்து கொண்டாள். அவர் முத்தமிட்டு அவளைக் கட்டியணைத்து வரவேற்றதும் அவர் எதிரே சரிந்து மண்டியிட்டுக் கைகளால் முகத்தை மூடிக் கொண்டாள் அவள்.

"என்ன ஆயிற்று? ஏன் அம்மா இது?" என்று அருமையாய் அவளைக் கேட்டார் அவர். "நான் இல்லாமல் உனக்கு அவ்வளவு துன்பமாகவா இருந்தது?"

வெட்கத்தால் கன்றிவிட்ட முகத்தை உயர்த்திக் குற்றமுள்ள நெஞ்சின் குறுகுறுப்போடு திறுதிறுத்துக் கெஞ்சும் பார்வையால் அவரை உற்று நோக்கினாள். ஆனால் வெட்கமும் அச்சமும் அவளை உண்மையை அவரிடம் சொல்லாதபடித் தடுத்து விட்டன.

“ஒன்றுமில்லை...” என்றாள். “களைப்பாயிருக்கிறது, ஒன்றுமில்லை...”

“வா சாப்பிடுவோம்” என்று சொல்லி அவர் அவளைத் தூக்கி மேஜையின் முன்னால் உட்கார வைத்தார். “நன்றாய் உட்கார்ந்து கொள்... கோழி இறைச்சி கொஞ்சம் சாப்பிடு, பசிக்கிறது உனக்கு! பாவம் என் தங்கத்துக்குப் பசிக்கிறது!”

இதமான வீட்டுச் சூழ்நிலையால் ஊக்கமடைந்து ஆவலாய் இந்தச் சுகத்தை உள்ளுக்கு இழுத்து நுகர்ந்தாள், கோழி இறைச்சியில் இரண்டுவாய்ச் சாப்பிட்டாள். அவளை அன்பொழுகப் பார்த்துக் கொண்டிருந்த அவர் ஆனந்தமாய் சிரித்தார்.

6

குளிர்காலத்தின் நடுவில்தான் தீமவுக்கும் சந்தேகம் ஏற்பட ஆரம்பித்தது, தாம் ஏமாற்றப்படுவதை உணரலானர். அவரால் இப்போது தமது மனைவியின் கண்களை நேருக்கு நேர் பார்க்க முடியவில்லை, தமது மனசாட்சி தான் களங்கமுற்று விட்டது போல் தவித்தார் அவர். அவளைச் சந்திக்கையில் இப்போது அவர் ஆனந்தமாய்ச் சிரிப்பதில்லை. அவளுடன் தனித்திருக்க வேண்டிய நேரத்தை கூடுமான வரை குறைத்துக் கொள்ளும் பொருட்டு, அவர் தமது நண்பர் கரஸ்திலேவைப் பகல் சாப்பாட்டுக்காகத் தன்னுடன் வீட்டுக்கு அழைத்து வந்தார். மொட்டையாய் வெட்டிய தலையுடன் சுருக்கம் விழுந்த முகமுடைய சிற்றுருவ மனிதரான இவர், தம்முடன் ஓல்க இவானவ்னா பேசும் போதெல்லாம் மிகவும் சங்கோஜப்பட்டுக் கொண்டு கோட்டுப் பொத்தான்களைப் போட்டுக் கொள்ளவும் பிறகு அவற்றை கழற்றவும் முற்படுவார், பிறகு இடப் பக்க மீசையை வலக்கையால் திருகிவிட்டுக் கொள்வார். சாப்பிடும் போது இரண்டு டாக்டர்களும் உதர விதானம் அளவு மீறி உயர்ந்து அமைந்திருந்தால் சில சமயம் நெஞ்சுத் துடிப்பு

ஏற்படுவதுண்டு என்று பேசிக் கொள்வார்கள்; அல்லது சிறிது காலமாய் நரம்பு நோய்கள் அதிகமாய்க் காணப்படுகின்றன என்றோ, கடுமையான இரத்தச் சோகையின் காரணமாய் இறக்க நேர்ந்ததாய்க் கூறப்பட்ட ஒருவருக்கு முந்திய நாளன்று தீமவ் பிண அறுவை ஆய்வு நடத்திய போது கணயத்தில் புற்று நோய்க் கட்டி இருக்கக் கண்டதாகவோ உரையாடுவார்கள். ஓல்கா இவானவ்னா பேசாமல் இருக்கும் பொருட்டு, அதாவது புளுகாமல் இருக்கும் பொருட்டு இவர்கள் இருவரும் இந்த மருத்துவ உரையாடலை நடத்தினார்களோ என்பதாய் நினைக்க வேண்டியிருந்தது. சாப்பிட்டு முடிந்ததும் கரஸ்திலேவ் பியானோவின் முன்னால் உட்காருவார், தீமவ் பெரு மூச்செறிந்து விட்டுச் சொல்வார்:

"ஆரம்பி நீ, எதற்காகக் காத்திருக்கிறாய? நேர்த்தியாகவும் வருத்தமாகவும் இருக்கும்படி எதாவது வாசித்துக் காட்டு."

தோள்கள் உயர்ந்தெழ விரல்கள் விரிந்து பாய கரஸ்திலேவ் சில சுரங்கலை வாசித்து உச்ச ஸ்தாயியில் பாட ஆரம்பிப்பார்: "காட்டு, காட்டு நீ, நம் நாட்டில் ஓரிடத்தைக் காட்டு, ருஷ்ய விவசாயி திணறித்தவிக்காத ஓரிடத்தைக் கட்டு நீ!" தீமவ் மீண்டும் பெருமூச்செறிந்து விட்டு மூடிய கையின் மீது தலையை வைத்து அழுத்திக் கொண்டு சிந்தனையிலே ஆழ்ந்து விடுவர்.

ஓல்கா இவானவ்னா இப்போது சிறிதும் எச்சரிக்கையின்றி நடந்து கொள்ள முற்பட்டாள். தினமும் காலையில் அவள் விழித்தெழும் போதே அவளது மனநிலை படுமோசமாய் இருந்தது. இனி தான் ரியாபவ்ஸ்கியைக் காதலிக்கவில்லை, கடவுள் புண்ணியத்தில் யாவும் முடிவுற்று விட்டதாய் நினைத்தவாறு விழித்தெழுந்தாள். ஆனால் ஒரு கப் காப்பி சாப்பிட்டது நான் தனது கணவரை இழந்ததற்கு இந்த ரியாபவ்ஸ்கிதான் காரணமாவார், இப்போது, தான் கணவரையும் இழந்து ரியாபவ்ஸ்கியும் இல்லாமல் தவிக்க நேர்ந்திருக்கிறது என்று தன்னுள் கூறிக் கொள்வாள். காட்சியில் வைப்பதற்காக ரியாபவ்ஸ்கி அதியற்புத ஓவியம் ஒன்றைப் பூர்த்தி செய்திருப்பதாய்த் தனது நண்பர்கள் பேசியதை நினைத்துக் கொள்வாள். இயற்கைக் காட்சி ஓவியம், அன்றாட வாழ்க்கை ஓவியம் ஆகிய இரண்டும் கலந்த ஒருவகை இணைப்பாயப் பலேனவின்* பாணியில் இருந்ததாய்க் கூறினார்கள். அவரது

* பலேனவ், வசீலி திமீத்ரியெவிச் (1844-1927) - பெயர் பெற் ருஷ்ய ஓவியர்.

கலைக்கூடத்துக்குப் போய் வந்த ஒவ்வொருவரும் அதைப் போற்றிப் புளகாங்கிதமடைந்தது பற்றி அவளுக்கு நினைவு வரம். ஆனால் தனது செல்வாக்கினால் வழிகாட்டப் பெற்றே ரியாபவ்ஸ்கி இந்த ஓவியத்தைத் தீட்ட முடிந்ததென்றும், தன்னால் வயப்படுத்தப்பட்டுப் பெரிதும் வளர்ச்சியுற்று விட்டாரென்றும் கூறிக் கொள்வாள் அவள். தனது இந்தச் செல்வாக்கு நல்ல பலன் அளித்திருக்கிறது, சக்தி வாய்ந்ததாய் இருக்கிறது. இப்போது தான் விலகி வந்துவிட்டால் இந்த ஆள் தகர்ந்து உருப்படாமற் போகும்படி அல்லவா நேரும்? அதோடு கடந்த முறை இந்த ஆள் தன்னிடம் வந்திருந்தபோது வெள்ளி இழைகளையுடைய சாம்பல் நிறக் கோட்டும் புதிய டையும் அணிந்திருந்ததும், “பார்ப்பதற்கு நான் நன்றாய் இருக்கிறேனா?” என்று கேட்டதும் அவள் நினைவுக்கு வந்தன. அந்த அரிய கோட்டில் நீண்ட சுருள் முடிகளும் நீல விழிகளுடைய இந்த ஆள் நன்றாகவே இருந்தார், எப்படியும் அவள் அவ்வாறுதான் நினைத்தாள். அவளுடன் அன்பு கனிந்த முறையில் நடந்து கொண்டார்.

இவற்றையும் மற்றும் பலவற்றையும் நினைத்துப் பார்த்ததும் ஓல்கா இவானவ்னா உடுத்திக் கொண்டு மிகவும் பரபரப்புற்ற நிலையில் ரியாபவ்ஸ்கியின் கலைக் கூடத்துக்குப் புறப்பட்டுச் செல்வாள். பெரும்பாலும் அவர் மிகவும் உற்சாகமாய், தமது ஓவியம் குறித்துப் பெருமிதம் கொண்டவராய் இருக்கக் காண்பாள். அவரது ஓவியம் உண்மையில் நன்றாகவே இருந்தது. விளையாட்டு மனோபாவமுடையவராய் இருக்கும் போது காரிய முக்கியத்துவம் வாய்ந்த கேள்விகளுக்கு அவர் பதிலளிக்காமல் வேடிக்கையாய்ப் பேசி நழுவி விடுவது வழக்கம். இந்த ஓவியத்தின் மீது ஓல்கா இவானவ்னாவுக்குப் பொறாமையாய் இருக்கும், அதை அவள் வெறுப்பாள். இருந்தபோதிலும் எப்போதும் அதன் எதிரே பயபக்தியுடன் மௌனமாய் ஐந்து நிமிடம் நிற்பாள். பிறகு ஆண்டவன் சன்னதியிலே பரவசமுற்றுப் பெருமூச்சு விடுவது போல் அவள் பெருமூச்சு விட்டவாறு செல்வாள்:

“ஆம், இதன் முன் நீ இம்மாதிரி தீட்டியதே இல்லை. என்னை இது மிரளச் செய்வதாய் இருக்கிறது, தெரியுமா?”

பிறகு அவள் தன்னைக் காதலிக்கும்படி, தன்னை விட்டொழித்து விடாமல் இருக்கும்படி அவரிடம் வேண்டுவாள். பாவம், துன்புறும் பிறவி, தனக்கு இரக்கம் காட்ட வேண்டும் என்று கெஞ்சுவாள். அழுவாள், ரியாபவ்ஸ்கியின் கைகளில்

முத்தமிடுவாள், தன்னைக் காதலிப்பதாய் அவரிடமிருந்து உறுதி மொழி பெறப் பல வழிகளிலும் முயலுவாள். தனது சீரிய செல்வாக்கு இல்லையேல் அவர் வழி தவறிவிடும்படி நேரும், உருப்படாமற் போய்விடுவார் என்பாள். இப்படி அவரை அறவே அமைதியிழக்கச் செய்து, தன்னையும் இழிவுபடுத்திக் கொண்டபின், அங்கிருந்து ஆடை தயாரிப்பவளிடமோ, அல்லது நடிகை சினேகிதையிடம் நாடகத்துக்கு டிக்கெட்டு வாங்குவதற்கோ போய்ச் சேருவாள்.

ரியாபவ்ஸ்கி அவரது கலைக்கூடத்தில் இல்லாமற் போகும் நாட்களில் அன்றே அவர் தன்னை வந்து பார்க்காவிடில் தான் விஷம் குடிக்கப் போவதாய் அச்சுறுத்திக் குறிப்பு எழுதி வைத்து விட்டுச் செல்வாள். பீதியுற்றுவிடும் ரியாபவ்ஸ்கி அவள் வீட்டுக்கு வந்து மதிய உணவு வரை தங்கியிருப்பார். அவள் கணவர் வீட்டில் இருப்பதையும் கருதாமல் அவளிடம் கவுரவக் குறைவாய்ப் பேசுவார், அவளும் அதே முறையில் அவருக்குத் திருப்பித் தருவாள். ஒருவருக்கு ஒருவர் தாம் ஒவ்வாதவர்களாய், கொடுமை புரிவோராய், பகைவர்களாய் இருப்பதை இருவரும் உணர்ந்து கொள்வார்கள்; இது அவர்களை மேலும் சீறி விழச் செய்யும். இந்த ஆவேசத்தில் அவர்கள் தமது நடத்தை எவ்வளவு மானக்கேடாய் இருந்தது என்பதையும், ஒட்ட வெட்டிய தலையுடன் கூடிய சுரஸ்திலேவுக்கும் யாவும் தெளிவாய்த் தெரிந்து விடுமே என்பதையும் கவனிக்கத் தவறி விடுவார்கள். சாப்பிட்டு முடிந்ததும் ரியாபவ்ஸ்கி அவசரமாய் விடை பெற்றுக் கொண்டு புறப்படுவார்.

“எங்கே போகிறாய்?” என்று வெறுப்புடன் அவரை முறைத்துப் பார்த்தவாறு கேட்பாள் ஓல்கா இவானவ்னா.

முகத்தைச் சுளித்துக் கண்களை ஒடுக்கிக் கொண்டு அவர்கள் இருவரும் தெரிந்த யாராவது ஒரு பெண்ணின் பெயரை அவளிடம் சொல்வார் அவர். அவளுடைய பொறாமைக்காக அவளைக் கேலி செய்வதும, அவளை மனம் புழுங்கச் செய்வதுமே அவரது நோக்கம் என்பதும் விளங்கும். உடனே அவள்தனது படுக்கை அறைக்குச் சென்று படுத்துக் கொள்வாள். பொறாமையும் ஆத்திரமும் வெட்கமும் இழிநிலையும் தாங்க மாட்டாமல் தலையணையைக் கடித்துக் கொண்டு தேம்பித் தேம்பி அழுவாள். பிறகு தீமவ் வரவேற்பு அறையில் கரஸ்திலேவைத் தனியே விட்டுவிட்டு படுக்கை அறைக்குள்

சென்று கூச்சமும் சங்கடமும் முகத்திலே தெரிய நைந்த குரலில் சொல்வார்:

"அழாதே அம்மா! என்ன பயன்? இதெல்லாம் வெளியே தெரியாமல் கம்மென்று அல்லவா இருக்க வேண்டும்? பிறத்தியாருக்குக் காட்டிக் கொள்ளலாமா?... நடந்து விட்டது, இனி ஒன்றும் செய்வதற்கில்லை."

பொறாமையை அவளால் அடக்கிக் கொள்ள முடியவில்லை, நெற்றிப் பொட்டுகளைப் புடைத்துப் படபடக்கச் செய்தது அது. இனியும் நிலைமையைச் சரிசெய்து கொள்ளலாமெனத் தனக்குத் தானே கூறிக் கொண்டு எழுந்து முகம் கழுவிக் கொள்வாள், கண்ணீரில் கனிந்த முகத்தில் பவுடரிட்டுக் கொண்டு ரியாபவ்ஸ்கி குறிப்பிட்ட பெண்ணின் வீட்டுக்கு விரைவாள். அங்கே ரியாபவ்ஸ்கி இல்லை என்பது தெரிந்ததும் இன்னொரு பெண்ணிடம் ஓடுவாள், பிறகு வேறொரு பெண்... இந்த யாத்திரைகள் ஆரம்பத்தில் அவளை வெட்கப்படும்படியே செய்தன, ஆனால் சீக்கிரத்தில் இதெல்லாம் அவளுக்குப் பழக்கப்பட்டு விட்டன. சில சமயம் அவள் ரியாபவ்ஸ்கியைத் தேடிக் கொண்டு தனக்குத் தெரிந்த எல்லாப் பெண்களின் வீடுகளுக்கும் போய் வந்து விடுவாள், அவர்கள் எல்லோருமே அவள் வந்து செல்வதன் நோக்கத்தைப் புரிந்து கொண்டு விடுவார்கள்.

ரியாபவ்ஸ்கியிடம் ஒரு தரம் அவள் தன் கணவரைப் பற்றிக் கூறினாள்:

"இம் மனிதரின் பெருந்தன்மை என்னை வதைக்கிறது."

"இந்த வாக்கியம் அவளுக்குப் பரம திருப்தி அளித்தது, ரியபவ்ஸ்கியுடன் தனக்குள்ள உறவின் இரகசியத்தை அறிந்த கலைஞர்களால் யாரையும் சந்திக்கும் தோறும் அவள் தனது கணவரைப் பற்றிக் குறிப்பிட்டுப் பலமாய்க் கையை ஆட்டியவாறு சொல்வாள்:"

"இம்மனிதரின் பெருந்தன்மை என்னை வதைக்கிறது."

கடந்த ஆண்டில் நடைபெற்ற அதே விதத்தில் அவர்களது வாழ்க்கை நடந்தேறியது. புதன்கிழமை அந்திப் பொழுதுகளில் வரவேற்புகள் நடைபெற்றன. நடிகர் வாசகம் ஓதினார், ஓவியர்கள்

சித்திரம் தீட்டினர், வயலின் செலோ வித்வான் வாசித்தார், பாடகர் பாடினார், தவறாமல் பதினொன்றரை மணிக்குச் சாப்பாட்டு அறையின் கதவு திறக்கப்பட்டது, சிரித்த முகத்துடன் தீமவ் அறிவத்தார்: “கனவான்களே, சாப்பிடலாம் வாருங்கள்.”

முன்பு போலவே ஓல்கா இவானவ்னா பிரபலஸ்தர்களைத் தேடினாள், அவர்களைக் கண்டுபிடித்த பிறகும் மனநிறைவின்றி வேறு பல பிரபலஸ்தர்களைத் தேடிச் சென்றாள். முன்பு போலவே ஒவ்வோர் இரவிலும் நேரங்கழித்தே வீட்டுக்கு வந்து சேர்ந்தாள். ஆனால் கடந்த ஆண்டு போல தீமவ் அவள் திரும்பி வந்தபோது தூங்கிக் கொண்டிருக்கவில்லை, அவரது அறையில் வேலை செய்து கொண்டு உட்கார்ந்திருந்தார். மூன்று மணிக்குத்தான் படுத்துக் கொண்டார், காலையில் எட்டு மணிக்கு எழுந்தார்.

ஒரு நாள் அந்திப் பொழுதில் நாடகமன்றத்துக்குச் செல்லும் முன் அவள் கடைசி முறையாய்க் கண்ணாடியில் தன்னைப் பார்த்துக்கொண்டு நின்றபோது நீள் கோட்டும் வெள்ளை டையும் அணிந்திருந்த தீமவ் படுக்கை அறைக்குள் வந்தார். அவரது அடக்கமான முறையில் புன்னகை புரிந்தவாறு முன்பெல்லாம் அவர் பார்ப்பாரே அவ்வாறு நேருக்கு நேர் அவள் கண்களை உற்று நோக்கினார். அவர் முகம் மலர்ச்சியுற்று விளங்கிற்று.

“எனது ஆய்வுரையைச் சமர்ப்பித்துவிட்டு வந்திருக்கிறேன்” என்று கூறியவாறு உட்கார்ந்து கால் கட்டையின் முழங்கால்களைத் தடவி சரிசெய்து கொண்டார்.

“வெற்றிகரமாய் அமைந்ததா?” என்று கேட்டாள் ஓல்கா இவானவ்னா.

“ஓ, பெரிய வெற்றி ஆயிற்றே!” என்று அவர் சிரித்து மகிழ்ந்தவாறு கழுத்தை உயர்த்தி நீட்டி மனைவியின் முகத்தைக் கண்ணாடியில் பார்க்க முயன்றார், ஏனெனில் இன்னமும் அவள் முதுகுப் புறத்தைக் காட்டி நின்று கண்ணாடியில் பார்த்துத் தலைமுடிகளுக்குரிய இறுதி அலங்காரத்தை முடித்துக் கொண்டிருந்தாள். “பெரிய வெற்றி ஆயிற்றே!” என்று திரும்பவும் கூறினார் அவர். “என்னை அவர்கள் பொது நோய்க்குறி, ஆய்வில் டோசன்டு* ஆக்கிவிடுவார்கள், நிச்சயம் எதிர்பார்க்கலாம் என்றே தெரிகிறது.”

---

* துணைப் பேராசிரியர்.

அவருடைய ஆனந்தத்திலும் வெற்றியிலும் ஓல்கா இவானவ்னா பங்கு கொண்டிருந்தால் யாவற்றையும் மறந்து நிகழ்காலத்தில் மட்டுமின்றி வருங்காலத்திலும் அவளைப் பூரணமாய் மன்னித்திருப்பார் என்பது களிப்புற்று மலர்ந்திருந்த அவரது முகத்திலிருந்து தெளிவாய்ப் புலப்பட்டது. ஆனால் அவள் டோசன்டு என்பதன் பொருளையே, பொது நோயக்குறி ஆய்வியல் என்பது என்னவென்றோ அறியாதவள், தவிரவும் நாடகத்துக்கு நேரமாகிவிடுமோ என்று அவளுக்கு பயமாகியிருந்தது. ஆகவே அவள் ஒன்றும் சொல்லவில்லை.

அவர் அங்கேயே சில நிமிடங்கள் உட்கார்ந்திருந்தார், பிறகு அசட்டுச் சிரிப்பு சிரித்துக் கொண்டு அறையை விட்டு வெளியே சென்றார்.

7

அமைதியில்லாத அவலமான நாள் அது.

தீமவுக்கு தலைவலி தாங்க முடியவில்லை. காலை உணவு அருந்தவில்லை அவர், மருத்துவமனைக்குப் போகவில்லை, நாள் முழுதும் தமது அறையில் சோபாவில் படுத்துக் கிடந்தார். ஓல்கா இவானவ்னா பன்னிரண்டுக்கு சற்று பிற்பாடு வழக்கம் போல் ரியாபவ்ஸ்கியிடம் சென்றாள்; தான் தீட்டியிருந்த அசையா உருவச் சித்திரவரையை அவரிடம் காட்டுவதற்காகவும், முந்திய நாளன்று அவர் ஏன் தன்னை வந்து பார்க்கவில்லை என்று கேட்பதற்காகவும் சென்றாள் அவள். தனது சித்திரவரை நன்றாயில்லை என்பது அவளுக்குத் தெரியும், ரியாபவ்ஸ்கியிடம் போவதற்கு தனக்கு எதாவது ஒரு காரணம் வேண்டுமே என்று தான் அவள் இதைத் தீட்டியிருந்தாள்.

கதவின் மணியை அடிக்காமலே அவள் உள்ளே சென்றாள். நடையிலே கால்களிலிருந்த அவள் பொதியுறைகளைக் கழற்றிக் கொண்டிருந்த போது உள்ளே கலைக் கூடத்தில் மெல்லிய காலடிகளின் ஓசை கேட்பதாய் நினைத்தாள், அதனுடன் கூடவே பெண்ணின் ஆடை எழுப்பிய சலசலப்பும் கேட்டது. அவசரமாய் அவள் திரும்பி உள்ளே பார்த்தபோது பழுப்பு நிறப் பாவாடை சட்டெனத் தெரியக் கண்டாள், கணப் பொழுதுக்கு அது அவள் கண்ணில் பளிச்சிட்டுவிட்டு மறுகணமே ஒரு பெரிய ஓவியக் கான்வசுக்குப் பின்னால் மறைந்துவிட்டது. இந்தக்

கான்வசை மூடியிருந்த கறுப்புத் திரைச் சீலை நிலைச்சட்டம் முழுவதையும் மறைத்துத் தரையிலே படும்படித் தணிந்திருந்தது. அதற்குப் பின்னால் ஒரு பெண் மறைந்திருந்தாள் என்பதில் எந்தச் சந்தேகமும் இல்லை. ஓல்கா இவானவ்னாவும் இதே கான்வசுக்குப் பின்னால் எத்தனையோ தரம் ஒளிந்திருந்தவள் ஆயிற்றே! சங்கடத்தால் குழப்பமுற்றவராய் ரியாபவ்ஸ்கி அவளைக் கண்டு வியப்புற்று விட்டது போல் அவளை நோக்கி இரு கைகளையும் நீட்டி முகத்தில் சிரிப்பை வரவழைத்துக் கொண்டு கூறினார்:

"ஓகோ! மகிழ்ச்சி! என்ன சேதி?"

ஓல்கா இவானவ்னாவின் கண்கள் பனித்துவிட்டன. அவளுக்கு அவமானமாகவும் தன் மீதே பரிதாபமாகவும் இருந்தது. அந்த இன்னொருத்தியின் முன்னால் வாய் திறந்து பேச அவளுக்கு மனம் வரவில்லை - அவளது எதிராளியான அந்த ஏமாற்றுக்காரி கான்வசுக்குப் பின்னால் நின்று இரகசியமாய்த் தன்னுள் சிரித்துக் கொண்டு அல்லவா இருப்பாள்?

"என்னுடைய சித்திர வரையைக் காட்டலாமென வந்தேன்" என்று அவள் கூச்சம் தொனிக்க ஒலித்த உச்சக் குரலில் உதடுகள் துடிக்கச் சொன்னாள். "அசையா உருவப் பாணியிலானது" என்றாள்.

"ஓகோ, சித்திர வரையா…"

கலைஞர் அதைத் தமது கைகளில் வாங்கி உற்று நோக்கியவாறு தம்மை அறியாமலே தற்செயலாய்ச் செல்வது போல் பக்கத்து அறைக்குள் சென்றார்.

ஓல்கா இவானவ்னா பணிவுடன் அவர் பின்னால் சென்றாள்.

"மிகச் சிறந்த வகையிலான அசையா உருவப் பாணி" என்று முணுமுணுத்தவாறு, "பாணி" என்னும் சொல்லுக்குத் தொடைநயமாய் அமைந்த பிற சொற்களை அவர் தேட முற்பாட்டார்: "பாணி, ஆணி, ஏணி, காணி…"

கலைக்கூடத்திலிருந்து யாரோ அவசரமாய்ச் செல்லும் காலடி ஓசையும் பாவாடையின் சலசலப்பும் கேட்டன. அந்த **இன்னொருத்தி** போய் விட்டாள் என்பது தெரிந்தது. ஓல்கா இவானவ்னாவுக்கு வாய்விட்டுக் கதற வேண்டும். கனமான

எதனாலாவது ரியாபவ்ஸ்கியின் மண்டையில் அடித்துவிட்டு ஓட வேண்டும் போலிருந்தது. ஆனால் கண்ணீர் அவள் பார்வையை மறைத்தது; அவமானத்தால் குமைந்து போய் விட்டாள்; ஓவியம் தீட்டும் ஓல்கா இவானவ்னாவாய் இல்லாமல் பரிதாபத்துக்குரிய அற்பப் பிறவியாய்த் தான் மாறிவிட்டதாய் நினைத்தாள் அவள்.

"எனக்குக் களைப்பாய் இருக்கிறது" என்று அந்தச் சித்திர வரையைப் பார்த்தவாறு, தலையை உலுக்கித் தமது களைப்பை உதறித் தள்ள முயன்றவாறு கூறினார் அந்தக் கலைஞர். "நன்றாய்த்தான் இருக்கிறது, ஆனால் இன்று ஒரு சித்திர வரை, கடந்த ஆண்டில் ஒரு சித்திர வரை, இன்னும் ஒரு மாதத்துக்குப் பிற்பாடு இன்னொரு சித்திரவரை... உனக்கு அலுக்கவில்லையா இந்தச் சித்திர வரைகள்? நானாய் இருந்தால் ஓவியம் தீட்டுவதை விட்டொழித்து இசையிலோ அல்லது வேறொரு தக்கத் துறையிலோ கருத்து செலுத்துவேன். உனக்கு ஓவியக் கலை ஏற்ற துறையல்ல, இசைத் துறைதான் ஏற்றது. எப்படிக் களைத்துப் போயிருக்கிறேன் தெரியுமா? தேநீர் கெண்டுவரச் சொல்லட்டுமா?"

அறையிலிருந்து வெளியே சென்றார் அவர். தமது வேலையாளிடம் ஏதோ அவர் சொல்லிக் கொண்டிருந்தது ஓல்கா இவானவ்னாவுக்குக் காதில் விழுந்தது. விடை பெற்றுக் கொள்வதையும் ரகளையையும் தவிர்க்கும் பொருட்டும், யாவற்றிலும் முக்கியமாய் வாய்விட்டுத் தான் அழ நேர்ந்து விடுவதைத் தடுக்கும் பொருட்டும், ரியாபவ்ஸ்கி திரும்பி வருவதற்குள் அவள் வெளியே நடைக்கு ஓடித் தனது பொதியுறைகளைப் போட்டுக் கொண்டு தெருவுக்குச் சென்றாள். தெருவை வந்தடைந்த பிறகுதான் அவள் ஓரளவு அவஸ்தையின்றி மூச்சுவிட முடிந்தது; ரியாபவ்ஸ்கியிடமிருந்தும் ஓவியக் கலையிலிருந்தும் கலைக் கூடத்தில் தான் அனுபவிக்க நேர்ந்த சகிக்க வொண்ணாத இழிநிலையிலிருந்தும் முடிவாய்த் துண்டித்துக் கொண்டு விட்டோமென்ற உணர்ச்சி அவளுக்கு நிம்மதியளித்தது. இவையாவும் இத்துடன் முடிவுற்றுவிட்டன என்று கூறிக் கொண்டாள்.

அவள் தனது ஆடை தயாரிப்பாளரிடமும், அதன் பின் அப்போதுதான் வந்திருந்த ஜெர்மன் நடிகராகிய பர்னாயிடமும், பர்னாயிடமிருந்து இசைக் கடைக்கும் சென்றாள். ரியாபவ்ஸ்கிக்குத்தான் எழுதப் போகும் இரக்கமற்ற,

கடுகடுப்பான, கண்யமான கடிதங்குறித்தும், வசந்தத்திலேயோ, கோடையிலோ தீமாவுடன் தான் கிரீமியாவுக்குச் சென்று கடந்த காலத்தை என்றென்றுக்குமாய் ஒழித்துக் கட்டிவிட்டுத் துவக்கப் போகும் புதிய வாழ்க்கை குறித்தும் முழு நேரமும் அவள் சிந்தித்துக் கொண்டிருந்தாள்.

நேரம் கழித்தே வீட்டுக்குத் திரும்பி வந்தாள். தனது அறைக்குச் சென்று ஆடைகளைக் களைவதற்குப் பதில், தான் திட்டமிட்டிருந்த கடிதத்தை எழுதி முடிப்பதற்காக நேரே வரவேற்பு அறைக்குச் சென்றாள். ஓவியத்துறை அவளுக்கு ஏற்றதல்ல என்றல்லவா அவளிடம் கூறினார் ரியாபவ்ஸ்கி, பழி தீர்க்க நினைத்த அவள் ஆண்டாண்டுக் காலமாய் இந்த ரியாபவ்ஸ்கி ஒரே மாதிரியான ஓவியம் தான் தீட்டுகிறார், நாள் தவறாமல் ஒரே விதமான வற்றைத்தான் கூறுகிறார், வளர்ச்சியற்றவராய் இருந்து வருகிறார், ஏற்கெனவே சாதித்ததைத் தவிர இனி அவரால் ஒன்றும் செய்ய முடியப் போவதில்லை என்று எழுதுவாள். இவளுடைய சீரிய செல்வாக்குக்கு அவர் பெரிதும் கடமைப்பட்டவர், தற்போது அவர் மோசமாய் நடந்து கொள்கிறார், காரணம் என்னவெனில் அவரது செல்வாக்கு பல வகையான கேடுகெட்ட பிறவிகளால், ஓவியக் கான்வசுக்குப் பின்னால் இன்று மறைந்து கொண்டு நின்றாளே அம்மாதிரியான கண்யமில்லாப் பிறவிகளால் நாசமாக்கப் பட்டுட்டது என்பதாய்க் குறிப்பிட வேண்டுமென்று இருந்தாள் அவள்.

“அம்ம!” என்று தமது அறைக் கதவைத் திறக்காமலே உள்ளே இருந்தபடிக் கூப்பிட்டார் தீமவ். “அம்மா!”

“ஏன், என்ன வேண்டும்?”

“அம்மா, நீ உள்ளே என்னிடம் வராதே, கதவருகே வந்து நில்... அப்படித்தான்... ஓரிரண்டு நாட்களுக்கு முன்பு மருத்துவமனையில் திப்தீரியா தொத்திக் கொண்டு விட்டது எனக்கு... நிலைமை நன்றாயில்லை, கடுமையாகி வருவதாய்த் தெரிகிறது. கரஸ்திலேவை வரும்படிச் சொல்லியனுப்பு.”

ஓல்கா இவானவ்னா தனது ஆடவ நண்பர்கள் எல்லோரையும் அழைத்தது போலவே தன் கணவரையும் குடும்பப் பெயரைக் கொண்டே எப்போதும் அழைத்து வந்தாள். கணவரின் பெயர் ஓசிப், இது அவளுக்குப் பிடிக்கவில்லை, ஏனெனில் இது கோகலின் ஓசிப்பை அவளுக்கு நினைவுபடுத்திற்று, அதோடு

ஓசீப், அர்ஹீப் இவ்விரு பெயர்களுக்கு இடையிலுள்ள ஒலி ஒற்றுமை அவளுக்கு அசட்டுச் சிலேடையாய்த் தோன்றிற்று. ஆனால் இப்போது அவள் கூவினாள்:

"ஓ, ஓசீப், அப்படி ஒன்றும் இருக்காது!"

"நீ அவருக்குச் சொல்லியனுப்பு. எனக்கு உடம்பு நன்றாயில்லை…." என்று அறைக்குள்ளிருந்து சொன்னார் தீமவ். சோபாவிடம் சென்று அதில் அவர் படுத்துக் கொண்ட சப்தம் அவள் காதுக்கு எட்டிற்று. "அவருக்குச் சொல்லியனுப்பு." அவர் குரல் மெலிந்து சன்னக் குரலாய் ஒலித்தது.

"ஐயோ, மெய்தானா இது?" என்று பீதியால் கலங்கியவாறு நினைத்தாள் அவள். "ஆபத்தான காய்ச்சல் ஆயிற்றே!"

ஏன் இப்படிச் செய்கிறோம் என்பது அறியாமலே அவள் மெழுகுவத்தியை ஏற்றித் தனது படுக்கை அறைக்கு எடுத்துச் சென்றாள். இனி என்ன செய்யலாமென்று முடிவு செய்ய அவள் முயன்ற போது கண்ணாடியிலே தெரிந்த அவளது பிம்பம் அவள் கண்ணில்பட்டது. பீதியுற்று வெளிறிட்டிருந்த முகத்துடன் புஸ்ஸென உப்பி உயர்ந்திருந்த சட்டைக் கைகளோடும் முன்புறத்தில் மஞ்சள் சல்லாத் துணி ஒப்பனையோடும் பாவாடையில் கிறுக்குத்தனமான குறுக்குக் கோடுகளோடும் தெரிந்த அவளது தோற்றம் பார்க்கப் பயங்கரமாய் இருந்தது, சகிக்க முடியாத அருவருப்பளிக்கும் பிறவியாய்த் தன்னை அவள் கண்ணுற்றாள். தீமவின்பால் அளவிலா பரிதாபம் அவள் நெஞ்சினுள் ஊற்றெடுத்தது, தன்னிடம் அவருக்கிருந்த எல்லையில்லாப் பரிவும் பாசமும், அவரது இளைமையான வயதும் வாழ்க்கையும் எத்தனையோ நாட்களாய் அவர் படுத்திராத அந்தத் தனிக்கட்டிலுங் கூட அவளது மனக்கண் முன் தெரிந்தன. எப்போதும் அடக்கமான பணிவுமிக்க அவரது புன்னகையை அவள் நினைத்துக் கொண்டாள். மனம் நொந்து கண்ணீர் விட்டு அழுதாள் அவள், உடனே வரும்படி மன்றாடிக் கேட்டுக் கரஸ்திலேவுக்கு எழுதினாள். அப்போது காலை இரண்டு மணி.

8

ஓல்கா இவானவ்னா இரவில் தூக்கமின்றித் தலை கனத்துக் கிறுகிறுத்து, முடிகள் ஒழுங்கு செய்யப்படாமல் கலைந்து

கிடக்க, குற்ற உணர்ச்சி முகத்திலே வெளிப்பட பார்ப்பதற்கு அழகில்லாதவளாய் மறுநாள் காலை ஏழு மணிக்குப் பிற்பாடு தனது படுக்கை அறையிலிருந்து வெளியே வந்தாள். கரிய தாடியுடையவர் ஒருவர் நடையில் அவளைக் கடந்து சென்றார், டாக்டராகவே இருக்க வேண்டுமென்பது தெரிந்தது. மருந்துகளின் நெடி வீசிற்று. தீமவின் அறைக் கதவுக்கு எதிரே கரஸ்திலேவ் இடப்பக்கத்து மீசை நுனியை வலக்கையால் திருகிக் கொண்டு நின்றிருந்தார்.

"மன்னிக்கணும், அவரிடம் போகக் கூடாது நீங்கள்" என்று கடுமையாய் ஒலித்த குரலில் அவளிடம் சொன்னார் அவர். "உங்களுக்கும் தொத்திக் கொண்டு விடும். தவிரவும் இப்போது அவரிடம் போய்ப் பயனில்லை. சன்னி கண்ட நினைவிழந்த நிலையில் இருக்கிறார்."

"மெய்யாகவே திப்தீரியாவா?" என்று முணுமுணுக்கும் குரலில் கேட்டாள் ஓல்கா இவானவ்னா.

"தேவையின்றித் தமக்குத் தாமே அபாயம் உண்டாக்கிக் கொள்வோருக்குச் சிறைத் தண்டனை அளிக்க வேண்டும்" என்று கரஸ்திலேவ் அவளது கேள்விக்குப் பதிலளிக்காமல் முனகிக் கொண்டார். "எப்படி அவருக்கு இந்தத் தொத்து உண்டாயிற்று தெரியுமா? திப்தீரியா கண்ட ஒரு சிறுவனின் தொண்டையிலிருந்து சீழை இவர் உறிஞ்சி வெளியே எடுத்தார். எதற்காக? முட்டாள்தனம், மடத்தனம்!"

"ஆபத்தான நிலையிலா இருக்கிறார்?" என்று கேட்டாள் ஓல்கா இவானவ்னா.

"ஆமாம், நிலைமை மிகவும மோசமாயிருப்பதாய்ச் சொல்கிறார்கள். நாம் டுரேக்குக்குச் சொல்லியனுப்ப வேண்டும்."

செந்தலையும் நீண்ட மூக்கும் கொண்டு யூதரைப் போல் பேசிய சிற்றுருவ மனிதர் ஒருவர் வந்தார். அடுத்து கொஞ்சம் கூனலாய், நெட்டையாய்ப் பரட்டைத் தலையுடன் பாதிரியார் போன்ற ஒருவரும், பிறகு மூக்குக் கண்ணாடி போட்டிருந்த குண்டான, சிவந்த முகமுடைய இளம் வயதினரான ஒருவரும் வந்தனர். இவர்கள் எல்லோரும் டாக்டர்கள், தமது தோழரின் படுக்கை அருகே முறை வைத்துக் கொண்டு அமர்ந்து அவரைக் கவனித்துக் கொள்வதற்காக வந்தவர்கள். படுக்கை அருகே

கரஸ்திலேவ் அமர்ந்திருக்க வேண்டிய நேரம் முடிவுற்ற பிறகும் அவர் வீட்டுக்குப் போகாமல் பேய் உருவம் போல் இங்கேயே அறைகளில் திரிந்து கொண்டிருந்தார். வீட்டுப் பணிப்பெண் இந்த டாக்டர்களுக்குத் தேநீர் தயாரித்துக் கொடுத்தாள், எந்நேரமும் அவள் மருந்துக் கடைக்கு ஓடிச் சென்று கொண்டிருந்தாள். ஆகவே அறைகளை ஒழுங்கு செய்வதற்கு ஆள் யாருமில்லை. வீட்டுக்குள் மயான அமைதி நிலவிற்று, துயரார்ந்த சோர்வு குடி கொண்டிருந்தது.

ஓல்கா இவானவ்னா தனது படுக்கை அறையில் உட்கார்ந்து, கணவரைத் தான் ஏமாற்றியதற்காகக் கடவுள் தன்னைத் தண்டிப்பதாய்த் தன்னுள் கூறிக் கொண்டிருந்தாள். பேசாமல், தொணதொணக்காமல் யாவற்றையும் சகித்துக் கொண்டு, தமது இனிய சுபாவத்தால் தமது தனிச் சிறப்பை மாய்த்துக் கொண்டு, யாவற்றுக்கும் விட்டுக் கொடுத்து, அளவு மீறிய அன்பு உள்ளத்தால் பலமிழந்த விசித்திர மனிதராய் இருந்துள்ளவர் இப்போது சோபாவில் மௌனமாய் வதைபட்டுக் கொண்டு படுத்துக் கிடந்தார். அவர் வாய் திறந்து முறையிட்டிருந்தால், சன்னி கண்டிருந்த அவர் பிதற்றியிருந்தாலுங்கூட, அவருடைய இந்த நிலைக்குக் காரணம் திப்தீரியா மட்டுமல்ல என்பது அவருக்கு அருகே இருந்து கவனித்துக் கொண்ட டாக்டர்களுக்குப் புரிந்திருக்கும். அவர்கள் கரஸ்திலேவிடம் விசாரித்திருப்பார்கள்; கரஸ்திலேவ் யாவற்றையும் அறிந்தவர், அவர் தமது நண்பரின் மனைவியைப் பார்த்த பார்வை ஒரு மாதிரியாக அல்லவா இருந்தது? காரணமின்றி அவர் அப்படிப் பார்க்கவில்லையே; அவளேதான் தம் நண்பருக்குச் சனியனாய் வாய்த்து விட்டாள், திப்தீரியா அவளது கூட்டாளியாகவே செயற்பட்டது என்று கூறுவது போலல்லவா இருந்தது அவர் பார்த்த பார்வை? வோல்கா ஆற்றிலே நிலாவொளி பிரகாசித்த அந்த இரவை அவள் மறந்து விட்டாள், காதல் மொழிகளையும் விவசாயிக் குடிசையில் கவிதை மணம் கமழ அமைந்த அந்த வாழ்வையும் அவள் மறந்து விட்டாள், மேலெல்லாம் ஒட்டிக் கொண்டு பிசுபிசுக்கும் ஏதோவோர் அசிங்கத்தினுள் விழுந்தோம், இனி எவ்வளவு கழுவினாலும் ஒருபோதும் தன்னைச் சுத்தமாக்கிக் கொள்ள முடியாது என்பது மட்டுமே இப்போது அவள் நினைவில் இருந்தது. கணநேர மனவிருப்பத்தால் உந்தப்பட்டு அல்லவா, அற்ப வேடிக்கைக்காகவும் உல்லாசத்துக்காகவும் அல்லவா இவ்வளவு செய்தோம் என்று நினைத்துக் கொண்டாள்.

“எப்படிப்பட்ட ஏமாற்று புரிந்து வந்துள்ளேன்!” என்று ரியாபவ்ஸ்கிக்கும் தனக்கும் இருந்த அமைதியற்ற அந்தக் காதலை நினைத்துத் தனக்குத் தானே கூறிக் கொண்டாள். “எல்லாம் பொய்! நாசமாய்ப் போக!”

நான்கு மணிக்கு கரஸ்திலேவுடன் பகல் உணவுக்காக உட்கார்ந்தாள். அவர் ஒன்றும் சாப்பிடவில்லை, சிவப்பு ஒயின் மட்டும் கொஞ்சம் குடித்தவாறு முகத்தைச் சுளித்துக் கொண்டு உட்கார்ந்திருந்தார். அவளும் சாப்பிடவில்லை. மௌனமாய் மனத்துள் பிரார்த்தனை செய்து கொண்டாள், தீமவ் உடல் நலமடைந்து எழுந்துவிட வேண்டும், மிண்டும் தான் அவரைக் காதலித்து அவருக்கு விசுவாசமான மனைவியாய் இருப்பதாய் ஆண்டவனுக்கு வாக்களித்தாள். பிறகு சில கணங்களுக்குத் தன்னை அறியாமலே அவள் கரஸ்திலேவை உற்று நோக்கியவாறு தன்னுள் வியந்து கொண்டாள்: “இம்மாதிரி எந்தச் சிறப்புமின்றி ஊர் பேர் தெரியாத ஆசாமியாய், இப்படிச் சுருக்கம் விழுந்த முகத்துடன் நன்னயப் பாங்கு தெரியாதவராய் இருப்பது நிச்சயம் சகிக்க முடியாததாய் அல்லவா இருக்கும்!” பிறகு இதே கணத்திலே தெய்வம் தன்னைக் கடுமையாய்த் தண்டிக்கக்கூடும் என்பதாய் நினைத்தாள்; தொத்து ஏற்பட்டுவிடுமே என்று ஒரு தரம்கூடக் கணவரின் அறைக்குள் தான் போகாமலே அல்லவா இருந்தோமென நினைத்தாள். அவள் நெஞ்சு அவளைத் துன்புறுத்திற்று, கடுஞ்சோக உணர்ச்சியும் தனது வாழ்க்கை பாழ்பட்டுவிட்டது என்ற எண்ணமும் அவளை வதைத்தன...

சாப்பாட்டுக்கு பிறகு விரைவில் இருட்ட ஆரம்பித்தது. ஓல்கா இவானவ்னா வரவேற்பு அறைக்குள் சென்ற போது சோபாவில் கரஸ்திலேவ் தூங்குவதைக் கண்டாள், சரிகைப் பூவேலை செய்யப்பட்ட பட்டுத் தலையணையில் தலையை வைத்துக் கொண்டு “ஊ-குர், ஊ-குர்” என்று குறட்டை விட்டார் அவர்.

தீமவின் அறைக்குப் போவதும் வருவதுமாய் இருந்த டாக்டர்கள் இந்த ஒழுங்கீனத்தை எல்லாம் உணர்ந்தார்கள் இல்லை. வரவேற்பு அறையில் குறட்டைவிட்ட அந்த வினோத மனிதர், சுவர்களில் காணப்பட்ட படங்கள், விசித்திரமான தட்டுமுட்டுச் சாமான்கள், இல்லத் தலைவி முடிவாரிக் கொள்ளாமல், ஒழுங்கு குலைந்த ஆடையில் அங்குமிங்கும் சென்று கொண்டிருந்தது ஆகிய இவையாவும் இப்போது கிஞ்சிற்றும் கருத்துக்குரியவையாய் இல்லை. டாக்டர்களில்

ஒருவர் எக்காரணத்தாலோ சிரிக்க நேர்ந்தபோது அவருடைய சிரிப்பு வினோதமாய்க் கரகரத்து ஒலித்து எல்லோரையும் கலக்கமுறச் செய்தது.

ஓல்கா இவானவ்னா அடுத்த முறை வரவேற்பு அறைக்குள் சென்றபோது கரஸ்திலேவ் சோபாவில் உட்கார்ந்து புகை பிடித்துக் கொண்டிருந்தார்.

"திப்தீரியா நாசிக் குழிகளுக்குப் பரவி வந்துவிட்டது" என்று அவர் குசுகுசுக்கும் குரலில் சொன்னார். "தாங்க முடியாமல் அவரது இருதயம் தத்தளிப்பதன் அறிகுறிகள் தெரிய ஆரம்பித்து விட்டன. நிலைமை மிக மோசமாயிருக்கிறது."

"டுரேக்கை வந்து பார்க்கும்படிச் சொல்லியனுப்ப வில்லையா?" என்று கேட்டாள் ஓல்கா இவானவ்னா.

"அவர் வந்து பார்த்து விட்டுத்தான் சென்றார். திப்தீரியா மூக்குக்கும் பரவிவிட்டது என்பதை அவர்தான் கவனித்தார். டுரேக் மட்டும் என்னவாம்? அவர் டுரேக், நான் கரஸ்திலேவ், அவ்வளவு தான்."

தவியாய்த் தவிக்கும்படி நேரம் அவ்வளவு மெதுவாய்க் கழிந்து சென்றது. காலையிலிருந்து சரிசெய்யப்படாத படுக்கையில் ஓல்கா இவானவ்னா ஆடையுடன் அப்படியே படுத்து கண்ணுறங்கினாள். வீடே தரையிலிருந்து கூரைத் தளம் வரையில் மிகப் பெரிய இரும்புப் பாறையால் அடைக்கப்பட்டிருப்பது போல் தோன்றிற்று. இந்தப் பாறையை அகற்ற முடிந்தால் எல்லோருக்கும் உற்சாகம் ஏற்படும் என்பதாய் நினைத்தாள் அவள். திடுக்கிட்டு விழித்துக் கொண்ட அவள் தீமவின் நோயே அன்றி அது இரும்புப் பாறையல்ல என்பதை உணர்ந்து கொண்டாள்.

"அசையா உருவப் பாணி, ஆணி...." என்று மீண்டும் கண்ணயர்ந்து போய்த் தன்னுள் கூறிக் கொண்டாள். "ஏணி, காணி.... யார் இந்த டுரேக்? டுரேக், திரேக்... பிரேக்... கிரேக். என் நண்பர்கள் எல்லோரும் எங்கே? இங்கே நாங்கள் உபத்திரவப்படுவது தெரியுமா அவர்களுக்கு? ஆண்டவன் எங்களைக் காப்பாற்ற வேண்டும், கருணைகாட்ட வேண்டும்.... டுரேக், திரேக்...."

மீண்டும் இரும்புப் பாறை... முடிவின்றி நேரம் மிக மெதுவாய்க் கழிந்தது, ஆனால் கீழ்த் தளவீட்டில் கடிகாரம்அடிக்கடி அடித்துக் கொண்டிருந்தது. அவ்வப்பொழுது வாயிற் கதவின் மணி ஒலித்தது, டாக்டர்கள் வந்தார்கள்.... பணிப் பெண் காலி கிளாஸ் இருந்த தட்டைஏந்திப் பிடித்துக் கொண்டு அறைக்குள் வந்தாள்.

"அம்மா, உங்கள் படுக்கையைச் சரிசெய்யட்டுமா?" என்று கேட்டாள் அவள்.

பதில் கிடைக்காததால் அவள் திரும்பிச் சென்றாள். கீழ்த் தள வீட்டில் கடிகாரம் மணி அடித்தது. வோல்காவில் மழை பெய்வதாய் ஒல்கா இவானவ்னா கனவு கண்டாள். யாரோ முன்பின் தெரியாதவர் தன் அறைக்குள் வருவதாய் நினைத்தாள். ஆனால் மறுகணமே அது கரஸ்திலேவ் என்பது தெரியவே அவள் எழுந்து உட்கார்ந்தாள்.

"மணி எவ்வளவு!" என்று கேட்டாள்.

"மூன்று இருக்கும்."

"எப்படி இருக்கிறார்?"

"எப்படி இருக்கிறார்? இறந்து கொண்டிருக்கிறார் என்பதைச் சொல்வதற்காகத்தான் இங்கே வந்தேன்."

விம்மலை விழுங்கிக் கொண்டு படுக்கையில் அவளுக்குப் பக்கத்தில் உட்கார்ந்து சட்டைக் கை முனையால் கண்ணீரைத் துடைத்தார். ஆரம்பத்தில் அவள் புரிந்து கொள்ளவில்லை, பிறகு திடுமென ஜில்லிட்டது போல் அவளுக்குச் சிலிர்த்தது, மெள்ளத் தன் மீது சிலுவைக் குறி இட்டுக் கொண்டாள்.

"இறந்து கொண்டிருக்கிறார்" என்று கீச்சுக் குரலில் திரும்பவும் கூறி, திரும்பவும் செறுமினார் கரஸ்திலேவ். "ஏன் இறந்து கொண்டிருக்கிறார் என்றால், தன்னைத் தானே காவு கொடுத்துக் கொண்டார். விஞ்ஞானத்துக்கு இது எத்தனை பெரிய இழப்பு தெரியுமா?" என்று நெஞ்சு குமுற அழுத்தம் திருத்தமாய்க் கேட்டார். "நம் எல்லாருடனும் ஒப்பிடுகையில் அவர் மிகப் பெரியவர், அற்புதமான மனிதர், பிரமாதமான ஆற்றல் படைத்தவர்! எங்கள் எல்லோரையும் எப்படி ஆர்வமடைய வைத்தார் தெரியுமா?" என்று கைகளைப் பிசைந்தவாறு கூறிச்

சென்றார். "தெய்வமே! சிறந்த, அரிய விஞ்ஞானியாய்ப் பெயர் பெற்றிருப்பார்! ஓசீப் தீமவ், ஓசீப் தீமவ், என்ன காரியம் செய்து விட்டீர்கள்? தெய்வமே தெய்வம்!"

துயரம் தாங்க மாட்டாமல் இரு கைகளாலும் முகத்தை மூடிக் கொண்டார் அவர்.

"அறத்தின் மாபெரும் சக்தியாய்த் திகழ்ந்தவர்!" என்று மேலும் மேலும் யார் மீதோ கோபங் கொண்டவராய்த் தொடர்ந்து கூறிச் சென்றார். "அன்பும் தூய்மையும் பாசமும் நிறைந்த ஆன்மா - பளிங்கு போல் தெள்ளத் தெளிவான ஆன்மா! விஞ்ஞானத்துக்கும் அரும்பணி ஆற்றினார், விஞ்ஞானத்துக்காக உயிரையும் விட்டார். குதிரை போல் அலுக்காது உழைத்தார், பகலும் இரவுமாய் பாடுபட்டார், யாரும் அவரைச் சும்மா விட்டு வைக்கவில்லை. வயதில் இளையவர், கல்வி ஞானம் மிக்கவர், வருங்காலப் பேராசிரியர் - இப்படிப் பட்டவர் தனியார் முறையில் வைத்தியத் தொழில் நடத்த வாய்ப்பு கிடைக்குமா என்று தேட வேண்டியிருந்தது, இரவில் உட்கார்ந்து மொழிபெயர்ப்பு செய்ய வேண்டியிருந்தது! எதற்காக? இந்தக் கேடுகெட்ட கந்தல்களுக்கு வேண்டிய பணத்தைத் தருவதற்காக!"

வெறுப்புடன் ஓல்கா இவானவ்னாவை உற்று நோக்கினார், இரு கைகளாலும் படுக்கை விரிப்பைப் பிடித்து, அது தான் குற்றவாளி என்பது போல ஆத்திரமாய் அதைக் கிழித்தார்.

"அவர் தனக்குக் கருணை காட்டவில்லை, பிறத்தி யாரும் அவருக்குக் கருணை காட்டவில்லை. ஆனால் பேசிப் பயன் என்ன?"

"ஆம், அவர் அதியற்புத மனிதர்" என்று ஆழ்ந்த குரல் ஒன்று வரவேற்பு அறையிலிருந்து இறுதி வரை சிறு விவரமும் விடாது யாவற்றையும் நினைத்துப் பார்த்தாள். தான் அறிந்தவர்கள் அனைவரிலும் மெய்யாகவே அவர் அதியற்புதமானவர், அசாதாரணமானவர், மாமனிதர் என்பதைத் திடுமென உணர்ந்து கொண்டாள். காலஞ் சென்ற தனது தந்தையும், அவரது சகாக்கள் எல்லோரும் அவர்பால் நடந்து கொண்ட முறையை நினைத்துப் பார்த்தபோது, இவர்கள் எல்லோரும் அவரை வருங்காலத்தில் பெயரும் புகழும் பெறப் போகிறவராய்க் கருதினார்கள் என்பது அவளுக்கு விளங்கிற்று. சுவர்கள், கூரைத் தளம், விளக்கு, தரையிலே விரிக்கப்பட்டிருந்த இரத்தினக் கம்பளம் ஆகிய யாவும் அவளைப் பார்த்து "உனது வாய்ப்பை

நீ நழுவ விட்டுவிட்டாய்!” என்று கூற முயலுவது போல் எள்ளி நகையாடிக் கண் சிமிட்டின. அழுது கொண்டு படுக்கை அறையிலிருந்து வெளியே ஓடிய அவள் வரவேற்பு அறையில் அவளுக்கு தெரியாத ஒருவரைக் கடந்து சென்று தன் கணவரின் அறைக்குள் அடித்து மோதிக் கொண்டு புகுந்தாள். சோபாவில் அவர் அசைவற்றுக் கிடந்தார், மார்பு வரை அவர் மீது போர்வை போர்த்தப் பட்டிருந்தது. அவரது முகம் பயங்கரமாய் நீண்டு மெலிந்திருந்தது, உயிருள்ளவர்களிடம் காண முடியாத சாம்பல் நிற மஞ்சள் சாயல் அவர் முகத்தில் படிந்திருந்தது. அவரது நெற்றியும் கரிய புருவங்களும் வழக்கமான அவரது புன்னகையும் தான் அவர் தீமவ் என்பதைத் தெரியப்படுத்தின. ஓல்கா இவானவ்னா பரபரத்துக் கொண்டு அவரது மார்பையும் நெற்றியையும் கைகளையும் தொட்டுப் பார்த்தாள். மார்பு இன்னமும் கதகதப்பாகவே இருந்தது, ஆனால் நெற்றியும் கைகளும் ஜில்லிட்டு அவளை நடுங்கச் செய்தன. பாதியளவு மூடியிருந்த அவரது கண்கள் உற்று நோக்கின - ஓல்கா இவானவ்னாவை அல்ல, போர்வையை.

“தீமவ்!” என்று உரக்கக் கூப்பிட்டாள் அவள். “தீமவ்!”

நடந்ததெல்லாம் தவறு, எல்லாம் பாழ்பட்டுப் போய் விடவில்லை, இனியும் வாழ்க்கை எழில் மிக்கதாய், இன்பமானதாய் இருக்க முடியும் என்று அவரிடம் விளக்கிக் கூற விரும்பினாள் அவள். அவர் அசாதாரணமானவர், அதியற்புதமானவர், மாமனிதர், இனி வாழ்வெல்லாம் தான் அவரைப் போற்றவும், மண்டியிட்டு அவரைத் தொழவும், அவரிடம் புனிதபக்தி கொண்டிருக்கவும் போவதாய்க் கூற விரும்பினாள்...

“தீமவ்!” என்று கூப்பிட்டு அவரது தோளை உலுக்கினாள். இனி எந்நாளும் அவர் விழித்தெழ மாட்டார் என்பதை அவளால் நம்ப முடியவில்லை. “தீமவ், தீமவ்!”

அதே நேரத்தில் வரவேற்பு அறையில் கரஸ்திலேவ் பணிப் பெண்ணிடம் கூறிக் கொண்டிருந்தார்:

“கேட்பதற்கு என்ன இருக்கிறது? கோயிலுக்குப் போய் இறுதிச் சடங்குத் தயார் செய்யும் பெண்கள் எங்கே இருக்கிறார்கள் என்று விசாரி. அவர்கள் வந்து உடம்பைக் கழுவி ஒழுங்கு செய்வார்கள் - எல்லாக் காரியங்களையும் செய்வார்கள்.”

▣

ஆறாவது வார்டு

1

மருத்துவமனை முற்றத்தில் காடாய் மண்டியிருக்கும் கோரைப் புல்லுக்கும் காஞ்சொறிக்கும் காட்டுச் சணலுக்கும் நடுவில் தனிக்கட்டாய் ஒரு சிறு கட்டடம் நிற்கிறது. இதன் கூரைத் தகரம் துருபிடித்து மக்கிவிட்டது, புகை போக்கி நொறுங்கித் தகர்ந்து வருகிறது, மடித்துப் போன வாயிற் படிகளைப் புல் மூடியிருக்கிறது. சுவர்களில் காரையெல்லாம் உதிர்ந்து சில திட்டுகள் மட்டுமே இங்குமங்கும் எஞ்சியிருக்கின்றன. தனிக் கட்டின் முன்புறம் நேரே மருத்துவமனையை நோக்குகிறது, பின்புறம் வயல்வெளியின் பக்கம் பார்க்கிறது. ஆணிகள் அடர்ந்த, சாயம் போன மருத்துவமனை வேலியடைப்பால் இது வயல்வெளியிலிருந்து பிரிக்கப்பட்டிருக்கிறது. மேல்நோக்கி நீண்டிருக்கும் இந்த ஆணிகளும், வேலியடைப்பும், மற்றும் இந்தத் தனிக்கட்டும், நமது மருத்துவமனைக் கட்டடங்களுக்கும் சிறைச் சாலைகளுக்கும் உரித்தான கேடுகெட்ட அந்தச் சோகத் தோற்றம் பூண்டிருக்கின்றன.

காஞ்சொறியின் நமச்சலுக்கு அஞ்சாமல் நடக்க முடியுமாயின், தனிக்கட்டுக்குச் செல்லும் ஒற்றையடிப் பாதையில் என்னுடன் வாருங்கள், உள்ளே சென்று எட்டிப் பார்ப்போம். கதவைத் திறந்து கொண்டு நடையினுள் அடியெடுத்து வைக்கிறோம். சுவரோரத்திலும் கணப்பு அடுப்படியிலும் மருத்துவமனைக் குப்பைக் கூளங்கள் மலையாய்க் குவிந்து கிடக்கின்றன. மெத்தைகளும், பழைய அங்கிகளும், உள்ளுடுப்புகளும், பட்டைக் கோடு போட்ட நீலச் சட்டைகளும், தேய்ந்து போன

பூட்சுகளுமான வேண்டாத கந்தலும் கூளமும் நாற்றமெடுக்கும் குவியலாய்க் குவிந்திருக்கின்றன.

இந்தக் குவியலின் உச்சியில் காவற்காரன் நிகித்தா படுத்திருக்கிறான். வயது முதிர்ந்த படையாள் அவன், கோட்டுக் கைகளில் பூசணம் பிடித்த மாதிரி பட்டைச் சின்னங்கள் தெரிகின்றன, பற்களுக்கிடையே எப்போதும் ஒரு புகைக்குழாய் வைத்திருக்கிறான். அடர்ந்து தழைத்திருக்கும் அவன் புருவங்கள் குடியால் சுரந்துவிட்ட கடுகடுப்பான அவனது முகத்துக்குக் காவல் நாயின் சாயல் அளிக்கின்றன. சிவந்த மூக்குடன் மெலிந்து முறுக்கேறிய சிற்றுருவினனாய் இருக்கிறான். அவனுடைய தோற்றம் காண்போர் கலங்கும் படியானது, அவன் முட்டிகள் தடித்துப் பருத்தவை. மனதில் மாசின்றி நம்பகமானோராய், கண்ணை மூடிக் கொண்டு தம் கடனைச் செய்து முடிப்போராய், மந்த புத்தியினராய் இருந்து, ஒழுங்குதான் உலகிலே யாவற்றுக்கும் தலையாயதெனக் கொண்டு, ஒழுங்கைக் காக்க, அடியும் உதையும் போல் எதுவும் உதவுவதில்லை என்பதாய் நினைக்கிறார்களே, அத்தகையோரில் இந்த நிகித்தாவும் ஒருவன். முகம், மார்பு, முதுகு என்ற பேதமின்றி எங்கும் அடித்து நொறுக்குகிறான் இவன், ஒழுங்கை நிலைநாட்ட வேறு எந்த வழியுமில்லை என்று திடமாய் நம்புகிறான்.

இங்கிருந்து விசாலமான ஒரு பெரிய அறையினுள் நுழைகிறோம், தனிக்கட்டில் நடைபோக எஞ்சிய பரப்பு பூராவிலும் அமைந்திருக்கிறது இந்த அறை. சுவர்களில் மங்கிய நீல வர்ணம் பூசப்பட்டிருக்கிறது, உட்கூரை முழுதும் புகைபோக்கி இல்லாத மரவீடுகளின் உத்திரங்களைப் போல் புகையேறிக் கன்னங் கரேலென்றிருக்கிறது, குளிர் காலத்தில் கணப்பு அடுப்புகளின் நச்சுப் புகை இந்த அறையில் நிரம்பிவிடுமென்பது நன்றாகவே தெரிகிறது. சன்னல்கள் யாவும் உட்புறங்களில் இரும்புக் கிராதியிடப்பட்டு விகாரமாயிருக்கின்றன. மரக்கட்டைத் தரை வெறுத்துப் போய் ஆங்காங்கே சிம்புசிம்பாய்த் தெறித்திருக்கிறது. ஊறிப் புளித்த முட்டைகோசு, வத்திப் புகை, மூட்டைப் பூச்சி, அமோனியா இவற்றின் வாடைகள் கலந்து வீசுகின்றன, முதல் தரம் இங்கே உள்ளே வரும்போது விலங்கினக் காட்சி சாலைக்குள் நுழைவதாய் உங்களை நினைக்கச் செய்கிறது இந்த வீச்சம்.

கட்டில்கள் யாவும் தரையுடன் சேர்த்துத் திருகாணியிட்டு இணைக்கப்பட்டிருக்கின்றன. மருத்துவமனை அங்கியும் பழங்ககாலத்துக் குல்லாயும் அணிந்தவர்கள் இந்தக் கட்டில்களில் உட்கார்ந்தும் படுத்தும் இருக்கக் காண்கிறோம். இவர்கள் எல்லோரும் உளநோயாளிகள்.

மொத்தம் ஐந்து பேர் இருக்கிறார்கள். ஒருவர் மட்டும் தான் மேல் வகுப்பைச் சேர்ந்தவர், ஏனையோர் பாமரர்கள். கதவுக்கு அருகே முதலாவது கட்டிலுள்ள பளபளக்கும் சிவப்பு மீசையும் அழுது அழுது சிவந்து போன கண்களுடைய நெட்டையான ஒல்லி மனிதன், தலையைக் கைகளால் தாங்கியவாறு அமர்ந்து கொண்டு, கண்களை அசைக்காமல் நேரே தன் முன்னால் வெறிக்கப் பார்க்கிறான். இராப் பகலாய்த் துயருற்றுத், தலையை ஆட்டிப் பெருமூச்சு விடுகிறான், மனங் கசந்து வெறுமையாய்ச் சிரித்துக் கொள்கிறான். அறையில் அடிபடும் பேச்சுக்களில் அவன் கலந்து கொள்வதில்லை, சாதாரணமாய் எந்தக் கேள்விக்கும் பதில் சொல்வதில்லை, சாப்பாடு கொண்டு வந்து தரப்படும் போது இயந்திரம் போல் சாப்பிடுகிறான். ஓயாமல் அவன் இருமித் திணறுவதையும் அவனது கன்னங்களின் ஜிவுஜிவுப்பையும் பார்க்கையில், காச நோயின் ஆரம்பக் கட்டத்தில் இருப்பவனாய்த் தெரிகிறான்.

அடுத்த கட்டிலில் இருப்பவன் சிறிய உருவமும் மிடுக்கும் துடிப்பும் கொண்ட துறுதுறுப்பான கிழவன், கூர்மையான தாடியும் நீக்ரோவைப் போன்ற கறுத்த சுருள் முடிகளுமுடையவன். பகற் கொழுதில் அறையில் உல்லாச நடைபோட்டு ஒவ்வொரு சன்னலிடமும் சென்று சுற்றி வருகிறான், அல்லது சப்பணம் போட்டுக் கட்டிலில் உட்கார்ந்து மாறி மாறி தேன்சிட்டைப் போல் சளைக்காமல் சீட்டியடித்துக் கொண்டும், மெல்லிய குரலில் பாடிக் கொண்டும் இருக்கிறான்; இல்லையேல் உள்ளுக்குள் கிளுகிளுத்துச் சிரித்துக் கொண்டிருக்கிறான். இரவிலுங்கூட அவ்வப்பொழுது எழுந்து அவன் பிரார்த்தனை செய்கையிலும், அதாவது மூடிய கைகளால் நெஞ்சில் குத்திக் கொள்கையிலும், கதவுகளிடம் சென்று தட்டித் தடவிக் கொண்டு நிற்கையிலும் சிறு பிள்ளைக்குரிய அவனுடைய பூரிப்பும் துறுதுறுப்பான இயல்பும் வெளியாகின்றன. இவன்தான் மோசஸ்; யூத இனத்ததைச் சேர்ந்த தொப்பி தயாரிப்பாளன்; அவனது கடை தீக்கு இரையானது முதலாய், இந்த இருபது ஆண்டுகளாய்ப் பைத்தியமாய் இருந்து வருகிறவன்.

ஆறாவது வார்டில் இருப்போரில் இவன் ஒருவன் மட்டும்தான் கட்டடத்தை விட்டு வெளியே போய் வர, மருத்துவமனை முற்றத்தைக் கடந்து தெருவுக்குங்கூடச் செல்ல அனுமதி பெற்றவன். நெடுங் காலமாகவே இவனுக்கு இந்தத் தனியுரிமை இருந்து வருகிறது; மிகப் பல ஆண்டுகளாய் மருத்துவமனையில் இருப்பவன், சாதுவாய் எந்த வம்புமின்றி இருந்து வரும் மூடன் என்பதே காரணமாயிருக்கும். நகரில் எல்லோரது கேலிக்கும் நகைப்புக்கும் இலக்காகி, சிறுவர்களும் நாய்களும் கூட்டமாய்ப் புடை சூழந்து வர நகரில் இவன் பவனி செல்வது அன்றாட வாழ்க்கையின் ஒரு காட்சியாகிவிட்டது. மருத்துவமனை அங்கி அணிந்து, தலையில் அசட்டுக் குல்லாய் ஒன்றை வைத்துக் கொண்டு, அங்கிக்கு அடியில் உள்ளுடுப்பு ஏதுமின்றி, காலில் செருப்பை மாட்டிக் கொண்டு - சில நேரம் வெறுங்காலோடு - தெருத்தெருவாய்ச் சுற்றுகிறான், வாயில் வழிகளிலும் சிறு கடைக்கு முன்னாலும் நின்று கப்பேக் காசு தருமாறு பிச்சை கேட்கிறான். எங்காவது . ஓரிடத்தில் அவனுக்குக் கொஞ்சம் குவாஸ்* கிடைக்கிறது, இன்னொரு இடத்தில் கொஞ்சம் ரொட்டி அல்லது கப்பேக் காசு தருகிறார்கள். மன நிறைவு கொண்டவனாய், செல்வந்தனாய்த் தனிக்கட்டுக்குத் திரும்பி வருகிறான். அவன் கொண்டு வருவது எதுவாயினும் நிகித்தா அதைப் பிடுங்கிக் கொண்டு விடுகிறான். முரட்டுத்தனமாகவும் ஆத்திரமாகவும் இந்தப் படையாள் இவ்வேலையைச் செய்கிறான்: திரும்பி வருகிறவனது சட்டைப் பைகளை உட்புறம் வெளியே வரும்படிப் புரட்டிப் பார்க்கிறான்; இனி இந்த யூதனைத் தெருவுக்குச் செல்ல அனுமதிக்கப் போவதில்லை, ஒழுங்கின்மையைக் காட்டிலும் மோசமானது ஒன்றுமில்லை என்று ஆண்டவனைச் சாட்சியாய் அழைத்துக் கூச்சல் போடுகிறான்.

மோசஸ் எல்லாருககும் உதவுகிறான். அறையில் தனது தோழர்களுக்குத் தாகமெடுக்கையில் தண்ணீர் கொண்டு வந்து தருகிறன்; அவர்கள் தூங்குகையில் அவர்களது மீது போர்வையை இழுத்துப் போடுகிறன்; ஒவ்வொருவருக்கும் ஒரு கப்பேக் காசு கெண்டு வந்து தருவதாகவும் எல்லாருககும் புதிய குல்லாய்கள் தயாரித்துக் கெடுப்பதாகவும் வாக்களிக்கிறான். இடப் புறத்துக் கட்டிலிலுள்ள முடக்குவாதக்காரனுக்குக் கரண்டியால் உணவை எடுத்து வாயில் ஊட்டுவதும் இவன் தான். கருணையினாலோ, மனிதாபிமானத்தாலோ உந்தப்பட்டு இவன்

* குவாஸ் - ரொட்டித் தூளை ஊற வைத்துக் காடியாக்கத் தயாரிக்கப்படும் பானம்.

இந்தக் கரியத்தைச் செய்யவில்லை. வலப் புறத்துக் கட்டிலிலுள்ள கிரோமவை முன்னுதாரணமாய் பின்பற்றி, தன்னைஅறியாமலே இந்த கிரோமவின் செல்வாக்குக்கு உட்பட்டு இதைச் செய்கிறான்.

சுமார் முப்பத்திமூன்று வயதாகும் இவான் திமீத்ரிச் கிரோமவ் மேற்குலக் குடும்பத்தில் பிறந்தவர், ஒரு காலத்தில் அமீனாவாகவும் மாநில அரசாங்க அலுவலகம் ஒன்றில் செயலாளராகவும் இருந்தவர். அடக்குமுறை அச்சப் பிணிக்கு ஆளாகி வருந்துகிறார் அவர். படுக்கையில் சுருட்டி மடக்கிக் கொண்டு படுத்துக் கிடக்கிறார், அல்லது உடற்பயிற்சி செய்கிறவரைப் போல் முன்னும் பின்னுமாய் நடைபோடுகிறார், அவர் உட்கார்ந்திருப்பதைக் காண்பது அரிது. ஓயாமல் பரபரத்துக் கிளர்ச்சியுற்ற நிலையில் இருக்கிறார்; இனந்தெரியாத, தெளிவற்ற அபாயங்களை எந்நேரமும் எதிர்பார்த்துப் பதைத்துப் போகிறார். நடையில் சிறு சலசலப்பு, முற்றத்தில் சிறு சப்தம் எழுந்தாலே போதும், உடனே தலையை உயர்த்திக் கொண்டு கவனமாய்க் கேட்கிறார் - எனக்காகத்தான் வருகிறார்களா? என்னைத்தான் தேடுகிறார்களோ? இம்மாதிரியான தருணங்களில் அவருக்கு ஏற்படும் கதி கலக்கத்தையும் வெறுப்புணர்ச்சியையும் அப்படியே காட்டுகிறது அவரது முகம்.

எனக்கு மிகவும் பிடித்திருக்கிறது, கன்னத்து எலும்பு முட்டிக் கொண்டு தெரியும் அவரது அகன்ற முகம் - எந்நேரமும் வெளுத்துப் போய்த் துன்பம் தோய்ந்திருக்கும் முகம், ஓயாத போராட்டத்தாலும் அச்சத்தாலும் வதைபடும் ஓர் ஆத்மாவைக் கண்ணாடி போல் பிரதிபலித்துக் காட்டும் முகம். அவருடைய முகச்சுளிப்புகள் விபரீதமானவை, பிணி கொண்டவை என்ற போதிலும், மெய்யான ஆழ்ந்த துன்பம் அவரது முகத்தில் தீட்டியிருக்கும் நுட்பமான வரிகள் உணர்ச்சி நயம் மிக்கவை, அறிவார்ந்தவை; அவரது கண்களில் வீசும் ஒளி இதமான கதகதப்பு வாய்ந்தது, ஆரோக்கியமானது. எனக்கு மிகவும் பிடித்தவர் இவர் - எப்போதும் பணிவன்பு மிக்கவராய், அன்பு உள்ளம் கொண்டவராய் நடந்து கொள்கிறார்; நிகித்தாவைத் தவிர ஏனைய எல்லாருக்கும் பரிவு காட்டுகிறார். பக்கத்திலிருப்பவர் ஒரு பொத்தான் அல்லது கரண்டியைக் கீழே போடட்டும், உடனே கட்டிலிலிருந்து தாவி அதை எடுத்து தருகிறார். காலையில் எழுந்ததும், இரவில் படுத்துத் தூங்கும் முன்பும் எல்லாத் தோழர்களுக்கும் வணக்கம் கூறுகிறார்.

அவரை வருத்தும் அந்த ஓயாத பதைபதைப்பையும் அவரது முகச்சுளிப்பையும் அன்னியில் பின்வருமாறும் அவரது பைத்தியம் வெளியாகின்றது; அந்தி வேளைகளில் சில சமயம் அவர் தமது அங்கியை இழுத்து மேலே இறுக்கிச் சுற்றிக் கொண்டு அங்கமெல்லாம் நடுநடுங்க, பற்கள் அடித்துப் படபடத்துக் கொள்ள அறையில் படுக்கைகளுக்கிடையே மேலும் சீழுமாய் வேகமாய் நடக்கிறார். அப்போது அவர் கடுங் காய்ச்சல் கண்டு விட்டவரைப் போலாகி விடுகிறார். திடுமென நடையை நிறுத்திவிட்டு அறையிலுள்ள தமது தோழர்களை உற்று நோக்குவதைப் பார்க்கையில், இவர்களிடம் ஏதோ முக்கிய விஷயம் சொல்லப் போகிறார் என்பதாய்த் தோன்றும், ஆனால் தாம் சொல்வதை எவரும் காது கொடுத்துக் கேட்க மாட்டார் அல்லது புரிந்து கொள்ள மாட்டார் என்பதை உணர்ந்து கொள்பவரைப் போல், தலையை வேகமாய் ஆட்டிக் கொண்டு மறுபடியும் நடக்க ஆரம்பிக்கிறார். ஆயினும் பேச வேண்டுமென்ற ஆவல் விரைவில் ஏனையவை யாவற்றையும் முந்திக் கொண்டு முன்னே வந்துவிடுகிறது, உடனே மடை திறந்து விட்டாற் போல் அடங்காத ஆவலோடு, உணர்ச்சிப் பரவசம் மிக்கவராய்ப் பொழிந்து தள்ளுகிறார் அவர். ஜன்னி கண்டவரின் பிதற்றலைப் போல் ஆவேசமாகவும் தொடர்பற்றதுமாய் இருக்கிறது அவரது பேச்சு சில நேரம் என்ன சொல்கிறார் என்று புரிந்து கொள்ள முடிவதில்லை. ஆயினும் அவரது சொற்களிலும் தொனிகளிலும் அசாதாரண கவர்ச்சி வாய்ந்த ஏதோ ஒன்று ஒலிக்கிறது. அவருடைய பேச்சில் ஆரோக்கியமான மனிதன், பைத்தியம் பிடித்தவர் ஆகிய இருவரின் பேச்சுக்களையும் கேட்க முடிகிறது. அவரது ஆவேசப் பிதற்றல்களை எழுத்து வடிவில் எடுத்துரைப்பது கடினம். மனிதனது அற்பப் புத்தி, உண்மையை அழித்திடும் ஒடுக்குமுறை, உலகில் ஒரு நாள் மலரப் போகும் எழிலார்ந்த வாழ்வு, ஒடுக்கு முறையாளர்களது மடமையும் கொடூரத்தையும் இடையறாது தமக்கு நினைவுப்படுத்தும் வண்ணம் சன்னல்களில் அமைந்திருக்கும் இருப்புக் கிராதியடைப்புகள் - இப்படிப் பலவுங் குறித்துப் பொரிந்து தள்ளுகிறார். இதன் விளைவு என்னவெனில் அவரது பேச்சு பல பாட்டுகளாகிய இசைவற்ற, தாறுமாறான ஒரு கலவையாகி விடுகிறது. எல்லாம் பழைய பாட்டுகள் தான், ஆயினும் இதுகாறும் பூரணமாய் இசைக்கப் பெறாதவை அவை.

2

பன்னிரண்டு, பதினைந்து ஆண்டுகளுக்கு முன்பு நகரின் பிரதான வீதியில் தமது சொந்த வீட்டில் கிரோமவ் என்றோர் அதிகாரி செல்வச் செழிப்புடையவராய் வாழ்ந்து வந்தார். செர்கேய், இவான் என்று அவருக்கு இரு புதல்வர்கள். செர்கேய் பல்கலைக்கழகத்தில் நான்காவது ஆண்டு மாணவனாய் இருக்கையில், விரைந்து இயங்கும் காசநோயால் பீடிக்கப்பட்டு மரணமடைந்தான். கிரோமவ் குடும்பத்துக்கு வரிசையாய் வந்த கேடுகளின் துவக்கமாய் அமைந்துவிட்டது இந்த மரணம். செர்கேய் அடக்கம் செய்யப்பட்டு ஒரு வாரத்துக்கெல்லாம் கிழவர் மீது கள்ளக் கையெழுத்து, கையாடல் வழக்கு தொடரப்பட்டது; சீக்கிரமே டைபஸ் காச்சல் கண்டு சிறைச்சாலை மருத்துவமனையில் அவர் மாண்டு போனார். அவரது வீடும், சொத்துக்களும் ஜப்தி செய்யப்பட்டு ஏலம் போடப்பட்டன. இவான் திமீத்ரிச்சும் அவர் தாயும் ஓட்டாண்டிகளாய் விடப் பட்டனர்.

தந்தை உயிரோடு இருந்தபோது இவான் திமீத்ரிச் பீட்டர்ஸ்பர்கில் இருந்து கெண்டு பல்கலைக்கழகத்தில் படித்து வந்தார். வீட்டிலிருந்து மாதாமாதம் அறுபது, எழுபது ரூபிள் கிடைத்தது, எந்தக் குறையும் அறியாதவராய் இருந்தார். ஆனால் இப்போது திடுதிப்பென அவர் தமது வாழ்க்கை முறையை அடியோடு மாற்றிக் கெள்ள வேண்டியதாயிற்று. அற்பத் தொகை பெற்றுப் பாடங்கள் சொல்லித் தந்தும், ஆவண நகல்கள் எழுதியும் விடிந்ததிலிருந்து இரவு வரை ஓயாது வேலை செய்ய வேண்டியதாயிற்று. அப்படியும் அவர் பட்டினி கிடந்தது தன் காலமோட்டினார், ஏனெனில் சம்பாதித்ததை எல்லாம் தமது தாய்க்கு அனுப்பி வந்தார். இம்மாதிரி வாழ்க்கை இவான் திமீத்ரிச்சுக்கு ஒத்துவரவில்லை; அவர் மனம் தளர்ந்து, உடல் நலமிழந்து, பல்கலைக்கழகத்தைத் துறந்துவிட்டு வீட்டுக்குப் போய்ச் சேர்ந்தார். இங்கே இந்தச் சிறு நகரில் செல்வாக்கு படைத்த நண்பர்கள் மூலம் மாவட்டப் பள்ளிக் கூடத்தில் ஆசிரியர் வேலையைப் பெற்றார். ஆனால் சக ஆசிரியர்களுடன் ஒத்துப் போகவோ, மாணவர்களின் அபிமானத்தைப் பெறவோ முடியாமற் போகவே, விரைவில் இந்த வேலையிலிருந்து விலகிக் கொண்டார். அவர் தாய் இறந்து போனார். சுமார் ஆறு மாதங்கள் வரை எந்த வேலையும் கிடைக்காமல் வெறும் ரொட்டியை உண்டு தண்ணீரைக் குடித்துக் கொண்டு

காலமோட்டினார். பிறகு அமீனா வேலை கிடைத்தது. உடல் நலக் குறைவு காரணமாய் விலக்கப்படும் வரை இந்த வேலையில் இருந்தார்.

எக்காலத்திலும், மாணவராய் இருந்த நாட்களிலுங் கூட, அவர் முழு உடல் நலமுடையவராய்த் தோன்றியதில்லை. எப்போதுமே மெலிந்து போய் வெளிறிட்டவராய், நீர்க கோவை கொண்டு விடுகிறவராய் இருந்தார், அவரால் சரியாய்ச் சாப்பிடவோ தூங்கவோ முடியாது. ஒரு கிளாஸ் திராட்சை ரசம் சாப்பிட்டதுமே அவருக்குத் தலை கிறுகிறுக்கும், பணி கொண்டவராகி விடுவார். சுற்றிலுமுள்ளோரால் கவரப்படவே செய்தார் என்றாலும், அவரது சிடுசிடுப்பின் காரணமாகவும் சந்தேகப்படும் சுபாவத்தின் காரணமாகவும் யாரும் அவருடன் நெருங்கிப் பழகுவதில்லை; நண்பரெனச் சொல்லிக் கொள்ள அவருக்கு யாரும் இருக்கவில்லை. நகரில் வசித்தோரைப் பற்றி எப்போதுமே அவர் வெறுப்பு உணர்ச்சியோடுதான் பேசுவது வழக்கம்; இவர்களுடைய மூடத்தனமும் அறியாமையும் சொரணையற்ற மிருக வாழ்க்கையும் தமக்கு வேதனையும் அருவருப்பும் உண்டாக்குவதாய்ச் சொல்வார். அவரது குரல் கீச்சிட்டு ஒலிக்கும்; உணர்ச்சிகரமாய் உரக்கப் பேசுவார்; அருவருப்பும் ஆத்திரமும் கொண்டோ, அல்லது பூரிப்பும் வியப்பும் கொண்டோதான் அவரால் பேச முடியும்; எப்போதுமே உள்ளப் பூர்வமாய்ப் பேசுவார். எதைப் பற்றி அவரிடம் பேச முற்படுவீர்களானாலும் உரையாடலை எப்படியோ அவர் தமக்குரிய அந்த ஒரே பொருளுக்குத் திரும்பச் செய்து விடுவார்: நமது நகரில் சூழ்நிலை சகிக்க முடியவில்லை, வாழ்க்கை சோபையற்றதாய் இருக்கிறது, உயர்ந்த குறிக்கோள் எதுவுமின்றி சமுதாயம் சுவையற்ற, அர்த்தமற்ற வாழ்க்கையில் வதைக்கிறது, வன்முறையும் ஆபாசமும் கபட நாடகமும்தான் இந்த வாழ்க்கைக்குச் சுவை கூட்டும் சரக்குகளாய் இருப்பவை; கயவர்கள் நன்கு உண்டும் உடுத்தியும் சொகுசாய் வாழ, நேர்மையானோர் அரைப் பட்டினி வாழ்க்கை நடத்துகிறார்கள்; பள்ளிகள், முற்போக்கான உள்ளூர்ச் செய்தியேடு, நாடக மன்றம், விளக்கச் சொற்பொழிவுகள், அறிவுத்துறை சக்திகளின் ஒத்துழைப்பு ஆகிய இவையெல்லாம் வேண்டும் நமக்கு; சமுதாயம் இதை உணர்ந்து கொள்ளும்படி, தனது பயங்கர நிலையை அது கண்டறிந்து கொள்ளும்படிச் செய்தாக வேண்டும். சக மனிதர்களை மதிப்பீடு செய்கையில் அவர் வண்ணத்தை அளவு

மீறி நீட்டிச் செல்வார், ஆனால் அவருடைய வண்ணத் தட்டில் கறுப்பும் வெள்ளையும் மட்டும்தான் இருக்கும், இடைப்பட்ட வண்ண வகைகள் அவருக்குத் தேவைப்படவில்லை. அவருடைய கருத்துப்படி மனிதகுலம் நேர்மையாளர்கள், கயவர்கள் ஆகிய இரு பிரிவினரைக் கொண்டது, இடைப்பட்ட வகையினர் இருக்கவில்லை. ஒருபோதும் காதல் கொண்டவரல்ல என்றாலும், பெண்கள் குறித்தும், காதல் குறித்தும் எப்போதும் அவர் களிப்பும் ஆர்வமும் மிக்கவராகவே பேசினார்.

சுறுக்கெனத் தைக்கும்படியான அவரது சொற்களையும் அவரது சிடுசிடுப்பையும் மீறி நகரில் மிகப் பலருக்கும் அவரைப் பிடித்தே இருந்தது, அவருக்குப் பின்னால் செல்லமாய் அவரை வான்யா என்று குறிப்பிட்டு வந்தனர். அவருடைன் கூடப்பிறந்த அவரது நன்னயம், பரோபகார சிந்தை, நேர்மை, நல்லொழுக்கம் இவற்றோடு, கசங்கி உருக்குலைந்து போன அவரது கோட்டு, பிணி படிந்த சாயல், அவருடைய குடும்பத்துக்கு நேர்ந்த கடும் இன்னல்கள் ஆகிய இவையெல்லாம் சேர்ந்து, எல்லோரையும் அவரிடம் சோகம் கலந்த உள்ளன்பும் நேசமும் கெள்ளச் செய்தன. தவிரவும் அவர் கல்வியறிவுடையவர், நிறைய படித்தவர், அவருக்குத் தெரியாதது ஒன்றுமில்லை என்பதாய் அவரது சக பிரஜைகள் கூறி வந்தனர், நடமாடும் அறிவுக் களஞ்சியமாய் எல்லோரும் அவரைக் கருதினார்கள்.

ஓயாமல் படிக்கிறவர் அவர். கடுப்புடன் தமது சிறிய தாடியை இழுத்துக் கொண்டு மணிக் கணக்காய் மன்றத்தில் உட்கார்ந்து பத்திரிகைகள், புத்தகங்களின் பக்கங்களைப் புரட்டிச் சென்றார்; அவற்றை அவர் படிக்கவில்லை, மெல்லுவதற்குக் கூடநேரமின்றி விழுங்கிச் சென்றார் என்பதை அவரது முகம் நமக்கு உணர்த்திற்று. படிப்பது அவருக்குப் பிணிவெறி கொண்ட பழக்கமாகி விட்டதெனச் சொல்ல வேண்டும், கைக்குக் கிடைத்ததை எல்லாம், கடந்த ஆண்டுப் பத்திரிகைகளும் பஞ்சாங்கங்களுமாய் இருப்பினும், அடங்காத ஆவலோடு படித்து வந்தார். வீட்டில் அவர் படுத்துக் கொண்டுதான் படிப்பது வழக்கம்.

3

இலையுதிர் காலத்தில் ஒரு நாள் காலையில் இவான் திமீத்ரிச் யாரிடமோ நிறைவேற்றல் ஆணையைச் சேர்ப்பித்துவிட்டு

வருவதற்காக, கோட்டுக் காலரைத் தூக்கி விட்டுக் கொண்டு, சேறும் சகதியுமான சந்துகளிலும் கொல்லைகளிலும் நடந்தார். வழக்கமான அவரது காலை நேர வாட்டத்துடன் போய்க் கொண்டிருந்தார். அந்தச் சந்துகளில் ஒன்றில் விலங்கிடப்பட்ட கைதிகள் இருவரை ஆயுதமேந்திய நான்கு படையாட்கள் அழைத்துச் செல்வதைக் கண்டார் அவர். இவான் திமீத்ரிச் அடிக்கடி பார்த்திருந்த ஒரு காட்சிதான் இது. அவருக்கு இது பரிதாபத்தையும் அருவருப்பையும் உண்டாக்குவது வழக்கம், ஆனால் இப்போது அவரிடம் இக்காட்சி அசாதாரணமான, விபரீத விளைவை உண்டாக்கிற்று. எக்காரணத்தாலோ அவர் மனத்துள் திடுமென ஓர் எண்ணம் உதித்தது, தானும் விலங்கிடப்பட்டுச் சேறும் சகதியுமான தெருக்கள் வழியே இந்தக் கைதிகளைப் போல் அழைத்துச் செல்லப்படலாம் என்று நினைத்தார். நிறைவேற்றல் ஆணையைக் கொண்டுபோய்ச் சேர்ப்பித்துவிட்டு வீட்டுக்குத் திரும்பும் வழியில் அவருக்குத் தெரிந்த போலீஸ் அதிகாரி ஒருவரைத் தபால் நிலையத்துக்கு அருகே சந்தித்தார். இந்த அதிகாரி முகமன்கூறி அவருடன் பேசிவிட்டு அவரோடு சேர்ந்து தெருவில் சில தப்படிகள் நடந்து வந்தார், கிரோமவுக்கு ஏனோ இது சந்கேத்துக்கு இடந்தரும் செயலாய்ப்பட்டது. வீட்டுக்கு வந்தபின் நாள் முழுதும் அந்தக் கைதிகளையும் துப்பாக்கி ஏந்திய படையாட்களையும் பற்றிய நினைப்பு அவரைப்படுத்தி வைத்தது; அவர் மனத்துள் குடிகொண்டுவிட்ட விபரீதமான அமைதியின்மை அவரை வருத்திற்று, படிக்க முடியாதபடி, சிந்தனைகளை ஒருமுனைப்படுத்த முடியாதபடிச் செய்தது. அந்தியில் அவர் விளக்கேற்றி வைத்துக் கொள்ளவில்லை; தானும் கைது செய்யப்பட்டு, விலங்கிடப்பட்டு, சிறைக்குள் தள்ளப்படலாம் என்ற நினைப்பு இரவில் அவரைத் தூங்க விடவில்லை. தான் எந்தக் குற்றமும் புரிந்து விடவில்லை என்பது அவருக்குத் தெரியும், எக்காலத்தும் கொலை புரியவோ, தீ வைக்கவோ, திருடவோ போவதில்லையென அவரால் அறுதியிட்டுக் கூற முடியும்; ஆயினும் அகஸ்மாத்தாய், மனம் அறியாமலே குற்றம் புரியக்கூடும் அல்லவா? தவிரவும் பொய்யாய்க் குற்றம் சாட்டப்படுவதில்லையா? நீதி தவறுவதில்லையா? ஏழையர் விடுதியும் சிறைக் கூடமும் நம்மிடமிருந்து தப்படி தூரத்தில் இருப்பவையே என்று சொல்கிறோமே, பரம்பரை அனுபவத்தின் வாயிலாய் வந்தடைந்த முடிவல்வா அது? நீதி விசாரணையின் இன்றைய நடைமுறையில் நீதி தவறுவது

எளிதிலும் எளிது அல்லவா? நீதிபதிகள், போலீஸ் அதிகாரிகள், டாக்டர்கள் போன்றோர் மனிதனது துன்ப துயரங்களைத் தமது உத்தியோகக் கண்ணோட்டத்தில் பார்ப்பவர்கள்; பழக்கத்தின் காரணமாய் நாளாவட்டத்தில் இவர்கள் உணர்ச்சி மழுங்கி மரமரத்துப் போய் விடுகிறார்கள்; தம்மிடம் வருவோரை - இவர்கள் விரும்பும் போதுங்கூட - மாமூலான முறையிலே அல்லாது வேறு எவ்வழியிலும் பரிசீலிக்க முடியாதவர்களாகி விடுகிறார்கள்; இரத்தப் பெருக்கைக் கண்டு கொஞ்சமும் அசங்காது இறைச்சிக்காக ஆடுகளையும், கன்றுகளையும் கொல்லைப்புறத்தில் அடித்துக் கொல்லும் விவசாயிக்கும் இவர்களுக்கும் இவ்விதம் எந்த வித்தியாசமும் இருப்பதில்லை. மரமரத்துப் போன இந்த மாமூல் முறை நிலைநாட்டப் பெற்ற வழிமுறையாகியதும், குற்றமற்றவனையும் உரிமையற்றவனாக்கி அவனுக்குக் கடுங்காவல் தண்டனை அளிப்பதற்கு நீதிபதிக்குத் தேவையானது ஒன்றே ஒன்றுதான் - அவகாசம் மட்டும்தான். சில முறைமைகளை அனுசரிப்பதற்காக - நீதிபதி தமக்குரிய சம்பளத்தைப் பெறுவது இதற்காகத்தானே - தேவைப்படும் அந்த அவகாசம் கழிய வேண்டும், அவ்வளவுதான் - யாவும் முடிவுற்றுவிடும். அதன் பிறகு மிக அருகாமையில் அமைந்த ரயில் நிலையத்தை அடைய இரு நூறு கிலோமீட்டர் வரை பயணம் புரிய வேண்டியிருக்கும் நாசமாய்ப் போன அந்தச் சிறிய ஊரில் இருந்து கொண்டு நீங்கள் நீதியையும் பாதுகாப்பையும் பெற முயற்சி செய்யலாம்! ஒடுக்குமுறைச் செயல் ஒவ்வொன்றையும் சமுதாயம் அறிவுக்கு உகந்ததாய், உசிதமானதாய்க் கருதி வருகையில், விசாரணைக்கு வந்த எவனையும் தண்டிக்காமல் விடுதலை செய்வது போன்ற கருணைச் செயல் ஒவ்வொன்றையும் எதிர்த்து பழிவெறி கொண்ட கூக்குரல் எழுப்பப்படுகையில், நீதிநெறி குறித்து நினைப்பதே அபத்தமல்லவா?

மறுநாள் காலையல் இவான் திமீத்ரிச் குலை நடுக்கம் கொண்டவராய் படுக்கையை விட்டு எழுந்தார்; குளிர்ந்த வியர்வை அவர் நெற்றியில் பனித்துவிட்டது; எக்கணமும் தாம் கைது செய்யப்படலாம் என்ற எண்ணம் அவர் மனதில் அசைக்க முடியாதபடி நிலைகொண்டு விட்டது. முந்திய நாளன்று அவரை வருத்திய எண்ணங்கள் இன்னும் அவர் மனதை விட்டு அகலாமல் அவரை வதைத்தால் அவற்றை ஆதாரமற்றவையாக கருதக் கூடாதெனத் தமக்குத் தாமே கூறிக் கொண்டார். தக்க காரணமின்றி அவை தம் மனத்துள் உதித்திருக்க முடியாதே.

சிறுகதைகளும் குறுநாவல்களும் 113

அவரது அறைச் சன்னலுக்கு அடியில் தெருவில் ஒரு போலீஸ் காரன் சாவதானமாய் நடந்து சென்றான்; இதன் அர்த்தம் என்ன? இரண்டு பேர்அவர் வீட்டுக்கு எதிரே வந்ததும் நடையை நிறுத்திக் கொண்டு மௌனமாய் நின்றார்கள். ஏன் இவர்கள் மௌனமாய் நிற்க வேண்டும்?

இதன்பின் கழிந்த நாட்கள் யாவும் இவான் திமீத்ரிச்சுக்குப் பகலும் இரவுமாய்ச் சொல்லொணா வேதனைக்குரிய நாட்களாய் இருந்தன. அவருடைய சன்னல்களுக்கு அடியில் சென்ற ஒவ்வொருவரும், அவரது வீட்டு முற்றத்துக்குள் நுழைந்த ஒவ்வொருவரும் உளவாளி அல்லது புலன் விசாரணையாளராகவே இருக்க வேண்டுமென நினைத்தார் அவர். மாவட்ட போலீஸ் அதிகாரி தினம் தோறும் நண்பகலில் இரட்டைக் குதிரை பூட்டிய வண்டியில் இந்த தெரு வழியே போவது வழக்கம், கிராமத்திலிருந்த அவரது பண்ணையிலிருந்து போலீஸ் அலுவலகத்துக்குச் செல்வார் அவர். ஆனால் இவான் திமீத்ரிச்சுக்கு போலீஸ் அதிகாரியின் வண்டி அளவு மீறிய அவசரத்தோடு அதிவேகமாய்ப் போவதாய், அதிகாரியின் முகபாவம் அர்த்தபாவம் வாய்ந்திருப்பதாய்த் தோன்றிற்று; பயங்கரக் குற்றவாளி ஒருவன் இந்நகரில் இருந்து வருகிறானென்று அறிவிப்பதற்காகத்தான் இவர் இவ்வளவு அவசரமாய்ப் போகிறாரோ? கதவு மணியின் ஓசை கேட்கும் தோறும், வாயில் வழியில் யாராவது கதவைத்தட்டும் தோறும் இவான் திமீத்ரிச் துணுக்குற்று வந்தார்; இதற்கு முன் அவர் பார்த்திராதவர் எவரும் வீட்டுக்கார அம்மாளிடம் வந்து பேசுவதைக் கண்டதும் அவருக்கு நெஞ்சு படபடத்தது; போலீஸ்காரரையோ, காவற் படையாளையோ பார்க்க நேர்ந்த போதெல்லாம், தாம் அமைதியாகவே இருப்பதாய்க் காட்டிக் கொள்ள வேண்டுமென்று புன்னகை புரிந்துவிட்டு சீட்டியடித்துப் பண்ணிசைத்தார். கைது செய்து விடுவார்களோ என்று பயந்து இரவில் தூங்காமலே இருந்தார்; ஆனால் தாம் தூங்குவதாய் வீட்டுக்கார அம்மாள் நினைக்க வேண்டமெனப் பலமாய்க் குறட்டை விட்டார், அயர்ந்து முனகி மூச்சை இழுத்தார், தூங்காமல் விழித்திருப்பது மனசாட்சியின் உறுத்தலை அல்லவா குறிக்கும் - தெளிவான சாட்சியமாகிவிடுமே! அவருடைய அச்சங்கள் அபத்தமானவை, பிணி கொண்டவை என்பதை உண்மை விவரங்களும் பகுத்தறிவும் புலப்படுத்தின, பரந்த முறையில் பார்ப்போமாயின் கைது செய்யப்படுவதோ,

சிறையில் அடைக்கப்படுவதோ அப்படி ஒன்றும் பெரிய பயங்கரமல்ல, மனதில் களங்கம் இல்லாதவரை எதற்கும் அச்சப்பட வேண்டியதில்லை என்பது அவருக்குத் தெளிவாய்த் தெரிந்தது. ஆனால் எவ்வளவுக்கு எவ்வளவு தெளிவாகவும் தர்க்கவாத நியாயத்தோடும் அவரது சிந்தனை இதைத் தெரியப்படுத்திற்றே, அவ்வளவுக்கு அவ்வளவு அவருடைய பரபரப்பும் தவிப்பும் கடுமையாகிச் சென்றன. காட்டிலே தமக்கோர் இடம் வேண்டுமென்று மரங்களையும் புதர்களையும் வெட்டிச் சென்ற சாமியாரைப் போன்றவராகி விட்டார் அவர், சாமியார் வெட்டிச் செல்ல செல்ல மேலும் மேலும் அடர்த்தியாய் அம்மரங்களும் புதர்களும் தழைத்தோங்கின. இதெல்லாம் வீண் முயற்சி என்பதை உணர்ந்து முடிவில் இவான் திமீத்ரிச் சித்திசுவாதீனத்தைத் துறந்து மன வெறுமைக்கும் பயத்துக்கும் அடிபணியலானார்.

தனிமையில் நாட்டங் கொண்டவராகிச் சமூகத்திடமிருந்து ஒதுங்கிவிட ஆரம்பித்தார். அவரது அமீனா வேலையை எப்போதுமே வெறுத்தே வந்தார், இப்போது அவருக்கு அது சகிக்க முடியாததாகிவிட்டது. அநியாயமாய் யாராவது சூழ்ச்சி புரிந்து தமக்குத் தெரியாமல் தம் பைக்குள் லஞ்சப் பணத்தைச் செருகி வைத்துத் தம்மை அம்பலத்துக்கு இழுக்கக்கூடும் என்று அஞ்சினார். தவறுதலாய் அலுவலகப் பத்திரங்களில் புகுந்து கெள்ளத் தாம் இடமளிக்கும் சிறு பிழை கள்ளக் கையெழுத்திட்டதற்கு ஒப்பான குற்றமாய்க் கருதப் படலாம், அல்லது வேறொருவரது பணத்தை தாம் தொலைந்து விடலாம் என்று பயந்தார். தமது மானம் பறி போய்விடுமே, சுதந்திரத்தை இழக்க நேருமே என்று அஞ்சி நடுங்குவதற்கு நாள்தோறும் இப்படி அவர் ஆயிரக்கணக்கில் காரணங்களைக் கற்பனை செய்து கொண்டார், அவருடைய கற்பனைத் திறன் வியக்கத்தக்கவாறு வளம் பெற்று வந்தது. அதேபோதில் வெளி உலகிலும் படிப்பதிலும் அவருக்கிருந்த கருத்து குன்றிச் சென்றது, அவருடைய ஞாபக சக்தி வெகுவாய் சீர்கேடுற்று விட்டது.

வசந்தத்தில் வெண்பனி உருகியோடிய பின், இடுகாட்டுக்கு வெளியே மலைப் பள்ளத்தில் வயது முதிர்ந்த தாய், சிறு பையன் இவர்கள் இருவரின் பிரேதங்களும் கண்டுபிடிக்கப்பட்டன. இரண்டும் அழுகிய நிலையில் இருந்தன, வன்முறையால் நேர்ந்த மரணம் என்பதற்கான குறிகள் இரண்டிலும் காணப்பட்டன. நகரெங்கும் எல்லோரும் இந்தப் பிரேதங்களையும்

யாருக்கும் தெரியாத கொலைகாரர்களையும் பற்றிப் பேசிக் கொண்டிருந்தார்கள். தானேதான் கொலைகாரன் என்பதாய் யாரும் நினைத்துவிடக் கூடாதென்று இவான்திமீத்ரிச் முகத்திலே புன்னகை சிரிப்பைத் தவழ விட்டுக் கொண்டே தெருக்களில் நடந்தார். தமக்குத் தெரிந்தவர்களைச் சந்திக்க நேர்ந்தபோது முகம் மாறிமாறி வெறுத்தும் சிவந்தும் செல்ல, பலமற்றவர்கள், பாதுகாப்பில்லாதவர்கள் இவர்களைக் கொல்வதைப் போன்ற கொடுங்குற்றம் ஏதும் இல்லை என்று அவர்களிடம் வற்புறுத்திக் கூறிக் கொண்டிருந்தார். ஆனால் விரைவில் இந்த வேடமும் நடிப்பும் அவரைச் சலிப்புறச் செய்துவிடவே, தமது நிலையிலுள்ள ஒருவருக்குக் கிடங்குகள் ஒளிந்து கொள்வதைத் தவிர வேறு வழியில்லை என்று தீர்மானம் செய்து கொண்டார். பகற்பொழுதையும் பிறகு இரவையும் மேலும் ஒரு பகலையும் கிடங்கினுள் கழித்தபின் உடம்பெல்லாம் ஜில்லிட்டுப் போய் விட்டது, இருட்டியதும் திருடனைப் போல் யார் கண்ணிலும் படாமல் மறைந்து தமது அறைக்கு வந்து சேர்ந்தார். காதைத் தீட்டிக் கொண்டு கவனித்துக் கேட்டவாறு, விடியும்வரை அறை நடுவில் நின்றிருந்தார். விடிவதற்குச் சற்று முன்பு கணப்படுப்புக் கொத்தனார்கள் சிலர் வீட்டுக்கார அம்மாளிடம் வந்தார்கள். அடுப்பங்கறையில் அடுப்பைச் சரிசெய்ய வந்தவர்கள் என்பது இவான் திமீத்ரிச்சுக்குத் தெளிவாகவே தெரிந்தது. ஆயினும் அச்சம் அவர் காதுக்குள் முணுமுணுத்தது, போலீஸ்காரர்கள் கொத்தனார்களாய் வேடம்பூண்டு வந்திருக்கிறார்கள் என்றது அது. போட்டோ தொப்பியோ இல்லாமலே, ஓசையின்றி வீட்டிலிருந்து நழுவி, அரண்டு போய்த் தெருவிலே ஓட்டமாய் ஓடினார். நாய்கள் குரைத்துக் கொண்டு பின்னால் ஓடின, அவருக்குப் பின்புறத்திலிருந்து யாரோ ஒருவர் கத்தினார், காற்று அவர் காதுக்குள் வீரிட்டது. உலகிலுள்ள வன்முறை அனைத்தும் தமது முதுகுக்குப் பின்னால் ஒன்றுசேர்ந்து தம்மை விரட்டுவதாய்த் தோன்றிற்று இவான் திமீத்ரிச்சுக்கு.

அவரைப் பிடித்து நிறுத்தி வீட்டுக்குக் கொண்டு வந்து சேர்த்தார்கள், வீட்டுக்கார அம்மாள் டாக்டருக்குச் சொல்லியனுப்பினார். டாக்டர் ஆந்திரேய் எபீமிச் - இவரைப் பற்றிப் பிற்பாடு நிறைய சொல்ல வேண்டியிருக்கும் - குளிர்ந்த ஒத்தடம் கொடுக்கும்படியும் புன்னைத்தலைத் துளிகள் தரும்படியும் சொன்னார், சோகமாய்த் தலையை ஆட்டிக் கொண்டார், இனி தாம் வரப்போவதில்லையென்றும் பைத்தியம்

பிடிக்காமல் தடுக்க முயலக் கூடாதென்றும் வீட்டுக்கார அம்மாளிடம் சொல்லி விட்டுப் போய்ச் சேர்ந்தார். தொடர்ந்து வாழ்வதற்கும் சிகிச்சை பெறுவதற்கும் இவான் திமீத்ரிச்சிடம் பணமில்லாததால் அவரை மருத்துவமனைக்கு அனுப்பினார்கள், மேக நோயாளிகளது வார்டில் அவருக்கு ஓர் இடம் தேடித் தரப்பட்டது. இரவில் அவர் தூங்குவதில்லை, வெகுண்டெழுந்து கொண்டிருந்தார், அவரால் ஏனைய நோயாளிகளுக்குத் தொல்லையாய் இருந்தது. விரைவில் ஆந்திரேய் எபீமிச்சினுடைய உத்தரவின் பேரில் அவர் ஆறாவது வார்க்கு மாற்றப்பட்டார்.

ஓராண்டுக்கெல்லாம் இவான் திமீத்ரிச்சைப் பற்றி நினைவு நகரில் யார் மனதிலும் இல்லாமல் மறைந்துவிட்டது. வீட்டுக்கார அம்மாள் சாய்ப்பில் கூரைக்கடியில் ஒருசறுக்கு வண்டியினுள் போட்டு வைத்திருந்த அவரது புத்தகங்கள் யாவற்றையும் அண்டை வீடுகளைச் சேர்ந்த பையன்கள் எடுத்துச் சென்று விட்டனர்.

4

இவான் திமீத்ரிச்சுக்கு இடப் புறத்துக் கட்டிலில் இருப்பது, ஏற்கெனவே கூறப்பட்டது போல, யூத இனத்தைச் சேர்ந்த மோசஸ். அவருக்கு வலப் புறத்துக் கட்டிலில் இருப்பது குண்டாய் ஊதிப்போன ஒரு விவசாயி; உணர்வின் சலனம் இம்மியளவும் இல்லாத அசட்டு முகம் கொண்டவன்; நிறைய தீனி தின்னக் கூடியதும் செயலற்றுக் கிடப்பதுமான ஓர் அசுத்தப் பிராணி; சிந்தித்தல், உணர்த்தல் ஆகிய செயல்களை நெடுங் காலத்துக்கு முன்பே விட்டொழித்து விட்டவன். காரமாய் மூக்கில் ஏறித் திணற வைக்கும் ஒரு வீச்சம் அவனிடமிருந்து வெளிவருகிறது.

அவனைக் கவனித்துக் கொள்ள வேண்டியவனான நிகித்தா தனது முழு பலத்தையும் பிரயோகித்து, கை வலிக்குமே என்பதையும் கருதாமல், காட்டுத்தனமாய் அவனை மொத்துகிறான். இதில் திகைப்பூட்டுவதாய் இருப்பது இந்த ஆள் இப்படி மொத்துப்படுகிறானே என்பதல்ல - பழக்கப்பட்டதாகிவிடக் கூடியதுதான் இதெல்லாம் - உணர்வற்று மயங்கிக் கிடக்கும் இந்தப் பிராணி இவ்வளவையும் வாங்கிக் கொண்டு, கனத்த பீப்பாய் மாதிரி பக்கவாட்டில் அசைந்தாடுவதைத் தவிர, சப்தத்தின் மூலமோ, அங்க அசைவின் மூலமோ, கண்ணிமைச்

சொடுக்கலின் மூலமோ கொஞ்சம்கூட பிரதிபலிப்பு காட்டாதது தான் காண்போரை மெய்யாகவே திகைக்கச் செய்கிறது.

ஆறாவது வார்டின் ஐந்தாவது வாசியான கடைசி ஆள் நகரத்தவன், முன்பு அஞ்சலகச் சிப்பந்தியாய் வேலை செய்து வந்தவன், மென்னிற முடிகளையுடைய வெலவெலப்பான மெல்லிய ஆள், அன்பு கெழுமியதாயினும் கொஞ்சம் கவடுடையதாய்த் தோன்றும் முகம் கொண்டவன். கூர்மதியின் ஒளி பளிச்சிடும் அமைதியான அவனது கண்களின் பூரிப்பு வாய்ந்த தெள்ளிய பார்வையைக் கவனிக்கையில், அவன் பெரிய கைகாரன், இனிமை வாய்ந்த எதோ முக்கிய இரகசியத்தை யாருக்கும் தெரியாமல் தன்னுள் பத்திரப்படுத்தி வைத்திருக்கிறான் என்பதாய்த் தோன்றுகிறது. தனது தலையணைக்கு அடியில் அல்லது மெத்தைக்கு அடியில் அவன் எதையோ ஒளித்து வைக்கிறான். இதை அவன் யாருக்கும் காட்டுவதில்லை, கூச்சமே தவிர இதைத் தன்னிடமிருந்து பிடுங்கிக் கொண்டு விடுவார்கள், அல்லது திருடிவிடுவார்கள் என்பதல்ல இதற்குக் காரணம். சில சமயம் சன்னலுக்கு அருகே சென்று ஏனையோருக்குத் தனது முதுகுப்புறத்தைக் காட்டிக் கொண்டு நிற்கையில் தனது மார்பில் எதையோ குத்திப் பொருத்திக் கொண்டு அதைக் குனிந்து உற்று நோக்குகிறான். அத்தருணத்தில் யாராவது அவனிடம் வருவார்களாயின் உடனே அதை மார்பிலிருந்து பிய்த்தெடுத்துவிட்டுக் கூச்சம் தாங்க மாட்டாமல் சங்கடப்படுவான். ஆனால் அவனுடைய இரகசியத்தை ஊகித்தறிவது கடினமல்ல.

"நீங்கள் எனக்கு வாழ்த்துரைக்க வேண்டும்" என்று அவன் சில நேரங்களில் இவான் திமீத்ரிச்சிடம் சொல்கிறான். "எனக்கு நட்சத்திரத்துடன் கூடிய ஸ்தானிஸ்லாவஸ் விருது அளிக்க வேண்டுமென சிபாரிசு செய்திருக்கிறார்கள். நட்சத்திரத்துடன் கூடிய இரண்டாம் படிவ விருது சாதாரணமாய் வெளி நாட்டவர்களுக்கு மட்டுமே வழங்கப்படுகிறது, எக்காரணத்தாலோ விதிவிலக்காய் எனக்கு இதை அளிக்க விரும்புகிறார்கள்." புன்னகை புரிந்து தோள்களை உலுக்கிக் கொண்டு மேலும் கூறுகிறான்: "இதை நான் எதிர்பார்க்கவே இல்லை!"

"இதைப் பற்றி எல்லாம் தெரியாது எனக்கு" என்று கடுப்பாகவே பதிலளிக்கிறார் இவான் திமீத்ரிச்.

“இப்போதோ, இன்னும் சிறிது காலத்திலோ எனக்கு என்ன கிடைக்கப் போகிறதென்று தெரியுமா உங்களுக்கு?” என்று குறும்பாய்க் கண்ணைச் சிமிட்டிக் கொண்டு கேட்கிறான் அந்த முன்னாள் அஞ்சலகச் சிப்பந்தி. ‘ஸ்வீடிஷ் துருவ நட்சத்திர’ விருது எனக்கு நிச்சயம் கிடைக்கப் போகிறது. இம்மாதிரியான ஒரு விருதுக்காக எவ்வளவு சிரமப்பட்டாலும் தகும். வெண்ணிறச் சிலுவையும் கறுப்பு ரிப்பனும் கொண்டது. கண்ணைப் பறிப்பதாய் இருக்கும்!”

இந்த மருத்துவமனைத் தனிக்கட்டில் இருப்பது போல் வேறு எங்கும் வாழ்க்கை சலிப்பூட்டுவதாய் இருப்பது கடினம். வாதநோயாளியையும் பருத்த விவசாயியையும் தவிர்த்து ஏனைய எல்லோரும் காலையில் வெளியே நடைக்குச் சென்று ஒரு பெரிய மரத் தொட்டியைச் சுற்றி நின்று உடம்பு கழுவிக் கொண்டு அங்கிகளின் அடி முனையால் துடைத்துக் கொள்கிறார்கள். பிறகு பிரதான கட்டடத்திலிருந்து நிகித்தா கொண்டு வந்து தரும் தேநீரைத் தகரக் குவளைகளிலிருந்து குடிக்கிறார்கள். தலைக்கு ஒரு குவளை தேநீர் தரப்படுகிறது. கூழும் ஊறிப் புளித்த முட்டைகோஸிலிருந்து தயாரிக்கப்படும் சூப்பும் தான் அவர்களுடைய மதிய உணவு. இந்த மதிய உணவில் எஞ்சும் கூழ் இரவுச் சாப்பாடாகி விடுகிறது. இந்த இருவேளைச் சாப்பாடுகளுக்கு இடையிலுள்ள நேரத்தில் தத்தமது கட்டில்களில் படுத்திருக்கிறார்கள், தூங்குகிறார்கள், சன்னல்கள் வழியே வெளியே உற்று நோக்குகிறார்கள், அல்லது அறையில் மேலும் கீழுமாய் நடக்கிறார்கள். நாள் தவறாமல் இதுவேதான் நடைபெறுகிறது. முன்னாள் அஞ்சலகச் சிப்பந்தியுங்கூட மாற்றமின்றி அதே விருதுகளைப் பற்றிதான் எந்நேரமும் பேசுகிறான்.

ஆறாவது வார்டில் புதுமுகத்தைக் காண்பது அரிதினும் அரிது. மேற்கொண்டு உளநோயாளிகளை மருத்துவமனையில் சேர்த்துக் கொள்வதை டாக்டர் நெடு நாட்களுக்கு முன்பே நிறுத்திக் கொண்டு விட்டார். வெளியுலகிலிருந்து பைத்தியக்கார விடுதிகளுக்கு வந்து பார்த்துவிட்டுச் செல்ல விரும்புவோர் அதிகம்பேர் இல்லை. முடிவெட்டும் செமியோன் லசாரிச் இரண்டு மாதங்களுக்கு ஒரு தரம் இந்த வார்டுக்கு வந்து செல்கிறான். இந்த ஆள் மூலம் இங்குள்ளவர்களுக்கு முடிவெட்டும் வேலை எப்படி நடந்தேறுகிறது, இதில் நிகித்தா அவனுக்கு எப்படி உதவி செய்கிறான் என்பதையோ, குடிபோதையுடன்

இளித்துக் கொள்ளும் இந்த ஆளைக் கண்டதும் வார்டில் இருப்போரிடையே ஏற்படும் பீதியையோ இங்கு நான் விவரிக்கப் போவதில்லை.

முடிவெட்டுவதற்காக வரும் இந்த ஆளைத் தவிர்த்து வேறு யாரும் தனிக்கட்டுக்கு வருகை தருவதில்லை. பொழுது விடிந்து, பொழுது போனால் முற்றிலும் நிகித்தாவின் சகவாசத்திலேயே வாழும்படிச் சபிக்கப்பட்டவர்கள் இந்த உள நோயாளிகள்.

ஆனால் சிறிது காலமாய் ஒரு வினோத வதந்தி மருத்துவ மனையில் பரவி வருகிறது. ஆறாவது வார்டுக்கு டாக்டர் வருகை அளிக்க ஆரம்பித்திருப்பதாய்ப் பேசிக் கொள்கிறார்கள்.

5

வினோதமான வதந்திதான் இது!

டாக்டர் ஆந்திரேய் எபீமிச் அவருக்குரிய வழியில் மிகவும் குறிப்பிடத்தக்கவர்தான். இளமைப் பருவத்தில் அவர் மத அபிமானம் மிக்கவராய் இருந்தவர்; மத வழிப்பட்ட துறையில் இறங்கிவிட ஆசைப்பட்டு, 1863ல் உயர் நிலைப் பள்ளிப் படிப்பு முடிவுற்றதும் மதத் துறைக் கல்லூரியில் சேர விரும்பினார் என்பதாய்க் கூறப்படுகிறது. மருத்துவ டாக்டரும் அறுவை சிகிச்சையாளருமான அவரது தந்தை எள்ளி நகையாடி எதிர்த்திராவிடில், பாதிரியாராகிவிடும் மகனைத் தம்மால் தமது மகனாய்க் கருத முடியாதெனக் கூறியிராவிடில், அவ்வாறே சேர்ந்திருப்பார் என்று சொல்லப்படுகிறது. இதெல்லாம் எந்த அளவுக்கு உண்மையோ எனக்குத் தெரியாது, மருத்துவத்துறையோ அல்லது எந்த ஒரு விஞ்ஞானத் துறையோ தமக்குரியதாய் எந்நாளும் தாம் கருதியதில்லை என்று ஆந்திரேய் எபீமிச் அடிக்கடி சொல்லக் கேட்டிருக்கிறேன் நான்.

அது எப்படியாயினும் மருத்துவத் துறையில் பட்டம் பெற்றபின் அவர் பாதிரியாராகி விடவில்லை. பக்தியில் சிறப்புடையவராய் விளங்கவில்லை; அவரது மருத்ததுவ வேலையின் ஆரம்பத்தில், தற்போது இருப்பதைக் காட்டிலும் எவ்வகையிலும் அதிகமாய் பாதிரியாரைப் போல் இருந்து விடவில்லை.

தடித்து வைரம் பாய்ந்த நயமற்ற விவசாயி ரகத்தவர் அவர். அருடைய முகம், தாடி, நேராய் நிற்கும் முடிகள், வலுவான முரட்டு உடற்கட்டு ஆகிய யாவும் சாலை வழியில் அமைந்த வாடகைச் சத்திரத்தின் உடைமையாளரான உண்டுப் பருத்து முரட்டுப் பிடிவாதங் கொண்ட மனிதரை நமக்கு நினைவூட்டு கின்றன. கடுமை வாய்ந்ததாய்த் தோன்றும் அவரது முகத்தில் நீல நாளங்கள் வலைப்பின்னலிட்டிருக்கின்றன, கண்கள் சிறிதாகவும் மூக்கு சிவப்பாகவும் இருக்கின்றன. திண்தோள்களும் தடித்துப் பெருத்த கைகளும் கால்களும் கொண்டு நெடிதுயர்ந்திருக்கிறார், ஒரே அடியில் ஆளை வீழ்த்தக் கூடியவராய்த் தோற்றமளிக்கிறார். ஆனால் ஓசையின்றி அமைதியாய் நடக்கிறார்; அவரது நடை எச்சரிக்கை வாய்ந்ததாய், கள்ள மனங் கொண்டதாய் இருக்கிறது; குறுகலான நடைவழியில் யாரையும் எதிர்படுகையில் அவர்தான் எதிரில் வருகிறவருக்கு முதலில் வழிவிடுகிறார், "மன்னிக்கணும்" என்று சொல்கிறார் - யாரும் எதிர்பார்க்கக் கூடிய அடித் தொண்டைக் குரலில் அல்ல, மிருதுவான மெல்லிய குரலில் சொல்கிறார். கழுத்தில் அவருக்குச் சிறு கரளைக் கட்டி ஒன்று இருக்கிறது, இதனால் அவர் விறைப்பான காலர் அணிந்து கொள்ள முடியாமல், மிருதுவான லினன் அல்லது பருத்திச் சட்டை போட்டுக் கொள்கிறார். மாக்டரைப் போல் உடுத்திக் கொள்வதில்லை அவர். ஒரே சூட்டைப் பத்து ஆண்டுகளுக்கு மாட்டிக் கொண்டு அலைகிறார், முடிவில் அவர் புதிதாய் ஒன்று வாங்கினாலுங்கூட, யூதர் ஒருவர் வைத்திருக்கும் ஆடைக் கடையிலேயே இதை அவர் வாங்குவது வழக்கமாதலால், பழையதைப் போலவே இதுவும் குலைந்து போய்க் கசங்கியதாகவே இருக்கிறது. நோயாளிகளைப் பரிசோதித்து மருந்து தருவதாயினும், சாப்பிடுவதாயினும், நண்பர்களைச் சந்திக்கச் செல்வதாயினும் எப்போதும் மாற்றமின்றி ஒரே கோட்டில் தான் காணப்படுகிறார். தமது தோற்றத்தில் சிறிதும் அக்கறையில்லாதவர் என்பதே தவிர, கருமித்தனம் அல்ல இதற்குக் காரணம்.

ஆந்திரேய் எபீமிச் எங்கள் நகருக்கு வந்து வேலையில் அமர்ந்த போது "தரும நிலையமான" மருத்துவமனை பயங்கர நிலையில் இருந்தது. வார்டுகளிலும் தாழ்வாரங்களிலும் மருத்துவமனை முற்றத்திலும் நாற்றம் தாங்காமல் மூக்கைப் பிடித்துக் கொள்ள வேண்டியிருந்தது. மருத்துவமனைச் சிப்பந்திகளும் நர்சுகளும் அவர்களது குடும்பத்தாரும்

நோயாளிகளுடன் சேர்ந்து வார்டுகளிலேயே படுத்துறங்கினார்கள். கரப்பானும் மூட்டைப் பூச்சயும், சுண்டெலியும் வாழ்க்கையை நரகவேதனையாக்குவதாய் எல்லாரும் முறையிட்டு வந்தார்கள். அறுவை சிகிச்சைப் பிரிவில் எல்லாரும் அக்கியால் அவதியுற வேண்டியிருந்தது. மருத்துவமனையில் அறுவை சிகிச்சைக் கத்திகள் இரண்டே இரண்டுதான் இருந்தன. வெப்பமானி ஒன்றுகூட கிடையாது. குளிப்புத் தொட்டிகள் உருளைக் கிழங்கு சேமக் கலன்களாய் பயன்படுத்தப்பட்டு வந்தன. மருத்துவமனை மேலாளரும், மேட்ரனும், துணை டாக்டரும் நோயாளிகளது உணவைக் களவாடி வந்தார்கள். ஆந்திரேய் எபீமிச் வருவதற்கு முன்பு இங்கிருந்து பழைய டாக்டரைப் பொறுத்த வரை, மருத்துவமனைக்கு ஒதுக்கப்பட்ட சாராயத்தை அவர் கள்ளச் சந்தையில் விற்று லாப மடித்ததாகவும், நர்சுகளிடமிருந்தும் சிகிச்சைக்கு வந்த பெண்களிடமிருந்தும் அந்தப்புரக் காமக்கிழத்தியர் பட்டாளம் ஒன்றைத் திரட்டி வைத்திருந்ததாகவும் கூறப்பட்டது. இந்த அவமானகரமான நிலைமைகள் நகரவாசிகள் நன்கு அறிந்தவையே; ஒன்றுக்கு இரண்டாய் மேலும் மிகைப்படுத்தி அவர்கள் பேசி வந்தவையே இவை; ஆயினும் யாரும் இவற்றைப் பற்றிக் கவலைப்பட்டதாய்த் தெரியவில்லை. விவசாயிகளும் கீழ்வகுப்பினரும் மட்டுமேதான் இந்த மருத்துவமனையில் சிகிச்சை பெற்றார்கள், இத்தகையோர் மருத்துவமனையில் நிலவியவற்றைக் காட்டிலும் மிகவும் மோசமான நிலைமைகளில்தான் தமது வீடுகளில் வசிப்பவர்கள் ஆதலால், இவர்கள் குறைபட்டுக் கொள்ள காரணமில்லை என்று நடப்பு நிலைமைகளுக்குச் சிலர் நியாயம் கூறினர்; இத்தகையோருக்கு அறுசுவை உண்டியா சமைத்துப் போட முடியும் என்று கேட்டனர். சேம்ஸ்த்வோவின்* உதவியின்றி நகரால் நல்ல மருத்துவமனை ஒன்றை நடத்த முடியுமென எதிர்பார்ப்பது சாத்தியமன்று, மோசமான தாயினும் ஏதோ ஒன்று நடத்தப்பட்டு வருவதற்காக மனம் மிகழ்ந்து கொள்ள வேண்டுமென ஏனையோர் வாதாடினார்கள், சேம்ஸ்த்வோவைப் பொறுத்தவரை அது ஆரம்பிக்கப்பட்டு அதிக காலமாகவில்லை, நகரிலோ சுற்றுப்புறத்திலோ சொந்தத்தில் அது மருத்துவமனையை அமைக்கவில்லை, ஏற்கெனவே ஒன்று இருக்கிறதே என்பதாய் சேம்ஸ்த்வோவில் கூறிக் கொண்டார்கள்.

ஆந்திரேய் எபீமிச் முதல் முறையாய் மருத்துவமனையைச் சுற்றிப் பார்வையிட்டதுமே இது நெறிமுறையற்ற நிலையம்,

* சேம்ஸ்த்வோ - புரட்சிக்கு முற்பட்ட ருஷ்யாவில் மாவட்ட ஆட்சி மன்றம்.

சமுதாயத்தின் ஆரோக்கியத்துககுக் கேடு விளைவிப்பது என்ற முடிவுக்கே அவர் வர வேண்டியிருந்தது, எல்லா நோயாளிகளையும் வீட்டுக்குப் போகச் செல்லிவிட்டு மருத்துவமனையை மூடுவதுதான் சாலச் சிறந்ததெனக் கருதினார் அவர். ஆனால் இதற்குத் தமது சித்தம் மட்டுமின்றி மற்றும் பலவும் வேண்டியிருக்கும். எப்படியும் மருத்துவமனையை மூடுவதால் எந்தப் பயனும் இல்லை, ஒழுக்க நெறித் துறையிலும் பௌதிகத் துறையிலுமான அழுக்குகளை ஓரிடத்திலிருந்து துடைத்து அகற்றியதும் நிச்சயம் அவை இன்னொரு இடத்தில் திரளவே செய்யும், தாமாகவே அவை மறைந்து ஒழிவதற்காகக் காத்திருப்பதுதான் நல்லது என்பதாய் அவர் தம்முள் வாதாடிக் கொண்டார். தவிரவும் மக்கள் ஒரு மருத்துவமனையை ஆரம்பித்து இவ்வளவு காலமாய் அதைச் சகித்துக் கொண்டு இருக்கிறார்கள் என்றால், அது அவர்களுக்குத் தேவைப்பட்டது என்றுதானே அர்த்தம்; தப்பெண்ணங்களும் இந்த அன்றாட அழுக்கும் அபாண்டங்களும் அவசியமானவையே, ஏனெனில் சாணியானது வளமான மண்ணாவது போல நாளாவட்டத்தில் இவை பயனுள்ளவையாய் மாற்றப்பட்டுவிடும், உலகிலுள்ள நல்லவையாவும் ஆதியில் தீமையிலிருந்து உதித்தவையே.

மருத்துவமனையில் தமது வேலைகளை ஆரம்பித்த போது அந்திரேய் எபீமிச் இந்த ஒழுங்கீனங்கள் குறித்து அதிகம் அலட்டிக் கொண்டதாய்த் தெரியவில்லை. இராப் பொழுதை வார்டுகளில் கழிக்க வேண்டாமென்று மட்டும் மருத்துவமனைச் சிப்பந்திகளிடத்தும் நர்சுகளிடத்தும் கூறினார்; அறுவை சிகிச்சைக் கருவிகளுக்காகத் தனியே இரண்டு அலமாரிகள் பொருத்தப்படுவதற்கு ஏற்பாடு செய்தார். மற்றபடி மேலாளரும் மேட்ரனும் எப்போதும் போல் செயற்பட்டு வந்தார்கள், அக்கியும் எப்போதும் போல் இருந்து வந்தது.

ஆந்திரேய் எபீமிச் நல்லறிவையும் நேர்மையையும் வெகுவாய்ப் போற்றுகிறவர்தான், ஆனால் தம்மைச் சுற்றிலும் நடைபெறும் வாழ்க்கையை நேர்மையான, அறிவு சார்ந்த அடிப்படையில் ஒழுங்கமைப்பதற்கு வேண்டிய அக வலிவும், உறுதிப்பாடும், தமக்குள் உரிமைகளில் திட நம்பிக்கையும் கொண்டவரல்ல. உத்தரவிடுவதற்கும், தடை விதிப்பதற்கும் உறுதியாய்க் கோருவதற்கும் ஏற்ற ஆளல்ல அவர், குரலை உயர்த்துவதில்லை, ஏவல் வினையை உபயோகிப்பதில்லை என்று அவர் சபதம் செய்து கொண்டு விட்டதாய்த் தோன்றிற்று. “அதைக் கொடு”,

அல்லது “அதை எடுத்துவா” என்று அவரால் கூற முடிவதில்லை. பசிக்கும்போது அவர் தயங்கியவாறு கனைத்துக் கொண்டு, “தேநீர் அருந்தலாமா?”... அல்லது “சாப்பாடு எந்த நிலையில் இருக்கிறது?” என்று சமையற்காரியிடம் விசாரிக்கிறார். களவாடுவதை நிறுத்தும்படி மேலாளரிடம் சொல்வதோ, அவரை வேலையிலிருந்து நீக்குவதோ, வேலையில்லாத உத்தியோகங்களை ஒழிப்பதோ அவரது சக்திக்கு அப்பாற்பட்ட காரியங்கள். ஆந்திரேய் எபீமிச்சிடம் யாராவது பொய் கூறுகையில், அல்லது அவரை முகஸ்துதி செய்கையில், அல்லது அப்பட்டமாகவே தெரியும் பொய்க் கணக்கைக் காட்டிக் கையெழுத்திடும்படிக் கேட்கையில்அவருக்கு முகம் செக்கச் சிவந்து விடுகிறது, நெஞ்சு குறுகுறுக்க அவர் அதில் கையெழுத்திடுகிறார். பட்டினி கிடக்க வேண்டியிருப்பதாகவும் கொடுமைப்படுத்தப் படுவதாகவும் நோயாளிகள் அவரிடம் வந்து முறையிடுகையில் அவர் சங்கடப்பட்டுக் கொண்டு மன்னிப்பு கேட்கும் தோரணையில் முணுமுணுக்கிறார்:

“சரி, இதைக் கவனிக்கிறேன்... எங்காவது சிறுபிழை ஏற்பட்டிருக்க வேண்டும்...”

ஆரம்பத்தில் ஆந்திரேய் எபீமிச் உற்சாகமாய்த் தான்வேலை செய்தார், தினமும் மதிய உணவு நேரம் வரை நோயாளிகளைப் பரிசோதித்து மருந்து கொடுத்தும், அறுவை சிகிச்சை அளித்தும் வந்தார், தாய்மை மருத்துவம் கூட செய்தார். அவர் அக்கறையும் கவனமும் வாய்ந்தவர், நோய்களை - குறிப்பாய்ப் பெண்கள் அல்லது குழந்தைகளின் நோய்களை - தேர்ந்த முறையில் நிர்ணயம் செய்தார் என்பதாய்ச் சீமாட்டிகள் கூறினார்கள். ஆனால் மாறாத முறையில் நடைபெற்ற தமது வேலை சலிப்புத் தட்டுவதாகவும், தெளிவாகவே சிறிதும் பயன் திறனற்றதாகவும் இருந்ததைக் கண்ணுற்று நாளாவட்டத்தில் அவர் சோர்வடைந்து விட்டார். முதல் நாள் அவர் முப்பது நோயளிகளுக்குச் சிகிச்சை தர வேண்டியிருந்தது; மறுதினமே திடுமென இந்த எண்ணிக்கை முப்பத்தைந்தாகவும், அதற்கு அடுத்த நாள் நாற்பதாகவும் அதிகரித்தது; நாளுக்கு நாள், ஆண்டுக்கு ஆண்டு இது போலவே நடைபெற்றது. ஆனால் நகரில் மரண விகிதம் குறையாமலே இருந்தது; புதிதாய்த் திரளாய் நோயாளிகள் வந்த வண்ணமிருந்தார்கள். காலை நேரத்தில் வெளியிலிருந்து வந்து சிகிச்சை பெறும் நாற்பது நோயளிகளுக்கும் சரியானபடி மருத்துவ உதவியளிப்பது முடியாத காரியமாதலால், அவர்

என்னதான் செய்தாலும் அவரது வேலை தவிர்க்க முடியாதபடி ஏமாற்றாகவே இருக்க வேண்டியதாயிற்று. ஓராண்டில் அவர் பன்னிரண்டு ஆயிரம் புறவருகை நோயாளிகளுக்குச் சிகிச்சை அளித்தாரெனில், உண்மையில் பன்னிரண்டு ஆயிரம் ஆடவரும் பெண்டிரும் ஏமாற்றப்பட்டார்கள் என்று தான் அதற்கு அர்த்தம். கடுமையாய் நோயுற்றவர்களை மருத்துவமனையில் சேர்த்துக் கொண்டு விஞ்ஞானத்தின் விதிகள் பிரகாரம் இவர்களுக்குச் சிகிச்சை அளிப்பதும் சாத்தியமன்று, ஏனெனில் மருத்துவமனையில் விதிகள் பல இருப்பினும் விஞ்ஞானம் கிஞ்சித்தும் இருக்கவில்லை. விஞ்ஞானத் தத்துவம் குறித்துக் கவலைப்படாமல் விதிகளை மட்டும் ஏனைய டாக்டர்களைப் போல் பகட்டுப் புலமையோடு பின்பற்றுவதென்றாலுங்கூட அதற்கு வேண்டியவை முக்கியமாய்ச் சுத்தமும் காற்றோட்டமுமே அன்றி, அழுக்கும் குப்பையுமல்ல, சத்துள்ள நல்ல உணவே அன்றி நாறிப்போன முட்டைக்கோஸ் சூப்பல்ல, துணை ஊழியர்களது உதவியே அன்றி அவர்களது திருட்டும் புரட்டுமல்ல.

மற்றும் சாவானது வாழ்வின் முறையான, நியாயமான இறுதி முடிவாய் இருக்கையில், மக்களை ஏன் சாக விடாமல் தடுக்க வேண்டும்? கடைக்காரர் அல்லது எழுத்தர் ஒருவரது வாழ்வை ஐந்து அல்லது பத்து ஆண்டுகளுக்கு நீடிக்கச் செய்வதால் என்ன பயன்? மருந்து கொடுத்துத் துன்பத்தைக் குறைப்பதே மருத்துவத்தின் நோக்கமெனில், துன்பத்தை எதற்காகக் குறைக்க வேண்டும் என்ற கேள்வி தவிர்க்க முடியாதவாறு எழுகிறது. முதலாவதாக, மனித குலம் தூய்மை பெறுவதற்குத் துன்பம் துணை புரிவதாய் அல்லவா கருதப்படுகிறது. இரண்டாவதாக, மாத்திரைகளையும் தூள்களையும் கொண்டு துன்பத்தைக் குறைத்துக் கொள்ள மனித குலம் தெரிந்து கொண்டுவிடுமாயின், மக்கள் மதத்தையும் தத்துவஞானத்தையும் விட்டொழித்து விடுவார்களே, இதுகாறும் மக்கள் எவற்றில் தமக்கு எல்லாக் கேடுகளிடமிருந்தும் பாதுகாப்பு தேடிக் கொண்டார்களோ, எவற்றில் பேரின்பம் கிட்டுவதற்கான மார்க்கம் அமைந்திருக்கக் கண்டார்களோ அந்த மதத்தையும் தத்துவஞானத்தையும் விட்டுத் துறந்து விடுவார்களே. மரணப்படுக்கையில் புஷ்கின்* கொடுந் துன்பத்தைச் சகித்துக் கொண்டார்; பாவம் ஹையினே** பல ஆண்டுகளுக்குக் கைகால்கள் முடங்கிப்போய் அவதியுற்ற பிறகு தான் உயிர் நீத்தார். ஆகவே ஒரு ஆந்திரேய் எபீமிச்சையோ, ஒரு

* புஷ்கின், அலெக்சாண்டர் செர்கேயெவிச் (1799-1837) - மாபெரும் ருஷ்யக் கவிஞர்

** ஹையினே (Heine), ஹென்ரிஹ் (1797-1856) - மாபெரும் ஜெர்மன் கவிஞர், கட்டுரையாளர்.

மத்திரியோனா சவிஷ்னாவையோ ஏன் நோயிலிருந்து விடுவிக்க வேண்டுமாம்? துன்பம் இல்லையேல் இவர்களது அற்ப வாழ்வு அமீபா கிருமியின் வாழ்வைப்போல் அறவே மதிப்பற்றதாய் அல்லவா ஆகிவிடும்?

இம்மாதிரியான வாதங்களால் வாட்டி வதைக்கப்பட்ட ஆந்திரேய் எபீமிச் மனம் ஒடிந்து போய், தினமும் மருத்துவ மனைக்குப் போய் வரும் பழக்கத்தைக் கை விடலானர்.

6

அவரது அன்றாட நடைமுறை வருமாறு. காலையில் சாதாரணமாய் எட்டு மணிக்கு எழுந்து உடுத்திக் கொண்டு தேநீர் அருந்துகிறார். பிறகு வீட்டில் தமது படிப்பறையில் உட்கார்ந்து புத்தகம் படிக்கிறார், இல்லையேல் மருத்துவமனைக்குப் போகிறார். சிகிச்சை பெறுவதற்காக வந்தவர்கள் மருத்துவமனையில் சேர்க்கப் படுவதற்காக இருண்ட குறுகலான தாழ்வாரங்களில் காத்திருப்பதைப் பார்க்கிறார். மருத்துவமனைச் சிப்பந்திகளான ஆடவரும் பெண்டிரும் கல்தரையில் பூட்சுக் கால்கள் தட தடக்க அவர்களைக் கடந்த அவசரமாய்ச் செல்கிறார்கள். மருத்துவ மனையில் தங்கியிருக்கும் வற்றிப் போன நோயாளிகள் தமது அங்கிகளை மாட்டிக் கொண்டு அங்குமிங்கும் சொல்கிறார்கள். பிரேதங்களும் மலஜலப் பானைகளும் தூக்கிச் செல்லபடுகின்றன. குழந்தைகள் அழுகிறார்கள், குளிர்ந்த காற்று தாழ்வாரத்தினுள் சுழன்றடிக்கிறது. ஜுர வேகங்கொண்ட காச நோயாளிகளுக்கும், மற்றும் நரம்பு நோயாளிகளுக்கும் இம்மாதிரியான நிலைமைகள் சித்திரவதைக்கு ஒப்பானவை என்பது ஆந்திரேய் எபீமிச்சுக்குத் தெரிந்தது தான், ஆனால் என்ன செய்வது? வரவேற்பு அறையில் துணை மருத்துவரான செர்கேய் செர்கேயிச் அவருக்கு முகமன் கூறுகிறார். செர்கேய் செர்கேயிச் கட்டை குட்டையானவர், மழிக்கச் சிரைக்கப்பட்டு நன்றாய்க் கழுவப்பெற்ற குண்டு முகுமுடையவர், சொகுசான, இதமான நடையுடை பாவனைகள் கொண்டவர். தொளதொளப்பான புதிய சூட் அணிந்திருக்கும் இவர் பார்ப்பதற்குத் துணை மருத்துவராய்த் தெரியவில்லை, செனட்டரைப் போன்றவராய் இருக்கிறார். தனியார் முறையிலும் நகரில் மிகப் பலருக்குச் சிகிச்சை அளிக்கிறார், கழுத்தில் வெள்ளை டை அணிந்திருக்கிறார், தனியார் பணி எதுவுமில்லாத ஆந்திரேய் எபீமிச்சைக் காட்டிலும் தமக்கு அதிகம் தெரியுமென நினைக்கிறார். வரவேற்பறையில் ஒரு மூலையில் பெரிய

சாமி படத்துடன் கூடிய மேடை ஒன்று இருக்கிறது, அதன் முன்னால் கனத்த விளக்கு தொங்குகிறது. அருகில் வெண்ணிற மூடாக்கிடப்பட்ட சரவிளக்கு இருக்கிறது. மேற்றிராணியர் உருவப் படங்களும் ஸ்வியத்தகோர்ஸ்க் மடலாயத்தின் படமும் காய்ந்த சோள மலர்களாலான சரங்களும் சுவர்களை அலங்கரிக்கின்றன. செர்கேய் செர்கேயிச் மத அபிமானம் கொண்டவர், பிறழாது சடங்குகளை அனுஷ்டிக்கிறவர், மருத்துவமனையில் சாமி படம் வைப்பதற்கு ஏற்பாடு செய்தவர் அவர்தான். ஞாயிற்றுக்கிழமை தோறும் நோயாளிகளில் ஒருவரை அவர் பிரார்த்தனை வாசகம் படிக்கச் சொல்கிறார், அதன் பின் செர்கேய் செர்கேயிச் தாமே தூப கலசத்தைத் தூக்கி ஆட்டித் தூபத்தைப் பரப்பியவாறு எல்லா வார்டுகளையும் சுற்றிச் செல்கிறார்.

நோயாளிகள் ஏராளமாயிருக்கிறார்கள், ஆனால் நேரம் அதிகமில்லை. ஆகவே ஒவ்வொரு நோயாளியிடமும் டாக்டர் இரண்டொரு கேள்விக்கு மேல் கேட்பதற்கில்லை. இதன் பிறகு அவர் ஏதாவது மருந்து எழுதித் தருகிறார், பெரும்பாலான சந்தர்ப்பங்களில் தைலம் அல்லது விளக்கெண்ணெய் தடவச் சொல்கிறார். ஆந்திரேய் எபீமிச் மடக்கிய கையின்மீது கன்னத்தை வைத்துச் சாய்த்துக் கொண்டு மெய்மறந்து ஏதோ சிந்தனையில் ஆழ்ந்தவராய் இயந்திரம் போல் நோயாளிகளிடம் கேள்வி கேட்டுச் செல்கிறார், செர்கேய் செர்கேயிச்சும் அங்கே அமர்ந்திருக்கிறார், உள்ளங் கைகளைத் தேய்த்தவாறு வீற்றிருக்கும் அவர் எப்போதாவது இடையே புகுந்து இரண்டொரு வார்த்தை பேசுகிறார்.

"நாம் நோயால் வருந்துகிறோம், வறுமையால் வாடுகிறோம், காரணம் என்னவெனில் கருணை நிறைந்த நமது தேவனை நாம் பிரார்த்திப்பதில்லை; ஆம், அதுவே தான் காரணம்!" என்கிறார் அவர்.

சிகிச்சை அளிப்பதற்குரிய இந்த நேரத்தில் ஆந்திரேய் எபீமிச் அறுவை சிகிச்சை எதுவும் செய்வதில்லை; அறுவை செய்யும் பழக்கத்தையே அவர் விட்டொழித்து நெடுங் காலமாகிறது; இரத்தத்தைப் பார்த்தாலே இப்போது அவர் கலக்கமடைந்து விடுகிறார். குழந்தையின் தொண்டைக்குள் பார்க்கும் பொருட்டு அவர் அதன் வாயைத் திறக்க முற்படுகையில் குழந்தை வீரிட்டுக் கத்தி கொண்டு தனது பிஞ்சுக் கைகளால் அவரைத் தள்ள

முயலுகிறது; குழந்தை கூச்சலிடுவதைக் கேட்டதும் ஆந்திரேய் எபீமிச்சுக்குத் தலை கிறுகிறுக்கிறது, கண்களில் கண்ணீர் ததும்புகிறது. அவசரமாய் அவர் மருந்து எழுதிக் கொடுத்துத் தாயிடம் குழந்தையை எடுத்துச் செல்லுமாறு கைகளை ஆட்டிக் காட்டுகிறார்.

விரைவில் அவர் களைத்துப் போய் விடுகிறார்; நோயாளிகளது பதற்றமும் அசட்டுத்தனமும், சடங்குப் பிரியரான செர்கேய் செர்கேயிச் தமக்கருகே வீற்றிருப்பதும், இருபது ஆண்டுகளுக்கு மேலாய் மாற்றமின்றி நோயாளிகளிடம் தாம் கேட்டுவரும் அந்தக் கேள்விகளும் சேர்ந்து அவரை சோர்வடையச் செய்கின்றன. ஐந்தாறு நோயாளிகளை விசாரித்து மருந்து எழுதிக் கொடுத்ததும் வீட்டுக்குத் திரும்பி விடுகிறார். துணை மருத்துவர் ஏனையோருக்கு மருந்து கொடுத்து அனுப்பட்டுமென்று சென்று விடுகிறார்.

நல்ல வேளையாய்த் தனியார் மருத்துவப் பணியை நெடுங் காலத்துக்கு முன்பே கழித்துக் கட்டிவிட்டோம், வீட்டிற்கு யாரும் வந்து தொல்லை செய்ய மாட்டார்கள் என்று ஆந்திரேய் எபீமிச் மனம் மகிழ்ந்து கொள்கிறார். வீட்டுக்குத் திரும்பியதும் உடனே தமது அறையினுள் மேஜைக்கு எதிரே அமர்ந்து படிக்க ஆரம்பித்து விடுகிறார். நிறைய படிக்கிறார், எப்போதுமே மகிழ்ச்சியுடன் படிக்கிறார். அவருடைய சம்பளத்தில் ஒரு பாதி புத்தகங்களுக்காகப் போய்விடுகிறது, அவர் வீட்டிலுள்ள ஆறு அறைகளில் மூன்றில் புத்தகங்களும் பழைய சஞ்சிகைகளும் அடைத்து வைக்கப்பட்டுள்ளன. வரலாறும் தத்துவவியலும்தான் படிப்பதற்கு அவருக்கு மிகவும் பிடித்தமானவை. **மருத்துவர்** ஒன்று மட்டும்தான் அவர் கட்டணம் கட்டித் தருவித்து வரும் மருத்துவப் பத்திரிகை. எப்போதும் இதை அவர் கடைசியிலிருந்து தொடங்கிப் படிக்க ஆரம்பிக்கிறார். அலுப்போ சலிப்போ இன்றித் தொடர்ச்சியாய்ப் பல மணி நேரம் படிக்கிறார். முன்பு இவான் திமீத்ரிச் படித்து வந்தது போல் அதிவேகமாகவோ, ஆவேசமாகவோ படிக்கவில்லை அவர்; மெதுவாகவும், உணர்ச்சிப் பரவசத்தோடும், தமக்கு இனிமை தருவனவாகவோ, புரிந்து கொள்ளக் கடினமாகவோ இருக்கும் இடங்களில் அடிக்கடி நிறுத்தி ஆலோசித்தவாறும் படிக்கிறார். அவரது புத்தகத்துக்குப் பக்கத்தில் எப்போதும் வோத்கா குடுவை ஒன்று இருக்கிறது, உப்பிலிட்ட வெள்ளரிப் பிஞ்சோ, ஊறிய ஆப்பிளோ அடியில் தட்டு இல்லாமலே நேரே மேஜையின் கம்பளி விரிப்பின்

மீது கிடக்கும். அரை மணி நேரத்துக்கு ஒரு தரம் அவர் தமது புத்தகத்திலிருந்து கண்ணைத் திருப்பாமலே, கண்ணாடி மதுக் கிண்ணத்தில் வோத்காவை ஊற்றிக் குடித்துவிட்டுக் கையால் தடவி வெள்ளரியை எடுத்துக் கடித்துக் கொள்கிறார்.

மூன்று மணி அடித்ததும் ஓசையின்றி மெல்ல அடுப்பங்கரைக் கதவுக்கருகே சென்று கனைத்துக் கொண்டு கேட்கிறார்:

"தாரியா, சாப்பாடு எந்த நிலையில் இருக்கிறது?"

தாறுமாறாய் எடுத்து வைக்கப்படும் சுவையல்லாத சாப்பாட்டைச் சாப்பிட்டபின் ஆந்திரேய் எபீமிச் கையைக் கட்டிக் கொண்டு சிந்தனையில் மூழ்கியவராய் ஒவ்வோர் அறையாய்ச் சென்று சுற்றி வருகிறார். மணி நான்கு அடிக்கிறது, பிறகு ஐந்தும் அடிக்கிறது, இன்னும் ஆந்திரேய் எபீமிச் சிந்தனையில் ஆழ்ந்தவராய் அங்கும் இங்கும் நடக்கிறார். இடையிடையே அடுப்பங்கரைக் கதவு கிரீச்சிடுகிறது, தாரியாவின் தூங்கி வழியும் விசந்த முகம் வெளியே எட்டிப் பார்க்கிறது.

"ஆந்திரேய் எபீமிச், நீங்கள் பீர் அருந்த வேண்டிய நேரம் அல்லவா இது?" என்று அவள் கவலை தொனிக்கக் கேட்கிறாள்.

"இல்லை, இன்னும் கொஞ்சம் நேரமாகட்டும், கொஞ்ச நேரம்..." என்கிறார் அவர்.

அந்தி வேளை நெருங்கியதும் அஞ்சலகத் தலைவர் மிகயீல் அவெரியானிச் வந்து சேருகிறார். நகரில் அவர் ஒருவருடைய சகவாசம்தான் ஆந்திரேய் எபீமிச்சுக்கு வேதனைக்குரியதாய் இல்லாதது. மிகயீல் அவெரியானிச் ஒரு காலத்தில் செல்வச் செழிப்புடைய நிலக்கிழாராய் இருந்தவர், குதிரைப் படையில் பணி புரிந்தவர். ஆனால் அவர் தமது செல்வங்களை இழக்க நேர்ந்ததும் இல்லாமையால் நிர்பந்திக்கப்பட்டு வயோதிகக் காலத்தில் அஞ்சலகத்தில் வேலை ஏற்க வேண்டியதாயிற்று. வலுவும் ஊக்கமும் மிக்கவராய்த் தோன்றுகிறார், மண்டித் தழைத்த கிருதா வைத்திருக்கிறார், இனிய நடத்தைப் பாங்குடைவர், அவரது குரல் பலமாய் ஒலிப்பதாயினும் கேட்பதற்கு இனிமையானது. அன்பும் நுண்ணுணர்வும் கொண்டவர், ஆனால் கோபக்காரர். அஞ்சலகத்துக்கு வருவோரில் யாராவது கண்டனம் தொனிக்கப் பேசவோ, எதிர்த்து ஒரு வார்த்தை சொல்லவோ, வாதாடவோ முற்படுவாராயின் மிகயீல் அவெரியானிச் உடனே முகம் செக்கச்

சிவந்து போய்க் கோபத்தால் அங்கங்கள் ஆடித் துடிக்க, இடியென அதிரும் குரலில் "சப்தம் போடாதீர்கள்!" என்று அதட்டுகிறார். இதனால் அச்சம் தரும் ஓர் இடமாய் நெடுநாட்களாகவே இந்த அஞ்சலகம் ஊர் மக்களிடையே பெயரெடுத்திருக்கிறது. ஆந்திரேய் எபீமிச்சின் கல்வி ஞானத்துக்காக, ஆத்மார்த்திக உயர்நிலைக்காக மிகயீல் அவெரியானச் அவரிடம் பிரியமும் மதிப்பும் காட்டுகிறார், ஏனைய எல்லோரையும் கீழ்நிலையாளர்களாய்க் கருதி அவர்களிடம் இறுமாப்புடன் நடந்து கொள்கிறார்.

"இதோ வந்திருக்கிறேன்!" என்று கூவி அறைக்குள் நுழைகிறார் அவர். "நண்பரே, என்ன சேதி? தொல்லை தர வந்து விட்டான் என்று நினைக்கிறீர்கள், இல்லையா?"

"அதெல்லாம் இல்லை, மகிழ்ச்சியடைகிறேன்" என்று டாக்டர் அவருக்குப் பதிலளிக்கிறார். "உங்களைச் சந்திப்பதில் எப்போதுமே எனக்கு மகிழ்ச்சிதான்."

நண்பர்கள் இருவரும் அறையிலுள்ள சோபாவில் அமர்ந்து, சற்று நேரம் மௌனமாய்ப் புகை பிடிக்கிறார்கள்.

"தாரியா, கொஞ்சம் பீர் குடிக்கலாமா?" என்று கேட்கிறார் டாக்டர்.

முதல் பாட்டிலை இருவரும் மௌனமாகவே குடித்து முடிக்கிறார்கள். வருத்தம் தரும் நினைவுகளில் மூழ்கியவராய்த் தோன்றுகிறார் டாக்டர். ஆனால் மிகயீல் அவெரியானிச் களிபேருவகை கொண்டவராய்க் காணப்படுகிறார், மிகவும் வேடிக்கையான தகவலைச் சொல்லப் போகிறவரைப் போலிருக்கிறது அவரது தோற்றம். எப்போதும் டாக்டர்தான் உரையாடலை ஆரம்பித்து வைப்பார்.

"வருந்தத்தக்க நிலைமை" என்று அமைதியாகவும் மெல்லவும் பேசத் தொடங்குகிறார், இலேசாய்த் தலையை ஆட்டிக் கொள்கிறார், ஆனால் தமது நண்பரின் முகத்தை நிமிர்ந்து பார்க்காமலே பேசுகிறார் (யார் முகத்தையும் நிமிர்ந்து பார்ப்பதில்லை அவர்). "எனது அருமை மிகயீல் அவெரியானிச், இது வருந்தத்தக்க நிலைமை; சுவையான, அறிவுசார்ந்த உரையாடலை மதிப்பவரோ, இம்மாதிரி உரையாடக் கூடியவரோ தமது நகரில் யாரும் இல்லாதது வருந்தத்தக்கது. நம் போன்றாருக்கு இது சகிக்க முடியாத ஒரு

நிலைமை. படித்த வர்க்கத்தாருங்கூட அற்ப விவகாரங்களது நிலைக்கு மேல் உயருவதில்லை; இவர்களது அறிவு வளர்ச்சி கீழ்வர்க்கங்களுடையதைக் காட்டிலும் எவ்வகையிலும் மேலானதாய் இல்லை என்று திடமாய்ச் சொல்வேன்."

"ஆம், நீங்கள் சொல்வது முற்றிலும் உண்மை."

"உங்களுக்குத் தெரிந்ததுதான் இது" என்று அவரது அமைதியான, நிதானமான குரலில் தொடர்ந்து பேசுகிறார் டாக்டர். "இவ்வுலகில் மனிதனது மனத்தில் உயர்ந்த ஆன்மிக வெளிப்பாடுகளைத் தவிர்த்து ஏனைய யாவும் அற்பமானவையே, சுவையற்றவையே. மனம் தான் மனிதனுக்கும் விலங்குகளுக்கும் இடையிலுள்ள எல்லைக் கோட்டை வரைகிறது, மனிதனது தெய்வீகத்தன்மையை நமக்குச் சிறிதளவு புலப்படுத்துகிறது, இல்லாத ஒன்றான இறவாமையின் பிரதியாகவுங்கூட ஓரளவுக்கு நமக்கு அமைகிறது. இந்த அடிநிலையிலிருந்து ஆராய்வோமாயின், மனம் தான் இன்பத்தின் ஊற்றுக்கண் என்பது விளங்கும். ஆனால் மனத்தின் வடிவிலான எதுவும் இங்கு நமது சுற்றுப்புறத்தில் இருப்பதாய்க் காணவும் முடியவில்லை, கேட்கவும் முடியவில்லை. இன்பத்தைச் சுவைக்க முடியாத ஒரு நிலையில் நாம் இருத்தப் பட்டிருக்கிறோம் என்பதே இதன் பொருள். நமக்கு நமது புத்தகங்கள் இருக்கின்றன என்பது மெய்தான், ஆனால் புத்தகங்கள் உரையாடலுக்கோ, நேரடித் தொடர்புக்கோ ஈடாகிவிட முடியாது. உருவகமாய்ச் சொல்ல விரும்புகிறேன், சிறப்பான உருவகமாய் அமைவதாய் நான் கருதவில்லை, இருப்பினும் இப்படிச் சொல்ல அனுமதிப்பீர்களாயின், புத்தகங்களை அச்சிடப்பட்ட இசையென்றும், உரையாடலைப் பாடப்படும் இசையென்றும் சொல்வேன்."

"ஆம், முற்றிலும் உண்மை."

இருவரும் மௌனமாகி விடுகிறார்கள். தாரியா அசட்டுச் சோகம் படர்ந்த முகபாவத்தோடு அடுப்பங்கரையிலிருந்து வெளியே வந்து, மடக்கிய கையின் மீது கன்னத்தை வைத்தழுத்திக் கொண்டு வாயிற்படியில் நிற்கிறாள்.

"ஓய்" என்று பெருமூச்சு விடுகிறார், மிகயீல் அவெரியானிச். "இக்காலத்தவர்கள் மனம் என்பதாய் எதுவும் இல்லாதவர்கள் ஆயிற்றே!"

முன்பெல்லாம் வாழ்க்கை எவ்வளவு ஆரோக்கியமாய், குதூகலமாய், சுவையாய் இருந்தது, பழைய ருஷ்யாவின் படித்த வர்க்கத்தினர் எப்படிச் சிறப்புடையோராய் இருந்தார்கள், கண்ணியத்தையும் நட்பையும் எப்படி உயர்வாய் மதித்துப் போற்றினார்கள் என்று பேசுகிறார் அவர். பற்றுச் சீட்டு பெறாமலே ஒருவருக்கொருவர் அன்று கடனாய்ப் பணம் தந்தார்கள், உதவி தேவைப்படும் நண்பனுக்குக் கைகொடுத்து உதவாதிருப்பது அவமானமாய்க் கருதப்பட்டது. படை நிகழ்ச்சிகள், வீர சாகசங்கள், சண்டைகள் - எல்லாம் எவ்வளவு சிறப்பாய் இருக்கும்! எப்படிப்பட்ட நண்பர்கள்! எப்படிப்பட்ட பெண்கள்! காக்கசஸ் - அற்புதமான இடமல்லவா அது! படைப் பிரிவின் தளபதிக்கு மனைவி ஒருத்தி இருந்தாள். அதிவினோதமானவள் அவள், ஆபீசருக்குரிய உடுப்புகள் அணிந்து தினமும் அந்தியில் குதிரையிலேறி வழித்துணை யாரும் இல்லாமலே மலைகளை நோக்கிப் பாய்ந்தோடுவாள். எங்கோ மலைக் கிராமத்தில் யாரோ கோமகனிடம் அவளுக்குக் கள்ளக் காதல் என்பதாய்ப் பேசிக் கொண்டார்கள்.

"புனித அன்னையே!" என்று நெடுமூச்சு விடுகிறாள் தாரியா.

"எப்படிக் குடித்தோம்! எப்படிச் சாப்பிட்டோம்! எதற்கும் துணிந்த மிதவாதிகளாய் அல்லவா இருந்தோம்!"

ஆந்திரேய் எபீமிச் கேட்டுக் கொண்டுதான் இருக்கிறார் என்றாலும், காதில் எதையும் வாங்கிக் கொள்ளவில்லை; பீரைச் சுவைத்தவாறு வேறு எதைப் பற்றியோ ஆலோசித்துக் கொண்டிருக்கிறார் அவர்.

"நுண்ணறிவுடையோரைப் பற்றி அடிக்கடி நான் கனவு காண்கிறேன், இவர்களுடன் உரையாடுகிறேன்" என்று அவர் மிகயீல் அவெரியானிச்சை இடைமறித்துத் திடுமெனக் கூறுகிறார். "என் தந்தை எனக்குச் சிறந்த கல்வி கிடைக்கும்படிச் செய்தார். ஆனால், அறுபதாம் ஆண்டுகளின் கருத்துக்களால் உந்தப்பட்டு அவர் என்னை மருத்துவத் துறைக்குச் செல்ல வைத்தார். சில நேரங்களில் நான் நினைப்பதுண்டு; அவர் பேச்சைக் கேட்காமல் இருந்திருந்தால், இதற்குள் நான் ஏதேனும் அறிவுத் துறையாளர் இயக்கத்தின் நடுமையத்திலே இருக்கலாமே என்று. பல்கலைக்கழக ஆசிரியர் குழாமில் உறுப்பினனாய் இருந்திருப்பேன். ஆமாம், மனம் இறவாதது அல்ல, ஏனைய

யாவற்றையும் போல அதுவும் அநித்தியமானதே என்றாலும், நான் ஏன் அதை உன்னதமானதாய்க் கருதுகிறேன் என்பதை ஏற்கெனவே விளக்கிச் சொன்னேன். படுமோசமான எலிப் பொறி போன்றது வாழ்க்கை. சிந்திக்கும் ஒருவன் முதிர்ச்சியுற்றறு, மனம் அறிந்து சிந்திக்கும் ஆற்றல் பெற்றதும், தப்பித்துச் செல்ல வழியில்லாத பொறியில் தான் அகப்பட்டுக் கொண்டு விட்டதாய் அல்லவா நினைக்க வேண்டியிருக்கிறது. இதைச் சிந்தித்துப் பார்ப்போமாயின், அவன் தன் விருப்பத்துக்கு விரோதமாய், முற்றிலும் தற்செயலான காரணங்களின் விளைவாய், இல்லாத நிலையிலிருந்து தருவிக்கப் பட்டவனாவான்... எதற்காகத் தருவிக்கப் பட்டவன்? தான் இருப்பதன் அர்த்தம் என்ன, இதன் நோக்கம் என்ன என்பதை அவன் கண்டறிந்து கொள்ள முயலும் போது அவனுக்கு எந்தப் பதிலும் கிடைப்பதில்லை, அல்லது எல்லாவிதமான அபத்தங்களையும் அவனுடைய கேள்விக்குரிய பதிலாய் அவனிடம் சொல்கிறார்கள். அவன் தட்டுகிறான், ஆனால் கதவையாரும் திறக்கவில்லை. பிறகு சாக்காடு வருகிறது - அதுவும் அவனுடைய விருப்பத்துக்கு விரோதமாகவே வருகிறது. சிறையில் அடைபட்ட கைதிகள் - தம் எல்லோருக்கும் பொதுவான துர்பாக்கியத்தால் ஒன்றுபட்ட இவர்கள் - ஒன்று சேர்ந்து இருக்கும் போது எப்படி மகிழ்கிறார்களோ, அதே போலப் பகுத்தாராய்வதிலும் பொதுமைப் படுத்துவதிலும் நாட்டங் கொண்டவர்கள் ஒருவரையொருவர் கவர்ந்திழுக்கிறார்கள், தாம் இருப்பது தப்ப வழியில்லாத பொறி என்பதை மறந்து, உன்னதமான, கட்டற்ற சிந்தனைகளைத் தமக்குள் பரிமாறிக் கொண்டு சுவையாய் நேரத்தைக் கழிக்கிறார்கள். இவ்வழியில் மனமானது ஒப்புயர்வற்ற நிறைவுக்கும் மகிழ்ச்சிக்குமான ஆதாரமாகிறது."

"முற்றிலும் உண்மை."

இடைமறிப்பவரை நிமிர்ந்து பார்க்காமலே ஆந்திரேய் எபீமிச் நுண்ணறிவு படைத்தோரையும், அவர்களோடு உரையாடுவதிலுள்ள இன்பத்தையும் பற்றி, தயக்கத்துடன் ஒலிக்கும் தமது இதமான குரலில் பேசிச் செல்கிறார். மிகயீல் அவெரியானிச் அதைக் கவனமாய்க் கேட்கிறார், இடையிடையே "முற்றிலும் உண்மை" என்று கூறித் தமது உடன்பாட்டைத் தெரிவிக்கிறார்.

"ஆனால் ஆன்மா இறவாதது என்பதில் உங்களுக்கு நம்பிக்கை இல்லையா?" என்று திடுமெனக் கேட்கிறார் அஞ்சலகத் தலைவர்.

"இல்லை, எனது அருமை மிகயீல் அவெரியானிச், எனக்கு அதில் நம்பிக்கையும் இல்லை, அப்படி நம்புவதற்கு எந்த ஆதாரமும் உண்டென்ற நினைப்பும் இல்லை."

"உண்மையைச் சொல்வதெனில், நானும் இது பற்றிச் சந்தேகப்படுகிறவன் தான். நான் சாகவே மாட்டேன் என்பதாய் என்னுள் ஓர் உணர்வு இருந்து வருகிறது, தெரியுமா உங்களுக்கு? 'ஓய், கிழவனாரே, நீர் சாக வேண்டிய நேரம் நெருங்குகிறது' என்பதாய் என்னுள் சில நேரம் நான் கூறிக் கொள்வதுண்டு. ஆனால் மெல்லிய குரல் ஒன்று என் காதுக்குள் முணுமுணுக்கிறது: "நம்பாதே நீ! எந்நாளும் நீ சாக மாட்டாய்!' "

ஒன்பது மணியான பிறகு மிகயீல் அவெரியானிச் விடை பெற்றுக் கொள்கிறார். நுழைவறையில் நின்று தமது கனத்த கோட்டை மேலே மாட்டிக் கொண்டு பெருமூச்செறிந்தவாறு சொல்கிறார் அவர்:

"விதியானது நம்மை எப்படிப்பட்ட குழிக்குள் தள்ளி யிருக்கிறது! கொடுமையிலும் கொடுமை என்னவெனில், இங்கேயே தான் நாம் உயிரை விட்டாக வேண்டும்!"

7

தமது நண்பரை வழியனுப்பி வைத்த பின் ஆந்திரேய் எபீமிச் மேஜைக்கு முன்னால் அமர்ந்து திரும்பவும் படிக்க முற்படுகிறார். இரவின் நிசப்தத்தை எந்தச் சப்தமும் குலைத்திடவில்லை, நேரமுங்கூட அப்படியே அசையாது நின்று டாக்டரையும் அவரது புத்தகத்தையும் உற்று நோக்குவது போல், இந்தப் புத்தகத்தையும் பச்சை மூடாக்கிடப்பட்ட விளக்கையும் தவிர அனைத்து உலகிலும் வேறு எதுவும் இல்லாதது போல் தோன்றுகிறது, விவசாயி முகத்தைப் போன்றதான டாக்டரின் முரடான முகத்தில் சிறிது சிறிதாய்க் குறுநகை தோன்றிப் பளிச்சிடுகிறது. மனிதனது மனத்தில் வெளிப்பாடுகளிடம் அவருக்குள்ள பாசத்தையும் மதிப்புணர்ச்சியையும் காட்டும் குறுநகை அது. ஏன் இப்படி, மனிதன் ஏன் இப்படி இறந்து மறைகிறவனாய் இருக்கிறான்? என்று நினைக்கிறார் அவர். மூளையின் கேந்திரங்களும் நெளிந்தோடும் மடிப்புகளும், மற்றும்

கண்பார்வையும், பேச்சும், தன்னுணர்வும், மேதாவிலாசமும் ஆகியயாவும் நோக்கமின்றி, காரணமின்றி இருந்து மண்ணோடு மண்ணாய்க் கலந்து போய், முடிவில் பூமியின் பூரணியுடன் கூட குளிர்ந்து ஜில்லிட்டு அனந்தம் கோடி ஆண்டுகளுக்குச் சூரியனைச் சுற்றிச் சுழலுவதே இவற்றின் தலைவிதியெனில், ஏன்இவை எல்லாம்? இப்படிக் குளிர்ந்து ஜில்லிட்டுச் சுற்றிச் சுழன்று செல்லும் பொருட்டு, உன்னதமான, தெய்வீகமான மனம் படைத்த மனிதனைச் சூன்யத்திலிருந்து தருவித்திருக்க வேண்டியதில்லையே! இப்படித் தருவித்துக் கொடிய முறையில் கேலி செய்வது போல அவனைக் களிமண்ணாக்க வேண்டியதில்லையே!

வளர்ச்சிதைமாற்றம்! கோழையால்தான் இதைப் போய் இறவாமைக்கு மாற்றாய்க் கருதி மனதுக்கு ஆறுதல் தேடிக் கொள்ள முடியும்! இயற்கையில் நடந்தேறும் உணர்வற்ற நிகழ்ச்சிப் போக்குகள் மனித மூடத்தனத்தினுங்கேடான கீழ்நிலைக்கே உரியவை, என்றால் மூடத்தனத்திலும் ஓரளவு உணர்வும் சித்தமும் இருக்கின்றன, ஆனால் மேற்கூறிய நிகழ்ச்சிப் போக்குகளும் அடிநிலையாய் எதுவும் இல்லை. தன்மானம் பெரிதல்ல, சாக்காடு குறித்து தனக்குள் அச்சமே பெரிதெனக் கருதும் கோழையால் தான் தனது உடல் புல்லிலும் கல்லிலும் தேரையிலும் இன்ன பிறவற்றிலும் தொடர்ந்து வாழுமென்ற எண்ணத்தின் வாயிலாய் ஆறுதல் தேடிக் கொள்ள முடியும். உயர் மதிப்புக்குரிய பிடில் உடைந்து நொறுங்கிப் பயனற்றதாகிய பிறகு, பிடில் பெட்டிக்குச் சிறந்த எதிர்காலம் இருப்பதாய்க் கூறுவது எப்படி நகைக்கத்தக்கதோ, அதே போல் நகைக்கத்தக்கது தான் வளர்சிதை மாற்றத்தில் இறவாமையைக் காணும் இந்த முயற்சி.

கடிகாரம் மணியடிக்கும் தோறும் ஆந்திரேய் எபீமிச் தமது நாற்காலியில் நன்றாய்ச் சாய்ந்து, தமது சிந்தனைகளில் முழுக்கருத்து செலுத்தும் பொருட்டு கணப் பொழுதுக்குக் கண்களை மூடிக் கொள்கிறார். இவ்வளவு நேரம் அவர் படித்துக் கொண்டிருந்த அந்தப் புத்தகத்தில் எடுத்துரைக்கப்பட்ட மகோன்னதக் கருத்துக்களால் வயப்பட்டிருக்கும் அவர் தம்மையும் அறியாமலே தமது வாழ்க்கையின் கடந்த காலத்தையும் நிகழ்காலத்தையும் பகுத்தாராய முற்படுகிறார். கடந்த காலம் அவருக்கு வேதனை தருவதாய் இருக்கிறது, அதைப் பற்றிச் சிந்திக்காமல் இருப்பதே உத்தமமென நினைக்கிறார். நிகழ்காலமும் இந்தக் கடந்த காலத்தைப் போன்றதாகவே

சிறுகதைகளும் குறுநாவல்களும் **135**

இருக்கிறது. பூமியின் குளிர்ந்து செல்லும் பூரணியுடன் சேர்ந்து தமது சிந்தனைகள் சூரியனைச் சுற்றிச் சுழலும் இதே நேரத்தில், டாக்டரின் குடியிருப்பிலிருந்து சில தப்படிகள் தள்ளி அந்தப் பெரிய கட்டடத்தில் பலரும் நோயிலும் அழுக்கிலும் வதைவது அவருக்குத் தெரியும். இதே தருணத்தில் பேனையும் பூச்சியையும் எதிர்த்துப் போராடியவாறு தூங்காமல் படுத்திருப்போர் இருக்கலாம், வேறொருவர் இதே கணத்தில் அக்கியின் தொத்துக்கு இலக்காகியிருக்கலாம், அல்லது காயத்தின் மீது கட்டப்பட்டிருக்கும் துணி இறுகி அழுத்துவது பொறுக்க முடியாமல் முனகிக் கொண்டிருக்கலாம். நோயாளிகளில் சிலர் நர்சுகளுடன் சீட்டாடிக் கொண்டும், வோத்கா குடித்துக் கொண்டும் இருக்கலாம். சென்ற ஆண்டில் பன்னிரண்டு ஆயிரம் ஆடவரும் பெண்டிரும் ஏமாற்றப்பட்டனர். இருபது ஆண்டுகளுக்கு முன்பு எப்படியோ அதே போலவே இன்றும் மருத்துவமனை வாழ்க்கை அனைத்தும் திருட்டையும், சண்டை சச்சரவையும், வம்பையும் பாரபட்சத்தையும், வெட்கக் கேடான ஏமாற்றையும் அடிப்படையாய்க் கொண்டிருக்கிறது. இன்றும் இந்த மருத்துவமனை ஒழுக்கக்கேடு மலிந்த படுமோசமான நிலையமாகவே இருக்கிறது; நகரவாசிகளின் ஆரோக்கியத்துக்குத் தீங்கிழைக்கிறது. ஆறாவது வார்டின் கம்பித் தடுப்புகளுக்குப் பின்னால் நோயாளிகளை நிகித்தா மொத்துவதும், மோசஸ் நாள் தோறும் தெருக்களில் சென்று பிச்சை கேட்பதும் ஆந்திரேய் எபீமிச்சுக்குத் தெரிந்ததுதான்.

அதே போது மருத்துவ விஞ்ஞானம் கடந்த இருபத்தைந்து ஆண்டுகளில் வியத்தகு வளர்ச்சி கண்டிருக்கிறது என்பதையும் அவர் அறிவார். இரசவாதத்துக்கும் இயக்க மறுப்பியலுக்கும் ஏற்பட்ட அதே கதிதான் மருத்துவத்துக்கும் ஏற்படும் என்பதாய்ப் பல்கலைகழகத்தில் படிக்கையில் அவருக்கு தோன்றிற்று; ஆனால் இப்போது, அவரது இரவு நேரப் புத்தகப் படிப்பின்போது, இதே மருத்துவம் அவரை ஆட்கொண்டு விடுகிறது, வியப்பையும் ஆனந்தக் களிப்பு எனத் தக்கதான வித்தை உணர்வையும் அவருள் சுடர் விட்டெழச் செய்கிறது. என்னென்பது சிறிதும் எதிர்பாராத அந்தச் சுடரொளியை! எப்படிப்பட்ட புரட்சி அது! மாபெரும் பிரகோவும்* கூட எக்காலத்திலும் சாத்தியமன்று என்பதாய்க் கருதிய அறுவைகள் இன்று செய்யப்படுகின்றன, கிருமிநாசினிகள் இதைச் சாத்தியமாக்கியிருக்கின்றன. முழங்கால் முட்டினைச்

* பிரகோவ், நிக்கலாய் இவானவிச் (1810-1881) - ருஷ்ய அறுவை சிகிச்சையாளர், உடற்கூற்றியலாளர், போர்க் கள அறுவை சிகிச்சையின் நிறுவகர்.

சீவிச் சரிசெய்து பொருத்தச் சாதாரண டாக்டர்களுங்கூட இன்று அஞ்சுவதில்லை; வயிற்று அறுவை செய்யப்படுவோரில் நூற்றில் ஒருவரே உயிரிழக்கிறார்; ஈரல் கல் சொல்வதற்குக்கூடத் தகுதியற்ற அளவுக்கு அற்பமானதாய்க் கருதப்படுகிறது. மேகநோய் அடியோடு குணப்படுத்தப்பட்டு விடுகிறது. பிறகு மரபுவழித் தத்துவம், மனோவசியம், பாஸ்ச்சரின்*, கோஹின்** கண்டுபிடிப்புகள், உடல்நலவழி, புள்ளியியல், நமது ருஷ்ய சேம்ஸ்த்வோ மருத்துவ நிலையங்கள் ஆகியவை எல்லாம் இருக்கின்றன! உளமருத்துவம், நவீன முறையிலான நோய்வகைப் பிரிவினை, நோய் நிர்ணயத்துக்கும் சிகிச்சைக்குமான முறைகள் ஆகிய இவையாவும் கடந்தகால நிலையுடன் ஒப்பிடுகையில் மலைச் சிகரம் போல் உயர்வாய் இருக்கின்றன. உளநோயாளிகள் முன்பு போல் குளிர்ந்த நீரில் முக்கப்படுவதும் இல்லை, இடுக்கும் கவசத்தினுள் இடப்படுவதும் இல்லை, மனிதப் பிறவிகளாய்க் கருதப்பட்டு அதற்கேற்ற முறையில் சிகிச்சை அளிக்கப் படுகிறார்கள்; இனிய பொழுதுபோக்கு வேண்டுமென்று இவர்களுக்காக நாடகங்களும் நடன விருந்துகளும் ஏற்பாடு செய்யப்படுவதாய்ப் பத்திரிகைகளில் படிக்கிறோம். தற்காலக் கருத்துகளின், ரசனைகளின் சூழலில் ஆறாவது வார்டைப் போன்ற ஒரு பயங்கரம் ரயில் நிலையத்திலிருந்து இருநூறு கிலோமீட்டர் தொலைவிலுள்ள ஒரு நகரில் மட்டுமே, நகர மேயரும் நகராண்மைக் கழக உறுப்பினர்களும் கல்வி கேள்வியில் வளர்ச்சியற்றோராய் இருந்து, டாக்டரை - ஈயத்தை உருக்கி நோயாளியின் வாயில் ஊற்றும் டாக்டரையுங் கூட - மறுபேச்சின்றி உடனே நம்ப வேண்டிய மாபெரும் மகானாய்க் கொண்டுவிடும் ஓர் ஊரில் மட்டுமே இருக்க முடியும்; வேறு எந்த இடமாயினும் பொது மக்கள் அபிப்பிராயமும் பத்திரிகைகளும் நெடுங்காலத்துக்கு முன்பே இந்தக் குட்டி பாஸ்டிலைத் தகர்த்துத் தரை மட்டமாக்கியிருக்கும் - இதெல்லாம் ஆந்திரேய் எபீமிச்சுக்குத் தெரிந்ததுதான்.

"ஆனால் பலன் என்ன?" என்று, கணகளை விரியத் திறந்து கொண்டு தம்மைத் தாமே கேட்டுக் கொள்கிறார் ஆந்திரேய் எபீமிச். "இவை யாவற்றாலும் கட்டியிருக்கும் பலன் என்ன? கிருமிநாசனி மருந்துகளையும் கேஹையும்

* பாஸ்ச்சர் (Pasteur), லூயி (1822-1895) - புகழ் பெற்ற பிரெஞ்சு நாட்டு உயிரியலாளர், இரசாயன விஞ்ஞானி.

** கோஹ் (Koch), ராபர்ட் (1843-1910) - பாக்டீரிய இயல் துறையல் ஆராய்ச்சி செய்த ஜெர்மன் விஞ்ஞானி.

பாஸ்ச்சரையும் தொடர்ந்து சாராம்சத்தில் மாற்றம் எதுவும் ஏற்பட்டு விடவில்லை. மரண விகிதமும் நோயும் எப்போதும் இருந்த நிலையில் தான் இருந்து வருகின்றன." நாடகங்களும் நடன விருந்துகளும் உளநோயாளிகளுக்காக ஏற்பாடு செய்யப்படுகின்றன, ஆனால் இந்நோயாளிகள் விடுதலை பெற்று வெளியேவர முடியவில்லையே ஆகவே எல்லாம் வெற்றுப் பேச்சு, வீண் பெருமை - அவ்வளவு தான். சாராம்சத்தில் சிறந்த வியன்னா சிகிச்சை நிலையத்துக்கும் எனது மருத்துவமனைக்கும் எந்த வேறுபாடும் இல்லை."

இருந்த போதிலும் துயரமும் பொறாமை போன்றதான ஓர் உணர்ச்சியும் அவரைக் கருத்தற்றவராய், பாரமுகமாய் இருக்க விடாமல் தடுக்கின்றன. அவர் களைத்து ஓய்ந்து போயிருப்பதே அவரது இந்த உணர்ச்சிக்குக் காரணமோ, என்னவோ? கனத்துப் போய்விட்ட தமது தலையைப் புத்தகத்தின் மீது சாய்த்துக் கொண்டு, வசதியாய் இருக்கும் பொருட்டுக் கன்னத்துக்கு அடியில் கைகளை வைத்துத் தாங்கிக் கொண்டு சிந்தனை செய்கிறார்:

"நான் தீய கைங்கரியத்தில் ஈடுபட்டு வருகிறேன், யாரிடமிருந்து எனது சம்பளத்தைப் பெற்றுக் கொள்கிறேனோ அவர்களை ஏமாற்றி வருகிறேன், நேர்மையில்லாதவன் நான். ஆனால் நான் தூசி போன்றவன், தவிர்க்க முடியாத சமுதாயக் கேட்டில் ஒரு சிறு துளியே நான். மாவட்ட அதிகாரிகள் எல்லோருமே தீயவர்கள் தான், வேலையின்றி சம்பளம் பெறுகிறவர்கள் தான்... ஆகவே எனது நேர்மையின்மைக்குக் காரணம் இந்தச் சகாப்தமே அன்றி நானல்ல.... இன்னும் இருநூறு ஆண்டுகள் கழித்து நான் பிறப்பேனாயின் வேறு வகையான ஆளாய் இருப்பேன்."

மூன்று மணி அடிக்கும்போது விளக்கை அணைத்துவிட்டு அவர் தமது படுக்கை அறைக்குச் செல்கிறார். கொஞ்சங்கூட அவர் தூங்குகிற நிலையில் இல்லை.

8

இரண்டொரு ஆண்டுகளுக்கு முன்பு சேம்ஸ்த்வோ திடுமெனத் தயாள சிந்தை கொண்டு, சேம்ஸ்தவோ மருத்துவமனை ஒன்று திறக்கப்படும் காலம் வரையில் ஊரில் ஏற்கெனவே இருந்துவரும் மருத்துவமனையின் மருத்துவ ஊழியர்கள் அதிகரிக்கப்படுவதற்காக ஆண்டுதோறும் முன்னூறு ரூபிள்

உதவுவதெனத் தீர்மானித்தது. ஆந்திரேய் எபீமிச்சுக்கு உதவியாய் வேலை செய்வதற்கு மாவட்ட டாக்டரான எவ்கேனி பேதரோவிச் ஹோபத்தவை நகராண்மைக் கழகம் நியமித்தது. இந்தப் புதிய டாக்டர் முப்பது வயதுக்கும் குறைந்தவரான இளைஞர், உயரமானவர், பழுப்பு நிறத்தவர், அகன்ற தாடைகளும் சிறு கண்களுமுடையவர், அவரது முன்னோர் ருஷ்யரல்லாத இனத்தோராய் இருந்திருக்க வேண்டும். கையில் கப்பேக் காசின்றி ஒரு சிறு பெட்டியுடன், தமது சமையற்காரி என்பதாய் அவர் சொல்லிக் கொண்ட அழகில்லாத ஓர் இளம் பெண்ணையும் அழைத்துக் கொண்டு எங்கள் நகருக்கு வந்து சேர்ந்தார். இந்த இளம் பெண்ணிடம் ஒரு கைக் குழந்தை இருந்தது. எவ்கேனி பேதரோவிச் முகப்பு முனை கொண்ட தொப்பியும் நெடிய பூட்சும் போட்டுக் கொள்கிறார், குளிர் காலத்தில் தோல் கோட்டு அணிந்து கொள்கிறார். மருத்துவ உதவியாளரான சேர்கேய் செர்கேயிச்சுக்கும் பணக் கணக்கருக்கும் விரைவில் அவர் நண்பராகி விட்டார், ஆனால் எதனாலோ அவர் ஏனைய அதிகாரிகளைப் பிரபுக்குலத்தோர் என்பதாய்க் குறிப்பிட்டு அவர்களிடமிருந்து தூர விலகிச் செல்கிறார். வீட்டில் அவரிடம் இருக்கும் புத்தகம் ஒன்றே ஒன்றுதான் - **வியென்னா சிகிச்சை நிலையத்தின் 1881 ஆம் ஆண்டுக்கான புதிய மருந்துக் குறிப்புகள்** என்பது மட்டும்தான். நோயாளியைப் பார்க்கச் செல்லும் போது தவறாமல் இந்தப் புத்தகத்தை எடுத்துச் செல்கிறார். அந்திப் பொழுதில் மன்றத்தில் பிலியர்ட்ஸ் ஆடுகிறார்; சீட்டாட்டம் அவருக்குப் பிடிப்பதில்லை. 'கண்டதே காட்சி கொண்டதே கோலம்', 'வாழப் பிறந்தவன் வதைபடலாமா' - இவை போன்ற தொடர்களை அடிக்கடி தமது பேச்சில் கையாண்டு மகிழ்கிறார்.

வாரம் இருமுறை மருத்துவமனைக்குச் சென்று வார்டுகளைச் சுற்றிப் பார்க்கிறார், வெளியிலிருந்து சிகிச்சைக்கு வருவோருக்கு மருந்து எழுதிக் கொடுக்கிறார். மருத்துவமனையில் கிருமிநாசினி மருந்துகள் இல்லை, ஆனால் குருதி உறிஞ்சும் குமிழ்கள் ஏராளமாய் இருக்கின்றன என்பதைக் காணும் போது அவருக்கு ஆத்திரம் வருகிறது, ஆனால் ஆந்திரேய் எபீமிச்சைப் பகைத்துக் கொள்ளும்படி ஆகிவிடுமோ என்று பயந்து அவர் புதுமுறைகள் எவற்றையும் புகுத்தாமல் இருக்கிறார். தமது சகாவான ஆந்திரேய் எபீமிச் ஒரு பெரிய மோசடிக்காரர் என்று உறுதியாய் நம்புகிறார், அவரிடம் நிறைய பணம் இருப்பதாய் நினைத்துக் கொண்டு உள்ளுக்குள் அவர் மீது பொறாமை

கொண்டிருக்கிறார். அவருடைய இடத்தில் அமர்ந்து கொள்ள முடியுமாயின் மகிழ்ச்சியோடு அதைச் செய்யக் கூடியவர் இந்த எவ்கேனி பேதரோவிச்.

9

வசந்த பருவத்தில் மார்ச்ச மாத முடிவில் ஒரு நாள் மாலை, தரையிலிருந்து வெண்பனி மறைந்து போய், மருத்துவமனைத் தோப்பினுள் மைனாக் குருவிக் குஞ்சுகள் பாட்டிசைத்துக் கொண்டிருந்த போது டாக்டர் தமது நண்பரான அஞ்சலகத் தலைவரை வழியனுப்பி வைப்பதற்காக வாயில் வழிக்கு வந்தார். யூத இனத்தவனாகிய மோசஸ் வழக்கம் போல் தெருக்களில் சுற்றி விட்டு அப்பொழுது தான் மருத்துவமனை முற்றத்துக்குள் நுழைந்தான். அவன் தலையில் குல்லாய் இல்லை, வெறுங் காலில் புதைமிதி மேலுறையை மாட்டிக் கொண்டு நடந்தான், கையில் ஒரு சிறு பை வைத்திருந்தான், அவன் பிச்சையெடுத்துச் சேர்த்தவை யாவும் அதனுள் இருந்தன.

“ஒரு கப்பேக் காசு போடுங்களேன்!” என்று குளிரில் நடுங்கியவாறு, ஆனால் புன்சிரிப்பு சிரித்துக் கொண்டு, டாக்டரிடம் கேட்டான் அவன்.

மறுக்கத் தெரியாதவரான ஆந்திரேய் எபீமிச் பத்துக் கபேக் காசை எடுத்து அவனிடம் கொடுத்தார்.

“என்ன அநியாயம்!” என்று, அந்த ஆளின் வெறுங் கால் களையும் சிவந்து போன மெல்லிய கணுக்களையும் பார்த்தபடி நினைத்துக் கொண்டார் அவர். “இந்த ஈரத்திலும் குளிரிலும் இப்படிப் போகிறானே!”

பரிதாபமும் அருவருப்பும் கலந்த உணர்ச்சியால் உந்தப்பட்டு, அவனது வழுக்கைத் தலையையும் கணுக்கால்களையும் பார்த்தவாறு, அவனைப் பின்தொடர்ந்து சென்று தனிக் கட்டினுள் நுழைந்தார் அவர். டாக்டர் உள்ளே வரக்கண்ட நிகித்தா கந்தல் குவியலிலிருந்து குதித்து விரைப்பாய் நேரே நின்றான்.

“நிகித்தா, வந்தனம் உனக்கு!” என்று தமது இதமான குரலில் கூறினார் ஆந்திரேய் எபீமிச். “இந்த யூதருக்கு பூட்சாவது,

மிதியடியாவது எதாவது கொடுத்தால் நன்றாயிருக்குமே. இந்த ஆளுக்குச் சளிப்பு அல்லவா பிடித்துக் கொள்ளும்?"

"அப்படியே செய்கிறேன், மாண்புடையீர்! மேலாளரிடம் போய்ச் சொல்கிறேன்."

"போய்ச் சொல்லு நீ! என் சார்பில் சொல்லு, நான் கொடுக்கச் சொன்னேன் என்று சொல்லு."

நடையிலிருந்து வார்டுக்குள் செல்வதற்குரிய கதவு திறந் திருந்தது. இவான் திமீத்ரிச் முன்கையின் மீது சாய்ந்து கட்டிலில் படுத்துக் கொண்டு, தமக்குப் பழக்கமில்லாத புதுக் குரலாய் ஒலித்த அந்தக் குரலை பரபரப்போடு காது கொடுத்து கேட்டார். வந்திருப்பது டாக்டர் என்று திடுமென அடையாளம் தெரிந்தது. ஆத்திரத்தால் குலுங்கியவாறு தாவி எழுந்தார் அவர் முகம் கொதிப்புற்றுச் செக்கச் சிவந்து போக, விழிகள் இரண்டும் பிதுங்கிக் கொண்டு தெரிய அறையின் நடுமையத்துக்கு ஓடினார்.

"டாக்டர் வந்திருக்கிறார்!" என்று கூவி வாய்விட்டுச் சிரித்தார். "இவ்வளவு காலத்துக்குப் பிறகு முடிவில் இப்போது வந்திருக்கிறார்! கனவான்களே, நீங்கள் பாக்கியசாலிகள், வாழ்த்துகிறேன் உங்களை! டாக்டர் நம்மீது கருணை கொண்டு இங்கே எழுந்தருளியிருக்கிறார்!... திருட்டுத் தடியர்!" என்று கூச்சலிட்டு வார்டினுள் இதன்முன் யாரும் கண்டிராத ஆவேசத்தோடு பாதத்தால் தரையைத் தட்டினார். "தடியரைக் கொல்ல வேண்டும்! இல்லை, கொல்லுவது இவருக்கு இரக்கம் காட்டுவதாகிவிடும்! இழுத்துச் சென்று கக்கூஸ் அறைக்குள் தள்ளுங்கள்!"

ஆந்திரேய் எபீமிச் தலையை உள்ளே நுழைத்து எட்டிப் பார்த்தபடி அமைதியாய் வினவினார்:

"எதற்காக?"

"எதற்காகவா?" என்று கூச்சலிட்டுக் கத்தியவாறு டாக்டரை எரித்து விடுவது போல வெறிக்கப் பார்த்துக் கொண்டு அவரை நோக்கி நடந்தார் இவான் திமீத்ரிச். வலிப்பு வந்தாற் போல வெடுக்கெனத் தமது அங்கியின் வார் முனைகளைத் தம் மீது இழுத்து விட்டுக் கொண்டார். "எதற்கா? நீ ஒரு திருடர்!" என்று அடங்காத வெறுப்பை வெளியிட்டு இரைந்தார், காறித்துப்பப்

போகிறவரைப் போல் உதடுகளைப் பிதுக்கிக் கொண்டார். "வேடதாரி! கொலைகாரர்!"

"அமைதி குலைய வேண்டாம்!" என்று புன்னகை புரிந்தவாறு கூறினார் ஆந்திரேய் எபீமிச். "என் வாழ்நாளில் நான் எதையும் திருடியதில்லை, ஏனையவற்றைப் பொருத்தவரை நீங்கள் அளவு மிறி மிகைப்படுத்துகிறீர்கள் என்றே சொல்ல வேண்டும். என் மீது ஆத்திரப் படுகிறீர்கள் என்பது தெரிகிறது. அமைதியாய்ப் பேச முயலுங்கள். உங்களுக்கு ஏன் இந்த ஆத்திரம்? கொதிப்புற்றுச் சீறி விழாமல் சொல்லுங்கள்."

"என்னை ஏன் இங்கே வைத்திருக்கிறீர்கள்?"

"நீங்கள் நோயுற்றவராய் இருக்கிறீர்கள், அதனால் தான்."

"ஆம், நான் நோயுற்றவன்தான். ஆனால் நூற்றுக்கணக்கான பைத்தியக்காரர்கள் சுதந்திர மனிதர்களாய் வெளியே இருந்து கொண்டிருக்கிறார்கள், சித்த சுவாதீனமுள்ளவர்களிடமிருந்து இவர்களை வேறுபடுத்தி இனங் கண்டு கொள்ளத் தெரியாத மூடர்களாய் இருக்கிறீர்கள் நீங்கள். இந்த ஒரே காரணத்தால் இவர்கள் சுதந்திரமாய் வெளியே இருக்கிறார்கள். பிறகு ஏன் நானும் பரிதாபத்துக்குரிய இவர்களும் இங்கே கிடந்து அழிய வேண்டுமாம்? ஏனையோர் செய்யும் குற்றங்களுக்காக எங்களைப் பலிக்கிடாக்கள் ஆக்குகிறீர்களே ஏன்? இங்குள்ள எங்களை விட நீரும் உமது உதவியாளரும் மருத்துவமனை மேலாளரும் மற்றுமுள்ள அசட்டுக் கும்பல் அனைத்துமே ஒழுக்கநெறியில் படு மட்டமானவர்கள். பிறகு ஏன் நீங்கள் அங்கே இருக்க, நாங்கள் இங்கே இருக்க வேண்டும்? இது என்ன தர்க்க நியாயம்?"

"ஒழுக்க நெறி, தர்க்க நியாயம் இவற்றுக்கு இங்கே எந்த வேலையும் இல்லை. யாவும் சந்தர்ப்பவசத்தைப் பொறுத்தவையாகும். இங்கு கொண்டு வந்து விடப்படுகிறவர்கள் இங்கே இருந்து வருகிறார்கள், கொண்டுவரப் படாதவர்கள் சுதந்திர மனிதர்களாய் வெளியே இருக்கிறார்கள் - அவ்வளவுதான். நீங்கள் உளநோயாளியாகவும் நான் டாக்டராகவும் இருப்பதில் ஒழுக்க நெறிக்கோ, தர்க்க நியாயத்துக்கோ இடமில்லை, முற்றிலும் சந்தர்ப்ப வசத்தால் நிகழ்ந்தது இது."

“அபத்தம், இதை என்னால் புரிந்து கொள்ள முடியவில்லை” என்று தளர்ந்து மெலிந்த குரலில் கூறி இவான் திமீத்ரிச் தமது கட்டிலின் ஓரத்தில் உட்கார்ந்தார்.

மோசஸ் - டாக்டர் முன்னிலையில் நிகித்தா அவனைச் சோதனையிடத் துணியவில்லை - தனது ரொட்டித் துண்டு களையும் காகிதங்களையும் எலும்புகளையும் தன்னுடைய கட்டிலில் பரப்பி வைத்துக் கொண்டு, இன்னும் குளிரில் நடுங்கியபடி நீட்டி இழுத்துத் தனக்குத் தானே வேகமாய் யூத மொழியில் பேசிக் கொள்ள ஆரம்பித்தான் - தான் கடை திறந்து விட்டதாய் நினைத்துக் கொண்டான் போலும்.

“என்னை வெளியே விட்டுவிடுங்கள்!” என்றார் இவான் திமீத்ரிச் கரகரக்கும் குரலில்.

“என்னால் விட முடியாதே.”

“ஏன் முடியாது? ஏனாம்?”

“ஏனென்றால் எனக்கு அதைச் செய்ய அதிகாரமில்லை. உங்களை நான் வெளியே விடுவதால் உங்களுக்கு என்ன நன்மை என்று ஆலோசித்துப் பாருங்கள். நான் உங்களை வெளியே விடுவதாய் வைத்துக் கொள்வோம், நகர மக்களோ போலீசாரோ உங்களைப் பிடித்துத் திரும்பவும் இங்கு கொண்டு வந்து சேர்ப்பிக்கப் போகிறார்கள், அவ்வளவு தானே?”

“ஆமாம், ஆமாம், அது சரிதான்” என்று இவான் திமீத்ரிச் தமது நெற்றியைத் தடவிக் கொண்டார். “பயங்கர நிலைமை! நான் என்ன தான் செய்யலாம்? என்ன செய்யலாம் - அதைச் சொல்லுங்களேன்!”

அவருடைய குரலும், அவர் கோணலாய் நெளித்துக் கொண்டுங்கூட அறிவு தீட்சண்யமுடன் விளங்கிய அவரது இளவட்ட முகமும் ஆந்திரேய் எபீமிச்சின் உள்ளத்தைக் கவர்ந்தன. இந்த இளைஞருடன் அன்பாய்ப் பேசி அவரைச் சாந்தப்படுத்த விரும்பினார் அவர். கட்டிலில் அவருக்கு அருகே அமர்ந்து சற்று நேரம் சிந்தித்தப் பின் அவர் கூறினார்:

“நீங்கள் என்ன செய்யலாம் என்றா கேட்கிறீர்கள்? இங்கிருந்து ஓடி விடுவதுதான் சாலச் சிறந்தது. ஆனால் துரதிருஷ்டவசமாய் அதனால் பயன் ஏதும் இல்லை. உங்களைப் பிடித்து மீண்டும்

அடைத்து விடுவார்கள். குற்றமிழைப்போரிடமிருந்தும் உள நோயாளிகளிடமிருந்தும் சங்கடமான ஏனைய பலரிடமிருந்தும் சமுதாயம் தன்னைப் பாதுகாத்துக் கொள்ள முற்படுகையில் அது வெல்லற்கரிய வலிமை பெற்று விடுகிறது. உங்களுக்கு இருக்கும் வழி ஒன்றே ஒன்றுதான். நீங்கள் இங்கே இருக்க வேண்டியது அவசியம் என்பதை உணர்ந்து இவ்வுண்மைக்கு உங்களை இணக்க வித்துக் கொள்ளுங்கள்."

"யாருக்கும் நன்மையில்லை அதனால்."

"சிறைக்கூடங்கள், பைத்தியக்காரர் பாதுகாப்பு விடுதிகள் போன்றவை இருப்பதால், இவற்றில் அடைக்கப்படுவதற்குரிய ஆட்களும் இருந்தாக வேண்டும். உங்களை இல்லாவிட்டால், என்னை அடைத்தாக வேண்டும்; என்னை இல்லாவிட்டால் இன்னொருவரை அடைத்தாக வேண்டும். நீங்கள் காத்திருங்கள் - நெடுங்காலம் காத்துப் பிறக்கப் போகும் வருங்காலத்தில் சிறைக்கூடங்களோ, பைத்தியக்காரர் பாதுகாப்பு விடுதிகளோ இல்லாமற் போய்விடும்; கம்பித் தடுப்புகளிட்ட சன்னல்களோ, மருத்துவமனை அங்கிகளோ இல்லாத காலமாய் இருக்கும் அது. இப்படி ஒரு காலம் முன்னதாகவோ பின்னதாகவோ நிச்சயம் வரவே போகிறது."

இவான் திமீத்ரிச் ஏளனச் சிரிப்பு சிரித்துக் கொண்டார்.

"வேடிக்கைப் பேச்சு பேசுகிறீர்கள்" என்று கண்களைச் சுளித்துக் கொண்டார் அவர். "உம்மையும் உமக்கு உதவி புரியும் இந்த நிகித்தாவையும் போன்றோருக்கு வருங்காலத்தில் வேலை இருக்காது. இந்த நல்ல காலம் வரத்தான் போகிறது. ஐயன்மீர், இதில் சந்தேகம் இல்லை! நான் சொல்வது பழஞ் சரக்காய் இருக்கலாம். உங்களுக்குச் சிரிப்பு வரலாம், ஆனால் புது வாழ்வு அதன் முழுப் பிரகாசத்தோடு உதித்தெழுவே போகிறது, வாய்மை வெல்லவே போகிறது - எங்களுக்கும் காலம் வரப் போகிறது கொண்டாடுவதற்கு! நான் இருக்க மாட்டேன். அதற்குள் மடிந்து விடுவேன், ஆனால் ஏனையோரது கொள்ளுப் பேரப் பிள்ளைகள் இருப்பார்கள், கொண்டாடுவார்கள். அவர்களுக்கு எனது உள்ளம் நிறைந்த வாழ்த்துக்கள்! அவர்களை நினைத்து நான் ஆனந்தப் படுகிறேன்! முன்னேறுங்கள்! நண்பர்களே, ஆண்டவன் உங்களுக்கு அருள் புரிவாராக!"

கண்கள் பளிச்சிட்டு மின்ன இவான் திமீத்ரிச் எழுந்து நின்று சன்னல்களை நோக்கிக் கரங்களை நீட்டிக் கிளர்ச்சியுற்ற குரலில் தொடர்ந்து முழங்கிச் சென்றார்:

"இந்தக் கம்பி அடைப்புகளுக்குப் பின்னாலிருந்து உங்களுக்கு ஆசி கூறுகிறேன்! வாழ்க வாய்மை! ஆனந்தமே ஆனந்தம்?"

"ஆனந்தப்படுவதற்குக் காரணம் இருப்பதாய்த் தெரியவில்லை எனக்கு" என்றார் ஆந்திரேய் எபீமிச். ஆனந்தக் களிப்பு கொண்டு இவான் திமீத்ரிச் முழங்கியது நாடக பாணியில் இருப்பதாய்க் கருதினார் என்றாலும், அதற்காக அவர் மீது முன்னிலும் அதிகமாய்ப் பிரியமே கொண்டார். "சிறைக்கூடங்களும் பைத்தியக்காரர் விடுதிகளும் இல்லாதொழிந்துவிடும், நீங்கள் ஆர்வத்துடன் கூறியதுபோல் வாய்மை வெற்றி வாகை சூடும், ஆயினும் சாராம்சத்தில் மாற்றம் ஏற்பட்டுவிடாது, இயற்கையின் விதிகள் மாற்றமின்றி அப்படியேதான் இருக்கும். இன்று போலவே அன்றும் மக்கள் நோய் வாய்ப்படுவார்கள், மூப்படைவார்கள், மடிந்து போவார்கள். எவ்வளவுதான் அந்த உதயக் காலம் உங்கள் வாழ்க்கையை ஒளி மயமாக்கிய போதிலும் முடிவில் நீங்கள் சவப்பெட்டியினுள் அடைக்கப்பட்டுக் குழி தோண்டிப் புதைக்கப்பட்டே ஆக வேண்டும்."

"இறவாமை என்பதாய் ஒன்று உண்டு அல்லவா?"

"அதெல்லாம் அபத்தம்!"

"உங்களுக்கு அதில் நம்பிக்கை இல்லை, ஆனால் எனக்கு நம்பிக்கை இருக்கிறது. தாஸ்தயேவ்ஸ்கி* - அல்லது வால்த்தேராகவும்** இருக்கலாம் - கூறினார், தெய்வம் இல்லா விட்டாலும் கூட மனிதர்கள் நிச்சயம் ஒரு தெய்வத்தைக் கண்டு பிடித்துக் கொண்டிருப்பார்கள் என்று. இறவாமை என்பதாய் எதுவும் இல்லாமற் போயினும், முன்னதாகவோ பின்னதாகவோ மாபெரும் மனித மனம் அதைக் கண்டுபிடித்துக் கொண்டுவிடும் என்பது தான் எனது திடமான நம்பிக்கை."

"நன்றாய்ச் சொன்னீர்கள்!" என்று மகிழ்ச்சிப் பூரிப் புற்றுக் கூவினார் ஆந்திரேய் எபீமிச். "நீங்கள் நம்பிகை

---

* தாஸ்தயேவ்ஸ்கி, ஃபியோதர் மிகாய்லொவிச (1821-1881) - தலைசிறந்த ருஷ்ய எழுத்தாளர்.

** வால்த்தேர் (Voltaire), பிரான்சுவா மரீ (1694-1788) - புகழ் வாய்ந்த பிரெஞ்சு எழுத்தாளர், தத்துவஞானி.

கொண்டிருக்கிறீர்கள், இது மகிழ்ச்சிக்குரியது. உங்களைப் போல் நம்பிக்கை கொண்டவர் எவரும் நான்கு சுவர்களுக்குள் அடைக்கபட்டுக் கிடக்கும் போதுகூட இன்பமாய் இருக்க முடியும். நீங்கள் படித்தவர், இல்லையா?"

"ஆமாம், பல்கலைக்கழகத்தில் படித்தேன், ஆனால் பட்டம் பெறவில்லை."

"நீங்கள் சிந்திக்கத் தெரிந்தவர். எப்படிப்பட்ட சூழ்நிலையிலும் உங்களுடைய சிந்தனைகளின் வாயிலாய் நீங்கள் மன நிறைவு பெற முடியும். சுதந்திரமான ஆழ்ந்த சிந்தனையின் மூலம் வாழ்க்கையை முழு அளவில் புரிந்து கொள்ள முயலுதல், உலகின் அவட்டுச் சந்தடியையும் பரபரப்பையும் வெறுத்த ஒதுக்குதல்-இவை மனிதகுலம் அறிந்தவையாவற்றையும் விட சிறப்பான பேறுகள். உலகிலுள்ள கம்பிய டைப்பிட்ட சன்னல்கள் யாவற்றையும் மீறி நீங்கள் இவற்றைப் பெற முடியும். தியகேனஸ்* ஒரு பீப்பாயினுள் வசித்தார், ஆயினும் அவர் நாடாளும் வேந்தர்களைக் காட்டிலும் இன்பமுற்றார்."

"உங்களுடைய தியகேனஸ் ஒரு முட்டாள்" என்றார் இவான் திமீத்ரிச், கடுப்புடன். "தியகேனஸைப பற்றியும் எதையோ புரிந்து கொள்வது பற்றியும் என்னிடம் ஏன் சொல்கிறீர்?" என்று கூறித் திடுமெனக் கோபாவேசம் கொண்டு குதித்தெழுந்து நின்றார். "நான் வாழ்க்கையை நேசிக்கிறேன், ஆவேசமாய் நேசிக்கிறேன்! நான் அடக்குமுறை அச்சப் பிணியால் அல்லலுறுகிறேன், ஓயாமல் படுத்திவைக்கும் அச்சங்களால் சித்திரவதை செய்யப்படுகிறேன், ஆயினும் வாழ்க்கையை வாழ வேண்டுமென்ற தாகம் என்னைப் பற்றிக் கொண்டுவிடும் தருணங்களும் உண்டு, பைத்தியமாகி விடுவோமோ என்று அத்தருணங்களில் அஞ்சுகிறேன். வாழ விரும்புகிறேன் நான், வாழ விரும்புகிறேன்!"

அவருக்கு ஏற்பட்ட பரபரப்பில் அறையின் குறுக்கே நடந்தார், பிறகு குரலைத் தணித்துக் கொண்டு கூறினார்:

"என் கனவுகளில் பேய்கள் என்னிடம் வருகின்றன. பலரும் என்னைப் பார்ப்பதற்காக வருகிறார்கள்: குரல்களும் இசையும் ஒலிக்கக் கேட்கிறேன்; நான் எங்கோ காட்டிலோ, கடற் கரையிலோ இருப்பதாய் நினைக்கிறேன்; சந்தடியும் ஆரவாரமும்

---

* தியகேனஸ் - பண்டைக் கிரேக்கத் தத்துவஞானி, கி.மு. ஏறத்தாழ 404 லிருந்து 232 வரை இருந்தவர்.

வேண்டுமென விரும்புகிறேன், கவலைகளும் விசாரங்களும் வேண்டுமென ஏங்குகிறேன்... வெளியே என்ன நடைபெறுகிறது, சொல்லுங்கள்" என்று திடுமெனப் பேச்சை நிறுத்துவிட்டு வினவினார். "வெளியுலகில் நடைபெறுவது என்ன?"

"எதைப் பற்றிச் சொல்ல வேண்டும் என்கிறீர்கள் - நமது நகரைப் பற்றியா, அல்லது பொதுவில் உலகைப் பற்றியா?"

"முதலில் நகரைப் பற்றிச் சொல்லுங்கள், பிறகு உலகைப் பற்றிச் சொல்லலாம்."

"என்ன இருக்கிறது, சொல்வதற்கு? நகரில் சோர்வையும் வேதனையையும் தவிர ஒன்றுமில்லை... இவருடன் பேசுவோம், அல்லது இவர் என்ன சொல்கிறார் கேட்போம் என்று நினைப்பதற்கு நகரில் தக்க ஆள் யாருமே இல்லை. புதியவர் எவரும் இல்லை. ஆனால் அண்மையில் ஓர் இளம் டாக்டரை, ஹோபத்தவ் என்று பெயர், நம்மிடம் அனுப்பி வைத்திருக்கிறார்கள். ஆமாம், எனக்குத் தெரியும். அந்த ஆள் வந்ததைப் பார்த்தேன் நான். ஆள் எப்படி? கில்லாடிதானே?"

"பண்பாட்டில் உயர்ந்த ஆளாய்ச் சொல்வதற்கில்லை, வினோதமான ஆள்தான்... நமது நகரங்களில் தேக்கம் ஏற்பட்டுவிடவில்லை. அறிவுத்துறை செயற்பாடு இருக்கவே செய்கிறது, ஆகவே இங்கே மெய்யான ஆட்கள் இருக்கவே வேண்டும், ஆனால் ஏனோ நமக்கு அனுப்பி வைக்கப்படுகிறவர்கள் தரமானவர்களாய் இருப்பதில்லை. துரதிருஷ்டம் வாய்ந்த நகரம்!"

"ஆம், துரதிருஷ்டம் வாய்ந்ததுதான்!" என்று பெருமூச்செறிந்துவிட்டுச் சிரித்துக் கொண்டார் இவான் திமீத்ரிச். "உலகம் எப்படி இருக்கிறது? செய்தியேடுகளிலும் பத்திரிகைகளிலும் என்ன எழுதுகிறார்கள்?"

இதற்குள் வார்டினுள் இருட்டாகிவிட்டது. டாக்டர் எழுந்து நின்று வெளிநாடுகளிலும் ருஷ்யாவிலும் பத்திரிகைகள் என்ன எழுதுகின்றன, தற்காலச் சிந்தனையின் போக்கு எப்படி இருக்கிறது என்று இவான் திமீத்ரிச்சிடம் கூறினார். இடையில் எப்போதாவது கேள்வி எழுப்பியபடி இவான் திமீத்ரிச் கவனமாய்க் கேட்டுக் கொண்டிருந்தார். அப்போது திடுமென ஏதோ பயங்கர சம்பவம் நினைவுக்கு வந்துவிட்டது போல்

கைகளால் தலையை அழுத்திப் பிடித்து, டாக்டரின் பக்கம் முதுகைத் திருப்பிக் கொண்டு கட்டிலில் படுத்துவிட்டார்.

"உடம்பு சரியில்லையா, என்ன?"

"உங்களுடன் இனி நான் ஒரு வார்த்தைக்கூடப் பேச மாட்டேன்" என்று ஆத்திரமாய்ச் சொன்னார் இவான் திமீத்ரிச். "இங்கே நிற்காதீர்கள், போய் விடுங்கள்?"

"ஏன், என்ன ஆயிற்று?"

"போய்விடும் என்கிறேன்! சனியனே, போய்த் தொலையும்!"

நெடுமூச்சு விட்டுத் தோள்களை உலுக்கியவாறு வார்டை விட்டு வெளியேறினார் ஆந்திரேய் எபீமிச். நடையைக் கடந்து செல்லும் போது சொன்னார் அவர்:

"நிகித்தா, இந்த இடத்தைக் கொஞ்சம் சுத்தம் செய்தால் நன்றாயிருக்கும்... நாற்றம் சகிக்கவில்லை?"

"அப்படியே செய்கிறேன், மாண்புடையீர்!"

"மனதுக்கு இனிய இளைஞர்" என்று நினைத்தவாறு வீட்டுக்குத் திரும்பினார் ஆந்திரேய் எபீமிச். "இத்தனை ஆண்டுகளுக்குப் பிற்பாடு விரும்பிப் பேசத்தக்கவராய் எனக்குக் கிடைத்திருக்கும் முதலாவது மனிதர். அறிவுடையவர், எவை பிரதானமோ அவற்றில் அக்கறை கொண்டவராய் இருக்கிறார்."

அன்று இரவு படித்துக் கொண்டு உட்கார்ந்திருந்த போதும், பிறகு படுக்கையில் படுத்திருந்த போதும் இவான் திமீத்ரிச்சைப் பற்றிதான் அவர் சிந்தித்துக் கொண்டிருந்தார். மறுநாள் காலையில் விழித்தெழுந்ததும், நுண்ணறிவு கொண்ட சுவையான ஒருவரைத் தெரிந்து கொள்ள நேர்ந்ததை நினைத்துக் கொண்டார். தமக்குக் கிடைக்கும் முதலாவது சந்தர்ப்பத்திலேயே மீண்டும் இவரிடம் சென்று பேசுவதெனத் தீர்மானம் செய்து கெண்டார்.

10

இவான் திமீத்ரிச் முந்திய நாளன்று படுத்த அதே நிலையில், கைகளால் நெற்றிப் பொட்டுகளை அழுத்திக் கொண்டு,

முழங்கால்களை இழுத்து மடக்கிக் கொண்டு கட்டிலில் படுத்திருந்தார். அவரது முகம் சுவரைப் பார்க்கத் திரும்பியிருந்தது.

"என் நண்பரே, எப்படி இருக்கிறீர்கள்?" என்று கேட்டார் ஆந்திரேய் எபீமிச். "தூங்கிக் கொண்டா இருக்கிறீர்கள்?"

"முதலாவதாக, நான் உமது நண்பரல்ல" என்று தமது தலையணைக்குள் முனகிக் கொண்டார் இவான் திமீத்ரிச். "இரண்டாவதாக, உமது முயற்சி வீண்முயற்சி, உம்முடன் நான் ஒரு வார்த்தைகூடப் பேசப் போவதில்லை."

"என்ன விபரீதம்..." என்று ஓரளவு கலக்கமுற்றவராய் முணுமுணுத்துக் கொண்டார் ஆந்திரேய் எபீமிச். "நேற்று நாம் இருவரும் எவ்வளவு நன்றாய்ப் பேசிக் கொண்டிருந்தோம், ஏனோ திடுதிப்பென்று கோபங் கொண்டு நீங்கள் பேச மறுத்து விட்டீர்கள்... ஒருவேளை நான் எக்கச்சக்கமாய் எதாவது சொல்லியிருக்க வேண்டும், அல்லது உங்கள் கருத்துக்களுக்கு ஒவ்வாதவாறு எதாவது பேசியிருக்க வேண்டும்..."

"உங்கள் பேச்சை நான் நம்புவேன் என்றா நினைக்கிறீர்கள்?" என்று கேட்டு இவான் திமீத்ரிச் எழுந்து உட்கார்ந்து, ஏளனமும் கலவரமும் ஒருங்கே அவரது பார்வையில் வெளிப்பட டாக்டரை உற்றுப் பார்த்தார்; அவரது கண்ணிமைகள் சிவந்திருந்தன. "உமது உளவு வேலையையும் புலன் விசாரணையையும் வேறு எங்காவது போய்ச் செய்யும், இங்கே வேகாது உமது பருப்பு. நேற்று இங்கே எதற்காக வந்தீர் என்பதை நான் புரிந்து கொண்டு விட்டேன்."

"வேடிக்கையாய் இருக்கிறதே இது!" என்று நகைத்துக் கொண்டார் டாக்டர். "நீங்கள் என்னை உளவாளியென நினைப்பதாகவா சொல்கிறீர்கள்?"

"ஆம், அப்படித்தான்... உளவாளி, அல்லது என்னைக் கண்காணிப்பதற்காக வந்திருக்கும் டாக்டர் - இரண்டும் ஒன்று தான்!"

"சரிதான், நீங்கள் - என்னை மன்னிக்க வேண்டும் - நீங்கள் விபரீத ஆளாய் அல்லவா இருக்கிறீர்கள்!"

சிறுகதைகளும் குறுநாவல்களும்

கட்டிலுக்குப் பக்கத்தில் முக்காலியில் உட்கார்ந்து கொண்டு, இது சரியல்ல என்று உணர்த்தும் தோரணையில் தலையை அசைத்துக் கொண்டார் டாக்டர்.

"சரி, நீங்கள் நினைப்பது உண்மையே என்பதாய் வைத்துக் கொள்வோம்" என்றார். "உங்களைப் போலீசாரிடம் காட்டிக் கொடுப்பதற்காக உங்கள் வாயைக் கிண்டி எதையோ தெரிந்து கொள்ள முயல்கிறேன் என்பதாகவே வைத்துக் கொள்வோம். நீங்கள் கைது செய்யப்படுவீர்கள், உங்கள் மீது வழக்கு தொடரப்படும். நீதிமன்றத்தில் நிறுத்தப்படுவதாலோ, சிறைக்கூடத்தில் தள்ளப்படுவதாலோ உங்களுடைய நிலைமை இப்போது இருப்பதைக் காட்டிலும் மோசமாகிவிடும் என்று நினைக்கிறீர்கள்? நீங்கள் தண்டிக்கப்பட்டுக் கடத்தப்பட்டால், அல்லது கடுங்காவல் தண்டனை விதிக்கப்பட்டாலும்கூட, அது இந்தத் தனிகட்டில் அடைந்து கிடப்பதைக் காட்டிலும் மோசமாய் இருக்குமென்று கருதுகிறீர்கள்? அப்படி இருக்குமென நான் நினைக்கவில்லை... ஆகவே எதற்காக நீங்கள் பயப்பட வேண்டும்?"

டாக்டரின் சொற்கள் இவான் திமீத்ரிச்சுக்கு ஆறுதல் அளித்தன போலும், அவர் சாந்தமடைந்தவராய்த் தோன்றினார்.

பிற்பகல் நான்கு மணிக்குமேல் இருக்கும்; ஆந்திரேய் எபீமிச் அவரது அறையில் வழக்கம் போல் அங்குமிங்கும் நடந்து கொண்டிருக்க, தாரியா அவரிடம் வந்து பீர் குடிக்க நேரமாகவில்லையா என்று விசாரிக்கும் நேரம் அது. அமைதியாகவும் பளிச்சென்றும் இருந்தது மாலைப் பொழுது.

"மதிய உணவுக்குப் பிற்பாடு உலாவுவதற்காகக் கிளம்பினேன். உங்களைப் பார்த்துவிட்டுப் போகலாமென்று இங்கே வந்தேன்" என்றார் டாக்டர். "நல்ல வசந்த பருவ மாலைப் பொழுது."

"இது என்ன மாதம்? மார்ச்சா?"

"ஆம், மார்ச்சின் கடைப்பகுதி."

"வெளியே ஈரமும் சேறுமாகவா இருக்கிறது?"

"இல்லை, ஈரம் அதிகமில்லை. தோட்டப் பாதைகள் காய்ந்து விட்டன."

"இம்மாதிரியான நாளில் வண்டியிலே நகருக்கு வெளியே போய் வந்தால் இனிமையாய் இருக்கும்," என்று சொல்லி, அப்பொழுதுதான் தூங்கியெழுந்து வந்தவரை போல் தமது செவ்வளையமிட்ட கண்களைத் தேய்த்துக் கொண்டார் இவான் திமீர்ரிச். "பிறகு வீட்டுக்கு, வசதியான, கதகதப்பான அறைக்குத் திருப்பி வர வேண்டும்... நல்ல டாக்டர் ஒருவரிடம் என்னுடைய தலைவலிக்குச் சிகிச்சை பெற வேண்டும்... மனிதப் பிறவியாய் நான் வாழ்ந்து எவ்வளவோ காலமாகிறது. இங்கே ஒரே ஆபாசமாய் இருக்கிறது! சகிக்க முடியாத ஆபாசம்!"

முந்திய நாளின் உணர்ச்சித் துடிப்பால் அவர் களைத்துப் போயிருந்தார், பேசுவதற்கு விருப்பமில்லாதவர் போல் சிரமப்பட்டுப் பேசினார். அவரது விரல்கள் ஆடின, தலைவலி தாங்க முடியவில்லை என்பது அவரது முகத்தைப் பார்த்ததுமே தெரிந்தது.

"வசதியான, கதகதப்பான அறைக்கும் இந்த வார்டுக்கும் பெரிய வித்தியாசம் ஒன்றும் இல்லை" என்றார் ஆந்திரேய் எபீமிச் "சாந்தியையும் நிறைவையும் மனிதர்கள் தம் அகத்துள் தேடிக் கொள்ள வேண்டுமே ஒழிய, புறத்தே தேடிப் பயனில்லை."

"நீங்கள் சொல்வதன் அர்த்தம் என்ன?"

"சாதாரண ஆள் நல்லதும் கெட்டதும் தனக்குப் புறத்தே இருப்பதாய் நினைத்து வண்டியிலோ, அறையிலோ இவற்றைத் தேடுகிறான்; சிந்தனையுள்ள மனிதன் இவை தன் அகத்திலே இருக்கக் காண்கிறான்."

"உங்களுடைய இந்தத் தத்துவ ஞானத்தைக் கிரேக்க நாட்டிலே போய்ப் பிரசாரம் செய்யுங்கள்; அங்கே எப்போதும் கதகதப்பாய் இருக்கிறது, காற்றிலே ஆரஞ்சு மொக்குகளின் மணம் வீசுகிறது - ஆனால் இங்கே கடுங்குளிராயிருக்கும் நமது நிலைமைகளுக்கும் இது சிறிது பொருந்தாது. தியகேனசைப் பற்றி நான் யாருடன் பேசிக் கொண்டிருந்தேன்? உங்களுடனா?"

"ஆம், நேற்று என்னுடன் பேசினீர்கள்."

"தியகேனசுக்கு வசதியான அறையோ, கதகதப்பான வசிப்பிடமோ வேண்டியதில்லை. இவை இல்லாமலே அவரால் கதகதப்பாய் இருக்க முடிந்தது. அவரது பீப்பாய்க்குள் அவர்

ஆரஞ்சும் ஆலிவும் தின்று கொண்டு படுத்துக் கிடக்க முடிந்தது. ருஷ்யாவில் இருந்திருந்தாரானால் டிசம்பர் மாதத்தில் மட்டுமல்ல, 'மே'யிலுங்கூட வீட்டிலே அறைக்குள் வசிக்க அனுமதிக்கும்படி அவர் மன்றாடியிருப்பார். குளிர் தாங்காமல் துடியாய்த் துடித்து விறைத்துப் போயிருப்பார்."

"அதெல்லாம் இல்லை. வேறு எந்த வலியையும் போலக் குளிரையும் மதியாது ஒதுக்கிவிட முடியும். "வலி என்பது வலியைப் பற்றிய உயிர்த்துடிப்புள்ள ஓர் எண்ணமே ஆகும், உங்களுடைய மனவலிமையின் துணை கொண்டு நீங்கள் இந்த எண்ணத்தை மாற்றவும் விட்டொழிக்கவும் செய்யலாம், குறைபட்டுக் கொள்வதை நிறுத்திக் கொண்டு விடலாம், வலி மறைந்து போகும்' என்று கூறினார் மார்க்கஸ் அவ்ரெலியஸ்*. அது முற்றிலும் உண்மை. துன்பத்தை மதியாது ஒதுக்குவதுதான் மகானுக்குள்ள, ஏன் சாதாரண சிந்தனைத் திறனுள்ள மனிதனுக்குமுள்ள தனிச் சிறப்பு. எப்போதும் இவன் மன நிறைவுடையவனாய் இருக்கிறான், இவனைத் திகைக்கச் செய்ய வல்லது எதுவும் இல்லை."

"அப்படியானால் நான் ஒரு மூடன்தான், ஏனெனில் நான் துன்பப்படுகிறேன், மன நிறைவின்றி வருந்துகிறேன், மனிதனது நீசத்தனம் எப்போதும் என்னைத் திகைக்கச் செய்கிறது."

"அது சரியல்ல. இன்னும் ஆழமாய் ஆலோசிப்பீர் களாயின், எவ்வளவுதான் அவை நம்மைக் கிளர்ச்சி கொள்ளச் செய்கிறவையாய் இருப்பினும் அவை யாவும் அற்பமானவையே என்பதை நீங்கள் உணர்ந்து கொள்வீர்கள். வாழ்க்கையைப் புரிந்து கொள்ள முயல வேண்டும், அது ஒன்று தான் மெய்யான பேறு."

"புரிந்து கொள்ள முயல வேண்டுமாம்..." என்று முகத்தைச் சுளித்துக் கொண்டார் இவான் திமீத்ரிச். "புறம், அகம்... என்னை மன்னிக்க வேண்டும், இதெல்லாம் எனக்குத் தெரியாதவை. எனக்கு தெரிந்தது இதுதான்" என்று கோபமாய் டாக்டரைப் பார்த்தவாறு எழுந்து நின்று கொண்டு பேசினார்: "சூடான இரத்தத்தையும் நரம்புகளையும் கொண்டவனாய்க் கடவுள்

* மார்க்கஸ் அவ்ரெலியஸ் (கி.பி. 121-180) - ரோமனியப் பேரரசர், தத்துவஞானி. ஸ்தோயிக்** தத்துவத்தை ஆதரித்து வளர்த்துச் சென்றவர்.

** ஸ்தோயிக்குள் - பண்டைக் கிரேக்கத் தத்துவவியலில் ஒருபோக்கினர், உணர்ச்சிகளை அடக்கியாளுவதன் அவசியத்தையும் துன்பத்தின் அவசியத்தையும் வலியுறுத்தினர்.

என்னைப் படைத்திருக்கிறார் என்பதுதான் எனக்கு தெரியும். ஆமாம்! இந்த உயிர்ப் பொருள் ஜீவ ஆற்றல் கொண்டதாய் இருக்குமாயின், இது உபத்திரவம் ஏற்படும் போது எதிர்வினை புரிந்தே ஆக வேண்டும். நான் எதிர்வினை புரியவே செய்கிறேன்! வலிக்கும் போது கண்ணீர் விட்டு, கூச்சலிட்டு எதிர்வினை புரிகிறேன்; நீசத்தனத்தை எதிர்படும் போது கோபாவேசம் கொண்டும், கயமையைக் காணும் போது அருவருப்பு கொண்டும் எதிர்வினை புரிகிறேன். என் கருத்துப்படி இதுவேதான் வாழ்க்கை! உயிரமைப்பு எந்த அளவுக்குக் கீழ்நிலை அமைப்பாய் இருக்கிறதோ அந்த அளவுக்குக் கூர்மை குறைவான உணர்வுடையதாய் இருக்கிறது, உபத்திரவத்துக்கு அதன் எதிர்வினை பலவீனமாய் இருக்கிறது. எந்த அளவுக்கு உயிரமைப்பு வளர்ச்சி பெற்ற மேல்நிலை அமைப்பாய் இருக்கிறதோ அந்த அளவுக்கு எதார்த்தத்துக்கு அதன் எதிர்வினை கூர் உணர்வு கொண்டதாகவும் மும்மரமாகவும் இருக்கிறது, இது எப்படி உங்களுக்குத் தெரியாமல் போயிற்று? டாக்டராய் இருக்கும் ஒருவருக்கு இம்மாதிரியான சர்வசாதாரண உண்மைகள் தெரியாமற் போனது ஆச்சரியமல்லவா? மனிதனாய்ப் பிறந்தவன் துன்பத்தை மதியாது ஒதுக்கி, எப்போதும் மன நிறைவு கொண்டவனாய் இருப்பானாயின், எது குறித்தும் வியக்காதிருப்பானாயின், அவன் இம்மாதிரியான நிலைக்குச் சீரழிந்து விட்டவனாகவே இருக்க வேண்டும்” என்று சொல்லி அருகிலிருந்த பருத்த விவசாயியைச் சுட்டிக் காட்டினார் இவான் திமீத்ரிச். “இல்லையேல், துன்பத்தால் மரத்துப் போய்த் துன்பத்தை உணரும் திறனற்றவனாய் இருக்க வேண்டும், அதாவது நடைப்பிணமாய் இருக்க வேண்டும். என்னை மன்னியுங்கள், நான் மகானுமல்ல, தத்துவஞானியுமல்ல” என்று ஆத்திரமாய்க் கூறினார் அவர். “இவை எல்லாம் குறித்து எனக்குத் தெரியாது. வாதாடும் நிலையில் இல்லை நான்.”

“அப்படிச் சொல்லாதீர்கள், நீங்கள் பிரமாதமாய் வாதாடுகிறீர்கள்.”

“ஸ்தோயிக்குகளுடைய போதனையைத்தான் நீங்கள் புனைந்துரைத்துக் கேலிக்குரியதாக்குகறீர்கள் இந்த ஸ்தோயக்குகள் மிகவும் போற்றத்தக்கவர்கள், ஆனால் அவர்களுடைய போதனை இந்த இரண்டாயிரம் ஆண்டுகளாய் அப்படியே உறைந்து போய்ச் சலனமற்று நிற்கிறது, ஒரு அங்குலங்கூட முன்னேறவில்லை; அதனால் முன்னேறவும் முடியாது, ஏனெனில் அது நடைமுறைக்கு

ஒவ்வாத, வாழ்க்கைக்கு முரணான போதனை. கற்பதிலும் பல்வேறு போதனைகளின் சுவைகளை அனுபவிப்பதிலும் தமது வாழ்நாளை ஈடுபடுத்திய ஒரு சிறுபான்மையோரிடம் தான் இது செல்வாக்கு பெற்றிருந்தது. பெரும்பான்மையோர் இதைப் புரிந்து கொள்ள முடியாதோராகவே இருந்தார்கள். செல்வங்களையும் வசதிகளையும் அலட்சியப்படுத்த வேண்டும், துன்பத்தையும் மரணத்தையும் பொருட்படுத்தாமல் இருக்க வேண்டும் என்று கூறும் ஒரு போதனையைப் பெரும்பான்மையோரால் புரிந்து கொள்ள முடியாது, ஏனெனில் பெரும்பான்மையோர் செல்வங்களையும் வசதிகளையும் அறியாதவர்கள்; துன்பத்தைப் பொருட்படுத்தாதிருப்பது என்பது இவர்களுக்கு வாழ்க்கையையே பொருட்படுத்தாதிருப்பதற்கே ஒப்பானது, ஏனெனில் மனிதனின் வாழ்வு அனைத்துமே பசி, குளிர், அல்லல், இழப்பு ஆகிய உணர்வுகளாலும் மரணத்தின் பால் ஹாம்லெட்டுக்கு* இருந்தது போன்ற அச்சத்தாலும் ஆனதுதான். இந்த உணர்வுகளின் ஒட்டுமொத்தமே வாழ்க்கை. ஆகவே வாழ்க்கையை ஒரு பெருஞ் சுமையாகவும் வெறுப்புக் குரியதாகவும் கொள்ளலாமே தவிர, யாரும் அதை அலட்சியப்படுத்திவிட முடியாது. ஆகவே, நான் திரும்பவும் கூறுகிறேன், ஸ்தோயிக்குகளின் போதனைக்கு எதிர்காலம் இல்லை. போராடும் திறனும், வலியை உணரும் திறனும், உபத்திரவத்துக்கு எதிர்வினை புரியும் ஆற்றலும் தான் அனாதிக் காலந்தொட்டு இதுநாள் வரையில் முன்னேற்றம் காண்பனவாய் இருந்துள்ளன...”

இவான் திமீத்ரிச் தமது சிந்தனையின் இழையோட்டத்தைத் திடுமெனத் தவற விட்டுவிட்டு எரிச்சலுடன் நெற்றியைத் தேய்த்துக் கொண்டார், அவருடைய பேச்சு தடைப்பட்டு விட்டது.

“முக்கியமான ஒன்றைக் கூற விரும்பினேன், ஆனால் அது என் நினைவிலிருந்து தப்பியோடிவிட்டது” என்றார் அவர். “எதைப் பற்றிப் பேசிக் கொண்டிருந்தேன்? ஆமாம்! நான் கூற விரும்பியது இதுதான்: ஸ்தோயிக்குகளில் ஒருவர் தமது உறவினர் ஒருவரைப் பாதுகாப்பதற்காகத் தம்மை அடிமையாய் விற்றுக் கொண்டார். ஆகவே இந்த ஸ்தோயிக் உபத்திரவத்துக்கு எதிர்வினை புரியவே செய்தார் என்பதைத் தெரிந்து கொள்ளுங்கள். இன்னொருவருக்காக வேண்டி தன்னையே மாய்த்துக் கொள்வது போன்ற மாண்புமிக்க உன்னதச் செயலைப் புரிகிறவர்

* ஹாம்லெட் (Hamlet) - இதே பெயருள்ள ஷேக்ஸ்பியர் (Shakespeare) துன்பியல் நாடகத்தில் தலைமைப் பாத்திரம்.

ஆத்திரமடையவும் கருணை கொள்ளவும் கூடிய ஆத்மாவைப் பெற்றவராகவே இருக்க வேண்டும். எனக்குத் தெரிந்தவை யாவற்றையும் இந்தச் சிறைச்சாலையில் நான் மறந்துவிட்டேன், அதனால்தான் ஏனைய உதாரணங்கள் எனக்கு நினைவில் இல்லை. ஏசுநாதரை எடுத்துக் கொள்ளுங்களேன்! அழுதும், சிரித்தும், துயருற்றும், ஆத்திரங் கொண்டும், துன்புற்றும்தான் அவர் உண்மை நிலவரங்களுக்கு எதிர்வினை புரிந்தார். துன்பத்தை அவர் புன்னகை புரிந்து எதிர் கொள்ளவில்லை, சாவை அவர் மதியாது அலட்சியப்படுத்தவில்லை. கெத்சேமனே தோட்டத்தில் அவர் பிரார்த்தனை செய்தார், பாத்திரம் தம்மை விட்டு நீங்கிப் போக வேண்டுமென்று."

இதைச் சொல்லி இவான் திமீத்ரிச் சிரித்துவிட்டு உட்கார்ந்து கொண்டார்.

"நீங்கள் சொல்வது சரி என்பதாகவே வைத்துக் கொள்வோம்; சாந்தியும் மன நிறைவும் மனிதனுக்குப் புறத்தே இருக்கவில்லை, அகத்திலேதான் இருக்கின்றன என்பதாய் வைத்துக் கொள்வோம்" என்றார் அவர். "துன்பத்தை அலட்சியப்படுத்துவதும் எதைக் கண்டும் வியக்காதிருப்பதும் தான் சரி என்பதாய் வைத்துக் கொள்வோம். ஆனால் **நீங்கள்** யார், இதைப் பிரச்சாரம் செய்வதற்கு? மகானா நீங்கள்? தத்துவஞானியா?"

"இல்லை, நான் தத்துவஞானி அல்ல. ஆனால் ஒவ்வொருவரும் இதைப் பிரச்சாரம் செய்வது அவசியம், ஏனென்றால் இது அறிவுக்கு இசைவானது."

"புரிந்து கொள்ளுதல், துன்பத்தை மதிக்காது அலட்சியம் செய்தல் முதலானவை குறித்து யாவும் அறிந்தவராய் நீங்கள் உங்களைப் பாவித்துக் கொள்கிறீர்களே, இது எப்படி என்று தெரிந்து கொள்ள விரும்புகிறேன் நான். எப்போதாவது நீங்கள் துன்பப்பட்டது உண்டா? துன்பம் எப்படியிருக்கும் என்பது குறித்து கடுகளவாவது தெரியுமா உங்களுக்கு? இதைக் கேட்பதற்காக மன்னிக்க வேண்டும், பிள்ளைப் பிராயத்தில் நீங்கள் கசையடி பட்டது உண்டா?"

"இல்லை, எனது பெற்றோர் அடித்தும் உதைத்தும் தண்டனையளிப்பது சரியல்ல என்று கருதியவர்கள்."

“ஆனால் **எனது** தந்தை ஈவிரக்கமின்றி எனக்குக் கசையடி கொடுப்பது வழக்கம். அவர் வன்முறையாளர், மூல வியாதியால் அவதியுற்ற ஓர் அதிகாரி, நீண்ட மூக்கும் மஞ்சள் கழுத்தும் கொண்டவர். அது இருக்கட்டும், உங்களைப் பற்றிப் பேசுவோம். உங்களது வாழ்வில் யாரும் சிறு விரலாலுங்கூட உங்களைத் தட்டியதில்லை, யாரும் உங்களை அச்சுறுத்தியதில்லை, ஒடுக்கியதில்லை. குதிரை போல் வலுவுடையவர் நீங்கள். உங்களது தந்தையாரின் பாதுகாப்பில் வளர்ந்து அவரது பணத்தைக் கொண்டு கல்வி பயின்றீர்கள், பிறகு வேலை ஏதும் இல்லாத இந்த உத்தியோகம் உங்களுக்குக் கிடைத்தது. இருபது ஆண்டுகளுக்கு மேலாய் நீங்கள் கதகதப்பும் விளக்கு வெளிச்சமும் நிறையப் பெற்றிருக்கும் குடியிருப்பில் இலவசமாய் வசித்து வருகிறீர்கள். வேலையாளும் வைத்திருக்கிறீர்கள், நீங்கள் பிரியப்படும் போது மட்டுமே வேலை செய்வதற்கான உரிமை பெற்றிருக்கிறீர்கள், வேலை செய்யாமல் சும்மாயிருப்பதற்கும் உங்களுக்கு உரிமை உண்டு. இயற்கையாகவே நீங்கள் சோம்பேறியாகவும் செயலின்றி ஒதுங்குபவராகவும் இருக்கும் சுபாவமுடையவர், ஆகவே தொல்லையையும் மிகுதியான ஆட்டத்தையும் அசைவையும் தவிர்த்துக் கொள்ளும்படியான முறையில் உங்கள் வாழ்க்கையை வகுத்துக் கொள்ள முயன்றுள்ளீர்கள். உங்கள் வேலைகளை எல்லாம் உங்கள் உதவியாளரிடமும் ஏனைய கசடர்களிடமும் விட்டுவிட்டு நீங்கள் அமைதியையும் கதகதப்பையும் அனுபவிக்கிறீர்கள்; பணம் சேர்க்கிறீர்கள்; புத்தகங்கள் படிக்கிறீர்கள்; எல்லா வகையான உன்னத அபத்தங்களிலும் உங்கள் மனதைத் திளைக்கவைத்து இன்பமுறுகிறீர்கள், மற்றும் டாக்டரின் சிவந்த மூக்கை இவான் திமீத்ரிச் சட்டென உற்று நோக்கியவாறு, “குடிக்கிறீர்கள்” என்றார். “சுருக்கமாய்ச் சொன்னால், வாழ்க்கையை நீங்கள் கண்டறிந்ததில்லை, அதைப்பற்றி உங்களுக்கு ஒன்றும் தெரியாது, உங்களுக்குத் தெரிந்ததெல்லாம் எதார்த்தத்தைப் பற்றிய தத்துவார்த்த ஞானம்தான். துன்பத்தை நீங்கள் மதியாது புறக்கணிக்கிறீர்கள், எதனாலும் உங்களுக்கு ஆச்சரியம் ஏற்படாத படிப் பார்த்துக் கொள்கிறீர்கள் - இதற்கெல்லாம் காரணம் மிகவும் எளிது: உங்களுடைய ஆடம்பரமான வெற்றுரைகள் யாவும், புறமும் அகமும், வாழ்க்கையையும் துன்பத்தையும் சாவையும் அலட்சியப்படுத்தலும், புரிந்து கொள்வதும், மெய்யான பேறுகளும் ஆகிய இந்தத் தத்துவஞானம் அனைத்தும் ருஷ்யச் சோம்பேறிக்கு ஏனைய எதைக் காட்டிலும் சாலப்

பொருத்தமாய் அமைந்து விடுகிறது. உதாரணமாய் ஒரு விவசாயி தனது மனைவியை அடித்து நொறுக்குவதை நீங்கள் பார்ப்பதாய்க் கொள்வோம். நாம் ஏன் இதில் தலையிட வேண்டும்? அவளை நான்றாகவே அடித்து நொறுக்கட்டும் அவன். எப்படியும் முன்னதாகவோ பின்னதாகவோ இருவரும் சாகப் போகிறவர்கள் தானே? அதோடு இந்த முரடன் இழிவு செய்வது தன்னைத் தானே அன்றி, தமது கொடுமைக்குப் பலியாகும் அவளை அல்ல. குடிப்பது அசட்டுத்தனமான, அசிங்கமான காரியம் தான், ஆனால் குடிப்பவர், குடிக்காதவர் ஆகிய எல்லாருமே சாகத்தானே வேண்டும்? பல் வலிக்கிறதென்று உங்களிடம் வருகிறாள் ஒரு பெண்... சரி, அதனால் என்ன? வலி என்பது ஒரு மாயை, வலியைப் பற்றிய நமது எண்ணமே அன்றி ஒன்றுமல்ல, தவிரவும் எந்த உபாதையும் இல்லாமல் வாழ முடியுமென நம்மில் யாராலும் எதிர்பார்க்க முடியாது, நாம் எல்லோருமே சாகத்தான் போகிறோம் - ஆகவே, பெண்ணே, நீ போய் உன் வேலையைப் பார், நான் அமைதி குலையாமல் சிந்திக்கவும் குடிக்கவும் வேண்டும். இளைஞன் ஒருவன் உங்களிடம் ஆலோசனை கேட்கிறான்; தான் செய்ய வேண்டியது என்ன, எப்படி வாழ்வது என்று தெரிந்து கொள்ள விரும்புகிறான் அவன். இந்த இளைஞனுக்குப் பதில் சொல்லுமுன் வேறு யாராயிருப்பினும் சிறிது ஆலோசிக்க விரும்புவார், ஆனால் நீங்கள் உங்களது பதிலை ஏற்கெனவே தயாராய் விரல் நுனியில் வைத்திருக்கிறீர்கள்; வாழ்க்கையைப் புரிந்து கொள்ள, அல்லது மெய்யான பேறு பெற முயலுங்கள். இந்த மாயமான 'மெய்யான பேறு' என்பது என்ன? இதற்கு விடை ஏதுமில்லை. நாங்கள் இங்கே கம்பித் தடுப்புகளுக்குள் அடைக்கப்பட்டு மொத்தப் படுகிறோம், வதைந்து நாசமாகும்படி விடப்பட்டிருக்கிறோம் - ஆயினும் இதெல்லாம் நல்லதுதான், அறிவுக்கு உகந்ததுதான், ஏனெனில் இந்த வார்டில் இருப்பதற்கும் கதகதப்பான, வசதியான அறையில் இருப்பதற்கும் எந்த வித்தியாசமும் இல்லை. இது மிகவும் வசதியான தத்துவஞானம்தான்! யாரும் எதுவும் செய்வதற்கில்லை, உங்கள் மனம் களங்க மற்றுத் தெளிவாய் இருக்கிறது, மெய்யான ஞானியாய் நீங்கள் உங்களைப் பாவித்துக் கொள்ள முடிகிறது... இல்லை, ஐயா! இதெல்லாம் தத்துவஞானமல்ல, சிந்தனையல்ல, விசாலமான பார்வையுமல்ல; வெறும் சோம்பேறித்தனமே ஆகும், ஆண்டியின் மாய்மாலமே ஆகும், மனமயக்கமே ஆகும்... ஆம், இதுதான் உண்மை!" என்று மீண்டும் ஆவேசமடைந்து கூவினார் இவான்

திமீத்ரிச். "துன்பத்தை மதியாது அலட்சியம் செய்கிறவர் நீர், இதனால் உமது சிறுவிரல் கதவுக்கு இடுக்கில் அகப்பட்டு நசுக்கப்படுமானால், தொண்டை கிழிய உச்சக் குரலில் கத்துவீர்!"

"நான் கத்தாமலும் இருக்கலாமே" என்று மெல்லச் சிரித்தவாறு சென்னார் ஆந்திரேய் எபீமிச்.

"இருப்பீர், இருப்பீர்! திடீரென முடக்கு வாதத்தால் பீடிக்கப் படுவீரானால், அல்லது யராவது ஒரு முட்டாளோ முரடனோ அவனது உயர் பதவியையும் சமூக அந்தஸ்தையும் பயன்படுத்தி எல்லோருக்கும் முன்னால் உம்மை அவமானம் செய்வானாயின், அவன் தண்டனை பெறாமல் தப்பித்துக் கொண்டு விடுவான் என்பது உமக்குத் தெரிந்திருக்குமாயின், வாழ்க்கையைப் புரிந்து கொள்ளும்படியும் மெய்யான பேறுகள் பெறும்படியும் ஏனையோருக்கு நீர் கூறும் இந்த புத்திமதி எப்படிப்பட்டது என்பதும் உமக்கு விளங்கும்."

"நீங்கள் சொல்வது மெய்யாகவே தனிச் சிறப்பு வாய்ந்ததாகும்" என்று கைகளை தேய்த்து மகிழ்ந்து சிரித்துக் கொண்டார் ஆந்திரேய் எபீமிச். "பொதுமைப் படுத்துவதில் தங்களுக்குள்ள அபாரத் திறமையைப் போற்றுகிறேன். நீங்கள் இப்போது எனது குணச்சித்திரத்தை விவரித்த முறை இருக்கிறதே, அது அதியற்புதமானது! உங்களுடன் பேசுவது அளவிலா ஆனந்தம் அளிக்கும் அனுபவமாகும். நல்லது, நீங்கள் சொன்னது பூராவையும் கேட்டுக் கொண்டிருந்தேன். இனி நான் சொல்வதை நீங்கள் தயவு செய்து கேட்க வேண்டும்..."

11

ஏறத்தாழ ஒரு மணி நேரத்துக்கு இருவரும் பேசிக் கொண்டிருந்தனர். இந்த உரையாடலால் ஆந்திரேய் எபீமிச் வெகுவாய் வயப்பட்டு விட்டார் என்பது தெரிந்தது. தினமும் தவறாமல் இப்போது அவர் தனிக்கட்டுக்கு வந்து சென்றார். காலை பொழுதிலும் பிறகு மதிய உணவுக்குப் பிற்பாடும் அவர் அங்கே செல்வார், இவான் திமீரிச்சுடன் அங்கே அவர் பேசிக் கொண்டு உட்கார்ந்திருக்கையில் அடிக்கடி பொழுது சாய்ந்து இருட்டிவிடும். ஆரம்பத்தில் இவான் திமீத்ரிச் அவரிடமிருந்து கடுப்புடன் விலகித் தொலைவிலேதான் இருந்தார், கெட்ட எண்ணத்துடன் தம்முடன் பேசுகிறார் என்று அவர் மீது சந்தேகம்

கொண்டு, அவர்பால் தமக்குள்ள வெறுப்பை பகிரங்கமாகவே தெரியப் படுத்தினார். ஆனால் விரைவில் அவரிடம் பழக்கம் கொண்டவராகியதும் தமது கடுகடுப்பான குரலை மாற்றிக் கொண்டு, இரக்கமும் உயர்வு நவிற்சியும் கலந்த முறையில் பேச முற்பட்டார்.

ஆந்திரேய் எபீமிச் ஆறாவது வார்டுக்குத் தவறாமல் போய் வருகிறார் என்ற பேச்சு சீக்கிரத்தில் மருத்துவமனை முழுதும் பரவி விட்டது. அவர் ஏன் அங்கே போய் வந்தார். மணிக்கணக்காய் ஏன் அங்கே தங்கினார், பேசுவதற்கு அங்கே அவருக்கு என்ன இருக்க முடியும், ஏன் அவர் மருந்து எழுதிக் கொடுக்கவில்லை என்பதெல்லாம் யாருக்கும் - அவரது உதவியாளருக்கோ, நிகித்தாவுக்கோ, நர்சுகளுக்கோ - விளங்கவில்லை. அவருடைய நடத்தை விபரீதமானதாய்த் தோன்றிற்று, எல்லோருக்கும். மிகயீல் அவெரியானிச் வரும்போது அடிக்கடி இப்போது அவர் வீட்டில் இருப்பதில்லை. தாரிய ஒன்றும் புரியாமல் திகைத்துப் போனாள்; ஏனெனில் டாக்டர் பீர் குடிக்க வேண்டிய நேரத்தை தவறவிட்டு வந்தார், சில சமயம் இரவு சாப்பாட்டுக்கும்கூட காலம் தாழ்த்தி வரலானார்.

ஜூன் முடிவில் ஒருநாள் டாக்டர் ஹோபத்தவ் ஏதோ வேலையாய் ஆந்திரேய் எபீமிச்சைப் பார்ப்பதற்காகச் சென்றிருந்தார், வீட்டில் இல்லாமற் போனதும் அவரைத் தேடிக் கொண்டு மருத்துவமனை முற்றத்துக்கு போனார். டாக்டர் உளநோய் வார்டிலே இருப்பதாய் அங்கிருந்தோர் சொன்னார்கள். தனிக்கட்டுக்குச் சென்று நடையிலே நின்ற ஹோபத்தவ், பின்வரும் உரையாடலைக் கேட்டார்.

"ஒருநாளும் நாம் ஒத்த கருத்துடையோராகப் போவதில்லை, உம்முடைய வழிக்கு எந்நாளும் நீர் என்னை மாற்ற முடியாது" என்று சிடுசிடுத்துக் கூறிக் கொண்டிருந்தார் இவான் திமீத்ரிச். "எதார்த்தத்தைப் பற்றி நீர் ஏதும் அறியாதவர், எந்நாளும் நீர் துன்பத்துக்கு அளானதில்லை, அட்டையைப் போல் ஏனையோரது துன்பங்களை உணவாய் உண்டு வாழ்ந்து வந்திருக்கிறீர். ஆனால் நான் பிறந்த நாள் முதலாய் துன்பத்தையன்றி ஏதும் அறியாதவன். ஆகவே ஒளிவு மறைவின்றி உம்மிடம் சொல்கிறேன்: உம்மைவிட நான் மேலானவன், எல்லா விதத்திலும் அதிக தகுதி வாய்ந்தவன் என்பதுதான் என் கருத்து. எனக்கு நீர் போதிக்க வேண்டியதில்லை."

“உங்களை மனம் மாறச் செய்ய வேண்டுமென நான் சிறிதும் நினைக்கவில்லை” என்று ஆந்திரேய் எபீமிச் தமது கருத்து தவறாய்ப் புரிந்து கொள்ளப்பட்டுவிட்டதென வருந்துவது போல் துயரம் தொனிக்க அமைதியாய்ப் பதிலளித்தார். “நண்பரே, நம்முன்னுள்ள பிரச்சினை அதுவல்ல. நான் துன்பத்துக்கு ஆளாகாதவன், நீங்கள் பல துன்பங்களை அனுபவித்தவர் என்பதற்கும் நம்முன்னுள்ள பிரச்சினைக்கும் எந்தச் சம்பந்தமும் இல்லை. துன்பம், இன்பம் இவை இரண்டுமே அநித்தியமானவையே, இவற்றை நாம் உதாசீனம் செய்து விடலாம், முக்கியமானவை அல்ல இவை. விவகாரம் என்னவெனில், நீங்களும் நானும் சிந்திக்கக் கூடியவர்கள்; சிந்திக்கவும் விவாதிக்கவும் கூடிய ஆட்களாய் இருக்கிறோம் என்பதை இருவரும் பார்க்கிறோம்; இதன் காரணமாய் நமக்கிடையே நெருக்கம் உண்டாகிறது, கருத்துக்களில் நாம் எவ்வளவு தான் வேறுபடினும் ஒருவர்பால் ஒருவர் நாட்டம் கொண்டிருக்கிறோம். எங்கும் மலிந்திருக்கும் மடமையையும் புன்மையையும் அசட்டுத்தனத்தையும் கண்டு எப்படி நான் வேதனைப்படுகிறேன், அருமை நண்பரே, உங்களுடன் பேசும் ஒவ்வொரு சந்தர்ப்பத்திலும் எப்படி நான் ஆனந்தப்படுகிறேன், தெரியுமா? நீங்கள் நுண்ணறிவு கொண்டவர், அதனால்தான் உங்களுடைய சகவாசம் எனக்கு மகிழ்ச்சி தருகிறது.”

ஹோபத்தவ் கதவை இலேசாய்த் திறந்து வார்டினுள் உற்று நோக்கினார். இவான் திமீத்ரிச் குல்லாய் அணிந்து கட்டிலில் உட்கார்ந்திருந்தார், டாக்டர் அவருக்குப் பக்கத்தில் காணப்பட்டார். பைத்தியக்காரரர் முகத்தைச் சுளித்துக் கொண்டும் ஓயாமல் வெடுக்கு வெடுக்கெனத் தமது அங்கியை மேலே இழுத்துச் சுற்றிக் கொண்டும் இருந்தார். டாக்டர் தலையைத் தொங்கவிட்டுக் கொண்டு, முகம் சிவந்து போய்த் திக்கற்றவராய்த் துயரம் தோய்ந்த நிலையில் அசையாமல் உட்கார்ந்திருந்தார். ஹோபத்தவ் தோள்களை உலுக்கிக் கொண்டு சிரித்தவாறு நிகித்தாவைப் பார்த்துக் கண் சிமிட்டினார். நிகித்தாவும் தோள்களை உலுக்கிக் கொண்டாள்.

மறுநாள் ஹோபத்தவ் தம்முடன் மருத்துவ உதவியாளரையும் அழைத்து வந்தார். இருவரும் நடையில் நின்று உரையாடலைக் காது கொடுத்துக் கேட்டனர்.

“நமது கிழவருக்குப் பித்தம் தலைக்கு ஏறிவிட்டது போலிருக்கே!” என்றார் ஹோபத்தவ், இருவரும் தனிக் கட்டை விட்டகன்று வெளியே சென்றபோது.

“பாவிகளாகிய நம்மை ஆண்டவர் மன்னித்தருள வேண்டும்!” என்று முனகினார் பக்தி வாய்ந்தவரான செர்கேய் செர்கேயிச். தேய்த்துப் பளபளப்பாயிருந்த தமது பூட்சுகளில் சேறு படாதவாறு முற்றத்திலிருந்த சகதித் திட்டுகளிலிருந்து ஒதுங்கி எச்சரிக்கையுடன் நடந்தார் அவர். “எனது அருமை எவ்கேனி பேதரோவிச், உண்மையை ஒளிக்காமல் உங்களிடம் சொல்கிறேன், நெடுநாளாய் நான் எதிர்பார்த்ததுதான் இது!”

12

இதற்குப் பிற்பாடு ஆந்திரேய் எபீமிச் தம்மைச் சுற்றிலும் மர்மமான மாற்றம் ஏற்பட்டு வந்ததை உணரலானார். மருத்துவமனைச் சிப்பந்திகளும் நர்சுகளும் நோயாளிகளும் அவரை விபரீதமாய் வினவும் முறையில் உற்றுப் பார்த்தனர், அவர் அப்பால் சென்றதும் தம்முள் குசுகுசுவென்று பேசிக் கொண்டனர். மருத்துவமனை மேலாளரின் மகளான சிறுமி மாஷாவை முன்பெல்லாம் மருத்துவமனைத் தோட்டத்தில் சந்திக்கையில் அவர் மட்டமற்ற மகிழ்ச்சியடைவது வழக்கம்; இப்போது அவர் அவளுடைய தலைமுடியை வருடுவதற்காகச் சிரித்துக் கொண்டு நெருங்கியதும் ஏனோ அவள் அங்கிருந்து ஓட்டமாய் ஓடினாள். அஞ்சலகத் தலைவர் மிகயீல் அவெரியானிச் முன்பு போல் அவர் பேச்சைக் கேட்டு “முற்றிலும் உண்மை” என்று சொல்வதற்குப் பதில், எக்காரணமுமின்றிக் குழப்பமுற்றவராய் “ஆமாம், ஆமாம்” என்று முணுமுணுத்தவாறு சிந்தனையில் ஆழ்ந்த சோகத்துடன் அவரை உற்று நோக்கினார். என்ன காரணமோ தெரியவில்லை, அஞ்சலகத் தலைவர் பீர் குடிப்பதையும் வோத்கா குடிப்பதையும் நிறுத்திவிடும்படித் தம் நண்பருக்கு புத்திமதி கூற ஆரம்பித்தார். அவரது உயர்ந்த பண்பாட்டுக்கு எற்ப எப்போதும் சுற்றிவளைத்து மறைமுகமான குறிப்புகளின் மூலமே இதைக் கூறினார்; தமது படைப்பிரிவின் தளபதி எவ்வளவு அருமையான ஆள் என்றும், பிறகு படைப்பிரிவின் பாதிரியார் எவ்வளவு நல்லவர் என்றும் சொல்லி, இருவரும் குடியால் தமது உடல் நலத்தை எப்படிக் கெடுத்துக் கொண்டார்கள், குடியை விட்டொழித்ததும் எப்படி முழு நலமடைந்தார்கள் என்றும் விளக்கிச் சொன்னார். ஆந்திரேய் எபீமிச்சை அவரது சக டாக்டரான ஹோபத்தவும்

ஓரிரண்டு தரம் வந்து பார்த்துச் சென்றார்; அவரும் குடியை நிறுத்திவிடும்படி ஆந்திரேய் எபீமிச்சுக்கு ஆலோசனை கூறினார்; வெளிப்படையான காரணம் இல்லாமலே, பொட்டாஷியம் புரோமைடு சாப்பிடவது நல்லது என்று சொன்னார்.

ஆகஸ்டு மாதத்தில் ஆந்திரேய் எபீமிச்சுக்கு நகர மேயரிடமிருந்து கடிதம் வந்தது, மிகவும் முக்கியமான ஒரு வேலை இருப்பதாகவும் டாக்டர் தம்மிடம் வர வேண்டுமென்றும் மேயர் எழுதியிருந்தார். ஆந்திரேய் எபீமிச் நகரமன்றக் கூடத்துக்குச் சென்றதும், அங்கே இராணுவ அதிகாரியும் மாவட்டப் பள்ளிக்கூட ஆய்வாளரும் நகராட்சி மன்ற உறுப்பினர் ஒருவரும் ஹோபத்தவும் பிற்பாடு டாக்டர் என்பதாய் அறிமுகம் செய்யப்பட்ட மென்னிற முடிகளையுடைய பருத்த மனிதர் ஒருவரும் கூடியிருக்க கண்டார். உச்சரிப்பதற்குக் கடினமான போலிஷ் பெயருடையவரான இந்த டாக்டர் முப்பது கிலோ மீட்டருக்கு அப்பால் குதிரைப் பண்ணை ஒன்றில் வசித்து வந்தவர்; எங்கோ போகிற வழியில் இங்கே நகருக்கு வந்திருந்தார்.

“ஒரு விதத்தில் உங்களுடன் தொடர்பு கொண்ட ஒரு மனு எங்களுக்கு வந்திருக்கிறது” என்று, முகமன் கூறி முடித்து எல்லோரும் மேஜையைச் சுற்றிலும் அமர்ந்த பின், ஆந்திரேய் எபீமிச்சைப் பார்த்து நகராட்சி மன்ற உறுப்பினர் சொன்னார். “மருத்துவமனையின் பிரதான கட்டடத்தில் மருந்தகத்துக்குப் போதிய இடமில்லை, இதைப் பிரவுகளில் ஒன்றுக்கு மாற்றிவிட வேண்டுமென்று எவ்கேனி பேதரோவிச் சொல்கிறார். இப்படி மாற்றுவது குறித்து நாங்கள் கவலைப்படவில்லை, ஆனால் இதற்காகப் பக்கப் பிரிவைப் பழுது பார்த்து ஒழுங்கு செய்தாக வேண்டுமே என்று தான் கவலைப்படுகிறோம்.”

“ஆம், பழுதுபார்ப்பது மிகவும் அவசியமாகும்” என்று சொல்லி ஆந்திரேய் எபீமிச் சற்று நேரம் ஆலோசனை செய்தார். “மூலைப் பக்கப் பிரிவை மருந்தகத்துக்காக உபயோகிப்பதெனில், குறைந்தது ஐந்நூறு ரூபிளாவது செலவிட வேண்டியிருக்குமென நினைக்கிறேன். ஆக்கவளமில்லாத செலவு...”

எல்லோரும் சிறிது நேரம் மௌனமாயிருந்தனர்.

“பத்து ஆண்டுகளுக்கு முன்பு இதை உங்களுக்கு எடுத்துரைக்கும் வாய்ப்பு எனக்குக் கிட்டிற்று” என்று அமைதியாய் ஆந்திரேய் எபீமிச் கூறிச் சென்றார். “மருத்துவமனை அதன் தற்போதைய

நிலையில் நமது நகரின் சக்திக்கு மீறிய வீண் ஆடம்பரமாகும் என்பதை குறிப்பிட்டிருந்தேன். நாற்பதாம் ஆண்டுகளில் இது கட்டப் பெற்றது, அதே ஆண்டுகளில் நிலைமைகள் வேறு விதமாய் இருந்தன. வேண்டாத கட்டடங்களுக்காகவும் தேவையில்லாத நியமனங்களுக்காகவும் மிதமிஞ்சிய தொகைள் செலவிடப்படுகின்றன. வேறுவிதமாய் நிர்வகிப் போமாயின், இதே பணத்தைக் கொண்டு முன்மாதிரியான இரண்டு மருத்துவமனைகள் அமைத்துக் கொண்டு விடலாமென நான் திடமாய்க் கூறுவேன்.”

“சரி, வேறு விதமாய் நிர்வகிக்க முற்படுவோம்” என்று நகராட்சி மன்ற உறுப்பினர் ஆவலுடன் கூறினார்.

“எனது கருத்தை முன்பே எடுத்துரைக்கும் வாய்ப்பு கிட்டிற்று எனக்கு மருத்துவ அமைப்பை சேம்ஸ்த்வோவே எடுத்து நடத்த வேண்டும்.”

“ஆமாம், நமது நிதிகளை எல்லாம் சேம்ஸ்த்வோவிடம் ஒப்படைத்து விடுவோம், பணத்தை அது களவாடி ஏப்பம் விடட்டும்” என்று சிரித்தவாறு கூறுனார் மென்முடிகளையுடைய டாக்டர்.

“சரி, வழக்கம் போல் நடைபெறட்டும்” என்று சொல்லி நகராட்சி மன்ற உறுப்பினரும் சிரித்துக் கொண்டார்.

ஆந்திரேய் எபீமிச் வாட்டமுற்று ஒடுங்கிய நமது பார்வையை மென்னிற முடிகளையுடைய அந்த டாக்டரின் மீது பதித்துக் கூறினார்:

“நியாயக் குறைவாய் நாம் பேசலாகாது.”

மீண்டும் எல்லோரும் மௌனமாகி விட்டனர். தேநீர் கொண்டு வரப்பட்டது. இராணுவ அதிகாரி எக்காரணத்தாலோ மிகவும் குழப்பமுற்றுப் போய் மேஜையின் குறுக்கே கையை நீட்டி ஆந்திரேய் எபீமிச்சின் கையைத் தொட்டார்.

“டாக்டர், நீங்கள் எங்களை எல்லாம் மறந்து விட்டீர்களா, என்ன?” என்றார் அவர். ஆயினும் நீங்கள் துறவிபோல் வாழ்கிறவர்: சீட்டாடுவதில்லை, பெண்களிடம் உங்களுக்கு நாட்டமில்லை. எங்கள் எல்லோரையும் சுவையற்ற சகாக்களாய்க் கருதுகிறீர்கள்.

நன்னெறியாளர் எவருக்கும் இந்நகர் எவ்வளவு சலிப்பூட்டுவ தாய் இருக்கும் என்று ஒவ்வொருவரும் பேச முற்பட்டனர். நாடக மன்றங்கள் இல்லை, இசை இல்லை, மன்றத்தில் சென்றமுறை நடனவிருந்து நடைபெற்றபோது இருபது பெண்கள் இருந்தார்கள், ஆனால் இவர்களுக்கு நடனக் கூட்டாளிகள் இரண்டே இரண்டு பேர் தான் இருந்தார்கள். இளைஞர்கள் நடனமாடுவதில்லை, சிற்றுண்டி இடத்தைச் சுற்றிக் கூட்டமாய் நிற்கவோ, சீட்டு ஆடவோதான் அவர்கள் அதிகமாய் விரும்புகிறார்கள். நிமிர்ந்து யாரையும் பார்க்காமல் ஆந்திரேய் எபீமிச் அவரது அமைதியான, சாவதானமான குரலில் பேச ஆரம்பித்தார். நகரவாசிகள் தமது சக்தியையும் ஆத்மாவையும் மனதையும் சீட்டாட்டத்திலும் வெற்றுப் பேச்சுக்களிலும் செலவிட்டு, சுவையான உரையாடலிலோ, படிப்பதிலோ நேரம் செலவிட முடியாதவர்களாகவும் விருப்பமில்லாதவர்களாகவும் இருக்கிறார்கள், மனத்தினால் கிட்டும் இன்பங்களைச் சுவைக்க மறுக்கிறார்கள், இது வருந்தத் தக்கது, மிகவும் வருந்தத்தக்கது என்றார் அவர். மனம் ஒன்றுதான் சுவை வாய்ந்தது, குறிப்பிடத்தக்கது, ஏனையவையாவும் கேவலம் வாய்ந்தவை, அற்பமானவை. ஹோபத்தவ் தமது சக டாக்டர் கூறியவற்றை மிகவும் கவனமாய்க் கேட்டுக் கொண்டிருந்தார், பிறகு திடுமெனக் குறுக்கிட்டு அவரை ஒரு கேள்வி கேட்டார்:

"ஆந்திரேய் எபீமிச், இன்று தேதி என்ன?"

இதற்குப் பதில் கிடைத்ததும் ஹோபத்தவும் மென்னிற முடிகளையுடைய டாக்டரும் சேர்ந்து ஆந்திரேய் எபீமிச்சிடம் தொடர்ந்து கேள்விகள் கேட்டுச் சென்றனர். அன்று என்ன கிழமை, ஓராண்டில் இருக்கும் நாட்கள் எத்தனை, ஆறாவது வார்டில் அரும்பெரும் மகான் ஒருவர் இருப்பது மெய்தானா என்று கேட்டனர். தமது தகுதியின்மையை உணர்ந்த பரீட்சையாளர்களின் குரலாய் ஒலித்தது அவர்களது குரல்.

கடைசிக் கேள்விக்குப் பதிலளிக்கையில் ஆந்திரேய் எபீமிச்சுக்கு இலேசாய் முகம் சிவந்துவிட்டது. அவர் கூறினார்:

"ஆம், அவர் நோயுற்றவர்தான், ஆனால் மிகவும் சுவையானவர்."

அதற்கு மேல் கேள்விகள் கேட்கப்படவில்லை.

ஆந்திரேய் எபீமிச் கூடத்திலே தமது மேல் கோட்டை எடுத்து மாட்டிக் கொண்ட போது இராணுவ அதிகாரி அவரிடம் வந்து அவர் தோளில் தட்டிக் கொடுத்துப் பெருமூச்சு விட்டவாறு கூறினார்:

"கிழவர்களாகிவிட்ட நம் போன்றவர்கள் இனி ஓய்வு பெறுவது குறித்து ஆலோசிக்க முற்பட்டாக வேண்டும்."

நகரமன்றக் கூடத்தைவிட்டு வெளியே சென்றபோது ஆந்திரேய் எபீமிச் தமது சித்த சுவாதீனத்தைப் பரிசீலிப்பதற்காகக் கூட்டப்பெற்ற குழுதான் தம்மை இங்கு அழைத்து விசாரணை நடத்தியதென்பதை உணர்ந்து கொண்டார். தம்மிடம் கேட்கப்பட்ட கேள்விகளை நினைத்துப் பார்த்தபோது அவருக்கு முகம் செக்கச் சிவந்து போயிற்று, மருத்துவ விஞ்ஞானத்தின் பால் அவர் வாழ்வில் முதன்முதலாய் அவருக்குக் கசப்புணர்ச்சி கலந்த பரிதாபம் உண்டாயிற்று.

தம்மை இந்த டாக்டர்கள் பரிசோதித்த முறையை நினைத்துப் பார்த்த அவர் "அட தெய்வமே, இது ஏன் இப்படி?" என்று தம்முள் கூறிக் கொண்டார். "அண்மையில் தானே இவர்கள் உளமருத்துவத்தைப் பற்றி தமக்கு நிகழ்த்தப் பெற்ற விரிவுரைகளை எல்லாம் கேட்டுவிட்டு, பிற்பாடு பரீட்சைகளையும் முடித்துவிட்டு வந்திருக்கிறார்கள் - பிறகு ஏன் இந்தப் படுமோசமான அறியாமை? உளமருத்துவம் குறித்து இவர்கள் ஏதும் அறியாதவர்களாய் அல்லவா இருக்கிறார்கள்!"

வாழ்விலே முதன்முதலாய் அவமான உணர்ச்சியும் ஆத்திரமும் அவருள் பொங்கியெழுந்தன.

அதே நாளன்று அந்திப் பொழுதில் மிகயீல் அவெரியானிச் அவரைப் பார்ப்பதற்காக வந்திருந்தார். வணக்கமென்று சொல்ல நேரமில்லாமல் அஞ்சலகத் தலைவர் நேரே அவரிடம் சென்று அவரது இரு கைகளையும் பிடித்துக் கொண்டு உணர்ச்சி வயப்பட்ட குரலில் கூறினார்:

"எனது அருமை நண்பரே, உங்களிடம் எனக்குள்ள மெய்யான பாசத்தில் உங்களுக்கு நம்பிக்கை உண்டென்பதை, என்னை நண்பராய்ப் பாவிக்கிறீர்கள் என்பதை நீங்கள் எனக்கு நிரூபிக்க வேண்டும்... எனது அருமை நண்பரே!" ஆந்திரேய் எபீமிச்சைப் பேசவிடாமல் தொடர்ந்து அவர் பரபரப்பாய்ப் பேசிச் சென்றார்.

“உங்களுடைய கல்வி ஞானத்துக்காகவும் உங்களுடைய ஆத்மார்த்திக உயர்நிலைக்காகவும் உங்களை நேசிக்கிறவன் நான். என் நண்பரே, நான் சொல்வதைக் கேளுங்கள், தொழில் முறை ஒழுக்கத்தால் கட்டுண்டு டாக்டர்கள் உண்மையை உங்களிடம் சொல்லாமல் மறைக்கிறார்கள், ஆனால் நான் பட்டாளத்து ஆள், உண்மையை அப்படியே பச்சையாய்ச் சொல்கிறேன்; நீங்கள் நலமுடன் இல்லை! அருமை நண்பரே, என்னை மன்னிக்க வேண்டும், ஆனால் உண்மை அதுதான். உங்களைச் சுற்றி இருப்பவர்கள் சில காலமாகவே இதைக் கவனித்து வந்திருக்கிறார்கள். எவ்கேனி பேதரோவிச் இப்போதுதான் என்னிடம் சொல்லிக் கொண்டிருந்தார், உங்களுடைய உடல் நலனை முன்னிட்டு ஓய்வும் நிம்மதியும் உங்களுக்கு அவசியம் என்றார். முற்றிலும் உண்மை! சிறப்பானது! சில நாட்களில் நான் விடுமுறை பெற்றுப் புறப்படப் போகிறேன், நல்ல காற்றில் வாழ்ந்துவிட்டு வரலாமென்று இருக்கிறேன். நீங்கள் எனது நண்பரே என்பதை நிரூபித்துக் காட்டுங்கள் - என்னுடன் வாருங்கள்! இருவருமாய் போய்ச் சுற்றிவிட்டு வருவோம், புத்திளமை பெறுவோம்!”

“நான் முழு நலமுடன்தான் இருக்கிறேன்” என்றார் ஆந்திரேய் எபீமிச், சிறிது நேர மௌனத்துக்குப் பிற்பாடு. “உங்களுடன் நான் வருவது சாத்தியமல்ல. உங்களிடம் எனக்குள்ள நட்பினை வேறு ஏதாவது ஒரு வழியில் நிரூபிப்பதற்கு எனக்கு நீங்கள் அனுமதியளிக்க வேண்டும்.”

காரணம் இல்லாமலே புத்தகங்களை விட்டுப் பிரிந்து செல்வது, தாரியாவையும் தமது பீரையும் விட்டுப் பிரிந்து செல்வது, இந்த இருபது ஆண்டுகளாய் நிலைநாட்டப் பெற்ற பழக்கத்தை குலைத்திடுவது முதலில் அவருக்குப் பைத்தியக்காரத்தனமாய், பகற்கனவு போன்றதாய்த் தோன்றிற்று. ஆனால் நகரமன்றக் கூடத்தில் கூறப்பட்டதும் திரும்பி வீட்டிக்கு வரும்போது அவருக்கு ஏற்பட்ட மனச் சோர்வும் அவர் நினைவுக்கு வந்தன; தம்மைப் பைத்தியக்காரராய்க் கருதிய அசட்டு ஆட்களைக் கொண்ட இந்நகரைச் சிறிது காலத்துக்கு விட்டு வெளியே செல்லும் கருத்து திடுமென அவரைக் கவருவதாய் இருந்தது.

“எங்கே போவதாய் உத்தேசம் உங்களுக்கு?” என்று கேட்டார் அவர்.

“மாஸ்கோ, பீட்டர்ஸ்பர்க், வார்சா... வார்சாவில் முன்பு நான் ஐந்து ஆண்டுகள் இருந்திருக்கிறேன், என் வாழ்வில் மிகவும் இன்பமான ஆண்டுகள் அவை. அற்புதமான நகரம் அது! அருமை நண்பரே, வாருங்கள் என்னுடன்!”

13

ஒரு வாரத்துக்குக் பிற்பாடு ஆந்திரேய் எபீமிச்சுக்கு ஓய்வு தருவதாய் கூறினார்கள், அதாவது பதவியிலிருந்து விலகுவதாய்க் கடிதம் எழுதுமாறு கேட்டுக் கொண்டார்கள். தயக்கம் சிறிதுமின்றி அவரும் அவ்வாறே எழுதியனுப்பினார். மேலும் ஒரு வாரத்துக்குப் பிற்பாடு, நகருக்கு அண்மையதான ரயில் நிலையத்துக்குச் சென்ற அஞ்சல் குதிரை வண்டியில் மிகயீல் அவெரியானிச்சுக்குப் பக்கத்தில் அமர்ந்திருந்தார் அவர். நீல வானம், தூய காற்று இவற்றுடன் பொழுது குளுமையாய், தெளிவாய் இருந்தது. ரயில் நிலையத்தை அடைய அவர்கள் கடக்க வேண்டியிருந்த சுமார் இருநூறு கிலோமீட்டர் தொலைவை இரண்டு நாட்களில் கடந்தார்கள், இடைவழியில் தங்கி இரு இரவுகளைக் கழித்தார்கள். குதிரைமாற்று நிலையங்களில் அழுக்கேறிய கிளாஸ்களில் தேநீர் கொடுப்பார்களாயின், அல்லது சீக்கிரமாய்ச் சேனமிட்டுக் குதிரைகளைப் பூட்டத் தவறுவார்களாயின், மிகயீர் அவரியானசி முகம் சிவந்து போய்த் தலையிலிருந்த கால்வரை ஆடித் துடித்தவாறு “சப்தம் செய்யாதீர்கள்! வாக்குவாதம் வேண்டாம்!” என்று கத்துவார். வண்டியில் போய்க் கொண்டிருந்த போது அவர் காக்கசசிலும் போலந்திலும் தாம் புரிந்த பயணங்கள் குறித்து ஓயாமல் பேசினார். அவருக்கு ஏற்பட்ட அனுபவங்கள் எவ்வளவு விந்தை மிக்கவை! எப்படிப்பட்டவர்களை எல்லாம் சந்தித்தார்! பலத்த குரலில் பேசினார் அவர். இந்த ஆள் பொய் பேசுகிறார் என்று எவரும் நினைக்கும்படி வியப்பால் அப்படி அவருக்குக் கண்கள் விரிந்து வட்டமாகிவிடும். இவ்வளவு போதாதென்று அவர் நேரே ஆந்திரேய் எபீமிச்சின் முகத்திலே மூச்சை விட்டவாறு பேசினார், அவர் காதுக்குள் சப்தமிட்டுச் சிரித்தார். டாக்டருக்கு இது உபத்திரவமாய் இருந்தது, அவருடைய சிந்தனைகள் சிதறடிக்கப்பட்டுவந்தன.

சிக்கனத்தை முன்னிட்டு அவர்கள் மூன்றாம் வகுப்பில் பயணம் செய்தார்கள். புகை பிடிக்காதோருக்கான வண்டி ஒன்றைத் தேர்ந்தெடுத்துக் கொண்டனர். பயணிகளில் பாதிப்பேர்

மேல் வர்க்கத்தோராய் இருந்தார்கள். மிகயீல் அவெரியானசிச் விரைவில் இவர்கள் எல்லோரோடும் சகஜமாய்ப் பழக முற்பட்டு, அருவருக்கத் தக்கவையான அந்தச் சலைகளில் பயணம் புரிய எல்லோரும் மறுக்க வேண்டுமெனப் பலத்த குரலில் இவர்களிடம் வற்புறுத்தியவாறு ஒவ்வொரு பெஞ் சாய் மாறிச் சென்று கொண்டிருந்தார். எல்லாம் மோசடி மயம்! குதிரை வண்டிப் பயணத்திலிருந்து இந்த ரயில் பயணம் எவ்வளவு வித்தியாசமாய் இருக்கிறது; தினசரி நூறு கிலோ மீட்டர் செல்கிறீர்கள், இதற்குப் பிற்பாடும் நலக்குறையின்றி விறுவிறுப்பு குன்றாதிருக்கிறீர்கள். விளைச்சல் நல்லபடியாய் இல்லாதிருப்பதற்குச் சதுப்புகள் வடிக்கப்பட்டதுதான் காரணம். எங்கும் ஒழுங்கின்மை மலிந்து விட்டது. அவர் உணர்ச்சி வேகங் கொண்டு உரக்கப் பேசினார், இடையில் யாரும் ஒரு வார்த்தை பேசுவதற்கு அனுமதிக்கவில்லை. பலத்தச் சிரிப்போடும் வளமான அங்க சேஷ்டைகளோடும் கூடிய முடிவில்லாத அவரது பிதற்றல்கள் ஆந்திரேய் எபீமிச்சைச் சலிப்படையச் செய்தன.

"எங்களில் பைத்தியக்காரராய் இருப்பவர் யார்?" என்று நினைத்து அவர் எரிச்சல்பட்டுக் கொண்டார். "சக பயணிகளுக்குத் தொல்லையாய் அமையாதிருக்க முயலும் நானா? அல்லது தானே யாவரிலும் கூர்மதி கொண்ட சுவையான ஆளென நினைத்து யாரும் கணநேரமும் நிம்மதியாய் இருக்க முடியாதபடி உபத்திரவம் செய்யும் இந்தத் தற்பெருமைக்காரரா?"

மாஸ்கோ வந்து சேர்ந்ததும் மிகயீல் அவெரியானிச் தோளணிகள் இல்லாத இராணுவச் சட்டையும் சிவப்பு வரி மடிப்பு வைத்துத் தைத்த கால்சட்டையும் போட்டுக் கொண்டார். இராணுவக் குல்லாயும் மேல் கோட்டும் அணிந்து தெருக்களில் நடந்தார், படையாட்கள் அவரைப் பார்த்ததும் சலாம் போட்டார்கள். கிராம நிலக்கிழாரிடம் காணக்கூடிய நல்ல பண்புகளைக் கழித்துக் கட்டிவிட்டு குணக் கேடுகளை மட்டும் தம்மிடம் இருத்திக் கொண்டுவிட்ட ஒரு மனிதராய் இப்போது அவர் ஆந்திரேய் எபீமிச்சுக்குத் தோன்றினார். தேவைப்படாத போதுங் கூடப் பணியாள் ஓடி வந்து தமக்குப் பணிபுரிய வேண்டுமென விரும்பினார் அவர். மேஜையில் அவருக்கு எதிரே தீப்பெட்டி இருக்கும், அது அங்கு இருப்பது அவருக்குத் தெரிந்தும் இருக்கும், அப்படியும் தமக்குத் தீப்பெட்டி வேண்டுமென்று பணியாளிடம் கத்துவார். உள்ளுடுப்பு தவிர எதுவும் இல்லாமலே பணிப்பெண் எதிரே

கொஞ்சமும் சங்கடப்படாமல் நடப்பார். வேலையாட்கள் கிழவர்களாய் இருந்தாலுங்கூட "வாடா, போடா" என்று டகரமிட்டுதான் அவர்களைக் கூப்பிடுவார், கோபம் வருமாயின் அவர்களை முட்டாளென்றும் தடியனென்றும் ஏசுவார். இது கிராம நிலக்கிழார் எல்லாருக்குமே உரிய பாணி என்பது ஆந்திரேய் எபீமிச்சுக்குத் தெரியும், ஆயினும் அவருக்கு அருவருப்பாயிருக்கும்.

மிகயீல் அவெரியானிச் யாவற்றுக்கும் முதலாய் இவெர்ஸ்காயா தேவாலயத்தில் பிரார்த்தனை செய்வதற்காகத் தமது நண்பரை அழைத்துச் சென்றார். அங்கே அவர் தரையிலே தலைபடும்படிக் குனிந்து, கண்கள் பனித்துவிட உருக்கமாய்த் தொழுதெழுந்தார். தமது தொழுகை முடிந்ததும் பலமாய் நெடுமூச்செறிந்துவிட்டு, தமது நண்பரிடம் கூறினார்:

"நம்பிக்கை இல்லாதவராய் இருக்கலாம், ஆயினும் பிரார்த்தனை செய்தால் மனத்துள் சாந்தி பிறக்கும் தொழுதெழும் ஐயா!"

ஆந்திரேய் எபீமிச் தட்டுத் தடுமாறியபடிக் குனிந்து தேவ உருவினை வணங்கினார். மிகயீல் அவெரியானிச் உதடுகளைக் குவித்துக் கொண்டு தலையை ஆட்டி வாய்க்குள் பிரார்த்தனையைக் கூறிக் கொண்டார், அவர் கண்களில் திரும்பவும் கண்ணீர் அரும்பிற்று. இதன்பின் இருவரும் கிரெம்ளினுக்குச் சென்று அங்கே ஜார் - பீங்கியையும் ஜார் - மணியையும் பார்வையிட்டார்கள், விரல் நுனியால் அவற்றைத் தொட்டுக்கூடப் பார்த்தார்கள். ஆற்றுக் கரையிலிருந்து தெரியும் காட்சியைக் கண்டு களித்தார்கள், இரட்சகர் தேவாலயத்துக்கும் ருமியான்த்சேவ் பொருட்காட்சி சாலைக்கும் சென்றார்கள்.

தேஸ்தாவ் உண்டிசாலையில் இருவரும் மதிய உணவருந்தினர். மிகயீல் அவெரியானிச் தமது கிருதாவைத் தட்டித் தடவிக் கொண்டு நீண்ட நேரம் உண்டிப் பட்டியலைப் பரசீலனை செய்தார், பிறகு எல்லா உண்டிசாலைகளையும் நன்கு அறிந்த சமையற்கலை ரசிகரின் குரலில் மேஜைப் பணியாளரிடம் கூறினார்:

"அப்பனே, எங்களுக்கு இன்று என்ன தரப் போகிறாய், சொல்லு!"

14

டாக்டர் பல இடங்களுக்கும் சென்றார், பலவற்றையும் பார்வையிட்டார், சாப்பிட்டார், ஆனால் மிகயீல் அவெரியானிச்சிடம் அவருக்கிருந்த எரிச்சல் அவரைவிட்டு அகலவே இல்லை. நண்பர் எந்நேரமும் அவரை விட்டுப் பிரியாது இருந்ததானது அவருக்கு வேதனை உண்டாக்கிற்று. இந்த நண்பரிடமிருந்து தப்பிவிட வேண்டுமென்று, அவர் கண்ணில் படாமல் ஒளிந்து கொண்டுவிட வேண்டுமென்று ஆந்திரேய் எபீமிச் ஏங்கினார். ஆனால் ஆந்திரேய் எபீமிச்சை விட்டகலாமல் அவருடன் இருந்து அவர் உல்லாசமாய் இருப்பதற்கு எல்லா வழிகளிலும் உதவுவது தமது கடமையென மிகயீல் அவெரியானிச் கருதினார். பார்ப்பதற்கு ஒன்றும் இல்லாத போது அவர் தமது நண்பருடன் உரையாடி உற்சாகமூட்ட முயன்றார். ஆந்திரேய் எபீமிச் இரண்டு நாட்களுக்கு இவற்றை எல்லாம் பொறுத்துக் கொண்டிருந்தார். ஆனால் மூன்றாம் நாளன்று உடம்பு சரியாய் இல்லை, நாள் முழுதும் அறையிலே இருக்கப் போவதாய் தம் நண்பரிடம் சொன்னார். அப்படியானால் தாமும் அறையிலேயே இருக்கப் போவதாய் அவர் நண்பர் கூறினார். ஓய்வு எடுத்துக் கொள்வது அவசியம்தான், இல்லையேல் கால்கள் ஓய்ந்துவிடும் என்றார். ஆந்திரேய் எபீமிச் முதுகை அறைப் பக்கம் திருப்பிக் கொண்டு சோபாவில் படுத்துப் பற்களை நறநறவெனக் கடித்துக் கொண்டு தமது நண்பரின் பேச்சைக் கேட்கலானார். அவர் நண்பர் உற்சாகமாய்ப் பேசினார்: முன்னதாகவோ பின்னதாகவோ பிரெஞ்சு நாடு ஜெர்மனியை முறியடிக்கவே போகிறது, மாஸ்கோவில் எத்தர்கள் ஏராளமாய் இருக்கிறார்கள், குதிரையை அதன் உருவை மட்டும் கொண்டு மதிப்பீடு செய்யலாகாது என்றெல்லாம் வற்புறுத்தினார். டாக்டருக்கு நெஞ்சு படபடத்தது, காதுகளுக்குள் இரைச்சலாய் இருந்தது, ஆனால் தம்மைவிட்டு விலகிச் செல்லும்படியோ, பேச்சை நிறுத்தும்படியோ தம் நண்பரிடம் சொல்வது மரியாதைக் குறைவாய் இருக்குமென்று சும்மாயிருந்தார். நல்ல வேளையாய் அறையிலே இருப்பது அலுத்துபோய் மிகயீல் அவெரியானிச் மதிய உணவுக்கு பிற்பாடு வெளியே கிளம்பிச் சென்றார்.

தனியேவிடப்பட்டதும் ஆந்திரேய் எபீமிச் நிம்மதியடைந்தார். அறையில் தனியே இருக்கிறோம் என்ற உணர்வோடு சோபாவில் அசையாமல் படுத்திருந்தபோது அவருக்கு எவ்வளவு சுகமாய் இருந்தது! ஏகாந்தம் இல்லையேல் மெய்யான இன்பநிலை

சாத்தியமன்று. தேவதூதர்களுக்கு மறுக்கப்படும் இந்த ஏகாந்தத்தை விரும்பித்தான் வீழ்ச்சியுற்ற தேவதூதன் தேவனுக்குத் துரோகமிழைத்தான் போதும். கடந்த இரு நாட்களாய் தாம் கண்ணுற்றவற்றையும் கேட்டவற்றையும் பற்றிச் சிந்திக்க விரும்பினார் ஆந்திரேய் எபீமிச். ஆனால் அவரால் தமது சிந்தனையிலிருந்து மிகயீல் அவெரியானிச்சை அகற்ற முடியவில்லை.

"நட்பாலும் தயாளச் சிந்தையாலும் உந்தப்பட்டு தானே இவர் விடுமுறை பெற்று என்னுடன் கிளம்பி வந்திருக்கிறார், என்ன இது!" என்று எரிச்சலாய்த் தம்முள் கூறிக் கொண்டார் டாக்டர். "இப்படிப்பட்ட அன்பு கெழுமிய காருண்யத்தைக் காட்டிலும் மோசமானது எதுவும் இருக்க முடியாதே! அன்பும் தயாள சிந்தையும் பூரிப்பும் கொண்டவர்தான், ஆனால் தலை வேதனை உண்டாக்குபவராக அல்லவா இருக்கிறார்? ஆம், சரியான தலை வேதனை! எப்போதும் சாமர்த்தியமாகவும் சிறப்பாகவுமே பேசுவோராயினும் இவர்கள் இப்படி அசடர்களாகவா இருக்க வேண்டும் என்று நினைக்க வேண்டிய மனிதர்களுக்கும் இவருக்கும் வித்தியாசம் ஏதும் இல்லையே."

இதன்பின் நாள்தோறும் ஆந்திரேய் எபீமிச் உடம்பு சரியாய் இல்லை என்று சொல்லி அறையைவிட்டு வெளியே போகாமலிருந்தார். அவரது நண்பர் அவரை மகிழ்விப்பதற்காகப் பேசிய நேரத்தில் முகத்தைச் சுவர் பக்கம் திருப்பிக் கொண்டு துன்புற்றவாறு படுத்திருந்தார், நண்பர் இல்லா நேரத்தில் ஓய்வெடுத்துக் கொண்டார். இந்தப் பயணத்தை மேற்கொண்டதற்காகத் தம்மைத்தாமே கடிந்து கொண்டார்; நாளுக்கு நாள் மேலும் மேலும் வாயரட்டையாகி அட்டகாசமாய்ப் பேசித் தம்மை முக்கியத்துவம் வாய்ந்த உன்னத சிந்தனைகளில் மனத்தை ஈடுபடுத்த முடியாமற் செய்த தமது நண்பர் மீது அவருக்குக் கோபங் கோபமாய் வந்தது.

"இவான் திமீத்ரிச் குறிப்பிட்ட அந்த எதார்த்தம் என்னைத் துன்புறுத்துகிறது" என்று நினைத்து அற்ப நிலைமைகளுக்கு மேம்பட்டவராய்த் தம்மை உயர்த்திக் கொள்ளும் ஆற்றலின்மைக்காகத் தம்மீதே ஆத்திரப்பட்டுக் கொண்டார். "இல்லை, இதெல்லாம் அபத்தம்... நான் ஊருக்குத் திரும்பியதும் யாவும் முன்பு போல் நடைபெற ஆரம்பித்து விடும்..."

பீட்டர்ஸ்பர்கிலும் இதே போலத்தான் ஆயிற்று. ஓட்டல் அறையில் அவர் நாட்கணக்காய் சோபாவில் படுத்துக் கிடந்தார், பீர் குடிப்பதற்காக மட்டும்தான் எழுந்தார்.

வார்சாவுக்கு விரைந்து செல்ல வேண்டுமென்று மிகயீர் அவெரியானிச் ஓயாமல் கூறிக் கொண்டிருந்தார்.

"அருமை நண்பரே, நான் ஏன் வார்சாவுக்கு வர வேண்டும்?" என்று ஆந்திரேய் எபீமிச் அவரிடம் மன்றாடினார். "நீங்கள் போய் வாருங்கள், நான் ஊருக்குத் திரும்புகிறேன்! தயவு செய்யுங்கள்!"

"அதெல்லாம் இல்லை" என்று மிகயீல் அவெரியானிச் கடிந்து கொண்டார். "அது அற்புதமான நகரம், என் வாழ்வின் மிகவும் இனிமையான ஐந்து ஆண்டுகளை அந்நகரில் கழித்தேன் நான்!"

எதையும் உறுதியாய் வற்புறுத்தும் வலிவு ஆந்திரேய் எபீமிச்சிடம் இல்லையாதலால் வேண்டா வெறுப்புடன் அவர் தமது நண்பருடன் வார்சாவுக்குச் சென்றார். இங்கே அறையை விட்டு அகலாமல் சோபாவில் படுத்துக் கிடந்தார். தம்மீதும், தமது நண்பர் மீதும், ருஷ்ய மொழியைப் புரிந்து கொள்ளப் பிடிவாதமாய் மறுத்த ஓட்டல் வேலையாட்கள் மீதும் அவருக்கு ஆத்திரம் பொத்துக் கொண்டு வந்தது. ஆனால் மிகயீல் அவெரியானிச் எப்போதும் போல் ஆரோக்கியமும் ஆர்வமும் பொங்கியெழ காலையிலிருந்து இரவு வரை நகரில் பல இடங்களுக்கும் சென்று தமது பழைய நண்பர்களைப் பார்த்துவிட்டு வந்தார். சில சமயம் இரவிலுங்கூடத் திரும்பாமல் வெளியே தங்கிவிடுவார். ஒரு தரம் இரவை எங்கோ ஓரிடத்தில் கழித்துவிட்டு அதிகாலையில் முகமெல்லாம் சிவந்துபோய், தலை கலைந்து பரட்டையாகிவிட, மிகுந்த பரபரப்புற்ற நிலையில் திரும்பிவந்தார். விளங்காத முறையில் வாய்க்குள் முணுமுணுத்தவாறு நீண்டநேரம் அறையில் அங்குமிங்கும் நடந்தார். பிறகு நடையை நிறுத்திவிட்டு கூறினார்:

"மானமே யாவற்றினும் முதன்மையானது!"

திரும்பவும் சற்றுநேரம் மேலும் கீழுமாய் நடந்தபின் தலையைக் கெட்டியாய்ப் பிடித்துக் கொண்டு துன்பகரமான குரலில் கூறினார்:

“ஆம், மானமே யாவற்றினும் முதன்மையானது! இந்தப் பாபிலோனுக்கு வர வேண்டுமென்ற எண்ணம் என் தலையில் உதித்த அந்த நேரத்தைச் சபிக்கிறேன்! அருமையிலும் அருமையான நண்பரே” என்று சொல்லி டாக்டரின் பக்கம் திரும்பினார். “நீங்கள் என்னை இழிந்தவனாய்க் கருதி புறக்கணிக்கலாம்: சூதாடிப் பணத்தை இழந்து விட்டேன்! எனக்கு ஐந்நூறு ரூபிள் கொடுங்கள்!”

அந்திரேய் எபீமிச் ஐந்நூறு ரூபிளை எண்ணி வாய் பேசாமல் தமது நண்பரிடம் கொடுத்தார். அவர் நண்பர் வெட்கத்தாலும் ஆத்திரத்தாலும் படர்ந்த சிவப்பு மறையாமல் முகத்திலே பளிச்சிட, எந்தச் சம்பந்தமுமின்றித் தேவையில்லாத முறையில் சூளுரைத்துவிட்டு, தொப்பியை அணிந்து கொண்டு வெளியே சென்றார். இரண்டு மணி நேரத்துக்குப் பிற்பாடு திரும்பி வந்ததும் நாற்காலியில் சாய்ந்து பலமாய்ப் பெருமூச்சு விட்டுக் கொண்டு கூறினார்:

“எனது மானத்தைக் காப்பாற்றிக் கொண்டு விட்டேன்! நண்பரே, புறப்படுங்கள், இங்கிருந்து போய் விடுவோம்! இந்தக் கேடுகெட்ட நகரில் இனி ஒரு நிமிடம்கூட இருக்க விரும்பவில்லை நான். திருடர்கள்! ஆஸ்திரிய உளவாளிகள்!”

நண்பர்கள் இருவரும் தமது யாத்திரையிலிருந்து திரும்பிய போது நவம்பர் மாதம்; தெருக்களில் வெண்பனி கனமாய் மூடியிருந்தது. முன்பு ஆந்திரேய் எபீமிச்சுக்கு உரியதாய் இருந்த பதவியில் இப்போது டாக்டர் ஹோபத்தவ் அமர்ந்திருந்தார். இன்னமும் அவர் தமது பழைய அறைகளில்தான் வசித்து வந்தார், ஆந்திரேய் எபீமிச் திரும்பிவந்து மருத்துவமனைக் குடியிருப்பைக் காலிசெய்து தருவதற்காகக் காத்திருந்தார். அவர் தமது சமையற்காரி என்பதாய்ச் சொல்லிவந்த அழகில்லாத அந்தப் பெண் ஏற்கெனவே மருத்துமனையின் பக்கவாட்டுப் பிரிவுகளில் ஒன்றில் வசித்து வந்தாள்.

மருத்துவமனை குறித்து நகரில் புதிய வதந்திகள் பரவியிருந்தன. அழகில்லாத அந்தப் பெண் மருத்துவமனை மேலாளருடன் சண்டை போட்டதாகவும், அவர் அவளுடைய காலில் விழுந்து மன்னிப்பு கேட்டதாகவும் பேசிக் கொண்டார்கள்.

ஆந்திரேய் எபீமிச் திரும்பி வந்த நாளன்றே அவர் தமக்குப் புதிய குடியிருப்பு தேட வேண்டியதாயிற்று.

"அருமை நண்பரே, இதைக் கேட்பதற்காக மன்னிக்க வேண்டும்: உங்களிடம் பணம் எவ்வளவு இருக்கிறது?" என்று அஞ்சலகத் தலைவர் தயங்கிக் கொண்டு அவரிடம் கேட்டார்.

ஆந்திரேய் எபீமிச் தம்மிடமிருந்த பணத்தை எண்ணிப் பார்த்து விட்டுச் சொன்னார்:

"எண்பத்தாறு ரூபிள்."

"இதை நான் கேட்கவில்லை" என்றார், டாக்டர் தம்மைப் புரிந்து கொள்ளாததைக் கண்டு குழப்பமடைந்த மிகயீல் அவெரியானிச். "மொத்தமாய்ச் சேர்த்து உங்களிடம் ரொக்கம் எவ்வளவு இருக்கும்?"

"அதைத்தான் சொல்கிறேன்: எண்பத்தாறு ரூபிள்... அவ்வளவு தான்."

டாக்டரை நேர்மையாளராகவும் உயர்ந்த பண்பாளராகவுமே கருதி வந்தார் என்றாலும், எப்படியும் இவர் இருபது ஆயிரம் ரூபிளாவது சேர்த்து எங்காவது பத்திரப்படுத்தி வைத்திருப்பார் என்றே மிகயீர் அவெரியானிச் நினைத்திருந்தார். ஆந்திரேய் எபீமிச் பணமில்லாதவர், வாழ வழியில்லாத ஓட்டாண்டி என்பது இப்போது தெரிந்ததும் திடுமென அவர் அழுது கண்ணீர் வடித்துத் தமது நண்பரைக் கட்டியணைத்துக் கொண்டார்.

15

நடுத்தரக் கீழ் வர்க்கத்தவளான பெலோவா என்றொரு பெண்ணின் வீட்டுக்கு ஆந்திரேய் எபீமிச் குடி சென்றார் சமையலறையைச் சேர்க்காமல் மூன்று அறைகளைக் கொண்ட சிறிய வீடு அது. தெருவை நோக்கிய இரு அறைகளில் டாக்டர் குடியேறினார். தாரியாவும் வீட்டுக்காரியும் அவளுடைய மூன்று குழந்தைகளும் மூன்றாவது அறையிலும் சமையலறையிலும் வசித்தனர். சில சமயம் வீட்டுக்காரியின் காதலனும் இரவில் இங்கு வந்து தங்குவது உண்டு. குடிகாரனாகிய இந்த ஆள் இரவில் அடிக்கடி மூர்க்கனாகி, தாரியாவையும் குழந்தைகளையும் பீதியுறச் செய்வான். சமையலறையில் நாற்காலியில் உட்கார்ந்து கொண்ட இந்த ஆள் வோத்கா வேண்டுமென்று கேட்கையில் வீட்டில் இடமின்றி ஒரே நெரிசலாயிருப்பதாய்த் தோன்றும்,

கருணையால் மனம் நெகிழ்ந்துவிடும் டாக்டர் அழுது கொண்டிருக்கும் குழந்தைகளைத் தமது அறைக்கு அழைத்துச் சென்று தரையிலே அவர்களுக்குப் படுக்கைகள் போட்டுத் தருவார். இது அவருக்கு மிகுந்த மனநிறைவு அளித்தது.

எப்போதும் போல அவர் எட்டு மணிக்கெல்லாம் விழித் தெழுந்து தேநீர் அருந்திவிட்டுத் தமது பழைய புத்தகங்களையும் பத்திரிகைகளையும் வைத்துக் கொண்டு படிக்க ஆரம்பிப்பார். புதியவற்றை வாங்க அவரிடம் பணம் இல்லை. புத்தகங்கள் பழையவை என்பதாலோ, அல்லது மாறிவிட்ட சூழ்நிலையின் காரணத்தாலோ முன்புபோல் அவரால் மெய்மறந்து படிக்க முடியவில்லை, படிப்பு இப்போது அவரைத் தளர்ந்து ஓய்ந்துவிடும்படிச் செய்தது. ஒன்றும் செய்யாமல் சும்மாயிருக்க முடியாமல் அவர் தமது புத்தகங்களின் விவரப் பட்டியல் ஒன்றைத் தயாரித்தார், பெயர்க் குறிப்புகள் எழுதி புத்தகங்களின் முதுகுப் புறத்தில் ஒட்டினார். இயந்திர பாணியிலான இந்தச் சள்ளையான வேலை படிப்பதைக் காட்டிலும் அவருக்குச் சுவையானதாய்ப் பட்டது. இந்தச் சள்ளையான வேலை ஏதோ ஒரு வினோத வகையில் அவருடைய சிந்தனைகளைக் கண்ணுறங்கச் செய்வது போலிருந்தது, எதைப் பற்றியும் சிந்திக்காமல் அவர் வேலைசெய்து வந்தார், நேரம் அதிவேகமாய்க் கழிந்து சென்றது. சமையலறையில் தாரியாவுடன் சேர்ந்து உருளைக் கிழங்கு தோல் உரிப்பதும் கொள் கோதுமை பொருக்கிப் பிரிப்பதும் கூட இனிமையான வேலையாய் இருக்க கண்டார். சனியன்றும் ஞாயிறன்றும் அவர் கோயிலுக்குச் சென்று வந்தார். கண்களை மூடிக் கொண்டு சுவரில் சாய்ந்தபடி இசைக் குழுவின் பாட்டைக் கேட்பார், தமது தந்தையையும் தாயையும் பல்கலைக் கழகத்தையும் பற்பல மதங்களையும் நினைத்துக் கொள்வார். அவருக்கு அமைதியாகவும் விசனமாகவும் இருக்கும். கோயிலிலிருந்து வெளியே வரும்போது தொழுகை இவ்வளவு சீக்கிரமாய் முடிவுற்றுவிட்டதே என்று வருத்தமாயிருக்கும்.

இவான் திமீத்ரிச்சைப் பார்த்து அவருடன் பேசலாமென்று மருத்துவமனைக்கு இருமுறை சென்றிருந்தார். இருமுறையும் இவான் திமீத்ரிச் மட்டுமீறிப் பரபரப்புற்று ஆவேசங் கொண்டவராய் இருக்கக் கண்டார். வெற்றுப் பேச்சுக்கள் தமக்குப் பொறுக்க முடியாத வேதனையாய் இருப்பதாய்ச் சொல்லி, தம்மை அமைதியாய் இருக்கவிடும்படி வேண்டினார்; அவர். எவ்வளவோ துன்பங்களை எல்லாம் அனுபவித்து

விட்ட தாம், இந்த நாசமாய்ப் போன படுபாவிகளிடமிருந்து அதிகமாய் ஒன்றும் கேட்டுவிடவில்லை, தனிக் கொட்டடிக் கைதியாய்த் தம்மை விட்டுவைக்கும்படி வேண்டுவதைத் தவிர அதிகமாய் ஒன்றும் கேட்டு விடவில்லை. இதுவுங்கூடவா தமக்கு மறுக்கப்பட வேண்டும்? இரண்டு முறையும் ஆந்திரேய் எபீமிச் இரவு இனியதாகுக என்று வாழ்த்து உரைத்து அவரிடம் விடை பெற்றுக் கொண்ட போது அவர் கடுங்கோபமுற்றவராய்ச் சீறி விழுந்தார்:

"நிற்காதேயும், போய்த் தொலையும்!"

இதற்குப் பிறகு மூன்றாம் முறையும் அவரிடம் போவதா, போகக் கூடாதா என்று ஆந்திரேய் எபீமிச்சுக்குப் புரியவில்லை. போக வேண்டுமென்றே அவர் விரும்பினார்.

முன்பெல்லாம் மதிய உணவுக்குப் பிறகு ஆந்திரேய் எபீமிச் அறைகளில் நடைபோட்டு சிந்தனையிலே மூழ்கி நேரத்தைக் கழிப்பது வழக்கம். இப்போது அவர் சுவர் பக்கமாய் முகத்தை வைத்துக் கொண்டு சோபாவில் படுத்துக்கிடந்தார், மாலைப் பொழுதில் தேநீர் அருந்தும் நேரம் வரை அப்படியே படுத்திருந்த அவரை அற்பமான சிந்தனைகள் வாட்டி வதைத்தன, அவரால் இவற்றை தம் மனத்திலிருந்து விரட்ட முடியவில்லை, இருபது ஆண்டுகளுக்கு மேல் சேவை புரிந்த தமக்கு ஓய்வு ஊதியமோ, மான்யத் தொகையோ தரப்படாததை நினைத்து வருந்தினார். அவர் தாம் புரிந்த சேவையை நேர்மையானதாய்க் கருதவில்லை என்பது மெய்தான்; ஆயினும் நேர்மையானதோ, இல்லையோ, எவ்விதமான சேவைக்கு ஓய்வு ஊதியம் பெறுவது எல்லோருக்கும் உரிய உரிமை அல்லவா? பட்டம், பதவி, ஓய்வு ஊதியம் இவை எல்லாம் அளிக்கப்படுவது செய்த சேவைக்காகவே அன்றி, அது எப்படிப்பட்டதாய் இருப்பினும் அதற்காகவே அன்றி, ஒழுக்கப் பண்புகளுக்காகவோ ஆற்றலுக்காகவோ அல்ல என்பது தானே நீதியெனும் தற்காலக் கருத்தின் உள்ளடக்கம்? அப்படி இருக்கையில் தான் மட்டும் விதிவிலக்காய் விடப்படுவானேன்? அவரிடம் சல்லிக் காசுகூட இல்லை. கடை வழியே செல்லவும் கடைக்காரரின் பார்வையில் படவும் அவருக்கு வெட்கமாய் இருந்தது. பீருக்காக அவர் முப்பத்திரண்டு ரூபிள் தர வேண்டியிருந்தது. வீட்டுக்காரி பெலோவாவுக்கும் அவர்கள் வாடகைப் பணம் பாக்கித்தர வேண்டியிருந்தது. தாரியா இரகசியமாய் அவருடைய பழைய துணிமணிகளையும்

புத்தகங்களையும் விற்று வந்தாள், டாக்டருக்குச் சீக்கிரத்தில் ஒரு பெருந் தொகை பணம் வரப் போவதாய் வீட்டுக்காரியிடம் கூறி வந்தாள்.

தமது யாத்திரைகளுக்காக ஆயிரம் ரூபிளை, தமது சேமிப்புகள் யாவற்றையும் செலவிட்டதற்காக அவர் தம்மைத் தாமே கடிந்து கொண்டார். இந்த ஆயிரம் ரூபிள் கையிலிருந்தால் இப்போது எவ்வளவு உதவியாய் இருக்கும்! தம்மைத் தனியே அமைதியாய் இருக்க விடமாட்டேன் என்கிறார்களே என்று அவர் எரிச்சல்பட்டுக் கொண்டார். ஹோபத்தவ் தமது பிணியுற்ற சகாவை அடிக்கடி பார்த்துச் செல்வது தமது கடமையெனக் கருதினார். அவரைப் பற்றியவை அனைத்துமே ஆந்திரேய் எபீமிச்சுக்கு அருவருக்கத் தக்கனவாய் இருந்தன: நன்கு உண்டு வாழ்கிறவர் என்பதைக் காட்டும் அவரது தரங்கெட்ட குரல், “சகாவே” என்பதாய் அவர் கூப்பிட்ட முறை, அவரது நெடிய பூட்சும் நினைக்க நினைக்க வேதனையையே அளித்தன. இவை யாவற்றையும்விட சகிக்க முடியாததாய் இருந்தது என்னவென்றால், ஆந்திரேய் எபீமிச்சைக் கவனித்துக் கொள்வது தமது கடமையெனக் கருதி, மெய்யாகவே தாம் அவருக்கு மருத்துவ சிகிச்சை அளிப்பதாய் நினைத்துக் கொண்டதுதான். அவர் வரும் போதெல்லாம் தவறாமல் ஒரு பாட்டில் பொட்டாஷியம் புரோமைடும் மற்றும் சாம்பல் நிறத் தூள்களும் கொண்டு வந்தார்.

மிகயீல் அவெரியானிச்சும் தமது நண்பரை வந்து பார்த்துச் செல்வது அவரை மகிழ்விக்க முயலுவதும் தமது கடமையாகுமெனக் கருதினார். குதூகலப்படுகிறவரைப் போலக் காட்டிக் கொண்ட முகத்திலே புன்சிரிப்பை வரவழைத்துக் கொண்டுதான் அவர் ஆந்திரேய் எபீமிச்சின் அறைக்குள் நுழைவார். ஆந்திரேய் எபீமிச் இன்று பார்ப்பதற்குப் பளிச்சென்று இருக்கிறார், தேவனைப் போற்றுவோம், யாவும் நல்லபடியாகி வருகின்றன என்று உற்சாகமாய்ச் சொல்வார். தமது நண்பரின் நிலை நம்பிக்கைக்கு இடமில்லாததாய் இருப்பதாய்க் கருதினார் என்பதே உண்மையில் இதன் அர்த்தம். வார்சாவில் கடனாய் வாங்கிய பணத்தை அவர் இன்னும் தம் நண்பருக்குத் திருப்பித் தரவில்லை. வெட்க உணர்ச்சியாலும் மனப் புழுக்கத்தாலும் வதைக்கப்பட்டு அவர் மேலும் பலமாய்ச் சிரித்துக் கொண்டு வேடிக்கையான கதைகள் சொல்ல முயல்வார். அவருடைய வேடிக்கையான கதைகளுக்கும் உரையாடலுக்கும் முடிவே

இருக்காது போல் தோன்றும், ஆந்திரேய் எபீமிச்சுக்கும் மற்றும் அவருக்குமேகூட இவை சித்திரவதையாகவே இருக்கும்.

அவரது இந்த வருகைகளின் போது ஆந்திரேய் எபீமிச் வழக்கமாய்ச் சுவரைப் பார்த்தவாறு சோபாவில் படுத்திருப்பார், பற்களைக் கடித்துக் கொண்டு அவரது பேச்சைக் கேட்டுக் கொண்டிருப்பார். ஆந்திரேய் எபீமிச்சுக்குத் தமது நெஞ்சினுள் திரை திரையாய் கசடு தோன்றி மேலே எழுவது போன்ற உணர்ச்சி உண்டாகும். தமது நண்பர் வந்து பேசிவிட்டுச் செல்லச் செல்ல இந்த கசடு மேலும் மேலும் உயரமாய் எழுந்து சென்று முடிவில் தொண்டையை அடைத்துத் திணறடித்துவிடும் போலிருந்தது.

இந்த இழிவான உணர்ச்சிகளை அடக்கும் பொருட்டு அவர் தமது சிந்தனையை வேறோரு வழியில் செல்ல வைத்தார். தாமும் ஹோபத்தவும் மிகயீல் அவெரியானிச்சும் காலத்தில் எந்தத் தடமுமின்றி அழிந்தொழிந்தே ஆக வேண்டும் என்பதாய்ச் சிந்தனை செய்தார். பத்து லட்சம் ஆண்டுகளுக்குப் பிற்பாடு ஓர் ஆத்மா அண்ட வெளியில் புவிக்கோளத்தைக் கடந்து பறப்பதாய்க் கற்பனை செய்வோமானால், அந்த ஆத்மாவால் களிமண்ணையும் வெறும்பாறைகளையும் தவிர வேறு எதையும் காண முடியாது. பண்பாடு, ஒழுக்க நெறி ஆகிய யாவும் அந்தக் காலத்தில் அழிந்தொழிந்து போயிருக்கும், புற் பூண்டுகளுங்கூட அன்று இல்லாதொழிந்து போயிருக்கும். ஆகவே இந்த நிலைமையில் அவரது வருத்தமும் வேதனையும், கடைக்காரர் முன்னால் அவருக்கு ஏற்படும் வெட்க உணர்ச்சியும், இந்த அற்ப மனிதரான ஹோபத்தவும், மிகயீல் அவெரியானிச்சின் ஒடுக்கி வருத்தும் நட்பும் எம்மட்டில்? எல்லாம் அர்த்தமற்றவை, அற்பமானவை, காலில் ஒட்டும் தூசிக்குச் சமமானவை!

ஆனால் இம்மாதிரியான சிந்தனையும் இப்போது அவருக்கு உதவுவதாய் இல்லை. பத்து லட்சம் ஆண்டுகளுக்குப் பிற்பாடு புவிக் கோளத்தின் தோற்றம் எப்படி இருக்குமென்று அவர் மனக்கண்ணால் பார்க்க முற்பட்டதுமே ஹோபத்தவ் அவரது நெடிய பூட்சுகளை அணிந்து வெற்றுப் பாறைகளுக்குப் பின்னாலிருந்து வெளிப்பட்டு எதிரே வந்தார், அல்லது மிகயீல் அவெரியானிச் வேட்டுச் சிரிப்பு சிரித்துக் கொண்டு கண்ணெதிரே தோன்றியார், சங்கடப்பட்டுக் கொண்டு அவர் முணுமுணுக்கும் குரலில் கூறியது கூட ஆந்திரேய் எபீமிச்சின் காதில் விழுந்தது:

"அருமை நண்பரே, வார்சாவின் நான் வாங்கிய கடன் குறித்து கவலைப்பட வேண்டாம், இன்னும் சில நாட்களில் திருப்பித் தந்து விடுவேன்... மெய்தான், திருப்பித் தந்துவிடுவேன்."

16

ஒரு நாள் பிற்பகலில் மிகயீல் அவெரியானிச் வந்திருந்தார், அப்போது ஆந்திரேய் எபீமிச் சோபாவில் படுத்திருந்தார். அதே நேரத்தில் ஹோபத்தவ் பொட்டாஷியம் புரோமைடை எடுத்துக் கொண்டு வந்து சேர்ந்தார். ஆந்திரேய் எபீமிச் சோபாவில் கையை ஊன்றி முயற்சி செய்து எழுந்து உட்கார்ந்தார்.

"அன்புடையீர், நேற்று இருந்ததைக் காட்டிலும் எவ்வளவோ நன்றாய் இருக்கிறீர்கள். சபாஷ்! பிரமாதமாய் இருக்கிறீர்கள், போங்கள்!"

"சகாவே, எத்தனை நாள்தான் படுத்திருப்பது? நலமடைந்து விட்டீர்கள், எழுந்து நடமாட வேண்டியது தான்!" என்று கொட்டாவி விட்டபடிக் கூறினார் ஹோபத்தவ். "உங்களுக்கும் அலுத்துப் போயிருக்குமே."

"ஆம், நலமடைந்து விட்டோம்!" என்று ஆனந்தக் கூச்சலிட்டார் மிகயீல் அவெரியானிச். "இன்னும் நாம் நூறு ஆண்டுகளுக்கு வாழ்கிறோமா, இல்லையா? பாருங்கள்!"

"நூறு ஆண்டோ என்னமோ எனக்குத் தெரியாது, ஆனால் எப்படியும் இருபது ஆண்டுகளுக்கு எந்தக் கேடுமின்றி வாழ்வார்" என்று உற்சாகப் படுத்தினார் ஹோபத்தவ். "சகாவே, எந்தக் கவலையும் வேண்டாம்... ஊக்கமது கைவிடேல்?"

"நாங்கள் எப்படிப்பட்டவர்கள் என்பதைக் காட்டத்தான் போகிறோம்!" என்று பலக்கச் சிரித்தார் மிகயீல் அவெரியானிச். "காட்டத்தான் போகிறோம்! ஆண்டவன் அருள் புரிவான், அடுத்த கோடையில் நாங்கள் காக்கசசுக்குச் செல்வோம். ஆம், அங்கே குதிரையில் ஏறி மலைகளிடையே பாய்ந்தோடுவோம் - தகடீ! தகடீ! தகடீ காக்கசசிலிருந்து திரும்பி வந்ததும், யாருக்குத் தெரியும், திருமணம் நடத்த வேண்டி வரலம்!" மிகயீல் அவெரியானிச் குறும்பாய்க் கண்ணடித்துக் காட்டினார். "அருமை நண்பரே, உங்களுக்குத் திருமணம் நடத்துவோம்... பார்க்கத்தானே போகிறார்கள்!"

ஆந்திரேய் எபீமிச்சுக்குத் திடுமெனத் தொண்டைக்கு உயர்ந்தெழுந்து வந்துவிட்டது கசடு; அவரது நெஞ்சு பயங்கரமாய்ப் படபடத்துக் கொண்டது.

"ஆபாசம்! ஆபாசம்!" என்று வெடுக்கென எழுந்து சன்னலிடம் சென்றார் அவர். "நீங்களும் உங்கள் பேச்சும்! ஆபாசம்! இதுகூடவா தெரியவில்லை?"

அவர் அமைதியாகவும் நாசுக்காகவும் பேச வேண்டுமென்று தான் விரும்பினார், ஆனால் தம்மையும் மீறி இருகைகளையும் இறுக்கி மூடி தலைக்கு மேல் உயர்த்தினார்.

"என்னைத் தனியே இருக்க விடுங்கள்!" என்று உச்சக் குரலில் கத்தினார், அவருக்கு முகம் நெருப்பாய்ச் சிவந்து விட்டது, சர்வாங்கமும் ஆடிக் குலுங்கின. "போங்கள் வெளியே! இருவரும்தான்! வெளியேறி விடுங்கள்!"

மிகயீல் அவெரியானிச்சும் ஹோபத்தவும் உடனே எழுந்து முதலில் திகைப்போடும் பிறகு பீதியோடும் அவரை உற்று நோக்கினர்.

"இருவரும் வெளியே போய்விடுங்கள்!" என்று தொடர்ந்து கூச்சலிட்டார் ஆந்திரேய் எபீமிச். "அசடர்கள்! முழு முட்டாள்கள்! உமது நட்பு வேண்டாம் ஐயா, எனக்கு! மூடனே, உனது மருந்தும் வேண்டாம் எனக்கு! ஆபாசம், வயிற்றைப் புரட்டுகிறது!"

ஹோபத்தவும் மிகயீல் அவெரியானிச்சும் மிரண்டு போய் ஒருவரையொருவர் பார்த்துக் கொண்டு கதவை நோக்கிப் பின்வாங்கி நகர்ந்தனர், பிறகு வெளியே நடைக்குச் சென்றனர், ஆந்திரேய் எபீமிச் ஒரு தாவு தாவி பொட்டாஷியம் புரோமைடு பாட்டிலை எடுத்து அவர்கள் பின்னால் வீசியெறிந்தார், அது கதவுக்கு வெளியே போய் விழுந்து நொறுங்கிச் சிதறிற்று.

"தொலைந்து போங்கள்!" என்று கதறியழும் குரலில் கத்தியவாறு நடையில் அவர்கள் பின்னால் ஓடினார். "நாசமாய் போங்கள்!"

இருவரும் போய்ச் சேர்ந்த பிற்பாடு ஆந்திரேய் எபீமிச் சன்னி கண்டாற் போல் கைகால்கள் நடுங்கி உதற சோபாவில் படுத்துக்

கொண்டு திரும்பத் திரும்பக் கூறினார்: "அசட்டு ஆட்கள்! முட்டாள்கள்?"

ஆவேசம் தணிந்த அவர் அமைதியடைந்ததும், மிகயீல் அவெரியானிச்சின் உள்ளம் எப்படிப் புண்பட்டுப் போயிருக்கும் என்று நினைத்துக் கொண்டார், என்ன பைத்தியக்காரத்தனமான ஆவேசம், பயங்கரக் கூத்து என்று கூறிக் கொண்டார். இம் மாதிரியான ஒரு ஆவேசம் இதன்முன் அவருக்கு வந்ததே இல்லை. அவரது மதிநுட்பம், சாமர்த்தியம், தெளிவு, எதையும் மதியாது புறக்கணித்துச் செல்லும் தத்துவஞானம் ஆகிய இவை யாவும் எங்கே போயின?

வெட்கத்தாலும் தம் மீதான எரிச்சலாலும் அலைக்கழிக்கப் பட்டார் அவர், அன்று இரவு அவரால் தூங்க முடியவில்லை. காலையில் சுமார் பத்து மணிக்கு அவர் அஞ்சலகத் தலைவரிடம் மன்னிப்பு கேட்டுக் கொள்வதற்காக அஞ்சலகத்துக்குச் சென்றார்.

"நடந்ததைப் பற்றி நாம் பேச வேண்டியதில்லை" என்று மனம் உருகிப் போய் நீண்ட மூச்சு விட்டவாறுக் கூறி அவருடைய கையைப் பாசமுடன் பிடித்து அழுத்தினார் மிகயீல் அவெரியானிச். "போனது போகட்டும் விடுங்கள். லுபாவ்க்கின்!" அவர் கத்திய கத்தலில் தபாற்காரர்களும் அங்கே வந்திருந்தவர்களும் துணுக்குற்று விட்டார்கள். "ஒரு நாற்காலி கொண்டு வந்து போடு! உன்னால் கொஞ்ச நேரம் காத்திருக்க முடியாதா, என்ன?" - கம்பிகளின் வழியே பதிவுக் கடிதம் ஒன்றை உள்ளே நீட்டிய ஏழைப் பெண்ணைப் பார்த்துக் கூச்சலிட்டார். "நான் வேலையாய் இருப்பது தெரியவில்லையா உனக்கு?... போனது போகட்டும், மறந்து விடுங்கள்" என்று ஆந்திரேய் எபீமிச்சின் பக்கம் திரும்பிப் பாசத்தோடு கூறினார். "உட்காருங்கள்: அருமை நண்பரே, மன்றாடிக் கேட்டுக் கொள்கிறேன், உட்கார வேண்டும் நீங்கள்."

ஒரு நிமிட நேரத்திக்கு மௌனமாய் முழங் கால்களைத் தேய்த்துக் கொண்டிருந்தபின் கூறினார் அவர்:

"உங்கள் மீது துளிக்கூட எனக்குக் கோபமில்லை. நோய் வாய்ப்படுவது எப்படிப்பட்டது என்பது தெரியாதவனல்ல நான். திடீரென்று நேற்று உங்களுக்கு அப்படி ஆனதைக் கண்டு டாக்டரும் நானும் கதிகலங்கிப் போனோம், பிறகு நெடுநேரம் உங்களைப் பற்றிப் பேசிக் கொண்டிருந்தோம். அருமை நண்பரே,

உடல் நலத்தைக் கவனித்துக் கொள்ளாமல் ஏன் அசட்டையாய் இருக்கிறீர்கள்? இப்படியே போனால் என்ன ஆவது? நண்பன் என்ற முறையில் ஒளிவுமறைவின்றிப் பேசுகிறேன், நீங்கள் என்னை மன்னிக்க வேண்டும்" - மிகயீல் அவெரியானிச் குரலைத் தணித்துக் குசுகுசுவென்று பேசினார் - "சிறிதும் விரும்பத்தகாத ஒரு சூழலில் வசித்து வருகிறீர்கள்: ஒரே நெரிச்சல், சுற்றிலும் அசிங்கம், கவனிப்பார் யாரும் இல்லை, சிகிச்சை செய்ய வழியில்லாத நிலைமை... எனது அருமை நண்பரே, டாக்டரும் நானும் உங்களை மன்றாடிக் கேட்டுக் கொள்கிறோம், எங்களுடைய ஆலோசனையை நீங்கள் ஏற்றுக் கொள்ள வேண்டும்; மருத்துவமனையில் சேர்ந்து கொண்டு விடுங்கள்! அங்கு ஆரோக்கியமான உணவு கிடைக்கும், கவனித்துக் கொள்ள ஆட்கள் இருக்கிறார்கள், உங்களுடைய நோய்க்குச் சிகிச்சை பெற முடியும். எவ்கேனி பேதரோவிச் - உங்களுக்கும் எனக்கும் தெரியும், ஒரு மாதிரியான ஆள்தான் - ஆனால் சாமர்த்தியமான டாக்டர் என்பதில் சந்தேகமில்லை, அவரை நம்பலாம். உங்களைக் கவனித்துக் கொள்வதாய் வாக்களிக்கிறார்."

அஞ்சலகத் தலைவரின் மெய்யான அனுதாபத்தையும் அவருடைய கன்னங்களில் திடுமெனப் பளிச்சிட்ட கண்ணீரையும் கண்டு ஆந்திரேய் எபீமிச் உள்ளம் உருகிப் போனார்.

"அன்புடையீர், இதை எல்லாம். நீங்கள் நம்பக் கூடாது!" என்று நெஞ்சின் மீது கையை வைத்துக் கொண்டு முணுமுணுக்கும் குரலில் கூறினார் ஆந்திரேய் எபீமிச். "அவர்கள் பேச்சை நம்பாதீர்கள்! எல்லாம் பொய்! எனக்குள்ள நோய் எல்லாம் என்னவெனில், இருபது ஆண்டுக் காலத்தில் நமது நகரில் அறிவுடைய மனிதராய் ஒரேயொருவரைத்தான் நான் காண முடிந்திருக்கிறது, இவர் பைத்தியம் பிடித்தவராய் இருக்கிறார். எனக்கு எந்த நோயும் இல்லை, தப்பி வெளிவர வழியில்லாத நச்சுச் சுழலில் அகப்பட்டுக் கொண்டு விட்டேன். அவ்வளவுதான். எனக்கு எல்லாம் ஒன்று தான், எதற்கும் தயார் நான்."

"என் நண்பரே, மருத்துவமனையல் சேர்ந்து விடுங்கள்!"

"எங்கு வேண்டுமானாலும் சேருகிறேன், எல்லாம் ஒன்றுதான், உயிரோடு வேண்டுமானாலும் என்னைப் புதையுங்கள்."

"எவ்கேனி பேதரோவிச் சொல்வதைத் தட்டாமல் செய்வதாய் வாக்களியுங்கள்."

"சரி, அப்படியே வாக்களிக்கிறேன். ஆனால் திரும்பவும் உங்களிடம் சொல்கிறேன், நான் ஒரு நச்சுச் சுழலில் அகப்பட்டுக் கொண்டு விட்டேன். இனி யாவும், எனது நண்பர்களது ஆழ்ந்த அனுதாபமுங்கூட என்னை ஒரேயொரு முடிவை நோக்கியே - எனது நாசத்தை நோக்கியே - இழுத்துச் செல்லும். நான் நாசமாகி வருகிறேன், இதை உணர்ந்து கொள்ளும் நெஞ்சுரம் என்னிடம் இருக்கிறது."

"அன்புக்குரியவரே, நீங்கள் நல்லபடியாகி விடுவீர்கள்!"

"எதற்காக இதெல்லாம், வீண் பேச்சு!" என்று கடுப்பு தொனிக்கக் கூறினார் ஆந்திரேய் எபீமிச். "வாழ்க்கையின் இறுதியில் அனேகமாய் ஒவ்வொருவருக்கும் தற்போது எனக்கு ஏற்பட்டிருக்கும் இம்மாதிரியான ஒரு நிலைமை ஏற்படவே செய்கிறது. சிறுநீரகத்தில் கோளாறு, அல்லது இருதயம் தளர்ந்து விட்டது என்று சொல்கிறார்கள், நீங்கள் சிகிச்சை பெறத் தொடங்குகிறீர்கள்; இல்லையேல் பைத்தியம் பிடித்துவிட்டது, அல்லது குற்றவாளி ஆகிவிட்டீர்கள் என்கிறார்கள் - அதாவது சுருக்கமாய்ச் சொல்வோமாயின் சுற்றிலுமுள்ளவர்களது கவனம் உங்கள் பக்கம் திரும்பி விடுகிறது, இனி நீங்கள் ஒருபோதும் தப்பித்து வெளியேற முடியாத ஒரு நச்சுக் குழலில் சிக்கிவிட்டீர்கள் என்பதில் உங்களுக்கு எந்தச் சந்தேகமும் வேண்டியதில்லை. இதிலிருந்து தப்புவதற்காக நீங்கள் முயலுவீர்களாயின் மேலும் ஆழமாய் நீங்கள் சிக்க வேண்டியதாகி விடுகிறது. தப்பும் எண்ணத்தையே விட்டொழிப்பதுதான் உசிதம், ஏனெனில் மனித முயற்சி எதனாலும் உங்களைக் காப்பாற்ற முடியாது. இதுதான் எனது அபிப்பிராயம்."

கம்பிகளுக்கு அப்பால் இதற்குள் கூட்டமாகி விட்டது. இனியும் இவர்களைக் காத்துக் கொண்டு நிற்கவைக்கக் கூடாதென்று ஆந்திரேய் எபீமிச் விடை பெற்றுக் கொள்வதற்காக எழுந்தார். மிகயீல் அவெரியானிச் திரும்பவும் அவரை வாக்களிக்க வைத்த பின் கதவுவரை சென்று வழியனுப்பினார்.

அதே நாள் மாலையில் சிறிதும் எதிர்பாராத விதமாய் ஹோபத்தவ் ஆட்டுத் தோல் கோட்டும் நெடிய பூட்சும் போட்டுக் கொண்டு ஆந்திரேய் எபீமிச்சிடம் வந்தார். முன் தினத்தன்று எதுவுமே நடைபெறாதது போல் மிகவும் சகஜமான குரலில் சொன்னார் அவர்:

"சகாவே, வேலையாய் உங்களிடம் வந்திருக்கிறேன். மருத்துவ ஆலோசனை ஒன்றில் நீங்களும் வந்து கலந்து கொள்ள வேண்டுமென்று கேட்டுக் கொள்வதற்காக வந்திருக்கிறேன் - என்ன சொல்கிறீர்கள்?"

ஹோபத்தவ் தம்மை வெளியே அழைத்துச் சென்று நடக்க வைத்து உற்சாகப்படுத்த விரும்புகிறார், அல்லது சிறிது பணம் சம்பாதிப்பதற்கு வாய்ப்பளிக்கலாமென்றும் விரும்பியிருக்கலாம் என்பதாய்க் கருதி ஆந்திரேய் எபீமிச் கோட்டையும் குல்லாவையும் போட்டுக் கொண்டு அவருடன் வெளியே சென்றார். முந்திய நாளன்று தாம் புரிந்த அடாத செயலுக்கு மன்னிப்பு தேடிக் கொள்வதற்கு வாய்ப்பு கிடைத்திருப்பதாய் மகிழ்ந்து கொண்டார். அந்தச் சம்பவம் குறித்து ஹோபத்தவ் ஒரு வார்த்தை கூடப் பேசாமலிருந்ததற்காக அவரை நன்றியுடன் மனத்துள் பாராட்டிக் கொண்டார். புண்ணைக் கிளறிவிடக் கூடாதென்று அதைப் பற்றி அவர் பேச்செடுக்காமல் இருந்தார் என்பது தெரிந்தது. சிறிதும் நயமில்லாத இந்த ஆள் இவ்வளவு நாசுக்காய் நடந்து கொள்கிறாரே என்று வியந்து கொண்டார்.

"உங்களுடைய நோயாளி எங்கே இருக்கிறார்!" என்று வினவினார் ஆந்திரேய் எபீமிச்.

"மருத்துவமனை முற்றத்துக்குள் நுழைந்து பிரதான கட்டடத்திலிருந்து ஒதுங்கி உளநோயாளிகளுக்குரிய தனிக் கட்டை நோக்கி நடந்தனர் இருவரும். எக்காரணத்தாலோ பேசாமல் மௌனமாகவே நடந்தார்கள். அவர்கள் தனிக் கட்டுக்குள் நுழைந்ததும் நிகித்தா வழக்கம் போல் துள்ளியெழுந்து பட்டாளத்து முறையில் விறைப்பாய் நின்றான்."

"இவர்களில் ஒருவருக்கு நுரையீரலில் சிக்கலில் ஏற்பட்டிருக்கிறது" என்று, ஆந்திரேய் எபீமிச்சுடன் சேர்ந்து வார்டுக்குள் நுழைந்தஹோபத்தவ் முணுமுணுக்கும் குரலில் கூறினார். "நீங்கள் இங்கே சிறிது நேரம் காத்திருங்கள், ஒரு நிமிடத்தில் திரும்பி வந்து விடுகிறேன். போய் எனது ஸ்டெத்தாஸ்கோப்பை எடுத்து வருகிறேன்."

வெளியே சென்றார் அவர்.

17

இருட்டாகி வந்தது. இவான் திமீத்ரிச் முகத்தைத் தலையிணையினுள் புதைத்துக் கொண்டு கட்டிலில் படுத்திருந்தார். வாத நோய் கண்ட ஆள் ஆடாமல் அமர்ந்து மெல்ல அழுதவாறு உதடுகளை அசைத்துக் கொண்டிருந்தான். பருத்த விவசாயியும், முன்னாள் அஞ்சலகச் சிப்பந்தியும் தூங்கிக் கொண்டிருந்தனர். அறையினுள் அமைதி நிலவிற்று.

இவான் திமீத்ரிச்சின் கட்டிலில் ஒரு ஓரத்தில் அமர்ந்து ஆந்திரேய் எபீமிச் காத்திருந்தார். அரைமணி நேரம் ஆயிற்று, ஹோபதத்வுக்குப் பதில் நிகித்தா, அங்கியையும் சில உள்ளுடுப்புகளையும் செருப்பையும் கையில் எடுத்துக் கொண்டு, வார்டுக்குள் வந்தான்.

"மாண்புடையீர், உடுப்புகளை மாற்றிக் கொள்ளுங்கள்" என்றான் அவன் அமைதியான குரலில், "இதுதான் உங்களுடைய கட்டில்" என்று காலிக் கட்டில் ஒன்றைச் சுட்டிக் காட்டினான். சற்று முன்புதான் அது உள்ளே கொண்டுவந்து போடப்பட்டிருக்க வேண்டுமென்பது தெரிந்தது. "ஆண்டவன் அருளில் விரைவில் நல்லபடி ஆகிவிடுவீர்கள், கவலைப்படாதீர்கள்."

ஆந்திரேய் எபீமிச்சுக்கு யாவும் தெளிவாகவே விளங்கின. வாய் பேசாமல் அவர் எழுந்து, நிகித்தா சுட்டிக் காட்டிய கட்டிலுக்குச் சென்று அதில் உட்கார்ந்து கொண்டார். நிகித்தா தமக்காகக் காத்திருக்கிறான் என்பதை உணர்ந்ததும் அவர் சிக்க முடியாதபடிச் சங்கடப்பட்டுக் கொண்டு தமது ஆடைகள் யாவற்றையும் கழற்றி அம்மணமாயினார். பிறகு மருத்துவமனை உடுப்புகளை எடுத்து உடுத்திக் கொண்டார். கால்சட்டை மிகச் சிறியதாகவும் சட்டை மிகப் பெரியதாகவும் இருந்தன, மேலங்கியில் புகையிலிட்ட மீனின் வீச்சம் வீசிற்று.

"ஆண்டவன் அருளில் சீக்கிரமே நல்லபடியாகி விடுவீர்கள்" என்று மறுபடியும் சொன்னான் நிகித்தா.

ஆந்திரேய் எபீமிச்சின் ஆடைகளை எடுத்துக் கொண்டுதன் பின்னால் கதவை இழுத்து மூடியவாறு நிகித்தா வெளியே போய்ச் சேர்ந்தான்.

“எல்லாம் ஒன்றுதான்...” என்று மேலங்கியின் அடிமுனைகளை வெட்கத்துடன் தம்மைச் சுற்றிலும் இழுத்து விட்டுக் கொண்டு ஆந்திரேய் எபீமிச் தமக்குள் கூறிக் கொண்டார். “எல்லாம் ஒன்றுதான்... வெட்டிப் பிளந்த நீள்கோட்டும் சீராடைகளும் அணிந்தால் என்ன, இந்த மேலங்கியை அணிந்தால் என்ன...”

ஆனால் அவருடைய கடிகாரம் எங்கே? கோட்டுப் பையில் அவர் வைத்திருந்த குறிப்பு நோட்டுப் புத்தகம் எங்கே? அவருடைய சிகரெட்டுப் பெட்டி? தமது ஆடைகளை நிகித்தா எங்கே எடுத்துச் சென்றுவிட்டான்? இனி தமது வாழ்வில் எந்நாளும் அவர் டிரவுசரும் மார்புக்கோட்டும் பூட்சும் போட்டுக் கொள்ள முடியாது என்பதாக அல்லவா தெரிகிறது? இதெல்லாம் ஆரம்பத்தில் அவருக்கு விபரீதமாகவும் புரிந்து கொள்ள முடியாததாகவுங்கூடத் தோன்றிற்று. தாம் இருந்துவந்த பெலோவாவின் வீட்டுக்கும் இந்த ஆறாவது வார்டுக்கும் எந்த வேறுபாடும் இல்லை, உலகிலுள்ளவை யாவும் அர்த்தமற்றவையே, எல்லாம் வீண் வீம்புதான், மாயைதான் என்ற நம்பிக்கை இன்னமும் ஆந்திரேய் எபீமிச்சிடம் இருக்கவே செய்தது. ஆயினும் அவர் கைகள் நடுங்கியாடின, கால்கள் ஜில்லிட்டு மரத்துப் போயின, இவான் திமீத்ரிச் விழித்தெழுந்தும் இங்கே தாம் மருத்துவமனை உடுப்பிலே இருப்பதைக் காண்பார் என்று நினைத்தபோது நெஞ்சுக்குள் அவருக்குப் பகீரென்றது. எழுந்து அறையின் குறுக்கே சில தப்படிகள் நடந்துவிட்டுத் திரும்பி வந்து உட்கார்ந்தார்.

அரை மணி நேரம் கழிந்தது, பிறகு ஒரு மணி நேரம். உட்கார்ந்திருப்பது அவருக்குச் சலிப்பூட்டுவதாய், வேதனையாய் இருந்தது. இந்த ஆட்களைப் போல் நாள் முழுதும், வாரம் முழுதும், ஆண்டுக் கணக்காய் இங்கே தம்மால் வாழ முடியுமா? அவரும் உட்கார்ந்துதான் இருந்து கொண்டார். வேண்டுமானால் சன்னல் அருகே சென்று வெளியே உற்று நோக்கலாம், திரும்பவும் அறைக்குள் நடை போடலாம். அதன் பிறகு? சிலை போல் அப்படியே இங்கே எந்நேரமும் உட்கார்ந்திருப்பதா, என்ன? இல்லை, இல்லை, அது முடியாத காரியம்!

ஆந்திரேய் எபீமிச் படுத்துக் கொண்டார், ஆனால் உடனே எழுந்து தமது நெற்றியில் ஜில்லிட்ட வியர்வையை அங்கியின் கையால் துடைத்துக் கொண்டார், உடனே தமது முகத்தில்

அந்தப் புகையிலிட்ட மீனின் வீச்சம் வீசக் கண்டார். மறுபடியும் நடந்தார்.

"புரிந்து கொள்ளாமல் செய்யப்பட்டிருக்கும் தவறு இது" என்று கூறித் திகைப்புற்றவராய்க் கரங்களை வீசினார். "இதை இவர்களிடம் விளக்கிச் சொல்லி சரி செய்தாக வேண்டும, தவறுதான் இது..."

அந்த நேரத்தில் இவான் திமீத்ரிச் விழித்துக் கொண்டார். கைகளின் மீது கன்னங்களை வைத்து அழுத்திக் கொண்டு அவர் எழுந்து உட்கார்ந்தார். எச்சிலைத் துப்பினார். பிறகு தூக்கக் கலக்கத்துடன் டாக்டரைப் பார்த்தார், நிலைமையை அவர் புரிந்து கொள்ளவில்லை என்பது தெரிந்தது. ஆனால் மறுகணமே தூக்க கலக்கம் மறைந்து அவர் முகத்தில் வெற்றிக் களிப்பும் காழ்ப்பும் பளிச்சிட்டன.

"ஆஹா! உம்மையும் இங்கு கொண்டுவந்து சேர்த்து விட்டார்கள்?" என்றார். தூக்கம் சரிவர கலையாமல் அவர் குரல் கம்மி ஒலித்தது, ஒரு கண் இன்னும் முழுமையாய்த் திறக்கப்படாமலிருந்தது. "உங்களைக் கண்டு மகிழ்ச்சி கொள்கிறேன்! மற்றவர்களது இரத்தத்தை நீங்கள் உறிஞ்சுவதற்குப் பதில் இனி உங்கள் இரத்தத்தை மற்றவர்கள் உறிஞ்சுவார்கள். நல்லதுதான்!"

"தவறிப் போய்ச் செய்திருக்கிறார்கள் இப்படி" என்று முணுமுணுத்தார், இவான் திமீத்ரிச்சின் சொற்களைக் கேட்டுப் பீதியுற்றுவிட்ட ஆந்திரேய் எபீமிச். தோள்களை உலுக்கிக் கொண்டு திரும்பவும் சொன்னார் அவர்: "தவறிப் போய்ச் செய்யப்பட்டதாகவே இருக்க வேண்டும்..."

இவான் திமீத்ரிச் மறுபடியும் துப்பிவிட்டுப் படுத்துக் கொண்டார்.

"சனியன் பிடித்த வாழ்க்கை!" என்று அவர் மனங்கசந்து கூறினார். "இதைக் கொடுமையிலும் கொடுமையானதாக்கிச் சகிக்க வொண்ணாததாய் ஆக்குவது என்னவெனில், இசை நாடகத்தில் நடைபெறுவது போலத் துன்பத்துக்கான வெகுமதியுடன், மங்கள முழக்கத்துடன் இந்த வாழ்க்கை முடிவுடையப் போவதில்லை, சாக்காட்டிலே முடியப் போகிறது. சிப்பந்திகள் இரண்டு பேர் வருவார்கள், பிரேதத்தின் கரங்களையும் கால்களையும் பிடித்துத்

தூக்கிக் கிடங்கிற்கு எடுத்துச் செல்வார்கள். தூ! சரி, நடப்பது நடக்கட்டும்... நமக்குரிய காலம் அவ்வுலகில் கிட்டும் நமக்கு... அவ்வுலகிலிருந்து நான் பேயின் உருவில் திரும்பி வந்து இந்தக் கசடர்களைக் கதிகலங்கச் செய்வேன். அரண்டு போய் முடிகள் நரைத்துவிடும்படிச் செய்வேன்.”

மோசஸ் திரும்பி வந்தான், டாக்டரைப் பார்த்ததும் அவரிடம் கையை நீட்டினான்.

“எனக்கு ஒரு கப்பேக் கொடுங்களேன்!” என்று கேட்டான்.

18

ஆந்திரேய் எபீமிச் சன்னலருகே நடந்து சென்று வெளியே வயல் வெளியைப் பார்த்தார். நன்றாய் இருட்டாகிவிட்டது, வலப் புறத்தில் அடிவானத்தில் குளிர்ந்து போய்ச் செக்கச் சிவந்திருந்த வான்மதி உதித்தெழுந்து கொண்டிருந்தது. மருத்துவமனை வேலித் தடுப்பிலிருந்து கொஞ்ச தூரத்தில், சுமார் எழுநூறு அடிக்கு மேற்படாத தொலைவில், கற்சுவரால் சூழப்பட்ட உயரமான வெள்ளைக் கட்டடம் ஒன்று தெரிந்தது. அதுதான் சிறைக்கூடம்.

“இதோ இருக்கிறது எதார்த்தம்!” என்று நினைத்துக் கொண்டார் ஆந்திரேய் எபீமிச், அவருக்குப் பகீரென்றது.

யாவும் பயங்கரமாய் இருந்தன: வான்மதி, சிறைக்கூடம், உச்சியில் கூர் ஆணிகளைக் கொண்ட மருத்துவமனை வேலித் தடுப்பு, நெடுந் தொலைவில் சூளைகளிலிருந்து நெருப்பு ஆகிய யாவும் அச்சந் தருவதாயிருந்தன, அவருக்குப் பின்னால் யாரோ பெருமூச்செறியும் சப்தம் கேட்டது. ஆந்திரேய் எபீமிச் திரும்பிப் பார்த்தார். மார்பு முழுதும் நட்சத்திரப் பதக்கங்களும் விருதுகளுமாய்ப் பளிச்சிட்ட ஓர் ஆளைக் கண்ணுற்றார் அவர், அந்த ஆள் புன்னகை புரிந்துக் குறும்பாய்க் கண் சிமிட்டினார். இதுவுங்கூடப் பயங்கரமாகவே இருந்தது.

வான்மதியிலோ, சிறைக்கூடக் கட்டடத்திலோ, விபரீதம் ஒன்றுமில்லை, சித்த சுவாதீனமுள்ளவர்களும் பதக்கங்கள் அணிந்து கொள்வார்களே, காலப் போக்கில் யாவும் அழிந்துபடும், மண்ணாகிவிடும் என்று ஆந்திரேய் எபீமிச் தமக்குத் தாமே கூறிக் கொள்ள முயன்று பார்த்தார். ஆனால் திடுமென நம்பிக்கைக்கு

இடமில்லாத வெறுமை அவரை ஆட்கொண்டுவிட்டது, இரு கைகளாலும் சன்னலின் அடைப்புக் கம்பிகளைப் பிடித்து அவற்றை ஆட்டி உலுக்க முயன்றார். அடைப்பு வலுமிக்கதாய் இருந்தது, அதை அசைக்க முடியவில்லை.

தம்மைப் பிடித்தாட்டிய கிலியிலிருந்து விடுபட முயன்ற அவர் இவான் திமீத்ரிச்சின் கட்டிலுக்குச் சென்று அதன் ஓரத்தில் உட்கார்ந்தார்.

"அருமை நண்பரே, உள்ளம் குலைந்து விட்டேன்" என்று முணுமுணுக்கும் குரலில் சொல்லி, தமது நெற்றியில் அரும்பிய ஜில்லிட்ட வியர்வையைத் துடைத்துக் கொண்டார் "மனம் ஒடிந்து போய் விட்டேன்."

"தத்துவஞானம் பேசிப் பார்ப்பதுதானே" என்று கேலி செய்தார் இவான் திமீத்ரிச்.

"என் தெய்வமே, தெய்வமே...! ஆமாம்... நீங்கள் முன்பொரு தரம் சொன்னீர்கள், ருஷ்யாவில் தத்துவஞான மரபு எதுவும் இல்லை, ஆயினும் எல்லோரும், பாமரக் கும்பலைச் சேர்ந்தோரும் தத்துவஞானம் பேசுகிறார்கள் என்று. ஆனால் பாமரக் கும்பலின் தத்துவஞானத்தால் யாருக்கு என்ன தீங்கு உண்டாகிவிடப் போகிறது?" ஆந்திரேய் எபீமிச்சின் குரல் அழாக் குறையாய் இருந்தது, வார்டில் தம்முடன் இருந்தவரின் பரிதாப உணர்ச்சியைத் தூண்ட விரும்பியது போல ஒலித்தது அது. "பிறகு ஏன் உங்களுக்கு இந்தக் கேலியும் காழ்ப்பும்; பாமரக் கும்பல் மனநிறைவு பெற வழியில்லாதபோது அது தத்துவஞானம் பேசாமல் என்ன செய்ய முடியும் சொல்லுங்கள், நுண்ணறிவு படைத்தவர், நல்ல கல்வி ஞானமுடையவர், தன்மான உணர்ச்சி கொண்டவர், சுயேச்சையான மனிதப் பிறவியாய் இருப்பவர், ஆண்டவனது பிம்பமானவர் ஒருவர் ஒரு சிறிய அசட்டுக் கழிசடை நகரில் டாக்டராய் வேலை ஏற்று, வாழ்வெல்லாம் இரத்தம் உறிஞ்சும் குமிழ்களையும், அட்டைகளையும் கடுகு ஒத்தடைத் தாள்களையும் வைத்துக் கொண்டு அழுவதைத் தவிர வேறுவழி இல்லை! போலியும், பகட்டும், குட்டை மனமும், ஆபாசமும் சகிக்க முடியவில்லையே! என் தெய்வமே!"

"நீங்கள் பேசுவது சுத்த அபத்தம்! டாக்டராய் இருக்க விருப்பமில்லையானால், அரசு அமைச்சராகி இருப்பது தானே?"

“இல்லை, நம்மால் ஒன்றும் செய்வதற்கில்லை! நண்பரே, நாம் பலமில்லாதவர்கள்... நான் எதையும் மதியாது, பொருட்படுத்தாதுதான் இருந்தேன், மன நிறைவோடும் தர்க்க நியாயமுடன் சிந்தித்துக் கொண்டும் தான் இருந்தேன், ஆனால் வாழ்க்கையின் முரட்டுக் கரம் பட்டு முதற் கணத்திலேயே உள்ளம் குலைந்து போய் விடுகிறேன்... சரணாகதியடைந்து விடுகிறேன்... நாம் பலமில்லாதவர்கள், பரிதாபத்துக்குரியவர்கள்... என் நண்பரே, நீங்களும்தான்! நீங்கள் நுண்ணறிவு படைத்தவர், உயர் பண்புடையவர், புனிதமான உணர்ச்சிகளை எல்லாம் தாய்ப்பாலுடன் சேர்த்து உட்கொண்டவர்தான், ஆனாலும் முழு மனிதனாகி வாழ்க்கையினுள் அடியெடுத்து வைத்ததுமே களைப்புற்றுச் சோர்ந்து போய்ப் பிணியுற்று விட்டீர்கள்... பலம் இல்லை, பலம் இல்லை!”

அவருடைய அச்சத்தையும் மனச் சோர்வையும் அன்னியில் இடையறாத ஒருவகை நச்சரிப்பும் இராப் பொழுது ஆரம்பமானதும், மிகக் கடுமையாய் ஆந்திரேய் எபீமிச்சைப் பிடுங்கித்தின்றது. பீரும் சிகரெட்டும் வேண்டுமென்ற ஒரு தினவே தம்மை இப்படி நச்சரிக்கிறது என்று முடிவில் புரிந்து கொண்டார் அவர்.

“நண்பரே, கணப் பொழுதுக்கு நான் உங்களை விட்டு விட்டு வெளியே போய் வருகிறேன்...” என்றார். “நமக்கு விளக்கு வேண்டுமென்று அவர்களிடம் போய்ச் சொல்லப் போகிறேன்... என்னால் இதைச் சகிக்க முடியவில்லை... சகிக்கவே முடியவில்லை...”

ஆந்திரேய் எபீமிச் கதவிடம் சென்று அதைத் திறந்தார், உடனே நிகித்தா குதித்தெழுந்து வழி மறித்தான்.

“எங்கே போகிறீர்? போகக் கூடாது எங்கும்!” என்றான் அவன். “படுத்துத் தூங்க வேண்டிய நேரம் இது!”

“ஒரே நிமிடத்தில் திரும்பி வந்து விடுகிறேன், முற்றம் வரை போய்வர விரும்புகிறேன்” என்றார் துணுக்குற்றுவிட்ட ஆந்திரேய் எபீமிச்.

“கூடாது, போகக் கூடாது! இதற்கெல்லாம் அனுமதி இல்லை! உங்களுக்குத் தெரிந்ததுதான் இது.”

இதைச் சொல்லி நிகித்தா கதவை மூடி அதன் மீது முதுகை வைத்து அழுத்தினான்.

"நான் வெளியே போய் வருவதால் யாருக்கு என்ன தீங்கு நேரிடப் போகிறது?" என்று தோள்களை உலுக்கியவாறு கேட்டார் ஆந்திரேய் எபீமிச். "நிகித்தா, எனக்கு இது விளங்கவில்லை. நான் போயாக வேண்டும்!" என்று கீச்சுக் குரலில் கூவினார். "போய்த்தான் ஆக வேண்டும்!"

"அமைதியைக் குலைக்க வேண்டாம், நல்லதல்ல அது!" என்று கண்டிப்பாய்க் கூறினான் நிகித்தா.

"இது என்ன அநியாயம்!" என்று இவான் திமீத்ரிச் திடுமெனக் குதித்தெழுந்து கூச்சலிட்டார். "யாரையும் வெளியே போகவிடாமல் தடுப்பதற்கு அவனுக்கு என்ன உரிமை? நீதி விசாரணையின்றி யாருடைய சுதந்திரத்தையும் பறிக்கக் கூடாது என்றுதானே சட்டம் மிகத் தெளிவாய்க் கூறுகிறது! வன்முறையே அன்றி வேறில்லை இது! தான்தோன்றித்தனம்!"

"ஆம், தான்தோன்றித்தனமேதான் இது!" என்றார், எதிர்பாராத விதமாய்க் கிடைத்த ஆதரவால் ஊக்கமடைந்த ஆந்திரேப் எபீமிச். "நான் வெளியே போக வேண்டும், கட்டாயம் போயாக வேண்டும்! என்னை வெளியே போகவிடாமல் தடுக்க உரிமையில்லை இவனுக்கு! திற கதவை, உன்னிடம்தான் சொல்கிறேன்!"

"ஏய் தடியா, காது செவிடா உனக்கு?" என்று கூச்சலிட்டுக் கையால் கதவில் தடதடவெனத் தட்டினார் இவான் திமீத்ரிச். "திற கதவை, இல்லையேல் கதவை உடைத்து விடுவேன்! கொலைக்காரன்!"

"கதவைத் திற!" என்று உடம்பெல்லாம் ஆடியதிர ஆந்திரேய எபீமிச் கூச்சலிட்டார். "நான் சொல்கிறேன், திற கதவை!"

"கூச்சலிட்டுப் பாருங்களேன்!" என்று கதவின் வெளிப் புறத்தலிருந்து நிகத்தா பதிலளித்தான் "வேண்டிய மட்டும் கூச்சலிடுங்களேன்!"

"போய் எவ்கேனி பேதரோவிச்சை அழைத்து வா நீ! இங்கு ஒரு நிமிடம் வரும்படி நான் சொல்வதாய் அவரிடம் கூறு!"

“யாரும் அழைக்காமலே நாளைக்கு இங்கு வருவார் அவர்.”

“நம்மை வெளியே விடமாட்டார்கள் இவர்கள்” என்றார் இவான் திமீத்ரிச். “இங்கேயே கிடந்து நாம் அழிய வேண்டியதுதான்! அட கடவுளே, அவ்வுலகில் நரகம் ஏதும் இல்லையா? இந்தத் திருடர்கள் எல்லோரும் தண்டனை இல்லாமலே தப்பித்துக் கொண்டு விடுவார்களா, என்ன? மெய்தானோ இது? நீதி இல்லையா? கொலைகாரனே, திற கதவை, எனக்கு மூச்சுவிட முடியவில்லை!” என்று உச்சக் குரலில் கத்தியவாறு தமது முழு பலத்தையும் கொண்டு கதவை அழுத்தினார். “இந்தக் கதவிலே மோதி என் மண்டையை உடைத்துக் கொண்டு விடுவேன்! கொலைகாரப் பாவிகளே!”

திடீரென நிகித்தா கதவை திறந்து, கரங்களையும் முழங்காலையுங் கொண்டு ஆந்திரேய் எபீமிச்சை மூர்க்கமாய் தள்ளி, பிறகு முட்டியை வீசி அதனால் ஆந்திரேய் எபீமிச்சின் முகத்திலே ஒரு குத்து விட்டான். பிரம்மாண்டமான உப்பு நீர் அலை தலையிலிருந்து கால் வரை தம்மீது வீசி அப்படியே தம்மை இழுத்துச் சென்று தமது கட்டிலில் கிடாசியது போலிருந்தது ஆந்திரேய் எபீமிச்சுக்கு. மெய்யாகவே அவருக்கு உப்பு கரித்தது, ஈறுகளில் இரத்தம் கசிந்தது. தப்பி வெளியேறுவதற்கு முயலுகிறவரைப் போலக் கரங்களை வீசி எதோவொரு கட்டிலின் பின்பக்கத்தைப் பிடித்துக் கொண்டார் அவர். அதேபோது முதுகிலே இருமுறை நிகித்தா மொத்தியதை அவரால் உணர முடிந்தது.

இவான் திமீத்ரிச் வீரிட்டுக் கத்தினார். அவருக்கும் அடி விழுந்திருக்க வேண்டும்.

பிறகு நிசப்தமாகி விட்டது. வான்மதி சன்னலின் கம்பியடைப்பு வழியே தனது மங்கலான ஒளியை வீசிற்று, வலை போன்ற நிழல் தரையிலே தெரிந்தது. யாவும் பயங்கரமாய் இருந்தன. ஆந்திரேய் எபீமிச் படுத்துக் கிடந்தார், இன்னுமொரு அடி விழுமோ என்று மிரண்டுபோய் பேச்சு மூச்சின்றிக் காத்துக் கொண்டிருந்தார். அறுப்பு அரிவாளை எடுத்து யாரோ தமது உடலில் பாய்ச்சி நெஞ்சினுள்ளும் வயிற்றினுள்ளும் ஓரிரண்டு முறை அதனால் குடைந்தது போலிருந்தது அவருக்கு. வலி தாங்க முடியாமல் தலையணையைக் கடித்துப் பற்களை இறுக மூடிக் கொண்டார். அப்போது திடுமென ஓர் எண்ணம், பயங்கரமான, சகிக்க

முடியாத ஓர் எண்ணம் இந்தக் குழப்பத்துக்கிடையே பளிச்சிட்டு அவருடைய மனத்துள் விம்மிப் புடைத்தெழுந்தது; தற்போது தாம் அனுபவிக்கும் இந்த வலியை நிலாவொளியில் கரு நிழல்கள் போல் தெரிகிறார்களே இந்த ஆட்கள் மிகப் பல ஆண்டுகளாய் நாள்தோறும் அல்லவா அனுபவித்து வந்திருக்க வேண்டும்? எப்படி இருபது ஆண்டுகளுக்கு மேலாய் தம்மால் இதை அறியாதிருக்க முடிந்தது, அல்லது இதை அறியாதிருக்க வேண்டுமென விரும்ப முடிந்தது, தாம் இதை அறிந்திருக்கவில்லை, இந்த வலி குறித்து ஏதும் தெரியாதவராகவே இருந்தார், ஆகவே தம்மீது குற்றம் இல்லை; ஆனால் அவரது மனசாட்சி நிகித்தாவைப் போல் முரட்டு சுபாவம் கொண்டு எதற்கும் மசியாததாய் இருந்த இந்த மனசாட்சி, சுரீரெனத் தாக்கி அவருள் அதிர்ச்சியை உண்டாக்கிற்று. அவர் துள்ளியெழுந்தார், உச்சக் குரலில் கத்த வேண்டுமென்று, பாய்தோடிச் சென்று நிகித்தாவையும் ஹோபத்தவையும் மருத்துவமனை மேலாளரையும் மருத்துவ உதவியாளரையும், முடிவில் தம்மையும் கொன்று போட வேண்டுமென்று விரும்பினார். ஆனால் அவர் வாயிலிருந்து சப்தம் வெளிவரவில்லை, அவரது கால்கள் அவர் சொன்னபடிக் கேட்கவில்லை; மூச்சு திணறியபடி தமது அங்கியையும் சட்டையையும் பிடித்து இழுத்து அவற்றைக் கிழித்தார், கட்டிலின் மீது உணர்விழந்தவராய்ச் சாய்ந்து விழுந்தார்.

19

மறுநாள் காலை அவருக்கு மண்டை இடி பொறுக்க முடியவில்லை, காதுக்குள் ஓயாத இரைச்சல் கேட்டது, உடம்பிலுள்ள ஒவ்வோர் எலும்பிலும் வலித்தது. முந்திய இரவில் அவர் பலமெல்லாம் இழந்து கோழையாகியதை நினைத்துப் பார்த்தபோது அவர் வெட்கப்பட்டுக் கொள்ளவில்லை. நேற்று சரியான கோழையாய் நடந்து கொண்டார், வான்மதியுங்கூடத் தன்னை அப்படிப் பீதியுறச் செய்வதற்கு இடமளித்து விட்டார், இதுகாறும் தம்மிடம் இருக்க முடியுமென நினைத்திராத சிந்தனைகளையும் உணர்ச்சிகளையும் முழு மனத்துடன் வெளியிட்டுக் கொண்டார். பாமரக் கும்பல் எவ்வகையிலும் மனநிறைவு பெற முடியாததால் தத்துவஞானம் பேச வேண்டியதாகிறது என்பதாய் அவர் கருத்துரைத்ததை எடுத்துக் காட்டாய்க் குறிப்பிடலாம். ஆனால் இவை எல்லாம் குறித்து இப்போது அவர் கவலைப்பட்டுக் கொள்ளவில்லை.

அவர் உணவு உண்ணவுமில்லை, அசையவுமில்லை, பேசவுமில்லை, அப்படியே கட்டிலில் படுத்துக் கிடந்தார்.

அவரிடம் கேள்விகள் கேட்டபோது அவர் “எதையும் லட்சியம் செய்யப் போவதில்லை” என்று தம்முள் கூறிக் கொண்டார். “இவர்களுக்கு நான் பதிலளிக்கப் போவதில்லை... எதையும் பொருட்படுத்தப் போவதில்லை.”

மதிய உணவுக்குப் பிற்பாடு மிகயீல் அவெரியானிச் தேயிலைப் பொட்டலமும் மிட்டாயும் எடுத்துக் கொண்டு அவரைப் பார்க்க வந்திருந்தார். தாரியாவும் வந்து இருண்ட சோகம் படர்ந்த முகபாவத்துடன் ஒரு மணி நேரம் வரை அவர் கட்டில் அருகே நின்றுவிட்டுச் சென்றாள். டாக்டர் ஹோபத்தவும் அவரை வந்து பார்த்துச் சென்றார். ஒரு பாட்டில் பொட்டாஷியம் புரோமைடு எடுத்து வந்திருந்தார், புகையூட்டி வார்டைச் சுத்தம் செய்யும்படி நிகித்தாவிடம் சொன்னார்.

அந்திப் பொழுது நெருங்குகையில் வலிப்பு ஜன்னி ஏற்பட்டு ஆந்திரேய் எபீமிச் இறந்து போனார். முதலில் காய்ச்சல் சிலிர்ப்பும் வயிற்றுப் புரட்டலும் ஏற்பட்டு ஒரு வகை குமட்டல் வயிற்றிலிருந்து எழுந்து தலைக்கு உயர்ந்து சென்று கண்களுக்கும் காதுகளுக்கும் ஊடுருவி, உடலெங்கும் பரவி விரல் நுனிகள் வரைச் செல்வதாய் அவருக்குத் தோன்றியது. யாவும் அவர் கண்ணுக்குப் பச்சையாய் மாறுவது போலிருந்தது. தமது முடிவு நெருங்கிவிட்டதை ஆந்திரேய் எபீமிச் உணர்ந்து கொண்டார், இவான் திமீத்ரிச்சும் மிகயீல் அவெரியானிச்சும் மற்றும் கோடிக் கணக்கானோரும் இறவாமையில் நம்பிக்கை கொண்டிருப்பது அவர் நினைவுக்கு வந்தது. இறவாமை என்பதாய் ஒன்று இருப்பதாய்க் கொள்ளலாமா? ஆனால் அவருக்கு இறவாமையில் நாட்டம் இல்லை, போகிற போக்கில் தான் கண நேரத்துக்கு அதைப் பற்றி அவர் சிந்தனை செய்து பார்த்தார். இதற்கு முந்திய நாளன்று அவர் படித்திருந்த ஒரு காட்சி தெரிந்தது, கலைமான் மந்தை ஒன்று அவர் முன்னால் ஓடிச் சென்றது, சொல்ல இயலாத அழகும் நளினமும் கொண்டதாய் இருந்தன இம்மான்கள். பிறகு கிராமத்துப் பெண் ஒருத்தி பதிவு அஞ்சல் கடிதம் ஒன்றை அவரிடம் நீட்டினாள்... மிகயீல் அவெரியானிச் ஏதோ கூறினார். பிறகு யாவும் மறைந்து விட்டன, ஆந்திரேய் எபீமிச் நிரந்திரமாய் நினைவிழந்து விட்டார்.

இரு சிப்பந்திகள் வந்து அவரது கரங்களையும் கால்களையும் பிடித்துத் தூக்கி அவரைப் பிரார்த்தனை கூடத்துக்கு எடுத்துச் சென்றனர். திறந்த கண்களுடன் அங்கே அவர் மேஜை மீது படுத்திருந்தார். இரவில் வான்மதி அவர் மீது ஒளி வீசிற்று. மறுநாள் காலையில் செர்கேய் செர்கேயிச் அங்கே சென்று சிலுவையின் முன்னால் நின்று பக்திப் பரவசத்தோடு பிரார்த்தனை செய்தார். பிறகு தமது முன்னாள் அதிபரின் கண்களை மூடிவிட்டுச் சென்றார்.

இரண்டு நாட்களுக்குப் பிற்பாடு ஆந்திரேய் எபீமிச் புதைக்கப்பட்டார். மிகயீர் அவெரியானிச்சும் தாரியாவும் மட்டும்தான் ஈமச் சடங்குகளுக்கு வந்திருந்தனர்.

■

மாடவீடு
ஓவியரின் கதை

1

இதெல்லாம் நடந்தது ஆறு, ஏழு ஆண்டுகளுக்கு முன்பு. அப்பொழுது நான் தி-மாநிலத்தில் ஒரு வட்டாரத்தில் பெலக்கூரவ் என்றொரு நிலப்பிரபுவின் பண்ணையில் வசித்து வந்தேன். பெலக்கூரவ் இளம் வயதுடையவர், அதிகாலையிலே எழுந்து விடுவார், விவசாயியின் நீள் கோட்டு அணிந்திருப்பார், எப்போதாவது அந்தி வேளையில் பீர் குடிப்பார், தமக்கு அனுதாபம் காட்டுவார் யாரும் இல்லை என்று எந்நேரமும் முறையிடுவார். தோட்டத்தில் தனிக்கட்டு ஒன்றில் அவர் வசித்து வந்தார். நான் பழைய பண்ணை வீட்டில் தூண்களோடு கூடிய பெரிய நடனக் கூடத்தில் குடியேறினேன். நான் படுத்துறங்கிய அகலமான சோபாவையும், தனியாள் சீட்டு ஆடிய மேஜையையும் தவிர அந்தப் பெருங் கூடத்தில் வேறு சாமான்கள் இல்லை. பண்டைக் காலத்துக் கணப்படுப்புகள் எந்நேரத்திலும், காற்றில்லாத அமைதியான நேரத்திலுங்கூட முனகிப் புலம்பின. இடியும் மழையுமான நேரங்களில் தகர்ந்து விழப் போவது போல் வீடு முழுவதுமே அதிர்ந்தாடிற்று; இந்த நிலைமை, அதுவும் புயல் வீசிய இரவுகளில் பத்துப் பெரிய சன்னல்களிலும் மின்னல் பளிச்சிடுகையில், கொஞ்சம் பீதியுட்டுவதாகவே இருந்தது.

சோம்பேறியாய் வாழும்படிச் சபிக்கப்பட்டிருந்த நான் ஒன்றும் செய்யாமலே சும்மாயிருந்தேன். மணிக் கணக்காய்ச் சன்னலுக்கு வெளியே வானத்தையும் பறவைகளையும் தோட்டப்

பாதைகளையும் பார்த்துக் கொண்டிருந்தேன், தபாலில் வந்தவற்றைப் படித்தேன், தூங்கினேன். சில சமயம் வீட்டை விட்டு வெளியே சென்று இரவு நெடுநேரம் வரைச் சுற்றித் திரிந்தேன்.

ஒரு நாள் இப்படிச் சுற்றிவிட்டு வீட்டுக்குத் திரும்புகையில் நான் இதன் முன் கண்டிராத ஒரு பண்ணை வழியே செல்லலானேன். சூரியன் அஸ்தமித்துக் கொண்டிருந்தான், மலரும் ரை தானியப் பயிரின் மீது அந்தி நேர நிழல்கள் சாய்ந்திருந்தன. சுவர்கள் போல் அமையும்படி நெருக்கமாய் நடப்பட்ட நெடிதுயர்ந்த தொன்மையான பிர் மரங்களது இரு வரிசைகளுக்கு இடையே சென்றது, சோக எழில் தவழும் ஒரு நடைபாதை. எளிதில் நான் கிராதியடைப்பைத் தாண்டி இந்த நடைபாதை வழியே நடந்தேன். தரையின் மீது ஓரங்குல கனத்துக்கு விழுந்து கிடந்த ஊசி இலைகளது கம்பளத்தில் எனக்குக் கால் வழுக்கிற்று. மர உச்சிகளில் பிரகாசித்த வெயிலையும் சிலந்தி வலைகளில் தகதகத்த வெயிலினது வானவில் வண்ண ஜாலத்தின் தங்கத்தையும் தவிர்த்து, எங்கும் இருட்டும் அமைதியும் குடி கொண்டிருந்தன. பிர் மரங்கள் பரப்பிய நறுமணம் மயக்கம் தருவதாய் இருந்தது. விரைவில் நான் லிண்டன் மரங்களிடையே அமைந்த நீண்டசாலை வழியில் திரும்பினேன். இங்கு யாவும் தமது முதுமையையும், கவனிப்பார் யாரும் இல்லாததையும் எடுத்தியம்பின. கடந்த ஆண்டின் இலைகள் காலுக்கடியில் சோகமாய்ச் சலசலத்தன; மரத்தடிகளுக்கு இடையே அந்தியொளியில் நிழல்கள் பதுங்கிக் கொண்டிருந்தன. எனக்கு வலப் புறத்தில் தொன்மையான கனிச் சோலையில் காஞ்சனப் புள்ளொன்று அயர்ந்து போய் ஈன சுரத்தில் பண்ணிசைத்தது - இங்கிருந்த ஏனையவை யாவற்றையும் போல் இந்தப் புள்ளும் தொன்மையானதாகவே இருந்திருக்க வேண்டும். பிறகு லிண்டன் மரங்கள் தாழ்வாரமும் முன்மாடமும் கொண்ட ஒரு பழைய வீட்டிற்கு முன்னால் முடிவடைந்தன. திடுமென வீட்டின் முற்றமும் ஒரு பெரிய குளமும் கண் முன் தெரிந்தன. குளக்கரையில் குளிப்பிடம் ஒன்று இருந்தது. பசுமையான வில்லோ மரங்கள் சிறு திரளாய்க் குவிந்திருந்தன. குளத்தின் எதிர்ப் பக்கத்தில் ஒரு கிராமத்தின் நடுவில் உயரமான மெல்லிய மணிக்கூண்டும், மறையும் கதிரவனது இறுதி ஒளியில் அதன் உச்சியில் பளிச்சிட்ட சிலுவையும் தெரிந்தன. கணப் பொழுதுக்கு நான் சிந்தை மயங்கினேன்; இந்தக் கண்கொள்ளாக் காட்சியை முன்னொரு காலத்தில் எனது

பிள்ளைப் பிராயத்தில் கண்டிருந்தது போல், நன்கு பழக்கமான ஒன்றின், நெடுங்காலத்துக்கு முன்பு நான் அறிந்திருந்த ஒன்றின் இனிய நினைவால் மயங்கினேன்.

சிங்கங்களால் அலங்கரிக்கப்பட்டுக் கல்லில் எழுப்பப்பட்ட வாட்டசாட்டமான ஒரு பெரிய வெண்ணிற வாயில் வழி வீட்டு முற்றத்திலிருந்து திறந்த வெளிகளுக்கு இட்டுச் சென்றது. இந்த வாயில் வழியில் இரு பெண்கள் நின்றிருந்தார்கள். இருவரில் மூத்தவள் வெளிறிய மேனியும் மெல்லுருவமுடையவள், கண்ணுக்கு இனியவள்; செம்பொன் சிகையை வாரி உச்சந்தலையில் பெரிய கொண்டையாய் முடிந்திருந்த இவள் பிடிவாதத்தை உணர்த்திய சிறிய வாயுடன் கண்டிப்பு மிக்கவளாய்த் தோன்றினாள்; என்னைக் கண்ணெடுத்தும் பாராதவளாய் நின்றாள். இன்னொருத்தி மிகவும் இளையவளாய், பதினேழு அல்லது பதினெட்டு வயதுக்கு மேற்படாதவளாய்த் தோன்றினாள்; இவளும் வெளிறிய மேனியும், மெல்லுருவமுடையவளே என்றாலும், இவளது வாய் மலர்ந்து பெரிதாயிருந்தது, கூச்சங்கள் கொண்டவளாய்க் காணப்பட்டாள்; வியப்புடன் ஒளிர்ந்த பெரிய கண்களால் என்னைக் கூர்ந்து நோக்கினாள்; நான் நடந்து சென்ற போது இரண்டொரு ஆங்கிலச் சொற்கள் இவள் பேச்சில் தொனித்தன. இந்த இனிய முகங்களுங்கூட நெடுங் காலத்துக்கு முன்பு நான் அறிந்தவையே என்பதாய்த் தோன்றிற்று எனக்கு. இனிமையிலும் இனிமையான கனவு கண்டது போன்ற உணர்வோடு வீட்டுக்குத் திரும்பினேன் நான்.

சில நாட்களுக்குப் பிற்பாடு பிற்பகலில் பெலக்கூரவும் நானும் இந்த வீட்டின் முன்னால் நடந்து கொண்டிருக்கையில் முற்றத்துக்குள் திரும்பிய வில்வண்டி ஒன்றின் சக்கரங்களுக்கு அடியில் நெட்டைப் புற்கள் சலசலத்தன. முன்பு நான் கண்ட பெண்களில் மூத்தவள் இந்த வண்டியில் அமர்ந்திருந்தாள். தீ விபத்தால் அகதிகளானோருக்கு உதவுவதற்கான நிதிவசூல் பட்டியல் ஒன்றைக் கெண்டு வந்திருந்தாள் அவள். எங்களைப் பார்க்காமலே காரிய முனைப்போடு இது பற்றிய விவரங்களை எங்களிடம் சொன்னாள்; சியானவோ கிராமத்தில் எத்தனை வீடுகள் தீக்கிரையாயின, ஆடவரும் பெண்டிரும் குழந்தைகளுமாய் எத்தனை பேர் அகதிகளாயினர். அவள் உறுப்பினளாய் இருந்த குழு இவர்களுக்கு உதவுவதற்காகத் திட்டமிட்ட தற்காலிக நடவடிக்கைகள் யாவை என்று விவரமாய்ச் சொன்னாள். பட்டியலில் நாங்கள் கையெழுத்திட்டதும் அதை வாங்கி

வைத்துக் கொண்டு எங்களிடமே உடனே விடை பெற்றுக் கொள்ள முற்பட்டாள்.

"பியோத்தர் பெத்ரோவிச், எங்களை அடியோடு மறந்து விட்டீர்களா என்ன?" என்று பெலக்கூரவிடம் கேட்டு அவர் பக்கம் கையை நீட்டினாள் அவள். "எங்கள் வீட்டுக்கு நீங்கள் வர வேண்டும். முஸ்யே நெ - (என் பெயரைக் குறிப்பிட்டாள்) தமது ரசிகர்கள் சிலரைச் சந்திக்க விரும்புவாராயின் என் தாயும் நானும் மகிழ்ச்சியோடு அவரை வரவேற்போம்" என்றாள்.

தலை குனிந்து வணக்கம் செலுத்தினேன் நான்.

அவள் போய்ச் சேர்ந்ததும் பியோத்தர் பெத்ரோவிச் அவளைப் பற்றி என்னிடம் கூறினார். அவள் பெயர் லீதியா வல்ச்சானினவா, உயர் குடியில் பிறந்தவள் என்றார். தாயுடனும் தங்கையுடனும் அவள் வசித்து வந்த பண்ணையும் குளத்துக்கு அப்பாலுள்ள கிராமமும் யஷல்கோவ்கா என்றழைக்கப்பட்டன. அவளுடைய தந்தை மாஸ்கோவில் உயர் பதவி வகித்தவர், தனி ஆலோசகராய் இருந்தபின் இறந்தவர். வசதி படைத்தோராயினுங்கூட வல்ச்சானினவ் குடும்பத்தினர் ஆண்டு முழுதும் கிராமத்திலேயே வசித்தனர். லீதிய தனது சொந்த கிராமமான யஷல்கோவ்காவில் இருபத்தைந்து ரூபிள் மாதச் சம்பளம் பெற்றுச் சேம்ஸ்த்வோ பள்ளியில் ஆசிரியையாய் வேலை செய்து வந்தாள். அவளுடைய சொந்தச் செலவுகளுக்கு இந்தப் பணமே போதுமானதாய் இருந்தது. தனக்கு வேண்டியதைத் தானே சம்பாதித்துக் கொள்வது குறித்து அவள் பெருமைப்பட்டுக் கொண்டாள்.

"உள்ளம் கவரும் குடும்பம்" என்றார் பெலக்கூரவ். "நாம் இவர்களுடைய வீட்டுக்குப்போய் வர வேண்டும். நீங்களும் வந்தால் மட்டில்லா மகிழ்ச்சியடைவார்கள்."

ஒருநாள் மதிய உணவுக்குப் பிற்பாடு - ஏதோவொரு புனிதர் தினம் அது - வல்ச்சானினவ் குடும்பம் எங்கள் நினைவுக்கு வரவே நாங்கள் யஷல்கோவ்காவுக்குப் புறப்பட்டுச் சென்றோம். தாயும், இரு புதல்வியரும் வீட்டில் இருக்கக் கண்டோம். தாய் - எக்கத்தெரீனா பாவ்லவ்னா - ஒரு காலத்தில் கண்ணுக்கு இனியவராய் இருந்திருக்க வேண்டும்; ஆனால், பிற்பாடு அவர் வயதுக்கு ஏற்றதற்கும் கூடுதலாய்ப் பருத்துவிட்டார். திணறித் திணறி மூச்சுவிட்டார், துயரச் சாயல் கொண்டவராகவும் சுற்றிலும் நடைபெறுவதில் அதிக நாட்டமில்லாதவராகவும்

இருந்தார். கலை குறித்துப் பேசி என்னை மகிழ்விக்க முயன்றார். யஷல்கோவ்காவுக்கு நான் வருவேன் என்று மக்களிடமிருந்து தெரிந்து கொண்டதும், மாஸ்கோவில் ஓவியக் காட்சிகளில் அவர் பார்த்திருந்த எனது இயற்கைக் காட்சி ஓவியங்கள் இரண்டு மூன்றை அவசரமாய் நினைவுக்குக் கொண்டு வந்த ஆலோசித்து வைத்திருந்தார்; இவற்றின் மூலம் நான் வெளியிட விரும்பிய கருத்து என்னவென்று இப்பொழுது என்னை விசாரித்தார். வீதியா - வீட்டில் இவளை லீதா என்று அழைத்தனர் - என்னைக் காட்டிலும் பெலக்கூரவுடன் தான் அதிகம் பேசினாள். அவர் ஏன் சேம்ஸ்த்வோவில் வேலை செய்வதில்லை, அதன் கூட்டங்களில் ஒன்றிலேனும் கலந்து கொள்ளாமல் இருப்பது ஏன் என்று முகத்தில் சிரிப்புக் குறி சிறிதும் இல்லாமல் கருத்தூன்றிய கண்டிப்புடன் அவரைக் கேட்டுக் கொண்டிருந்தாள்.

“பியோத்தர் பெத்ரோவிச், இது நல்லாயில்லை” என்று கண்டனம் தொனிக்கும் குரலில் கூறினாள். “கொஞ்சங்கூட நல்லாயில்லை, வெட்கப்பட வேண்டும் நீங்கள்.”

“மெய்தான், லீதா, நீ சொல்வது மெய்தான்” என்று அவள் தாய் உடன்பாடு தெரிவித்தார். “சரியல்ல இது.”

“நமது வட்டாரம் முழுதுமே பலாகினது பிடிக்குள் இருக்கிறது” என்று என் பக்கம் திரும்பித் தொடர்ந்து கூறிச் சென்றாள் லீதா. “அவர்தான் வட்டார வாரியத்தின் தலைவர், வட்டாரப் பதவிகள் யாவற்றிலும் தமது மருமகன்களையும் மாப்பிள்ளைகளையும் அமர்த்தியிருக்கிறார், யாவற்றையும் தம் விருப்பம் போல் செய்து வருகிறார். இதை நாம் எதிர்த்தாக வேண்டும். இளந் தலைமுறையினரான நாம் வலுமிக்க கட்சியாய்ச் செயற்பட வேண்டும், ஆனால் நமது இளந் தலைமுறையினர் எப்படிப்பட்டவர்களாய் இருக்கிறார்கள், நீங்களே பாருங்கள்! பியோத்தர் பெத்ரோவிச் கொஞ்சங்கூட நல்லாயில்லை இது!”

சேம்ஸ்தவோவைப் பற்றிய இந்த விவாதத்தின் போது, இளையவளாகிய ழேன்யா வாய் பேசாமல் இருந்தாள். குடும்பத்தினரால் வயது வராத சிறுமியாய்க் கருதப்பட்ட இவள் பெரியவர்களுக்குரிய உரையாடலில் பங்கு கொள்வதில்லை. சிறுமிக்குரிய செல்லப் பெயரான மிஸ்ஸி என்றே வீட்டில் எல்லோரும் இவளை அழைத்தார்கள், ஏனெனில் சின்னஞ் சிறுமியாய் இருந்த போது இவள் தனது தாதியை இப்படித்தான்

கூப்பிட்டு வந்தாள். அடங்காத ஆவலோடு என்னை இவள் கூர்ந்து கவனித்தாள். நான் புரட்டிப் பார்த்துக் கொண்டிருந்த குடும்பப் புகைப்பட ஆல்பத்தின் படங்களை எனக்கு விளக்கிக் கூறினாள். விரலால் படங்களைத் தொட்டுக்காட்டி "இது என் மாமா... இது என் பெயரீட்டுத் தந்தை" என்று அறியாப் பிள்ளையாய்த் தன் தோளால் என் தோளில் உராய்த்துக் கொண்டு சொன்னாள்; அவளது பூம்பிஞ்சு மார்பும் மெலிந்த தோள்களும் சடையும் இடைக்கச்சால் இறுக்கப்பட்ட அவளது மெல்லிய உருவம் முழுதுமே தெளிவாய்த் தெரிந்தன.

"நாங்கள் மரப் பந்தாட்டமும் டென்னிசும் ஆடினோம், தேநீர் குடித்தோம், பிறகு நெடுநேரம் அமர்ந்து இரவு சாப்பாடு சாப்பிட்டோம். தூண்களோடு கூடிய மிகப் பெரிய காலி நடனக் கூடத்தில் இருந்து வந்த எனக்கு இந்த வசதியான சிறிய வீடு மிகவும் இதமாய் இருந்தது. இங்கு சுவர்களில் எண்ணெய் வண்ண அச்சுப் படங்கள் இல்லை, வேலைக்காரர்களை "நீ, வா" என்று சொல்லாமல் "நீர், வாரும்" என்று சொன்னார்கள். லீதாவும் மிஸ்ஸியும் இங்கு நிலைமையைத் தூய்மை மிக்கதாய், இளமைத் துடிப்புள்ளதாய் ஆக்கினர். யாவும் இங்கு நேர்மையின் மணம் கமழ்வதாய் இருந்தது. சாப்பாட்டின் போது லீதா மீண்டும் சேம்ஸ்த்வோவையும் பலாகினையும் பள்ளிக்கூட நூலகங்களையும் பற்றி பெலக்கூரவுடன் பேசினாள். அவள் உயிர்த் துடிப்பும் உள்ளத் தூய்மையும் கொண்டவள், தனது கருத்துக்களில் அசைக்க முடியாத திட நம்பிக்கையுடையவள். சுவையாகவே பேசினாள் என்றாலும், நிரம்பப் பேசினாள், அதுவும் பலத்த குரலில் பேசினாள் - வகுப்புகளில் பேசிப் பழக்கப்பட்டவள் என்பது இதற்குக் காரணமாய் இருந்திருக்கலாம் ஆனால் எனது நண்பர் பியோத்தர் பெத்ரோவிச் எந்த உரையாடலையும் ஒரு வாக்குவாதமாக்கிவிடும் தமது மாணவக் காலத்திய பழக்கத்தை இன்னும் விட்டொழிக்காமல் அனுசரிக்க முயன்றார். அதிக நாட்டமின்றி அலுப்பு தட்டும் விதத்தில் விடாமல் வாதாடினார், தமது கெட்டிக்காரத் தனத்தையும் முற்போக்குக் கருத்துக்களையும் வெளிக் காட்டிக் கொள்ள விரும்பினார் என்பது நன்றாகவே தெரிந்தது. ஆடம்பரமாய்க் கையை ஆட்டிக் கொண்டு பேசினார் சட்டையைக் கையின் மணிக்கட்டு முனையால் பச்சடிக் கிண்ணம் ஒன்றைத் தட்டி விட்டார், மேஜை விரிப்பில் பெரிய திட்டாய்க் கரையாகி

விட்டது. ஆனால் என்னைத் தவிர யாரும் இதைக் கவனித்ததாய்த் தெரியவில்லை.”

நாங்கள் வீட்டுக்கு புறப்பட்டபோது இருட்டாகவும் அமைதியாகவும் இருந்தது.

“நன்னயப் பாங்கு அடங்கியிருப்பது மேஜையிலுள்ள பச்சடியைத் தட்டி விடாமலிருப்பதில் அல்ல, யாராவது தட்டிவிடும் போது அதைக் கண்டு கொள்ளாதிருப்பதில் தான் அடங்கியிருக்கிறது” என்று சொல்லிப் பெருமூச்சு விட்டுக் கொண்டார் பெலக்கூரவ். “ஆம், இவர்கள் இனிமையான, பண்பாடு மிகுந்த குடும்பத்தினர். மேன் மக்களுடன் தொடர்பு அறுந்து போய்விட்டது எனக்கு - நயமில்லாதவனாய்ச் சீரழிந்து விட்டேன்! எதற்கும் நேரமில்லை, எந்நேரமும் வேலை! ஓயாத வேலை!”

முன்மாதிரியான பண்ணையாராய் இருக்க வேண்டுமானால் ஓயாமல் செய்தாக வேண்டியிருக்கும் வேலைகளைப் பற்றிப் பேசினார் அவர். எப்படிப்பட்ட சோம்பேறி இவர், நிர்வகிக்க முடியாத விவகாரம் எதைப் பற்றிப் பேசினாலும் சங்கடமான முறையில் அடிக்கொரு தரம் அழுத்தமாய் “ஊ-ஆ” என்று இழுப்பார். பேசிய இதே முறையில் தான் யாவற்றையும் செய்வார் - எதையும் மெதுவாகவே செய்வார், எப்போதும் பின்தங்கி விடுவார், ஒரு வேலையையும் நேரத்தில் முடிக்க மாட்டார். அவருடைய வேலைத் திறனில் எனக்கு நம்பிக்கையே இருந்ததில்லை, ஏனெனில் தபாலில் சேர்ப்பதற்காக அவரிடம் நான் கொடுத்த கடிதங்களை வாரக் கணக்கில் அப்படியே சட்டைப் பையில் வைத்திருப்பார்.

“படுமோசமானது என்னவெனில், ஓயாமல் எவ்வளவு தான் வேலை செய்தாலும் அனுதாபம் காட்டுவார் யாருமில்லை. ஒருவர்கூட இல்லை!” என்று முனகியவாறு என்னுடன் நடந்து வந்தார்.

2

வெல்ச்சானினவ் வீட்டுக்குப் போய் வருவது எனது அன்றாட பழக்கமாகிவிட்டது. தாழ்வாரப படிகளில், கீழ்ப்படிதான் அங்கு எனக்குரிய வழக்கமான இடம். மன உறுத்தலால் நான் வதைப்பட்டு வந்தேன், இப்படி என் வாழ்வு அற்பமாகவும் அதி

வேகமாகவும் கழிகிறதே என்று நொந்து கொண்டேன். பெருஞ் சுமையாய் என்னை வருத்திய என் இதயத்தைப் பிடுங்கியெறிய முடிந்தால் எவ்வளவு நன்றாயிருக்குமென ஓயாமல் என்னுள் கூறிக் கொண்டிருந்தேன். அப்பொழுது தாழ்வாரத்திலிருந்து எந்நேரமும் பேச்சுக் குரல் கேட்கும், பாவாடைகளின் சலசலப்பும் புத்தகம் புரட்டப்படும் சப்தமும் காதில்விழும். லீதா நோயாளிகளைத் தன் வீட்டுக்கு வரச்சொல்லி மருந்து கொடுத்தாள், பலருக்கும் புத்தகங்கள் கொடுத்து உதவினாள், திறந்த தலைக்கு மேல் கைக் குட்டையைப் பிடித்துக் கொண்டு பகற் பொழுதில் அடிக்கடி கிராமத்துக்குப் போய் வந்தாள், அந்தி வேளையில் சேம்ஸ்த்வோவையும் பள்ளிகளையும் பற்றிப் பலத்த குரலில் பேசினாள் - இவை யாவும் விரைவில் எனக்குப் பழக்கப்பட்ட விவரங்களாயின. மெல்லுருவினளாய், கண்ணுக்கு இனியவளாய், நளினமாய் வளைந்த சிறிய வாயுடையவளாய், எப்போதும் கண்டிப்புடன் இருந்த இந்தப் பெண் நடைமுறைக் காரியங்கள் குறித்துப் பேச முற்படும் போதெல்லாம் தான் கூறுவதற்குப் பீடிகையாய் என்னிடம் கடுப்பாய்ச் சொல்வாள்:

"உங்களுக்கு இவற்றில் நாட்டமிருக்காது."

என்னைப் பிடிக்கவில்லை அவளுக்கு. நான் இயற்கைக் காட்சி ஓவியனாய் இருந்ததாலும், மக்களுடைய தேவைகளை எனது சித்திரங்களில் வெளிப்படுத்திக்காட்ட முயலவில்லை என்பதாலும், மற்றும் அவள் உறுதியாய் நம்பிக்கை கொண்டிருந்தவை யாவற்றிலும் எனக்குக் கருத்தில்லை என்பதாய் அவள் நினைத்ததாலும் என்னை அவளுக்குப் பிடிக்கவில்லை. நான் பைக்கால் ஏரிக் கரைகளில் போய்க் கொண்டிருந்த போது சாய்வரி நீலச் சட்டையும் கால் சட்டையும் அணிந்து இரு புறத்தும் கால்களைத் தொங்க விட்டுக் கொண்டு குதிரை மீது வந்த புர்யாத் பெண் ஒருத்தியைச் சந்தித்தது நினைவுக்கு வருகிறது. அவளுடைய குழலை எனக்கு விற்கும்படி நான் அவளைக் கேட்டேன். ஆனால் அவள் எனது ஐரோப்பிய முகபாவத்தையும் தொப்பியையும் இகழ்ச்சியோடு ஏறிட்டுப் பார்த்துவிட்டு நிமிட நேரத்துக்கு மேல் என்னுடன் பேசிக் கொண்டு நிற்க மனம் சகியாதவளாய்க் கூக்குரல் எழுப்பிக் குதிரையிலே பறந்தோடி விட்டாள். லீதாவுங்கூட இதேபோல என்னிடம் ஏதோ அந்நியச் சாயல் இருப்பதாய் நினைத்தாள். வெளிப்படையாய் அவள் எந்த அறிகுறியும் காட்டவில்லை என்றாலும் என்னை அவளுக்குப் பிடிக்கவில்லை என்பதை நான் உணர முடிந்தது. தாழ்வாரத்தின்

கீழ்ப் படியில் உட்கார்ந்து கொண்டு நான் எரிச்சல் பட்டுக் கொண்டேன்; டாக்டராய் இல்லாத ஒருவர் விவசாயிகளுக்குச் சிகிச்சை அளிப்பது அவர்களை ஏமாற்றுவதற்கே ஒப்பானதாகும், ஏக்கர் ஏக்கராய் நிலங்கள் ஏராளமாய்க் கையில் இருக்குமாயின் தர்மவானாய் இருப்பது சுலபம்தான் என்று கூறிக் கொண்டேன்.

ஆனால் இவளது தங்கையான மிஸ்ஸி உலகில் எந்தக் கவலையும் இல்லாதவள். என்னைப் போலவே இவளும் வேலையில்லா முழுச் சோம்பேறியாய்க் காலமோட்டியவள். காலையில் விழித்தெழுந்ததும் தாழ்வாரத்தில் ஆழமான நாற்காலியில் அமர்ந்து கொண்டு புத்தகம் படிக்க ஆரம்பித்து விடுவாள், அவளது பாதங்கள் தரையில் பட்டதும் படாததுமாய்த் தொங்கும். இல்லையேல் லிண்டன் மர நடைபாதையில் தன்னந் தனியே புத்தகமும் கையுமாய் ஒதுங்கி விடுவாள், அல்லது வாயில் வழியைக் கடந்த திறந்த வெளிகளுக்குச் சென்று விடுவாள். பகல் முழுதும் படித்துக் கொண்டிருப்பாள், உருக்கமாய் அவள் பார்வை புத்தகத்தின் பக்கங்களில் பதிந்திருக்கும். களைத்துப் போய்ச் சோர்வுடன் எப்போதாவது கணப் பொழுதுக்கு வேறு எங்காவது திரும்பும் அந்தப் பார்வையும், வெள்ளையாய் வெளிறிட்டு விடும் அவள் முகமும் தான் படிப்பது அவளுக்குச் சிந்தையை அயரச் செய்யும் கடின பணியாய் இருப்பதை அறிவிக்கும். நான் அங்கே போய்ச் சேர்ந்து அவள் பார்வையில் தென்பட்டதும், அவள்முகம் இலேசாய்ச் சிவந்துவிடும். உடனே ஆர்வமுற்றவளாய்ப் புத்தகத்தைத் துறந்து விட்டுத் தனது பெரிய விழிகளை என் மீது பதித்து, கடந்த முறை அவள் என்னைச் சந்தித்ததற்குப் பிற்பாடு அங்கு நடைபெற்றவற்றை எனக்குச் சொல்லத் தொடங்குவாள். வேலைக்காரர்களது வசிப்பிடத்தில் புகைபோக்கியில் தீ பிடித்துவிட்டது; குளத்திலிருந்து ஒரு வேலையாள் ஒரு பெரிய மீனைப் பிடித்தான் என்று வரிசையாய்ச் சொல்லுவாள். வார நாட்களில் அவள் வெள்ளைச் சட்டையும் கருநீலப் பாவாடையும் அணிந்து கொள்வது வழக்கம். அவளும் நானும் காலாறச் சுற்றித்திரிவோம், ஜாம் செய்வதற்கு வேண்டிய செர்ரிப் பழங்கள் பறிப்போம், அல்லது படகோட்டிச் செல்வோம். செர்ரி பறிப்பதற்காக அவள் எம்பித் தாவும் போது, அல்லது துடுப்புகளை அழுத்திச் சாயும் போது அகன்ற சட்டைக் கைகளினுள் அவளது மெல்லிய பூங்கரங்கள் தெரியும். அல்லது நான் சித்திர உருவரை தீட்டுவேன், அவள் என் அருகே நின்று வியந்து பார்த்துக் கொண்டிருப்பாள்.

ஜூலை மாத முடிவில் ஒரு ஞாயிறன்று காலை சுமார் ஒன்பது மணிக்கு நான் வல்ச்சானினவ் வீட்டுக்குப் புறப்பட்டுச் சென்றேன். வீட்டிலிருந்து கூடுமான தொலைவு ஒதுங்கிப் பூங்காவில் நடந்து குடைக் காளான்கள் தேடினேன். அவ்வாண்டு கோடையில் அவை ஏராளமாய் இருந்தன. பிற்பாடு ழேன்யவுடன் சேர்ந்து பறித்துச் செல்வதற்காக, அவை இருந்த இடங்களைக் கம்புகள் கொண்டு அடையாளமிட்டுச் சென்றேன். கதகதப்பான காற்று வீசிக் கொண்டிருந்தது. ழேனயாவும் அவள் தாயும் ஞாயிற்றுக் கிழமைக்குரிய விழாநாள் ஆடைகளில் கோயிலிலிருந்து வீட்டுக்குத் திரும்ப வரக் கண்டேன். ழேன்ய தனது தொப்பியைக் காற்றிலிருந்து காப்பதற்காக அழுத்திப் பிடித்திருந்தாள். பிறகு தாழ்வாரத்தில் அவர்கள் தேநீர் அருந்தியதைக் குறிக்கும் சப்தங்கள் என் காதில் விழுந்தன.

வேலை செய்யாமல் சும்மாயிருப்பதற்குக் காரணம் தேடியலையும் என் போன்ற கவலையற்ற ஆளுக்கு நமது கிராமப் புறத்துப் பண்ணைகளில் கோடை பருவ ஞாயிறு காலைகள் தனிக் கவர்ச்சி வாய்ந்தவை. பசுமையாகவும் பனிநீரில் பளிச்சிட்டுக் கொண்டும் இருக்கும் தோட்டம் கதிரவனது ஒளியில் சுடர்ந்து இன்பத்தில் திளைக்கின்றது; வீட்டுக்கு அருகிலுள்ள மலர்ப் பாத்திகளில் பசுமஞ்சரியும் அலரியும் நறுமணம் பரப்புகின்றன; கோயிலுக்குச் சென்றுவிட்டு வந்திருக்கும் இளம் மக்கள் தோட்டத்திலே அமர்ந்து தேநீர் அருந்துகிறார்கள்; எல்லோரும் கண் கவரும்படியான ஆடைகள் அணிந்து களிப்பு மிக்கோராய் இருக்கிறார்கள் நன்கு உண்டு உடல் நலம் வாய்ந்தோராயும் கண்ணுக்கு இனியோராயும் இருக்கும் இவர்கள் நாள் முழுதும் வேலையின்றிச் சும்மாயிருப்பார்களென என்னுள் கூறிக் கொள்கிறேன் - காலமெல்லாம் வாழ்வு இம்மாதிரியே இருக்க வேண்டுமென்ற அடங்காத ஆசை என்னை அப்பொழுது ஆட் கொள்கிறது. அன்று காலையில் இதே எண்ணங்கள் என்னுள் அலைமோத நான் அந்தத் தோட்டத்தில் நடந்து கொண்டிருந்தேன், குறிக்கோள் ஏதுமின்றி, வேலை ஏதுமின்றி நாள் முழுதும், கோடைப் பருவம் முழுதும் சுற்றிக் கொண்டிருக்கத் தயாராயிருந்தேன்.

ழேன்யா கையில் ஒரு கூடையுடன் வந்து சேர்ந்தாள். தோட்டத்தில் நான் இருப்பதை அவள் அறிந்திருந்தாள், அல்லது எப்படியும் உணர்ந்திருந்தாள் என்பது அவளது முகபாவத்திலிருந்தே தெரிந்தது. நாங்கள் குடைக் காளான்கள்

சேகரித்தவாறு பேசிச் சென்றோம். என்னிடம் அவள் கேள்வி கேட்ட போது என் முகத்தைப் பார்க்கும் பொருட்டு எனக்கு முன்னால் சென்றாள்.

"கிராமத்தில் நேற்று ஓர் அதிசயம் நிகழ்ந்தது" என்றாள் அவள். "நொண்டியான பெலகேயா ஓராண்டாய் நோய் வாய்ப்பட்டிருந்தாள், டாக்டர்களாலும் மருந்துகளாலும் ஒன்றும் செய்ய முடியவில்லை, ஞானியான ஓர் அம்மை நேற்று அவள் மீது குனிந்து ஏதோ ஓதியதும் உடனே அவளுக்கு உடம்பு சரியாகி விட்டது."

"இது ஒரு பெரிய காரியமல்ல" என்றேன் நான். "மக்கள் நோய் வாய்ப்பட்டிருக்கும் போது மட்டும், அல்லது கிழமாகிவிடும் போது மட்டும் அதிசயங்களை எதிர் பார்ப்பது சரியல்ல. உடல் நலத்தோடு இருப்பதே ஓர் அதிசயமல்லவா? வாழ்வே ஓர் அதிசயமல்லவா? நமக்குப் புரியாத ஒவ்வொன்றும் ஓர் அதிசயம்தான்."

"உங்களுக்குப் புரியாதவை குறித்து உங்களுக்கு அச்சமாய் இருப்பதில்லையா?"

"இல்லை. எனக்குப் புரியாத நிகழ்ச்சிகளை நான் துணிவுடன் அணுகுகிறேன், அவற்றுக்கு நான் பணிந்து விடுவதில்லை. நான் அவற்றுக்கு மேம்பட்டவனாவேன். மனிதனாய்ப் பிறந்தவன் தன்னைச் சிங்கங்களுக்கும் புலிகளுக்கும் விண்மீன்களுக்கும் மேலானவனாய் மதிப்பிட வேண்டும், இயற்கை அனைத்துக்குமே மேலானவனாய், நம்மால் புரிந்து கொள்ள முடியாத அதிசயங்களாய்க் கருதுகிறோமே அவற்றுக்கும் மேலானவனாய் மதிப்பிட வேண்டும். இல்லையேல் அவன் மனிதனல்ல, யாவும் குறித்து அஞ்சி நடுங்கும் சுண்டெலியே ஆவான்."

கலைஞனாகிய எனக்கு நிறையத் தெரியும், எனக்குத் தெரியாததையும் பிழையின்றி நுணுக்கமாய் என்னால் ஊகித்துக் கொண்டுவிட முடியுமென ழேன்யா நினைத்துக் கொண்டாள். அழிவின்றி என்றும் நிரந்தரமாயிருக்கும் ஏதோ ஓர் அதியற்புத கோளுக்கு, எனக்குப் பழக்கப்பட்டதாய் அவள் நம்பிய, மேல் உலகுக்கு அப்படியே மாயமாய் அவளை நான் தூக்கிச் சென்றுவிட வேண்டுமென விரும்பினாள். கடவுளைப் பற்றியும், என்றும் நிலைத்திருக்கக் கூடியதான வாழ்க்கையைப் பற்றியும், அதிசயங்களைப் பற்றியும் என்னிடம் கேட்டாள். மரணத்துக்குப்

பிற்பாடு நானும் எனது கற்பனையும் அடியோடு ஒழிந்தாக வேண்டுமென்று ஒத்துக் கொள்ள விரும்பாத நான் "ஆம், மனிதர்கள் அழிவின்றி நிலைத்திருப்பவர்கள்" என்பதாய்ப் பதிலளிப்பேன். "ஆம், என்றும் நீடிக்க வல்லதான வாழ்வு நமக்குக் கிடைக்கப் போகிறது" என்பேன். அவள் கவனமாய்க் கேட்டுக் கொண்டிருப்பாள், நான் சொல்வதற்கு நிரூபணம் தரும்படிக் கேட்காமல் அப்படியே யாவற்றையும் நம்புவாள்.

வீட்டுக்கு நாங்கள் திரும்பிச் சென்ற போது திடுமென அவள் நடையை நிறுத்திக் கொண்டு கூறினாள்:

"லீதா அற்புதமானவள், இல்லையா? அவளை நான் போற்றிப் பாராட்டுகிறேன், அவளுக்காக என் வாழ்வையே வேண்டுமானலும் எந்நேரத்திலும் தியாகம் புரிவேன். ஆனால் இதைச் சொல்லுங்கள்...." என்று எனது கோட்டுக் கையின் மேல் தன் விரலை வைத்தாள் ழேனய. "இதைச் சொல்லுங்கள், ஏன் இப்படி நீங்கள் எந்நேரமும் அவளுடன் வாதாடுகிறீர்கள்! உங்களுக்கு ஏன் இப்படி எரிச்சல் வருகிறது?"

"ஏனென்றால் அவள் சொல்வது சரியல்ல."

ழேன்யா இதை ஆமோதிக்க முடியாதவளாய்த் தலையை அசைத்தாள், அவள் கண்களில் கண்ணீர் ததும்பிற்று.

"புரிந்து கொள்ள முடியவில்லை" என்றாள் அவள்.

அந்நேரத்தில் எங்கிருந்தோ திரும்பி வந்திருந்த லீதா கையில் சவாரிச் சவுக்குடன் மெல்லியவளாய், கண்கவர் எழிலுருவாய், கதிரவன் ஒளியில் பளிச்சிட்டுக் கொண்டு, வேலையாளிடம் ஏதோ உத்தரவிட்டவாறு வாயில் வழியில் நின்றிருந்தாள். சிகிச்சைக்காக வந்திருந்த இரண்டு மூன்று பேரை அவசரமாய் விசாரித்துப் பலத்த குரலில் பேசினாள். பிறகு ஒவ்வோர் அறையாய்ச் சென்றாள், கருமமே கண்ணாய்க் காரிய முனைப்பு மிக்கவளாய்த் தோன்ற ஒன்றன் பின் ஒன்றாய்ப் பல அலமாரிகளைத் திறந்தாள், பிறகு மச்சு அறைக்குப் போனாள். சாப்பிடுவதற்குக் கூப்பிடுவதற்காக நீண்ட நேரம் அங்குமிங்கும் சென்று அவளைத் தேடினார்கள். அவள் வந்து சேர்வதற்குள் நாங்கள் சூப்பு சாப்பிட்டு முடித்து விட்டோம். ஏனோ தெரியவில்லை இந்த அற்ப விவரங்களை எல்லாம் மறக்காமல் பாசமோடு நினைத்துப் பார்க்கிறேன். விசேஷமாய்

அன்று ஒன்றும் நடைபெற்று விடவில்லை என்றாலும் அந்த நாள் பற்றிய நினைவு உயிர்ச் சோபையுடன் பசுமையாய் என் மனத்துள் இருந்து வருகிறது. சாப்பாட்டுக்குப் பிற்பாடு ழேன்யா அழமான நாற்காலியில் சாய்ந்து கொண்டு படித்தாள், நான் தாழ்வாரத்தின் அடிப் படியில் உட்கார்ந்திருந்தேன். யாவரும் பேசவில்லை. வானத்தை மேகங்கள் மூடியிருந்தன, இலேசாய்த் தூறிக் கொண்டிருந்தது. வெதுவெதுப்பாய் இருந்தது; காற்று நின்று நெடுநேரமாகி விட்டது; இந்த நாள் முடிவின்றி நீடித்துக் கொண்டிருக்கும் போல் தோன்றியது. எக்கத்தெரீனா பாவ்லவ்னா தூக்கக் கலக்கத்திலிருந்து இன்னும் விடுபடாதவராய் ஒரு விசிறியைக் கையில் பிடித்துக் கொண்டு தாழ்வாரத்துக்கு வந்தார்.

“அம்மா!” என்று கூவி, ழேன்யா தன் தாயின் கையில் முத்தமிட்டாள். “பகற் பொழுதில் தூங்குவது உனக்கு நல்லதல்ல!”

இருவரும் ஒருவர் மீது ஒருவர் உயிரை வைத்திருந்தனர். இருவரில் ஒருவர் தோட்டத்துக்குச் செல்வாராயின் இன்னொருவர் நிச்சயம் தாழ்வாரத்தில் வந்து நின்று மரங்களுக்கு அடியில் உற்று நோக்கியவாறு “ஏய் ழேன்யா?” என்றோ, “அம்மா, எங்கே இருக்கே?” என்றோ கூப்பிடுவதைக் காணலாம். இருவரும் எப்போதும் சேர்ந்து தான் பிரார்த்தனை செய்தனர், இருவரும் ஒருங்கே தெய்வ பக்தி மிக்கோராய் இருந்தனர். வாய் திறந்து ஒரு வார்த்தை சொல்லாத போதுங்கூட இருவரும் ஒருவரையொருவர் முழு அளவுக்குப் புரிந்து கொண்டனர். ஏனையோரைப் பற்றி இவர்கள் கொண்டிருந்த அபிப்பிராயங்களுங்கூட ஒரே மாதியானவைதான். எக்கத்தெரீனா பால்லவ்னாவும் விரைவில் என் மீது பற்றுதல் கொண்டு விட்டார்; இரண்டு மூன்று நாட்களுக்கு நான் வரவில்லையானால், நன்றாயிருக்கிறேனா என்று விசாரித்து ஆள் அனுப்புவார். அவரும் எனது சித்திர உருவரைகளைப் போற்றிடும் கண்களால் பார்வையிடுவார்; நடந்தவை யாவற்றையும் மிஸ்ஸியைப் போலவே, தயக்கமில்லாமல் ஒளிவு மறைவின்றி என்னிடம் கூறுவார்; பல நேரங்களில் தமது வீட்டு இரகசியங்களையும் என்னிடம் சொல்லி வைப்பார்.

மூத்த மகளிடம் அவர் பயபக்தியுடன் நடந்து கொண்டார். லீதா கொஞ்சிக் குலாவும் சுபாவம் சிறிதும் இல்லாதவள், முக்கியமான விவகாரங்களைப் பற்றி மட்டுமே பேசி வந்தாள். அவளுக்குரிய தனிப்பட்ட வாழ்க்கையை அவள் வாழ்ந்து

வந்தாள். கப்பலின் மாலுமிகளுக்கு மேலறையில் தனித்திருக்கும் அட்மிரல் எப்படியோ அது போல அவளது தாய்க்கும் தங்கைக்கும் அவள் புனிதமான, ஓரளவு விளங்கா விந்தையான பிறவியாகவே இருந்து வந்தாள்.

"எங்களுடைய லீதா அற்புதமானவளாய் இருக்கிறாள், இல்லையா?" என்று இவ்வன்னை அடிக்கடி சொல்வார்.

பொசபொசவெனத் தூறிக் கொண்டிருந்த இந்த நேரத்தில் நாங்கள் லீதாவைப் பற்றிப் பேசினோம்.

"ஒப்புயர்வற்றவளாகவே இருக்கிறாள்" என்றார் இவ்வன்னை. அச்சத்துடன் சுற்றிலும் பார்த்துக் கொண்டு இரகசியக் குரலில் தொடர்ந்து கூறினார்: "இவளைப் போன்ற ஒரு பெண்ணைக் காண்பதற்கில்லை, ஆயினும் எனக்குக் கொஞ்சம் கலக்கம் ஏற்பட ஆரம்பிக்கிறது. பள்ளிக்கூடங்கள், மருந்தகங்கள், புத்தகங்கள் - எல்லாம் நல்லதுதான், ஆனாலும் எல்லை மீறிப் போகலாமா? ஏறத்தாழ இருபத்து நான்கு வயதாகிறது இவளுக்கு, இனி எதிர்காலங் குறித்துத் தக்கவாறு சிந்திக்க வேண்டும். காலம் கழிந்து செல்வதை இந்தப் புத்தகங்கள், மருந்தகங்கள் எல்லாம் கண்ணில் படாதபடி மறைக்கின்றன... இவள் மணம் புரிந்து கொண்டாக வேண்டும்."

படித்ததால் முகம் வெளிறிட்டு, தலைமுடி கலைந்து விட்டு மேன்யா தலையை உயர்த்திக் தனக்குதானே கூறிக் கொள்வது போன்ற குரலில் தன் தாயைப் பார்த்துச் சொன்னாள்:

"அம்மா, எல்லாம் ஆண்டவன் சித்தம் போல் நடைபெறும்"

உடனே அவள் மீண்டும் புத்தகத்தில் ஆழ்ந்து விட்டாள்.

பெலக்கூரவ் தமது விவசாயிக் கோட்டும் பூ பின்னிய சட்டையும் போட்டுக் கொண்டு வந்து சேர்ந்தார். நாங்கள் மரப் பந்தாட்டமும் டென்னிசும் ஆடினோம். இருட்டியதும் சாப்பிட்டுக் கொண்டு நெடுநேரம் உட்கார்ந்திருந்தோம். லீதா மீண்டும் பள்ளிக் கூடங்களைப் பற்றியும் வட்டாரம் பூராவையும் தன் கைக்குள் கொண்டு வந்துவிட்ட பலாகினைப் பற்றியும் பேசினாள். எந்த வேலையும் இல்லாத நீண்ட, மிக நீண்ட பகற்பொழுதைக் கழித்தோமென்ற நினைப்போடு அன்று அந்தியில் நான் வல்ச்சானினவ் வீட்டிலிருந்து புறப்பட்டேன்.

எவ்வளவு தான் நீண்டதாய் இருப்பினும் யாவும் இவ்வுலகில் முடிவு எய்தியாக வேண்டியிருக்கிறதெனச் சோகமாய் என்னுள் கூறிக் கொண்டேன். மேஸ்யா எங்களுடன் வாயில் வழி வரை வந்து வழியனுப்பினாள். காலையிலிருந்து அந்தி வரை பகல் நேரம் முழுவதையும் நான் அவளுடன் கழித்தது காரணமாய் இருந்திருக்கலாம், அவளின்றி நான் தனிமையால் வாட நேருமென்று நினைக்கலானேன், கவர்ச்சி வாய்ந்த இந்தக் குடும்பம் அனைத்துமே என் நேசத்துக்கும் பாசத்துக்கும் உரியதாகுமென்று உணரலானேன். ஓவியம் ஒன்று தீட்ட வேண்டுமென்ற ஆவல் அவ்வாண்டு கோடையில் முதன் முதலாய் இப்போது என்னுள் எழுந்தது.

“**உங்கள்** வாழ்க்கை ஏன் சோபையற்றதாய், சலிப் பூட்டுவதாய் இருக்க வேண்டுமாம்?” என்று, நாங்கள் இருவருமாய் வீட்டுக்கு நடந்த போது பெலக்கூரவைக் கேட்டேன் நான். “**என்னுடைய** வாழ்க்கை சுவையற்றதாய், சலிப்பூட்டுவதாய், மாற்றமின்றி ஒரே மாதிரி சப்பென்று இருக்கிறது; ஏனென்றால் நான் ஒரு கலைஞன், பித்துக்குளி, இளைமைப் பருவம் முதற் கொண்டே பொறாமையாலும் மன உறுத்தலாலும் எனது பணியில் எனக்குள்ள நம்பிக்கையின்மையாலும் அலைக்கழிக்கப்பட்டு வந்துள்ளேன். எக்காலத்திலும் நான் ஏழையாகவே இருப்பவன், நிலைத்து எங்கும் தங்காமல் சுற்றியலைகிறவன். ஆனால் நீங்கள் அப்படியல்ல; நீங்கள் ஆரோக்கியமான, பாங்கான மனிதர், நிலப்பிரபு, கனவானாய் இருப்பவர் - நீங்கள் ஏன் இப்படிச் சுவையற்ற வாழ்க்கை வாழ்கிறீர்கள்? வாழ்க்கையிடமிருந்து உங்களுக்கு கிட்டுவது இவ்வளவு சொற்பமாய் இருப்பானேன்? எடுத்துக் காட்டாய் லீதாவின் மீதோ, மேஸ்யாவின் மீதோ நீங்கள் காதல் கொள்ளலாமே, உங்களைத் தடுத்து நிறுத்துவது எது?”

“நான் வேறொரு பெண்ணைக் காதலிப்பதை மறந்து விடுகிறீர்கள் நீங்கள்” என்று பதிலளித்தார் பெலக்கூரவ்.

அவர் குறிப்பிட்ட இந்தப் பெண் லியுபோவ் இவானவ்னா என்பது தெரியும் எனக்கு. தனிக்கட்டிடில் அவருடன் வசித்து வந்தவள் அவள். நாள்தோறும் நான் இந்தச் சீமாட்டியைப் பார்த்து வந்தேன். பருத்த உடல், குண்டு முகம், தடபுடலாய்ப் பண்டிகை வாத்து போலிருப்பாள்; ருஷ்ய நாட்டு உடைகள் உடுத்தி, மணிமாலைகள் அணிந்து, கைக் குடை ஒன்றை

எப்போதும் பிடித்துக் கொண்டு தோட்டத்தில் உலாவுவாள்; சாப்பிடவோ, தேநீர் அருந்தவோ வருமாறு எப்போதும் வேலையாள் யாராவது வந்து கூப்பிடுவது வழக்கம். மூன்று ஆண்டுகளுக்கு முன்பு கோடைப் பருவத்துக்காக தனிக்கட்டுகளில் ஒன்றை வாடகைக்கு எடுத்துக் கொண்டாள்; அங்கேயே பெலக்கூரவுடன் தங்கி விட்டாள், என்றென்றைக்குமாய் என்றே சொல்ல வேண்டும். பெலக்கூரவைவிட அவள் பத்து வயது மூத்தவள், அவரைச் சரியானபடித் தன்பிடிக்குள் இருத்தி வைத்திருந்தாள். வெளியே எங்கும் போகுமுன் அவளிடம் அவர் அனுமதி கேட்க வேண்டியிருந்தது. அடிக்கடி அவள் கரகரப்பான ஆண் குரலில் விக்கிவிக்கி அழுவாள்; அழுகையை நிறுத்தாவிடில் நான் வீட்டைக் காலி செய்துவிட்டுப் போய்விடுவேன் என்று அவளுக்குச் சொல்லியனுப்ப வேண்டியிருக்கும்; அதன் பிறகு தான் அழுகையை நிறுத்துவாள் அவள்.

நாங்கள் வீட்டுக்குப் போய்ச் சேர்ந்ததும் பெலக்கூரவ் புருவங்களை நெரித்துக் கொண்டு சிந்தித்தவாறு எனது சோபாவில் அமர்ந்திருந்தார்; நான் கூடத்தில் மேலும் கீழுமாய் நடந்தேன். காதல் கொண்டு விட்டாற் போல் உணர்ச்சி வயப்பட்டுக் கலங்கினேன். வல்ச்சானினவ் குடும்பத்தைப் பற்றி பேச வேண்டுமென்ற ஆவல் என்னுள் எழுந்தது.

"லீதாவால் யாராவது சேம்ஸ்த்வோ உறுப்பினரைத் தான், தன்னைப் போலவே மருத்துவமனைகளிலும் பள்ளிக் கூடங்களிலும் ஆர்வம் கொண்டுள்ளவரைத் தான் காதலிக்க முடியும்" என்றேன் நான். "ஆனால் இம்மாதிரியான ஒரு பெண்ணுக்காகச் சேம்ஸ்த்வோ உறுப்பினராவதென்ன, நாட்டுக் கதையில் கூறப்படும் காதலனைப் போல் இரும்பு மிதியடிகள் போட்டுக் கொண்டு நடக்கவுங் கூட எவரும் மகிழ்ச்சியோடு முன் வருவாரே. மிஸ்ஸியைப் பற்றிச் சொல்லவும் வேண்டுமா? எவ்வளவு இனிமையானவள் இந்த மிஸ்ஸி!"

இடையிடையே பல தரம் "ஊ-ஆ" என்று இழுத்தவாறு பெலக்கூரவ் நமது காலத்துக்குரிய பிணியான நம்பிக்கை வறட்சி குறித்து தமது கருத்துக்களை நீட்டி வளர்த்துக் கூற முற்பட்டார். அவருடைய குரலின் தொனியிலிருந்து பார்த்தபோது நான் அவருடன் வாதாடியதாகவே யாருக்கும் தோன்றியிருக்கும். வெயிலில் பொசுங்கி ஒரே பொட்டலாய் எல்லையின்றிச் செல்லும் பாலை வெளியுங்கூடத் தனி ஆளாய் அறையில்

அமர்ந்து முடிவின்றி ஓயாமல் பேசிச் செல்கிறவரைக் காட்டிலும் அதிகமாய் அலுப்பூட்டுவதாய் இருக்காது.

"நம்பிக்கை வறட்சியோ நம்பிக்கைச் செழிப்போ அல்ல பிரச்சினை" என்று எரிச்சலாகவே கூறினேன் நான். "விவகாரம் என்னவென்றால் நூற்றுக்குத் தொண்ணூறு பேர் மூளையில்லாதவர்களாய் இருக்கிறார்கள்."

இது தன்னைப் பற்றிக் கூறப்பட்டதாய்க் கருதிக் கொண்டு, கோபமாய் வெளியே போய்ச் சேர்ந்தார் பெலக்கூரவ்.

3

"கோமகன் மலஸேமவோவில் வந்து தங்கியிருக்கிறார், உனக்கு வணக்கம் தெரிவிக்கச் சொன்னார்" என்றாள் லீதா அவளுடைய தாயிடம். எங்கோ சென்று விட்டு அப்பொழுது தான் திரும்பி வந்து தனது கையுறைகளைக் கழற்றிக் கொண்டிருந்தாள். "மிகவும் சுவையாய்ப் பேசினார் அவர். மாநிலக் குழுவின் அடுத்த கூட்டத்தில் மலஸேமவோவில் மருத்துவச் சாவடி நிறுவும் பிரச்சினையை எழுப்புவதாய் வாக்களித்தார். ஆனால் நம்பிக்கை அதிகமில்லை என்றார்." உடனே என் பக்கம் திரும்பி, "என்னை மன்னிக்க வேண்டும், இம்மாதிரி விவகாரங்களில் உங்களுக்கு நாட்டமிருக்காது என்பதை நான் மீண்டும் மீண்டும் மறந்து விடுகிறேன்."

எனக்கு எரிச்சல் வந்து விட்டது.

"நாட்டமில்லாமல் என்ன?" என்று தோள்களை உலுக்கிக் கொண்டு கேட்டேன் நான். "என் அபிப்பிராயத்தைத் தெரிந்து கொள்ள வேண்டுமென நீ கவலைப்படவில்லை. ஆனால் இந்தப் பிரச்சினையில் எனக்கு நாட்டம் நிறைய உண்டென்று வலியுறுத்திச் சொல்கிறேன்."

"அப்படியா?"

"ஆம், அப்படித்தான். என்னுடைய அபிப்பிராயத்தில் மலஸேமவோவில் மருத்துவச் சாவடி வேண்டியதில்லை."

எனது எரிச்சல் அவளையும் பீடித்துக் கொண்டது. கண்களைச் சுளித்துக் கொண்டு என்னை உற்று நோக்கியவாறு கேட்டாள் அவள்:

"வேறு என்ன வேண்டுமாம் - இயற்கைக் காட்சி ஓவியங்களா?"

"இயற்கைக் காட்சி ஓவியங்களும் வேண்டியதில்லை. அங்கே எதுவுமே வேண்டியதில்லை."

கையுறைகளை அவள் கழற்றியெடுத்து விட்டாள், தபால் நிலையத்திலிருந்து அப்போதுதான் எடுத்து வரப்பட்ட செய்தியேட்டைப் பிரித்துக் கொண்டிருந்தாள். அவள் தனது உணர்ச்சிகளைக் கட்டுப்படுத்திக் கொள்ள முயன்றது தெரிந்தது; ஒரு நிமிடத்துக்குப் பிற்காடு அமைதியாகவே கூறினாள்:

"சென்ற வாரம் ஆன்னா பிள்ளைப் பேறின் போது இறந்து விட்டாள். இப்பகுதியில் மருத்துவச் சாவடி ஒன்று இருந்திருந்தால் இப்பொழுது அவள் உயிரோடு இருப்பாள். இயற்கைக் காட்சி ஓவியர்களுங்கூட இது சம்பந்தமாய்க் கருத்துடையோராய் இருப்பது நல்லதென்று தோன்றுகிறது எனக்கு."

"இது சம்பந்தமாய் நான் திட்டவட்டமான கருத்துடையவன் தான்" என்று பதிலளித்தேன் நான். ஆனால் அவள் நான் சொன்னதைக் கேட்க விரும்பாதவளாய் என் பார்வையில் படாமல் செய்தியேட்டுக்குப் பின்னால் மறைந்து கொண்டாள். "என்னுடைய அபிப்பிராயத்தில் மருத்துவச் சாவடிகள், பள்ளிக்கூடங்கள், நூலகங்கள், மருந்தகங்கள் ஆகியவை எல்லாம் தற்போதுள்ள நிலைமைகளில் அடிமை நிலையை உறுதி செய்யவே பயன்படுகின்றன. கனத்த சங்கிலிகளால் மக்கள் கட்டுண்டு கிடக்கிறார்கள் நீ இவற்றை உடைத்தெறிய முயலாமல் புதிய கரணைகளைச் சேர்த்துச் செல்கிறாய் - நான் திடமாய் நம்பும் கருத்துக்களைச் சொல்லிவிட்டேன், தெரிந்து கொள்!"

கண்களை உயர்த்தி அவள் என் முகத்தைப் பார்த்துவிட்டு இளக்காரமாய் நகைத்துக் கொண்டாள். ஆனால் நான் எனது அடிப்படைக் கருத்தைத் தெளிவாய் உணர்த்த விரும்பித் தொடர்ந்து பேசினேன்.

"இங்கு முக்கியமாய்க் கூறப்பட வேண்டியது ஆன்னா பிள்ளைப் பேறின் போது இறந்து போனதல்ல; ஆன்னாவும் மாவ்ராவும் பெலகேயாவும் விடிந்ததிலிருந்து இரவு வரை நிமிராமலே வேலை செய்து, இந்தக் கடின உழைப்பாலேயே நலமிழந்து நோய் வாய்ப்பட்டு, பட்டினியால் வாடிப்

பிணியால் வதைபடும் குழந்தைகள் குறித்து கவலையுற்று வாழ்வெல்லாம் சாவையும் நோயையும் கண்டு அஞ்சி, ஆயுள் முழுதும் மருந்துண்டு சிகிச்சை பெற்று, காலத்துக்கு முன்னதாகவே வதங்கிப் போய் வயோதிகமடைந்து அழுக்கிலும் நாற்றத்திலும் மடிய வேண்டியிருக்கிறதே இதைத் தான் இங்கு முக்கியமாய்க் கூற வேண்டும். இவர்களது குழந்தைகள் வளர்ந்து பெரியவர்களானதும், அவர்களுக்கும் இதே கதிதான் ஏற்படுகிறது. எத்தனையோ நூறு ஆண்டுகள் இம்மாதிரி கழிந்து வருகின்றன, கோடிக் கணக்கான மக்கள் கவள உணவுக்காக வேண்டி மிருகங்களுக்கும் கேடான நிலைமைகளில் அவதியுறுகிறார்கள், முடிவின்றி அஞ்சி அஞ்சிக் காலமோட்டுகிறார்கள். இவர்களது இந்த நிலைமையின் மிகவும் பயங்கரமான விளைவு என்னவெனில், தமது ஆத்மாவைப் பற்றி நினைக்கவே, தெய்வத்தின் பிம்பமாகிய தம்மைப் பற்றி நினைக்கவே இவர்களுக்கு நேரம் இருப்பதில்லை. பசி, குளிர், உயிர் வாழ்வின் கொடுமை, ஓயாமல் வருத்தும் உழைப்பு ஆகிய இவை சரிந்து விழும் பனிப் பாறைகள் போல் ஆன்மிகச் செயற்பாடுகளுக்கான எல்லாப் பாதைகளையும், விலங்குகளிலிருந்து மனிதர்களை வேறுபடுத்தி வாழ்க்கையை வாழத் தக்கதாக்கும் யாவற்றுக்குமான எல்லாப் பாதைகளையும் மூடிப் புதைத்து விடுகின்றன. மருத்துவமனைகளையும் பள்ளிக் கூடங்களையும் கொண்டு நீ இவர்களுக்கு உதவப் பார்க்கிறாய். ஆனால் இதன் மூலம் நீ இவர்களது அடிமைச் சங்கிலிகளிலிருந்து இவர்களை விடுவிக்கவில்லை; மாறாக மேலும் கடுமையாய் இவர்களை அடிமைப்படச் செய்கிறாய். எப்படி என்றால் இவர்களுடைய வாழ்வில் நீ புதிய மூட நம்பிக்கைகளைப் புகுத்தி, இவர்களுடைய தேவைகளை அதிகமாக்குகிறாய்; இதன்றி, குறுதி அட்டைகளுக்காகவும் புத்தகங்களுக்காவும் இவர்கள் சேம்ஸ்த்வோவுக்குத் தொகைகள் செலுத்த வேண்டி வருகிறது; இவற்றின் விளைவாய் இவர்கள் மேலும் கடுமையாய் வேலை செய்ய வேண்டியதாகி விடுகிறது."

"உங்களுடன் நான் வாதாடப் போவதில்லை" என்று சொல்லி, செய்தியேட்டை முகத்துக்குக் கீழே தணித்துக் கொண்டாள் லீதா. "இதெல்லாம் முன்பே நான் கேட்டிருக்கும் பேச்சுதான். ஒன்றை மட்டும் சொல்ல விரும்புகிறேன்: கையைக் கட்டிக் கொண்டு சும்மா இருக்கலாகாது. மெய்தான், நாங்கள் மனிதக் குலத்தைப் பாதுகாத்து விடவில்லை; நாங்கள் தவறுகள் பலவும் செய்வோராகவோ இருக்கலாம். ஆயினும் எங்களால்

முடிந்ததைச் செய்கிறோம், ஆம் - இதுதான் சரியானது. பண்பாடுடைய எவருக்கும் மிக உன்னதமான, புனிதமான கடன், அவரது அண்டை அயலாருக்குப் பணி புரிவதுதான். எங்கள் ஆற்றலுக்கு இயன்றதைச் செய்ய முயலுகிறோம். நாங்கள் செய்வது உங்களுக்குப் பிடிக்கவில்லை, ஆனால் எல்லார்க்கும் பிடிக்கும்படி யாராலும் நடந்துகொள்ள முடியாது."

"மெய்தான், லீதா, நீ சொல்வது மெய்தான்" என்றாள் அவள் தாய்.

லீதாவின் முன்னிலையில் எப்போதுமே இவ்வன்னை மிரண்ட நிலையில் தான் இருப்பது வழக்கம். முட்டாள்தனமாய் அல்லது பொருத்தமற்றதாய் எதாவது சொல்லி விடுவோமோ என்று பயந்து கலக்கத்துடன் லீதாவின் பக்கம் திரும்பிப் பார்த்துக் கொண்டுதான் பேசுவார். லீதா சொல்வதற்கு மாறாய் ஒன்றுமே சொல்ல மாட்டார், எப்போதும் அவளுக்கு ஒத்து ஊதுவார்: "மெய்தான், லீதா, நீ சொல்வது மெய்தான்."

"விவசாயிகளுக்கு எழுத்தறிவித்தலும், வருந்தத்தக்கப் புத்திமதிகளும் மூதுரைகளும் அடங்கிய புத்தகங்களும், மருத்துவச் சாவடிகளும் அவர்களது அறியாமையையோ, மரண விகித்தையோ குறைத்துவிடப் போவதில்லை, எப்படி உன்னுடைய சன்னல்களிலிருந்து வெளிப்படும் வெளிச்சம் இந்தப் பெரிய பூங்காவை ஒளி பெறச் செய்துவிட முடியாதோ அது போல" என்றேன் நான். "இவர்களுக்கு நீ எதுவும் கிடைக்கச் செய்து விடவில்லை, இம்மக்களுடைய வாழ்வில் தலையிட்டு நீ இவர்கள் வேலை செய்வதற்காகப் புதிய தேவைகளை, புதிய காரணங்களைத் தான் உண்டு பண்ணுகிறாய்."

"அட கடவுளே, ஒன்றுமே செய்யாமல் சும்மாயிருந்தால்சரியாகி விடுமோ!" என்று சிடுசிடுப்பாய்க் கூறினாள் லீதா. என்னுடைய வாதங்களை அவள் அற்பமான, அருவருக்கத்தக்க வாதங்களாய்க் கருதினாள் என்பது அவளுடைய குரலின் தொனியிலிருந்து புலப்பட்டது.

"கடினமான உடல் உழைப்பிலிருந்து மக்களை விடுவிக்க வேண்டும்" என்றேன் நான். "மூச்சுவிட நேரம் கிடைக்கச் செய்தாக வேண்டும்; அப்பொழுதுதான் வாழ்நாள் முழுதும் அவர்கள் அடுப்படியிலும் சலவைத் தொட்டியிலும் கழிக்க வேண்டியிராமல், அல்லது வயலில் வேலை செய்ய

வேண்டியிராமல், தமது ஆத்மாவையம் கடவுளையும் பற்றி சிந்திக்க அவகாசம் பெறமுடியும், தமது ஆன்மிக ஆற்றலை வெளிப்படுத்த வாய்ப்புடையோராக முடியும். ஒவ்வொரு ஆளுக்கும் ஆன்மிகப் பணி ஒன்று இருக்கிறது - ஓயாமல் உண்மையைத் தேடுவதுதான், வாழ்வின் உட்பொருள் முக்கியத்துவத்தைத் தேடுவதுதான் அந்தப் பணி. முரட்டுத்தனமான உடல் உழைப்பிலிருந்து அவர்களை விடுவித்து, தாம் சுதந்திரமுடையவர்கள் என்பதை அவர்கள் உணரட்டும், பிறகு இந்தப் புத்தகங்களும் மருந்தகங்களும் வெறும் கேலிக் கூத்தேயாகும் என்பதை நீ காண்பாய். எம்மனிதனும் தனது மெய்யான வாழ்க்கைப் பணியை உணருவானாயின், அவனுக்கு மன நிறைவு அளிக்க வல்லவை சமயமும் விஞ்ஞானமும் கலையும் மட்டுமே அன்றி, மேற்கூறிய அற்பத்தனங்கள் அல்ல."

"உழைப்பிலிருந்து அவர்களை விடுவிப்பதாவது!" என்று லீதா கேலி செய்தாள். "முடியுமா இது?"

"முடியும். மக்களிடமிருந்து அவர்களது வேலைகளில் ஒரு பகுதியை நாமே ஏற்றுக்கொள்ள வேண்டும். உடல் தேவைகளைப் பூர்த்தி செய்வதற்காக மனித குலத்தின் மிகப் பெரும் பகுதியோர் தமது நேரத்தைச் செலவிட வேண்டியிருக்கும் உழைப்பில் நகரத்திலும் கிராமத்திலும் வசிக்கும் நாம் எல்லோரும், விதிவிலக்கின்றி எல்லோரும், நமக்குரிய பங்கை ஏற்க உடன்படுவோமாயின், நாம் ஒவ்வொருவரும் அப்பொழுது நாள் ஒன்றுக்கு இரண்டு மூன்று மணி நேரத்துக்கு மேல் வேலை செய்ய வேண்டியில்லாமற் போகலாம். பணக்காரர்களும் ஏழைகளுமான நாம் எல்லோரும் நாள்தோறும் மூன்று மணி நேரம் மட்டுமே வேலை செய்து எஞ்சிய நேரம் நமக்கே உரியதாகும் போது எப்படி இருக்கும், நீயே ஆலோசித்துப் பார்! நமது உடலை நாம் இன்னும் குறைந்த அளவுக்கே சார்ந்தோராய் இருந்து, இன்னும் குறைந்த அளவுக்கு வேலை செய்யும் பொருட்டு, நமது உழைப்புக்குப் பதிலாய் அமையக் கூடிய இயந்திர சாதனங்களைக் கண்டு பிடிப்போமானால், மற்றும் நமது தேவைகளின் எண்ணிக்கையைக் குறைந்த பட்ச அளவுக்குக் குறைத்துக் கொள்ள முயலுவோமானால் எப்படி இருக்கும் என்பதையும் ஆலோசித்துப் பார்! நம்மையும் நமது குழந்தைகளையும் நாம் வலிவுடையோராய் ஆக்கிக் கொள்வோம்; இவர்கள் பசி என்றும் குளிர் என்றும் அஞ்ச வேண்டியிருக்காது ஆன்னாவும் மாவ்ராவும் பெலகேயாவும் கவலைப்படுகிறார்களே அது போல் நமது உடல் நலம்

குறித்து ஓயாது நாம் கவலைப்பட வேண்டியிருக்காது. நாம் மருந்துகள் சாப்பிடாவிட்டால், மருந்தகங்களும் புகையிலை ஆலைகளும் சாராய ஆலைகளும் நடத்த வேண்டியிராவிட்டால், இதன் விளைவாய் எவ்வளவு அதிகமாய் நமக்கு நேரம் மிச்சமாகுமென்று சிந்தித்துப் பார்! இந்த நேரத்தை நாம் விஞ்ஞான, கலைத் துறைகளிலான ஒன்றுபட்ட வேலைகளுக்குச் செலவிடலாம். விவசாயிகள் எல்லோருமாய்ச் சேர்ந்து சில சமயம் சாலைகளைப் பழுது பார்க்கிறார்களே, அதே போல நாம் எல்லோருமாய்ச் சேர்ந்து பொது உடன்பாட்டின் பேரில் உண்மையையும் வாழ்வின் கருப் பொருளையும் தேட முடியும், அப்பொழுது - எனக்கு எந்தச் சந்தேகமும் இல்லை - விரைவில் உண்மை கண்டுபிடிக்கப்பட்டுவிடும், மனிதகுலம் மரணத்திடம் கொண்டுள்ள இந்த வாட்டி வதைத்துப் படுத்தி வைக்கும் தீராத அச்சத்திலிருந்து விடுவிக்கப்பட்டுவிடும் - ஏன் மரணத்திலிருந்தே கூட விடுவிக்கப்பட்டுவிடும்.”

“முன்னுக்குப் பின் முரணாய்ப் பேசுகிறீர்கள்” என்றாள் லீதா. “விஞ்ஞானம் வேண்டுமென்று பிரசாரம் செய்கிறீர்கள், அதே போது எழுத்தறிவு வேண்டுமென்ற கருத்தை எதிர்க்கிறீர்கள்.”

“மதுவிடுதிகளது பெயர்களை எழுத்துக் கூட்டிப் படிப்பதற்கு மேல், தமக்குப் புரியாத புத்தகங்களை எப்போதாவது சில நேரம் படிப்பதற்கு மேல் அதிகமாய் மக்களுக்கு வல்லமை அளித்து விடாது இந்த எழுத்தறிவு நம் நாட்டில் ரூரிக்கின் காலம் முதலாகவே இருந்து வந்துள்ளதுதான்; கோகலின் பெத்ரூஷ்காவுக்கு* நெடுங்காலமாகவே படிக்கத் தெரியும்: ஆயினும் கிராமப்புறம் ரூரிக்கின்** காலத்திலிருந்தே அதே நிலையில் தான் மாற்றமின்றி இன்னமும் இருந்து வருகிறது. நமக்கு வேண்டியது எழுத்தறிவல்ல, நமது ஆன்மிக ஆற்றலை முழு அளவுக்கு வெளிப்படச் செய்வதற்கான ஓய்வு நேரம் தான் நமக்கு வேண்டும். தேவைப்படுகிறவை பள்ளிக்கூடங்களல்ல, பல்கலைக்கழகங்கள்தான் வேண்டும் நமக்கு.”

“மருத்துவத்தை நீங்கள்எதிர்க்கிறீர்கள்”

---

* பெத்ரூஷ்கா - நிக்கலாய் வசீலியெவிச் கோகலின் **மரித்த ஆத்மாக்கள்** (Dead Souls) நாவலில் வரும் ஒரு பாத்திரம். பணியாளான இவன் என்ன படிக்கிறோம் என்று புரிந்து கொள்ளாமலே எழுத்துக் கூட்டிப் படிக்கத் தெரிந்தவன்.

** ரூரிக் - ஸ்காண்டினேவிய நாடோடிகளது அரசன். 862ஆம் ஆண்டில் நவ்கோரத்தின் மீது (ருஷ்யாவின் வட மேற்கில் இருந்த பழைய ருஷ்யக் குறுநில அரசு) படையெடுத்து அதன் அரசரானார்.

"ஆம். இயற்கை நிகழ்வாகிய நோய் குறித்து ஆராய்ந்தறிந்து கொள்ள மட்டுமே மருத்துவம் வேண்டுமே ஒழிய, நோயைக் குணப்படுத்துவதற்காக அல்ல. சிகிச்சை தேவையாய் இருந்தால், நோயின் காரணங்களுக்கான சிகிச்சையாய் இருக்கட்டும் அது, நோய்க்கான சிகிச்சையாய் இருக்க வேண்டாம். பிரதான காரணமாய் இருக்கும் உடல் உழைப்பை அகற்றுங்கள், பிறகு நோய்களுக்கு இடமில்லாமற் போய்விடும். குணப்படுத்த நினைக்கும் விஞ்ஞானத்தை நான் அங்கீகரிக்கவில்லை" என்று பரபரப்புற்றுத் தொடர்ந்து பேசினேன். "மெய்யான விஞ்ஞானமும் கலையும் தற்காலிகமான அரைகுறை நடவடிக்கைகளை நோக்கமாய்க் கொள்வதில்லை; என்றைக்கும் நிலையானவையும் பொதுவானவையுமே அவற்றின் குறிக்கோள். அவை உண்மையையும் வாழ்வின் உட்பொருளையும் தேடுகிறவை; தெய்வத்தையும் ஆத்மாவையும் நாடுகிறவை. அவற்றைப் போய் நொடிப் பொழுதுக்கான தேவைகளுடன், மருந்தகங்களோடும் நூலகங்களோடும் பிணைத்து இருத்தும் போது அவை வாழ்க்கையைச் சிக்கலாக்கிச் சுமையாக்கவே செய்யும். மருத்துவர்களும் இரசாயனவியலினரும் வழக்கறிஞர்களும் நம்மிடம் ஏராளம் இருக்கிறார்கள், எழுத்தறிந்தோரும் ஏராளமாய் இருக்கிறார்கள், ஆனால் உயிரியலாளர்களும் கணிதவியலாளர்களும் தத்துவியலினரும் கவிஞர்களும் இல்லை. நமது மூளையும் நமது ஆன்மிக ஆற்றலும் தற்காலிக, கண நேரத் தேவைகளுக்காக விரயமாக்கப்படுகின்றன... விஞ்ஞானிகளும் எழுத்தாளர்களும் ஓவியர்களும் வைராக்கியமாய் வேலை செய்கிறார்கள், இவர்களுடைய பணிகளின் பயனாய் வாழ்க்கையின் வசதிகள் நாள்தோறும் அதிகரிக்கின்றன, நமது உடலின் தேவைகள் பெருகுகின்றன. ஆயினும் நாம் உண்மையிடமிருந்து நெடுந் தொலைவிலேதான் இருக்கிறோம், மனிதன் இன்னமும் மிகப் பெரிய கொள்ளைக்காரனாகவே, விலங்குகளில் மிகவும் அசுத்தமான விலங்காகவே இருக்கிறான். மொத்தத்தில் மனித குலம் சீரழிவதையும் ஜீவ ஆற்றல் மீட்கப்பட முடியாதபடிச் சேதமாவதையும் நோக்கியே யாவற்றின் போக்கும் இருந்து வருகிறது. இப்படிப்பட்ட நிலைமைகளில் கலைஞனின் வாழ்க்கை அர்த்தமற்றதாகி விடுகிறது. அவன் எவ்வளவுக்கு எவ்வளவு ஆற்றல் படைத்தவனாய் இருக்கிறானோ, அவ்வளவுக்கு அவ்வளவு அவனுடைய நிலை மோசமாயிருக்கிறது, அவ்வளவுக்கு அவ்வளவு புரியாத ஒன்றாகிறது அவன் ஆற்றும் பணி. ஏனெனில் மேம்போக்காய்ப் பார்க்கையில்

அவன் தற்போதுள்ள நிலவரங்களை ஆதரிப்பதன் மூலம் கொள்ளைக்கார, அசுத்த விலங்கின் களியாட்டத்துக்காக வேலை செய்கிறவனாகவே தோன்றுகிறான். இந்த நிலையில் நான் வேலை செய்ய விரும்பவில்லை, வேலை செய்யவும் மாட்டேன்... எதுவும் வேண்டியதில்லை, உலகம் தடதடத்துச் சுக்குநூறாய்த் தகரட்டும்..."

"மிஸ்ஸி, நீ எழுந்து போ" என்று லீதா தன் தங்கையிடம் சொன்னாள், என்னுடைய பேச்சு அவ்வளவு இளையவாகிய அவள் கேட்பதற்கு ஏற்றதல்ல என்பதாய் லீதா கருதினாள்.

ழேன்யா அழாக்குறையாய்த் தன் அக்காளிடமிருந்து அம்மா வரை பார்த்துவிட்டு வெளியே போய்ச் சேர்ந்தாள்.

"தமது கருத்தின்மைக்கு நியாம் கூறிக் கொள்ள விரும்புவோர் இம்மாதிரி உன்னதமானவற்றை எல்லாம் சொல்வது வழக்கம்தான்" என்றாள் லீதா. "சிகிச்சை செய்வதையும் கல்வி போதிப்பதையும் காட்டிலும் மிகச் சுலபமே, மருத்துவமனைகள், பள்ளிக்கூடங்கள் இவற்றின் பயன்பாட்டை மறுத்துப் பேசுவது..."

"மெய்தான், லீதா, நீ சொல்வது மெய்தான்" என்றாள் அவள் தாய்.

"ஓவியம் தீட்டுவதை விட்டொழித்து விடப் போவதாய்க் கூறுகிறீர்கள்" தொடர்ந்து கூறினாள் லீதா. "உங்களுடைய வேலையை நீங்கள் மிக உயர்ந்ததாகவே மதிப்பிடுகிறீர்கள், இது நன்றாகவே தெரிகிறது. விவாதித்தது போதும், நிறுத்திக் கொள்வோம் - ஒருபோதும் நாம் உடன்பாட்டுக்கு வர முடியாது. ஏனெனில் சற்றுமுன் நீங்கள் அவ்வளவு இளக்காரமாய்க் குறிப்பிட்டீர்களே, அந்த நூலகங்களிலும் மருந்தகங்களிலும் மிகவும் குறைபாடானவற்றையுங்கூட உலகிலுள்ள இயற்கைக் காட்சி ஓவியங்கள் யாவற்றையும்விட உயர்ந்தவையாய் நான் மதிப்பிடுகிறேன்." இதைச் சொல்லிவிட்டு அவள் சட்டெனத் தன் தாயின் பக்கம் திரும்பி முற்றிலும் மாறான ஒரு குரலில் அவளிடம் பேச ஆரம்பித்தாள். "கோமகன் பெரிதும் மெலிந்து போய் விட்டார், முன்பு அவர் இங்கே வந்தபோது இருந்தது போல் இல்லை, வெகுவாய் மாறிவிட்டார். அவரை சிகிச்சைக்காக விச்சீயிற்கு அனுப்பப் போகிறார்கள்."

என்னுடன் பேசுவதைத் தவிர்த்துக் கொள்வதற்காக அவள் தன் தாயுடன் கோமகனைப் பற்றிப் பேசினாள். அவள் முகம் செக்கச் சிவந்திருந்தது; தனது மனக் கிளர்ச்சியை மறைத்துக் கொள்ளும் பொருட்டு, கிட்டப் பார்வையுடையவள் போல் மேஜை மீது கவிழ்ந்து கொண்டு செய்தியேட்டைப் படிப்பதாய்ப் பாவனை செய்தாள். நான் இருந்தது அவளுக்குப் பிடிக்கவில்லை, இது வெளிப்படையாகவே தெரிந்தது. நான் விடைபெற்றுக் கொண்டு வீட்டுக்குப் புறப்பட்டேன்.

4

முற்றத்தில் அமைதி நிலவிற்று. குளத்துக்கு எதிர்க் கரையிலிருந்த கிராமம் தூங்கிக் கொண்டிருந்தது. அனேகமாய்க் கண்ணுக்கு புலப்படாதவாறு குளத்தின் நீரில் மினுமினுத்த மங்கலான விண்மீன் பிம்பங்களைத் தவிர்த்து வேறு ஒளி எதுவும் தெரியவில்லை. என்னை வழியனுப்புவதற்காக, சிங்கங்களையுடைய வாயில் வழியில், ழேன்யா அசையாது நின்றிருந்தாள்.

“கிராமத்தில் எல்லாரும் தூங்குகிறார்கள்” என்றேன் நான். இருட்டில் அவளது முகத் தோற்றத்தை உற்று நோக்க முயன்ற எனக்கு என் முகத்தின் மீது பதிந்திருந்த துயரம் தோய்ந்த இரு கரு விழிகள் மட்டுமே தெரிந்தன. “சத்திரக்காரரும் குதிரைத் திருடர்களும் அமைதியாய்த் தூங்குகிறார்கள், ஆனால் மதிப்புக்குரியோரான நாம் ஒருவருக்கொருவர் எரிச்சல் மூட்டி வாதம் புரிகிறோம்.”

ஆகஸ்டு மாதத்தின் சோர்வான இரவு அது; ஏன் சோர்வான தெனில், காற்றிலே கூதிர்ப் பருவத்தின் மூச்சு கலந்திருந்தது. கருஞ் சிவப்பு மேகத்தின் மறைவிலிருந்து வெண்மதி எழுந்து கொண்டிருந்தது, ஆனால் இரு மருங்கிலும் கூதிர்ப் பருவ வயல்கள் விரிந்திருந்த சாலையை அதனால் ஒளி பெறச் செய்ய முடியவில்லை. எரி நட்சத்திரங்கள் ஓயாமல் வானத்திலே பாய்ந்தோடின. ழேன்யா என் பக்கத்தில் சாலையிலே நடந்து வந்தாள். எரி நட்சத்திரங்கள் கண்ணில் படாமலிருக்கும் பொருட்டு அவள் மேலே பார்க்காமலிருக்க முயன்றாள், எக்காரணத்தாலோ எரி நட்சத்திங்கள் அவளை மிரளச் செய்தன.

“நீங்கள் சொன்னது எனக்குச் சரியென்றே படுகிறது” என்று அந்திப் பொழுதின் ஈரத்தில் நடுங்கியவாறு சொன்னாள் அவள்.

"நாம் எல்லோரும் ஒன்றுசேர்ந்து ஆன்மிகச் செயற்பாடுகளில் முழு மூச்சுடன் ஈடுபடுவோமாயின் விரைவில் யாவற்றையும் நாம் கண்டுபிடித்து விடலாம்."

"ஆமாம், நாம் உயர் வகைப் பிறவிகள், மனித அறிவாற்றலின் சக்தியை உண்மையில் நாம் மதித்துப் போற்றுவோராய் இருந்த உயர்வான குறிக்கோள்களுக்காக வாழ்வோமானால், முடிவில் நாம் தெய்வங்களைப் போன்றோராகி விடுவோம். ஆனால் அது எந்நாளும் நடக்கப் போவதில்லை - மனிதகுலம் சீரழிந்து செல்கிறது, சீக்கிரத்தில் அறிவாற்றலானது தடமற்று மறைந்து போய்விடும்."

வாயில் வழி பார்வையிலிருந்து மறையும் தொலைவுக்கு நடந்ததும், ழேன்யா அசையாது நின்றாள்; பிறகு அவசரமாய் என் கையை அழுத்தினாள்.

"வணக்கம்" என்று நடுங்கியபடிச் சொன்னாள். தோள்களை மூடியிருந்த மெல்லிய சட்டைக்கு மேல் அவள் ஒன்றும் போட்டிருக்கவில்லை, குளிர் அவளைக் குறுகிக் குமையச் செய்தது. "நாளைக்கு வாருங்கள்" என்றாள்.

என் மீதும் ஏனையோர் மீதும் கசப்பு உண்டாக்கிய இந்த எரிச்சலான மனநிலையில் நான் தனியே இருந்தாக வேண்டுமே என்று நினைத்துக் கதிகலங்கினேன். நானும் எரி நட்சத்திரங்களைப் பார்க்காமலிருக்க முயன்றேன்.

"இன்னும் சற்று நேரம் என்னுடன் இருந்து விட்டுப் போகலாம்" என்றேன். "உன்னை வேண்டுகிறேன்."

ழேன்யாவின் மீது எனக்குக் காதல். என்னை அவள் வரவேற்ற முறைக்காகவும், வழியனுப்பிய முறைக்காவும், என்மீது அவள் பதித்து வந்த அன்பு கனிந்த, வியந்து போற்றும் பார்வைக்காகவும் அவள் மீது நான் காதல் கொண்டிருக்க வேண்டும். அவளுடைய வெளிறிய முகம், மெல்லிய கழுத்து, மென்கரங்கள், அவளது மெல்லியல்பு, வேலையற்றவளாய்ச் சும்மாயிருக்கும் அவளது நிலை, அவளுடைய புத்தகங்கள் ஆகிய யாவும் என்னை மயங்கிச் சொக்கச் செய்தன. அவளது மனம் எப்படிப்பட்டது? அவள் கூரறிவு படைத்தவள் என்பதாய் உள்ளுக்குள் எனக்கு ஓர் எண்ணம் இருந்து வந்தது. அவளது விசாலமான மனப்பான்மையை நான் பாராட்டிவந்தேன்; என்னிடம் பற்றுதல் இல்லாத, கண்டிப்பு

வாய்ந்த, கவர்ச்சிகரமான லீதாவைப் போலல்லாது அவள் வேறுவிதமான சிந்தனைகள் உடையவளாய் இருந்ததால் நான் இப்படி அவளைப் பாராட்டியிருக்கலாம். கலைஞன் என்ற முறையில் என்னை ழேன்யாவுக்குப் பிடித்திருந்தது, எனது கலைத் திறனால் நான் அவளது உள்ளத்தைக் கவர்ந்து கொண்டு விட்டேன். அவளுக்காக மட்டுமே ஓவியம் தீட்ட வேண்டுமென நான் அடங்காத ஆவல் கொண்டிருந்தேன்; அவள் எனது இன்னரும் அரசியாய் அமைந்து, என்னுடன் சேர்ந்து இந்தக் கிராமங்கள், கழனிகள், இந்தப் பனிமூட்டம், அந்தி ஒளிர்வு, இந்த இயற்கைச் சூழல் ஆகிய யாவற்றின் மீதும் - கோலோச்சுவதாய்க் கனவு கண்டேன்.

"இன்னும் சற்று நேரம் காத்திருக்க வேண்டும் நீ" என்றேன். "மன்றாடிக் கேட்டுக் கொள்கிறேன்."

என்னுடைய கோட்டைக் கழற்ற குளிர்ந்துவிட்ட அவள் தோள்கள் மீது போர்த்தினேன். ஆடவர் கோட்டில் தன்னைப் பார்ப்பதற்கு வேடிக்கையாகவும் அவந்தரையாகவும் இருக்குமென பயந்த அவள் சிரித்துக் கெண்டு அதை உதறித் தள்ளினாள். அவளை நான் கட்டியணைத்து அவள் முகத்திலும் தோள்களிலும் கைகளிலும் முத்தங்கள் சொரிய ஆரம்பித்தேன்.

"நாளை சந்திப்போம் மீண்டும்" என்று என் காதுக்குள் முணுமுணுத்து, இரவின் அமைதி குலைந்துவிடுமோ என்று அச்சங் கொண்டாற் போல் எச்சரிக்கையுடன் என்னை கட்டித் தழுவிக் கொண்டாள். "வீட்டில் நாங்கள் எதையும் ஒருவருக்கொருவர் சொல்லிக் கொள்ளாமல் இரகசியமாய் வைத்துக் கொள்வதில்லை, என் தாயிடமும் அக்காளிடமும் யாவற்றையும் உடனே நான் சொல்லியாக வேண்டும்... எனக்கு திகிலாய் இருக்கிறது! அம்மாவைப் பற்றி அச்சமில்லை, அம்மாவுக்கு உங்கள் மீது பிரியம்தான், ஆனால் லீதா!"

அவள் வாயில் வழியை நோக்கி ஓடினாள்.

"வருகிறேன், வணக்கம்!" என்று கூவினாள்.

அவள் ஓடிய சப்தத்தைக் கேட்டுக் கொண்டு இரண்டொரு நிமிடம் நான் நின்றிருந்தேன். என் வீட்டுக்குத் திரும்ப விருப்பமில்லை எனக்கு, அங்கு நான் திரும்புவதற்குக் காரணம் ஏதுமில்லை. சிறிது நேரம் சிந்தனையில் ஆழ்ந்தவனாய்

நின்றிருந்தேன், பிறகு மெதுவாய்த் திரும்பி நடந்தேன், அவள் வசித்த அந்த வீட்டை இன்னொரு தரம் கண் கொண்டு பார்க்க விரும்பி நடந்தேன். அருமையான பழைய வீடு, அதன் முன்மாடத்து சன்னல்கள் கண்களே போல், யாவற்றையும் புரிந்து கொண்டு விட்ட மாதிரி மேலிருந்து என்னைப் பார்த்தன. நான் தாழ்வாரத்தைக் கடந்து சென்று டென்னிஸ் ஆட்ட அரங்குக்கு அருகே தொன்மையான வில்லோ மரத்துக்கடியில் இருட்டில் ஒரு பெஞ்சின் மீது அமர்ந்து, அங்கிருந்து அந்த வீட்டை உற்று நோக்கினேன். மிஸ்ஸியின் அறை இருந்த அந்த முன் மாடத்தின் சன்னல்களில் விளக்கின் வெளிச்சம் பளிச்சிட்டது. பிறகு இந்த வெளிச்சம் இளம் பச்சையாய் மாறிற்று - யாரோ அந்த விளக்கின் மேல் மூடாக்கைப் பொருத்தியிருக்க வேண்டும். நிழல்கள் நடமாடின... என்னுள் கனிவும் அமைதியும் மன நிறைவும் - காதல் கொள்ளக் கூடியவனே நான் என்பது அறிந்து எனக்கு உண்டான அந்த மனநிறைவும் - நிரம்பி வழிந்தன. அதே போது இந்தக் கணத்தில் என்னிடமிருந்து சில தப்படிகளுக்கு அப்பால், இந்த வீட்டின் அறைகளில் ஒன்றினுள் லீதா வசித்து வந்தாள், அவளுக்கு என்னைப் பிடிக்காது, என் மீது அவளுக்கு வெறுப்பாகவுங்கூட இருக்கும் என்னும் எண்ணம் எனக்குக் கவலை தருவதாய் இருந்தது. ழேன்யா வெளியே வருவாள் என்று காத்திருந்தேன், காதுகளைத் தீட்டிக் கொண்டு உட்கார்ந்திருந்தேன். முன் மாடத்தின் பேச்சுக் குரல் என் காதில் விழுவதாய் தோன்றியது எனக்கு.

ஏறத்தாழ ஒருமணி நேரம் கழித்திருக்கும். பச்சை விளக்கு அணைக்கப்பட்டது, இதன் பின் நிழல்களைக் காண முடியவில்லை. வெண்ணிலா இப்பொழுது அந்த வீட்டுக்கு மேல் உயர ஏறிச் சென்றுவிட்டது; உறங்கும் பூங்காவையும் ஆளரவமற்ற நடைபாதைகளையும் அது ஒளி வெள்ளத்தில் மூழ்கச் செய்தது. வீட்டின் முன்னால் பாத்தியில் மலர்ந்திருந்த டாலியாவும் ரோஜாவும் எடுப்பாய்க் கண்ணுக்குத் தெரிந்தன, ஆனால் இம்மலர்கள் யாவும் ஒரே வண்ணமுடையனவாய்த் தோன்றின. குளிர் கடுமையாகிவிட்டது. பூங்காவிலிருந்து வெளியே சென்றேன், சாலையிலிருந்து எனது கோட்டை எடுத்துக் கொண்டு என் வீட்டை நோக்கி மெதுவாய் நடந்தேன்.

மறுநாள் பிற்பகலில் நான் வல்ச்சானினவ் வீட்டுக்குப் போனபோது பூங்காவின் பக்கத்தில் அமைந்த கண்ணாடிக் கதவு விரியத் திறந்திருந்தது. டென்னிஸ் ஆட்ட அரங்கிலோ, எதாவது

ஒரு பாதையிலோ திடுமென ழேன்யா நடந்து வருவாளென எதிர்பார்த்த நான் தாழ்வாரத்தில் உட்கார்ந்து கொண்டேன். வீட்டிலிருந்து அவளுடைய குரலின் ஒலி காதில் விழுகிறதா என்று கவனித்தேன், பிறகு வரவேற்பு அறையிலிருந்து நீண்ட நடையின் வழியே கூடத்துக்குச் சென்று பார்த்துவிட்டுத் திரும்பினேன். நடையிலிருந்து சில அறைக் கதவுகளில் ஒன்றின் பின்னாலிருந்து லீதாவின் குரல் கேட்டது.

“காக்கைக்கு... எங்கிருந்தோ... கிடைத்து...” என்று அவள் பலத்த குரலில் நிறுத்தி இழுத்துக் கூறிக் கொண்டிருந்தாள் - எழுதுவதற்காகச் சொல்லிக் கொண்டிருந்தாள் என்பது தெரிந்தது. “...ஒரு பாலாடைக் கட்டி... காக்கைக்கு... யார் அங்கே?” என்று திடுமெனக் கூவினாள், எனது காலடி ஓசையைக் கேட்ட அவள்.

“நான் தான்.”

“நீங்களா? என்னை மன்னிக்க வேண்டும், இப்பொழுது நான் வருவதற்கில்லை, தாஷாவுக்குப் பாடம் சொல்லித் தருகிறேன்.”

“எக்கத்தெரீனா பாவ்லவ்னா பூங்காவிலா இருக்கிறார்?”

“இல்லை. என் அத்தையைப் பார்ப்பதற்காக இன்று காலை அவரும் என் தங்கையும் பென்சா மாநிலத்துக்குப் புறப்பட்டுச் சென்றிருக்கிறார்கள். குளிர்காலத்தில் அனேகமாய் இருவரும் வெளிநாடு செல்வார்கள்,” என்று கூறிச் சற்று மௌனமாய் இருந்தபின், பாடத்தைத் தொடர்ந்து சொல்லிச் சென்றாள்:

“காக்கைக்கு எங்கிருந்தோ... கிடைத்தது... ஒரு பாலாடைக் கட்டி... எழுதி விட்டாயா?”

நான் கூடத்துக்குச் சென்று அங்கே நின்று குளத்தையும் தொலைவிலிருந்த கிராமத்தையும் வெறிக்கப் பார்த்துக் கொண்டிருந்தேன். இன்னமும் என் காதில் அந்தச் சொற்கள் ஒலித்துக் கொண்டிருந்தன: “...ஒரு பாலாடைக் கட்டி... காக்கைக்கு எங்கிருந்தோ கிடைத்தது ஒரு பாலடைக் கட்டி...”

முதன் முதல் நான் இங்கு வந்த அதே பாதை வழியே இந்தப் பண்ணையிலிருந்து வெளியே சென்றேன் - ஆனால் இம்முறை எதிர்த் திசையில், முற்றத்திலிருந்த பூங்காவுக்குச் சென்று, வீட்டைக் கடந்து லிண்டன் மரங்களிடையே அமைந்த

சோலை வழிக்குச் சென்றேன்... இங்கே ஒரு சிறு பையன் என் பின்னால் ஓடிவந்து என்னிடம் ஒரு காகிதத்தைக் கொடுத்தான். "யாவற்றையும் அக்காளிடம் சொன்னேன், நாம் பிரிந்துவிட வேண்டுமென்று அவள் வற்புறுத்துகிறாள்" என்று அதில் படித்தேன் நான். "அவள் சொல்வதைக் கேட்க மறுத்து, அவளை வருத்தத்தில் அழ்த்த எனக்கு மனம் துணியவில்லை. கடவுள் கிருபையால் உங்களுக்கு இன்ப வாழ்வு கிடைக்க வேண்டும் - என்னை மன்னியுங்கள்! அம்மாவும் நானும் உள்ளம் வெதும்பிக் கண்ணீர் வடிக்கிறோம்."

பிறகு பிர் மர நடைபாதை வந்தது, அதன்பின் உடைந்து போன கிராதித் தடுப்புகள்... முன்பு ரை தானியப் பயிர் பூத்திருந்த வயல்வெளிகளில் கௌதாரி கூவிக்கொண்டிருந்த இடத்தில் இப்பொழுது பசுக்களும் கால் கபட்டு போடப்பட்ட குதிரைகளும் திரிந்தன. குன்றுகளில் அங்கும் இங்குமாய்க் குளிர் காலப் பயிர்கள் பச்சைப் பசேலென்று இருந்தன. சித்தம் தெளிந்து நான் போபையற்ற வழக்கமான மனப்பாங்கால் பீடிக்கப்பட்டேன். வல்ச்சானினவ் வீட்டில் நான் கூறியவை குறித்து வெட்கப்பட்டுக் கொண்டேன். மீண்டும் வாழ்க்கை எனக்குச் சப்பிட்டுப் போய்ச் சலிப்பூட்டிற்று. வீட்டுக்கு வந்ததும் எனது உடைமைகளை மூட்டைக் கட்டிக் கொண்டு அன்று மாலை பீட்டர்ஸ்பர்கிற்குப் புறப்பட்டேன்.

திரும்பவும் நான் வல்ச்சானினவ் குடும்பத்தினரைப் பார்க்கவே இல்லை. சிறிது காலத்துக்கு முன்பு நான் கிரீமியாவுக்குப் போய்க் கொண்டிருந்த போது ரயிலில் பெலக்கூரவைச் சந்தித்தேன். இன்னும் அவர் விவசாயி நீள் கோட்டும் பூ பின்னிய சட்டையும் தான் போட்டிருந்தார். எப்படி இருக்கிறீர்கள் என்று நான் விசாரித்ததும், "உங்கள் பிரார்த்தனையின் பலனாய் நல்ல படியாகவே இருக்கிறேன்!" என்றார். நாங்கள் பேசிக் கொண்டிருந்தோம். அவர் தமது பண்ணையை விற்றுவிட்டு, கொஞ்சம் சிறியதாய் வேறொன்றை வாங்கிக் கொண்டுவிட்டார் - லியுபோவ் இவானவ்னாவின் பெயரில். வல்ச்சானினவ் குடும்பத்தாரைப் பற்றி அவரால் எனக்கு அதிகம் சொல்ல முடியவில்லை. லீதா இன்னும் யஷல்கோவ்கா கிராமத்தில் தான் வசித்து வந்தாள், கிராமப் பள்ளியில் ஆசிரியையாய் வேலை செய்து வந்தாள். தனது கருத்துக்களுக்கு ஆதரவான கோஷ்டியோரைச் சிறிது சிறிதாய்த் தன்னைச் சுற்றித் திரட்டிக் கொண்டு விட்டாள் அவள். இதுகாறும் அந்த வட்டாரம்

அனைத்தையுமே தன் பிடிக்குள் வைத்திருந்த பலாகினைக் கடந்த சேம்ஸ்த்வோ தேர்தலில் இவர்கள் மண் கவ்வச் செய்து விட்டனர். ழேன்யா அந்த வீட்டில் வசிக்கவில்லை என்பதற்கு மேல் அவளைப் பற்றி அவரால் ஒன்றும் சொல்ல முடியவில்லை; அவள் எங்கே இருக்கிறாளென்று தெரியவில்லை அவருக்கு.

மாடவீட்டை நான் மறக்க ஆரம்பித்து விட்டேன். ஆயினும் ஓவியம் தீட்டிக் கொண்டோ, படித்துக் கொண்டோ இருக்கையில் எப்போதாவது சில சமயம் எக்காரமும் இன்றி நினைவுக்கு வருகின்றன - சன்னலில் தெரிந்த பச்சை விளக்கொளியும், அன்று இரவு நான் காதல் கொண்டவனாய், எனது குளிர்ந்த கைகளைத் தேய்த்துக் கதகதப்பாக்கிக் கொண்டு வீட்டுக்குத் திரும்பிய போது இரவு நேர வெளிகளில் எதிரொலித்த எனது காலடி ஓசையும் நினைவுக்கு வருகின்றன. இன்னும் அரிதாய், தனிமையாலும் சோர்வாலும் வாடியிருக்கும் தருணங்களில் மங்கலான நினைவுகள் என்னை ஆட்கொள்கின்றன; சிறிது சிறிதாய் என்னுள் ஓர் உணர்வு உருவாகி எழுகிறது: நானும் மறக்கப்பட்டு விடவில்லை, எனக்காகக் காத்திருக்கிறாள், நாங்கள் சந்திப்போம்...

மிஸ்ஸி... எங்கே இருக்கிறாய் நீ?

◘

இயோனிச்

1

ஏஸ். நகருக்குப் புதிதாய் வருவோர் வாழ்க்கை இங்கு அலுப்பு தட்டுவதாய், மாற்றமின்றி ஒரே மாதிரியாய் இருக்கிறதென்று முறையிடும் போது, இதை எதிர்த்துத் தமது ஊரைப் பாதுகாத்துக் கொள்ளும் உள்ளூர்வாசிகள் எஸ். நகரில் வாழ்க்கை நன்றாகவே இருக்கிறது, இங்கு நூலகமும் நாடக அரங்கும் பொதுபோக்கு மன்றமும் உள்ளன, நடன விருந்துகள் நடைபெறுகின்றன என்பார்கள்; மற்றும் இங்கு மதிநுட்பம் வாய்ந்த சுவையான இனிய குடும்பங்கள் இருப்பதாகவும் இவற்றுடன் பரிச்சயம் பெறலாமென்றும் கூறுவார்கள். கல்வி கேள்வியின் சிறப்புக்கும் தேர்ந்த ஆற்றலுக்கும் எடுத்துக் காட்டாய்த் தூர்க்கின் குடும்பத்தை இவர்கள் குறிப்பிடுவார்கள்.

தூர்க்கின் குடும்பத்தார் நகரின் பிரதான வீதியில் கவர்னரது வீட்டுக்கு அருகே தமது சொந்த வீட்டில் வசிக்கின்றனர். குடும்பத் தலைவரான இவான் பெத்ரோவிச் வாட்டசாட்டமானவர், கருநிற முடிகளும் கிருதாவுமுடையவர், கண்ணுக்கு இனியவர், தரும காரியங்களுக்காக அமெச்சூர் நாடக நிகழ்ச்சிகளுக்கு ஏற்பாடு செய்து இவற்றில் வயதான ஜெனரல்களின் பாத்திரத்தை ஏற்று நடிப்பார், இருமி இருமி எல்லோரையும் விழுந்து விழுந்து சிரிக்க வைப்பார். அவருக்கு தெரிந்த விகடங்களுக்கும் வேடிக்கையான அங்க சேஷ்டைகளுக்கும் முது மொழிகளுக்கும் அளவே இருக்காது. நகைச்சுவையிலும் வேடிக்கைப் பேச்சுகளிலும் மிகுந்த ஈடுபாடு கொண்டவர். பேசும்போது அவருடைய முகபாவத்தைப் பார்த்து உண்மையைத்தான் சொல்கிறாரா,

அல்லது விளையாட்டாய்ப் பேசுகிறாரா என்று புரிந்து கொள்ள முடியாது. அவரது மனைவியான வேரா இயோசிபவ்னா மெலிந்த உருவும் இனிய முகமுமுடையவள், வில் பிடிப்பு மூக்கு கண்ணாடி போட்டிருக்கிறாள், கதைகளும் புதினங்களும் எழுதுகிறாள், வீட்டுக்கு வரும் விருந்தினர்களுக்கு இவற்றை ஆர்வமாய்ப் படித்துக் காட்டுகிறாள். இவர்களுடைய மகளின் பெயர் எக்கத் தெரீனா இவானவ்னா, இந்த இள நங்கை பியானோ வாசிக்கத் தெரிந்தவள். சுருக்கமாய்ச் சொல்வதெனில் குடும்பத்தின் ஒவ்வோர் உறுப்பினரும் ஏதேனும் ஒரு தனித்திறமை கொண்டவர். தூர்க்கின் குடும்பத்தார் விருந்தோம்பும் பண்பில் சிறந்தவர்கள். விருந்தினர்களுக்குத் தமது தனித் திறமைகளை மனம் மகிழ்ந்து ஒளிவு மறைவற்ற வெகுளித் தனத்துடன் வெளிப்படுத்திக் காட்டுகின்றனர். அந்தப் பெரிய கல் வீடு விசாலமாகவும் கோடையில் குளுமையாகவும் இருக்கும், அதன் பின்புறத்து சன்னல்கள் நிழல்கள் அடர்ந்த ஒரு பழைய தோட்டத்தைப் பார்க்க அமைந்தவை, இந்தத் தோட்டத்தில் வசந்தத்தில் குயில்கள் கீதமிசைக்கும். வீட்டுக்கு விருந்தினர்கள் வந்திருக்கையில் சமையலறையில் கத்திகள் தடதடத்துச் சப்தம் எழுப்பும், வறுக்கப்படும் வெங்காயத்தின் கமகமப்பு மூக்கைத் துளைக்கும்படி முற்றத்திலே வீசும் - இரவில் சாப்பாடு பலமாகவும் சுவையாகவும் இருக்கப் போவதன் முன்னறிவிப்புகள் இவை.

டாக்டர் திமீத்ரி இயோனிச் ஸ்தார்தசெவ் புதிய மாவட்ட மருத்துவராய் நியமிக்கப்பட்டு, எஸ். நகரிலிருந்து ஒன்பது கிலோ மீட்டர் தொலைவிலுள்ள தியலீடுல் குடியேறியதுமே, நாகரிக நயமும் பண்பாடுமுடைய அவர் தூர்க்கின் குடும்பத்தாரைத் தெரிந்து கொள்வது மிகவும் அவசியமென்று பலரும் அவரிடம் கூறினர். குளிர்காலத்தில் ஒரு நாள் தெருவிலே அவர் இவான் பெத்ரோவிச்சுக்கு அறிமுகம் செய்து வைக்கப்பட்டார். இருவரும் பருவ நிலையையும் நாடக அரங்கையும் காலரா நோயையும் பற்றிப் பேசிக் கொண்டார்கள். இதைத் தொடர்ந்து இவான் பெத்ரோவிச் அவரைத் தமது வீட்டுக்கு வருமாறு அழைத்தார். வசந்தப் பருவத்தில் ஒரு விழாநாளன்று நோயாளிகளைப் பார்த்து முடித்தபின், அவர் பொழுது போக்காய் நகருக்கு போய் வரலாம், தமக்கு வேண்டிய சில சாமான்களையும் அப்படியே வாங்கி வரலாம் என்று புறப்பட்டார். அவசரமின்றிச் சாவதானமாய் நடந்தார் அப்போது அவர் சொந்தத்தில்

கோச்வண்டி வைத்திருக்கவில்லை, வழி நெடுக வாய்க்குள் பாட்டு பாடிச் சென்றார்:

வாழ்கையெனும் கிண்ணியிலே
கண்ணீரைப் பானமெனப்
பருக நான் பழகுமுன்னே...

நகரில் மதிய உணவருந்தியபின் பூங்காவில் உலாவினார், பிறகு இவான் பெத்ரோவிச்சின் அழைப்பு நினைவுக்கு வரவே தூர்க்கின் குடும்பத்தாரின் வீட்டுக்குச் சென்று அவர்கள் எப்படிப் பட்டவர்கள் என்று பார்க்கலாமென முடிவு செய்தார்.

"வணக்கமே வணக்கம்!" என்றார், வாயில் முகப்புக்கு வந்த அவரை எதிர்கொண்ட இவான் பெத்ரோவிச். "அருமையிலும் அருமையான விருந்தினரைக் கண்டு மட்டற்ற மகிழ்ச்சியடைகிறேன்! வாருங்கள், எனது அகமுடையாளிடம் அறிமுகம் செய்து வைக்கிறேன். வேரா, இவரிடம் நான் என்ன சொல்கிறேன் என்றால்" - மனைவிக்கு டாக்டரை அறிமுகம் செய்தவாறு கூறிச் சென்றார் அவர் - என்ன சொல்கிறேன் என்றால், எந்நேரமும் மருத்துவமனையில் அடைந்து கிடப்பது நியாயமாகாது, ஓய்வு நேரத்தைச் சமுதாயத்துக்கு வழங்குவது இவருக்குள்ள கடமையாகும் என்கிறேன். நீ என்ன சொல்கிறாய்?"

"இப்படி உட்காருங்கள்" என்று வேரா இயோசிபவ்னா தனக்குப் பக்கத்திலிருந்த நாற்காலியைச் சுட்டிக் காட்டினாள். "என்னுடன் நீங்கள் சல்லாபமாய்ப் பேசலாம். என் கணவர் மனம் பொறாதவர் - ஒத்தெல்லோவேதான்.* ஆனால் அவர் எதையும் கண்டு கொள்ள முடியாதபடி நாம் சாமர்த்தியமாய் நடந்து கொள்வோம்."

"பொல்லாத குறும்புக்காரி!" என்று மெல்லிய குரலில் அருமையாய்க் கூறி இவான் பெத்ரோவிச் அவளுடைய நெற்றியில் முத்தமிட்டார். "சரியான நேரத்தில் நீங்கள் வருகை தந்திருக்கிறீர்கள்" என்று மீண்டும் தமது விருந்தினரின் பக்கம் திரும்பியவாறு சொன்னார். "எனது அகமுடையாள் ஒரு பெரிய புதினத்தை எழுதி முடித்திருக்கிறாள், இன்று மாலை நம் எல்லோருக்கும் அதைப் படித்துக் காட்டப் போகிறாள்."

* ஒத்தெல்லோ (Othello) - இதே பெயரிலான ஷேக்ஸ்பியர் துன்பியல் நாடகத்தின் தலைமை பாத்திரம்.

"தங்கமே தங்கம்" என்றாள் வேரா இயோசிபவ்னா தன் கணவரிடம். Dites que l'on nous donne du the.*

ஸ்தார்த்செவுக்கு இதன் பின் எக்கத்தெரீனா இவானவ்னாவை அறிமுகம் செய்தனர். பதினெட்டு வயது நங்கையான இவள் அப்படியே தன் தாயைப் போல் அதே மெலிந்த உருவமும் இனிய முகமும் கொண்டவள். ஆனால் குழந்தையின் முகபாவம் இன்னமும் மாறவில்லை, பிடி இடையுடன் துவளும் கொடி போன்றிருந்தாள். அறியாப் பருவத்துக் குரியனவாய்த் திரட்சியுற்று வந்த அவளது மார்பகங்களின் வனப்பும் செழிப்பும் வசந்தத்தை, மெய்யான வசந்தத்தை உணர்த்தின. இதற்குப் பிற்பாடு அவர்கள் தேநீர் அருந்தினார்கள், தேநீருடன் ஜாமும் தேனும் மிட்டாயும் வாயில் வைத்ததும் கரையும்படியான இன்னரும் பிஸ்கட்டும் சாப்பிட்டார்கள். அந்திப் பொழுதானதும் வரிசையாய் விருந்தினர்கள் வர ஆரம்பித்தார்கள். கண்களில் புன்னகை பளிச்சிட இவான் பெத்ரோவிச்,

"வணக்கமே வணக்கம்!" என்று இவர்கள் ஒவ்வொருவரையும் வரவேற்றார்.

எல்லோரும் வரவேற்பறையில் உட்கார்ந்து கொண்டு மிகவும் உருக்கமான முகபாவத்துடன் கேட்கத் தயாரானதும், வேரா இயோசிபவ்னா தனது புதினத்தைப் படித்துக் காட்டினாள். "கடுங் குளிராயிருந்தது..." என்று ஆரம்பித்து, இந்தப் புதினம். சன்னல்கள் விரியத் திறந்திருந்தன, சமையலறையில் கத்திகள் தடதடப்பது காதில் விழுந்தது, வறுக்கப்படும் வெங்காயத்தின் கமகமப்பு மூக்கில் ஏறிற்று... வரவேற்பறையில் அந்தி இருட்டில் விளக்குகள் கண்சிமிட்டிக் கொஞ்சு மொழி பேச, பஞ்சணைச் சாய்வு நாற்காலிகளில் அமர்ந்திருப்பது சுகமாய் இருந்தது. தெருவிலே பேச்சுக் குரலும் சிரிப்பொலியும் கேட்டன. செந்நீல மலர்களின் மணம் தோட்டத்திலிருந்து மிதந்து வந்தது - இத்தகைய ஒரு கோடைகால அந்திப் பொழுதில் "கடுங் குளிராயிருந்தது" என்றோ, அஸ்தமனச் சூரியன் வெண்பனி மூடிய வெளி மீதும் தன்னந் தனியனாய்ச் சாலையிலே சென்ற வழிப்போக்கன் மீதும் தனது குளிர்ந்த ஒளியை வீசமுடியுமென்றோ நினைப்பது கடினமாகவே இருந்தது. எழிலார்ந்த இளங்கோமகள் தனது கிராமத்தில் எப்படிப் பள்ளிக்கூடங்களும் மருத்துவமனைகளும் நூலகங்களும் அமைத்தாள் என்றும், ஊர் ஊராய்ச் சுற்றித்

* "தேநீர் தருவோம் என்று சொல்லுங்கள்."- (பிரெஞ்சு).

திரிந்த கலைஞன் மீது எப்படிக் காதல் கொண்டாள் என்றும் வேரா இயோசிபவ்னா படித்துச் சென்றாள். வாழ்க்கையில் ஒரு போதும் நடைபெறாதவற்றை எல்லாம் விவரித்துச் சென்றாள், ஆயினும் அவள் படித்ததைக் கேட்பதற்கு இனிமையாகவும் பரம சுகமாகவும் இருந்தது, எழுந்து செல்ல வேண்டுமென யாரும் நினைக்கவில்லை...

"கெட்டபடியாய் இல்லை!" என்றார் மெல்லிய குரலில் இவான் பெத்ரோவிச்.

நினைவுகள் எங்கோ நெடுந் தொலைவில் இருக்க, இங்கே அமர்ந்து கேட்டுக் கொண்டிருந்த விருந்தினர் ஒருவர் அனேகமாய் யார் காதிலும் விழாத குரலில் கூறினார்:

"ஆமாம், ஆமாம்..."

ஒரு மணி நேரம் கழிந்தது, பிறகு இன்னொரு மணி நேரம். அருகே நகரப் பூங்காவில் வாத்தியக் குழு இசைத்தது, பாட்டுக் குழு பாடிற்று. வேரா இயோசிபவ்னா தனது நோட்டுப் புத்தகத்தை மூடியபின் ஐந்து நிமிடம் வரை யாரும் பேசவில்லை, எல்லோரும் பூங்காவில் பாட்டுக் குழு பாடிய "லுச்சினுஷ்கா" பாட்டைக் கேட்டுக் கொண்டிருந்தார்கள். அறையில் படித்துக் காட்டப்பட்ட புதினத்தில் இல்லாமல், மெய்யான வாழ்க்கையில் நடைபெறுகின்றவற்றை அவர்களுக்கு இந்தப் பாட்டு தெரியப்படுத்திற்று.

"உங்களுடைய படைப்புகளைப் பத்திரிகைகளில் வெளியிடுகிறீர்களா?" என்று வேரா இயோசி பவ்னாவைக் கேட்டார் ஸ்தார்த்செவ்.

"இல்லை" என்று பதிலளித்தாள் அவள். "இவற்றை நான் வெளியிடுவதே இல்லை. எழுதி அலமாரியில் பூட்டி வைக்கிறேன். எதற்காக அவற்றை வெளியிட வேண்டும்? வாழ வழி இல்லாதவர்கள் அல்லவே நாங்கள்" என்று விளக்கம் கூறினாள்.

ஏனோ எல்லோரும் பெருமூச்சு விட்டுக் கொண்டார்கள்.

"கண்ணு, இப்போது நீ எதாவது வாசித்துக் காட்டு" என்று தம் மகளிடம் சொன்னார் இவான் பெத்ரோவிச்.

பியானோவின் மூடி உயர்த்தப்பட்டது. இசையோடு தாங்கியில் இசையேடுகள் தயாராய் வைக்கப்பட்டிருந்தன. எக்கத்தெரீனா இவானவ்னா உட்கார்ந்து கொண்டு இரு கைகளாலும் கட்டைகளை அழுத்தினாள். பிறகு முழுபலத்தையும் கொண்டு மீண்டும் அழுத்தினாள், திரும்பத் திரும்ப அழுத்திச் சென்றாள். அவளது தோள்களும் மார்பகங்களும் அதிர்ந்தாடின. விடாப்பிடியாய் ஒரே இடத்தில் கட்டைகளை அழுத்தித் தட்டினாள். அவை பியானோவுக்குள் அழுந்திப் புதைந்து போகும் வரை ஓய்வதில்லையென உறுதி பூண்டுவிட்டது போல் அப்படித் தட்டினாள். வரவேற்பறையில் ஓயாமல் இடி இடித்தது; தரை, கூரைத் தளம், நாற்காலி, மேஜை... யாவும் அதிர்ந்தன. எக்கத்தெரீனா இவானவ்னா சிக்கலான ஒரு பகுதியை வாசித்துக் கொண்டிருந்தாள், இதன் முக்கியத்துவமே இதை வாசிப்பதிலுள்ள சிரமத்தில் தான் அடங்கியிருந்தது. இப்பகுதி நீளமானது, சலிப்பூட்டும்படியானது. இதைக் கேட்டுக் கொண்டிருந்த ஸ்தார்த்செவ் உயரமான ஒரு மலையின் உச்சியிலிருந்து பாறைகள் விழுந்து உருளுவதாய்க் கற்பனை செய்து கொண்டார். ஒன்றன் பின் ஒன்றாய் அவை தடதடத்து உருண்டோடி வந்தன. இந்தக் களேபரம் முடிவுற வேண்டுமென்றுதான் விரும்பினார் அவர். ஆயினும் எக்கத்தெரீனா இவானவ்னா கடுமுயற்சியால் விறுவிறுத்துப் போய் மேனி சிவந்து, முடிச் சுருள் ஒன்று அவள் நெற்றியிலே சரிந்து விழ, வலிவும் துடிப்பும் மிக்கவளாய் அவர் உள்ளத்தைக் கவர்ந்து வந்தாள். தியலீஷில் நோய் வாய்ப்பட்டோரிடையிலும் விவசாயிகளிடையிலும் அவர் கழித்திருந்த குளிர் காலத்துக்குப் பிற்பாடு இப்படி வரவேற்பறையில் உட்கார்ந்து, நாகரிக மேம்பாட்டுடைய, சந்தேகத்துக்கு. இடமின்றித் தூய பிறவியான இந்த இளம் நங்கையைப் பார்த்துக் கொண்டும், கர்ணகடூரமாய் ஒலித்து அயரச் செய்தாலுங்கூடப் பண்பாட்டில் உயர்ந்தவையான இந்த ஒலிகளைக் கேட்டுக் கொண்டும் இருப்பது அவருக்குப் பரம சுகமாய் இருந்தது, புத்தனுபவமாய் இருந்தது...

"சபாஷ்! கண்ணு! என்றையும் விட பிரமாதமாய் வாசித்தாய்!" என்று இவான் பெத்ரோவிச், தமது மகள் வாசித்து முடித்து விட்டு எழுந்ததும் விழிகளில் கண்ணீர் ததும்பக் கூறினார். "தெனிஸ் உயிரையே விடுவதாயினும் இதனை மிஞ்சுவது முடியாத காரியம்."

எல்லோரும் அவளைச் சூழ்ந்து கொண்டு வாழ்த்தினார்கள், இம்மாதிரியான இசையைக் கேட்ட எவ்வளவோ காலமாகிறது என்று வியந்து போற்றினார்கள், அறுதியிட்டுக் கூறினார்கள். யாவற்றையும் அவள் மௌனமாய்க் கேட்டுக் கொண்டாள், அவள் முகத்தில் மெல்லியப் புன்முறுவல் தவழ்ந்தது, அவள் உருவம் அனைத்திலுமே வெற்றிக் களிப்பு மின்னிற்று.

"பலே, பலே! பிரமாதம்!"

எல்லோரது உற்சாகத்தாலும் உந்தப்பட்டு ஸ்தார்த்செவும் "பலே, பலே!" என்று கூவினார். "நீ இசைப்பயிற்சி பெற்றது எங்கே? இசைக் கல்லூரியில் சேர்வதற்காகத்தான் தயார் செய்து வருகிறேன், தற்போது இங்கேதான் சவ்லோவ்ஸ்கயா அம்மையாரிடம் பயிற்சி பெறுகிறேன்."

"இங்கேதான் பள்ளியில் உயர்நிலைப் படிப்பை முடித்தாயா?"

"இல்லை, இல்லை!" என்று அவளுக்குப் பதிலாய் வேரா இயோசிபவ்னா பதிலளித்தாள். "ஆசிரியர்களை அமர்த்தி வீட்டுக்கு வந்து பாடம் சொல்லித் தர ஏற்பாடு செய்தோம்; உயர்நிலைப் பள்ளி, போர்டிங் பள்ளி இவற்றில் எல்லாம் கெட்ட சகவாசம் ஏற்பட்டுவிடலாம் பாருங்கள். வளரும் பெண்ணை அவளுடைய அம்மாவைத் தவிர வேறு யாருடைய செல்வாக்கிலும் விடக்கூடாது."

"எப்படியும் நான் இசைக் கல்லூரியில் சேரத்தான் போகிறேன்" என்றாள் எக்கத்தெரீனா இவானவ்னா.

"அதெல்லாம் இல்லை, எங்கள் கண்ணுக்கு அம்மா மேல் உயிர். அப்பாவையும் அம்மாவையும் ஒரு நாளும் வருந்தச் செய்ய மாட்டாள், எங்கள் கண்ணு."

"என்ன ஆனாலும் நான் சேரத்தான் போகிறேன்? நிச்சயம் சேரத்தான் போகிறேன்!" என்று அடம் பிடிக்கும் சிறுமியாய்க் காலால் தரையைத் தட்டிக் கொண்டு சொன்னாள் எக்கத்தெரீனா இவானவ்னா.

இரவு சாப்பாட்டின் போது இவான் பெத்ரோவிச் தமது தனித் திறமைகளைக் காட்டி மகிழ்வித்தார். கண்களை மட்டும் கொண்டு நகைத்துக் காட்டினார், விகடத் துணுக்குகள் கூறினார், தமாஷ் புரிந்தார், வேடிக்கையான புதிர்கள் போட்டு

அவற்றுக்கு அவரே விடையும் அளித்தார், வினோதமான சொற்பிரயோகங்களைக் கொண்ட அவருக்கே உரிய தனி மொழியில் பேசினார்; நீண்ட காலவிகடம் பேசிப் பழகியதன் மூலம் உருவாக்கப்பட்ட இவை இப்போது இவரது அன்றாடப் பேச்சில் அடிபடும் பிரயோகங்களாகி விட்டன; மறதி சக்தி அதிகமுடையவர், கெட்டபடியாய் இல்லை, கைதேர்ந்தவன் அகப்பட்டுக் கொள்ள கால்தேர்ந்தவன் தப்பியோடினான்...

இதோடு முடிவுற்றுவிட்டதாய் நினைக்க வேண்டாம். விருந்தினர்கள் மகிழ்ச்சியும் மனநிறைவும் கொண்டோராய் நடைக்குச் சென்று தமது கோட்களையம் கைத்தடிகளையும் எடுத்துக் கொண்டு புறப்பட்ட போது, மொட்டைத் தலையும் குண்டுக் கன்னங்களுமுடைய பதினான்கு வயதுச் சிறுவனாகிய வேலைக்காரப் பையன் பாவெல் (அல்லது இங்கு இவர்கள் இவனை அழைத்த மாதிரிச் சொல்வதெனில் பாவா) பரபரப்புற்றவனாய் அங்கே வந்து நின்றான்.

"பாவா, செய்து காட்டு நீ!" என்றார் இவான் பெத்ரோவிச்.

உடனே பாவா நாடகப் பாணியில் நின்று ஒரு கையை உயர்த்திக் துன்பியல் நாடகக் குரலில் கூவினான்:

"தூர்பாக்கியவதியே, மடிந்தொழி நீ!"

எல்லோரும் வாய்விட்டுச் சிரித்தார்கள்.

"வேடிக்கைதான்!" என்று நினைத்துக் கொண்டார், தெருவை வந்தடைந்த ஸ்தார்த்செவ்.

சிற்றுண்டி சாலைக்குச் சென்று பீர் குடித்தார், பிறகு தியலீஷிக்குத் திரும்பி நடந்தார். வழி நெடுக வாய்க்குள் பாடிச் சென்றார்:

கொஞ்சும் உன் குரல் கேட்டு
நெஞ்சம் குழையுதடீ...

ஒன்பது கிலோமீட்டர் நடந்தபிறகும் கொஞ்சங்கூடக் களைப்பு தெரியாதவராய்ப் படுத்துக் கொண்டார், இன்னொரு ஆறு கிலோ மீட்டருங்கூட மனம் மகிழ்ந்து நடந்திருக்க முடியுமெனக் கூறிக் கொண்டார்.

"கெட்டபடியாய் இல்லை!..." என்று நினைத்தார், அப்படியே தூங்கி விட்டார், அவர் முகத்தில் புன்னகை தவழ்ந்தது.

2

ஸ்தார்த்செவ் திரும்பவும் தூர்க்கின் குடும்பத்தாரிடம் போய் வர வேண்டுமென்றுதான் இருந்தார், ஆனால் மருத்துவமனையில் வேலை அதிகமாய் இருந்தது, ஒரு மணி நேரங்கூட அவகாசம் கிடைக்கவில்லை. இப்படி ஓராண்டுக்கு மேல் வேலையிலும் தனிமையிலும் கழிந்தது. பிறகு ஒரு நாள் நகரிலிருந்து நீ மேலுறையில் அவருக்கு ஒரு கடிதம் வந்தது...

வேரா இயோசிபவ்னாவுக்கு நீண்ட காலமாய் ஒற்றைத் தலைவலி, இப்போது அவளது கண்ணு கட்டாயம் தான் இசைக் கல்லூரிக்குப் போக வேண்டுமென்று நாள் தவறாமல் கூறி அச்சுறுத்தி வந்தால் இந்தத் தலைவலி கடுமையாகி விட்டது. நகரிலுள்ள எல்லா டாக்டர்களும் வந்து பார்த்துச் சென்றார்கள், இறுதியில் மாவட்ட டாக்டரையும் அழைப்பதென முடிவு செய்து வேரா இயோசிபவ்னா அவருக்கு உருக்கமான கடிதம் எழுதினாள், அவர் வர வேண்டுமென்றும் வந்து தனது உபாதைக்கு நிவாரணம் அளிக்க வேண்டுமென்றும் கேட்டுக் கொண்டாள். ஸ்தார்த்செவ் அவளை வந்து பார்த்துச் சென்றார், இதன் பின் அடிக்கடி, மிகவும் அடிக்கடி தூர்க்கின் வீட்டாரிடம் வந்து செல்ல முற்பட்டார்... அவரது சிகிச்சையால் வேரா இயோசிபவ்னாவுக்கு ஓரளவு நிவாரணம் கிடைத்தது. அவர் கைதேர்ந்தவர், அதியற்புதமான மருத்துவர் என்பதாய்த் தமது வீட்டுக்கு வரும் எல்லா விருந்தினர்களுக்கும் அறிவித்தாள். ஆனால் இதன் பிறகும் ஸ்தார்த்செவ் தவறாமல் தூர்க்கின் குடும்பத்தாரின் வீட்டுக்குச் சென்றதற்கு அவளுடைய ஒற்றைத் தலைவலியல்ல காரணம்...

அன்று விடுமுறை தினம். எக்கத்தெரீனா இவானவ்னா பியானோவில் நெடுநேரம் வாசித்தாள். சலிப்பூட்டும் அவளது பயிற்சிகள் முடிவுற்றதும் எல்லோருமாய்ச் சாப்பாட்டு அறையில் மேஜையைச் சுற்றியமர்ந்து நெடுநேரம் தேநீர் அருந்தினர். இவான் பெத்ரோவிச் ஒரு விகடத் துணுக்கைக் கூறிக் கொண்டிருந்தார், அத்தருணத்தில் வாயிற் கதவின் மணி ஒலிக்கவே, வீட்டுக்கு வந்தவரைச் சந்திப்பதற்காக அவர் அறையிலிருந்து செல்ல வேண்டியதாயிற்று. இந்தச் சந்தடியான

நேரத்தைப் பயன்படுத்திக் கொண்டு ஸ்தார்த்செவ் உணர்ச்சி மேலிட்ட குரலில் எக்கத்தெரீனா இவானவ்னாவின் காதுக்குள் கூறினார்:

"உனக்குப் புண்ணியமுண்டு, உன்னைக் கேட்டுக் கொள்கிறேன், என்னைச் சித்திரவதைச் செய்யாதே. எழுந்து வா, தோட்டத்துக்குப் போவோம்."

அவர் விரும்பியது என்னவென்று புரியாமல் வியப்புற்றவளைப் போல் தோள்களை உலுக்கிக் கொண்டாள் அவள். ஆயினும் எழுந்து வெளியே சென்றாள்.

"ஓயாமல் மூன்று நான்கு மணி நேரம் பியானோ வாசிக்கிறாய்" என்று அவளைப் பின்தொடர்ந்து வெளியே வந்து கூறினார் அவர். "பிறகு அம்மாவுடன் உட்கார்ந்து கொண்டு விடுகிறாய், உன்னுடன் பேச எனக்கு வாய்ப்பு இல்லாமலே போய் விடுகிறது. நான் அதிகமாய்க் கேட்கவில்லை, கால் மணி நேரம் கொடு போதும்!"

இலையுதிர் காலம் நெருங்கி வந்து கொண்டிருந்தது, அந்தப் பழைய தோட்டத்தில் அமைதியும் துயரமும் குடி கொண்டிருந்தன, நடைபாதைகளில் கருநிற இலைகள் விழுந்து கிடந்தன. பகற்பொழுது குறுகிவந்தது,

"நான் உன்னைப் பார்த்து முழுதாய் ஒரு வாரமாக நான் வதைபடுகிறேன் தெரியுமா? இப்படி உட்காருவோம். உன்னுடன் பேச வேண்டும் நான்."

தோட்டத்தில் அவர்களுக்குப் பிடித்தமான இடம் ஒன்று இருந்தது - பரவலாய்க் கிளைகள் விரித்து நின்றது வயது முதிர்ந்த ஒரு மேப்பிள் மரத்துக்கு அடியிலிருந்த பெஞ்சுதான் அந்த இடம். இருவரும் இப்போது அந்தப் பெஞ்சில் உட்கார்ந்து கொண்டார்கள்.

"உங்களுக்கு வேண்டியது என்ன, சொல்லுங்கள்" என்று கண்டிப்பு தொனிக்கும் காரியார்த்த தோரணையில் கேட்டாள் அவள்.

"உன்னை நான் பார்த்து முழுதாய் ஒரு வாரமாகிறது, உன் குரலைக் கேட்டு எத்தனையோ யுகங்களாகின்றன! உன் குரலைக்

கேட்க வேண்டுமென்று தவங் கிடக்கிறேன், ஏங்கி தவிக்கிறேன்! பேசு நீ!"

அவளது புதுமை குலையாத மலர்ச்சியும், கண்களிலும் கன்னங்களிலும் ஒளிர்ந்த அப்பாவித்தனமும் அவர் உள்ளத்தைக் கவர்ந்து கொண்டுவிட்டன. அவளுக்கு மிகவும் பாந்தமாய் அமைந்திருந்த அவளது ஆடைகளின் அந்த இசைவிலுங்கூட அதிமதுர இனிமை வாய்ந்த ஏதோ ஒன்று இருக்கக் கண்டார். அவற்றின் எளிமையான, வெகுளியான சௌந்தரியம் அவரை மதி மயங்கச் செய்தது. வயதுக்கு மிஞ்சிய மதிநுட்பமும் விவேகமும் வாய்ந்தவளாய் இருப்பதாய் நினைத்தார் அவர். உருக்கமாய் இருவரும் உரையாடிக் கொண்டிருக்கையில் சில சமயம் அவள் சிறிதும் பொருத்தமின்றித் திடுமெனச் சிரிக்கத் தொடங்குவளா, அல்லது வீட்டுக்குள் ஓடி விடுவாள் என்ற போதிலும், அவளுடன் அவர் கலை, இலக்கியம் அல்லது தாம் விரும்பும் எதைப் பற்றியும் பேச முடிந்தது; வாழ்க்கையையும் நகரவாசிகளையும் பற்றி முறையிட முடிந்தது. எஸ். நகரிலிருந்து மிகப்பெரும் பகுதிப் பெண்களைப் போல் அவளும் நிறையப் படித்து வந்தாள் (எஸ். நகரில் மிகவும் சொற்பமானோர்தான் புத்தகங்கள் படித்தனர், பெண்களும் இளம் யூதர்களும் இல்லையேல் நூலகத்தை மூடியே விடலாமென்று உள்ளூர் நூலகத்தினர் கூறி வந்தனர்). அவள் இப்படிப் படிப்பது குறித்து ஸ்தார்த்செவ் அளவிலா ஆனந்த மடைந்தார். அவளைச் சந்திக்கும் போதெல்லாம் கடந்த சில நாட்களில் அவள் என்னென்ன புத்தகங்கள் படித்தாள் என்று ஆவலுடன் விசாரிப்பார், அவள் கூறும் பதிலைச் சொக்குண்டு போய்க் கேட்டுக் கொண்டிருப்பார்.

"கடந்த முறை நாம் சந்தித்தபின் இந்த ஒரு வாரத்தில் நீ படித்தது என்ன?"

"பீசெம்ஸ்கியின்* புத்தகம் படித்தேன்."

"என்ன புத்தகம் அது?"

"ஆயிரம் ஆத்மா" என்று பதிலளித்தாள் கண்ணு. "பீசெம்ஸ்கியின் பெயர் எவ்வளவு வேடிக்கையானது - அலெக்சேய் பியாபிலாக்திச்!"

"எங்கே போகிறாய்?" - அவள் திடுமென எழுந்து வீட்டை நோக்கிச் சென்றதைக் கண்டு திடுக்குற்றுப் போய்க் கேட்டார்

---

* பீசெம்ஸ்கி, அலெக்சேய் பியாபிலாக்தொவிச் (1820-1881) - ருஷ்ய எழுத்தாளர்.

ஸ்தார்த்செவ். "உன்னுடன் நான் பேசியாக வேண்டும், உனக்கு நான் ஒன்று சொல்ல விரும்புகிறேன்... போகாதே நீ, இன்னும் ஐந்து ஐந்து நிமிடம் இரு, உன்னை வேண்டிக் கொள்கிறேன்!"

ஏதோ சொல்லப் போகிறவளைப் போல் நின்றாள் அவள், பிறகு கூச்சப்பட்டுத் தடுமாறியபடி அவர் கையினுள் ஒரு துண்டுக் காகிதத்தை வைத்துவிட்டு வீட்டுக்குள் ஓடினாள், அங்கே உடனே மீண்டும் பியானோவின் முன்னால் உட்கார்ந்து வாசிக்க ஆரம்பித்தாள்.

"இன்று இரவு பதினொரு மணிக்கு இடுகாட்டில் திமெத்தியின் நினைவுச் சின்னத்துக்கு அருகே காத்திருக்கவும்" என்று ஸ்தார்த்செவ் அந்தக் காகிதத்தில் படித்தார்.

"இது என்ன அசட்டுத்தனம்!" வியப்பு நீங்கி நிதானமடைந்ததும் அவர் இவ்வாறு நினைத்துக் கொண்டார். "ஏன் இடுகாட்டில் காத்திருக்கச் சொல்கிறாள்? எதற்காக இது?"

தெளிவாகவே விளங்கிற்று: தன்னை முட்டாளாக்கி வேடிக்கை பார்க்க விரும்புகிறாள் என்பது தெரிந்தது. தெருவிலோ அல்லது நகரப் பூங்காவிலோ எவ்வளவு சுலபமாய்ச் சந்திக்கலாம், அதற்குப் பதில் நகரிலிருந்து நெடுந் தொலைவில் இடுகாட்டிலே இப்படி இரவில் சந்திக்க வேண்டும் என்பாளா ஒருத்தி? பைத்தியக்காரத்தனமாய் அல்லவா இருக்கிறது? இம்மாதிரி செய்வது தமக்குத் தான் பாந்தமாய் இருக்குமா? மாவட்ட மருத்துவர், கூர்மதி கொண்டவர், மதிப்புக்குரியவர், ஒரு பெண்ணுக்காக ஏங்கித் திரிவதும், துண்டுக் காகிதக் குறிப்புகள் பெறுவதும், இடுகாடுகளில் காத்துக் கொண்டு நிற்பதும், இக்காலத்துப் பள்ளிக்கூட மாணவர்களுங்கூட எள்ளி நகையாடத்தக்க அசட்டுக் காரியங்களில் ஈடுபடுவதும் அழகாகுமா? இந்த விவகாரத்தின் முடிவுதான் என்ன? தமது சகாக்களுக்குத் தெரிய வருமாயின் என்ன சொல்வார்கள்? பொழுதுபோக்கு மன்றத்தில் மேஜைகளுக்கு இடையே நடந்து சென்ற ஸ்தார்த்செவின் மனத்துள் அலைமோதிய எண்ணங்கள் இப்படித்தான் இருந்தன. ஆயினும் பத்தரை மணிக்கு திடுமெனப் புறப்பட்டு இடுக்காட்டுக்குக் கிளம்பினார்.

இப்போது அவர் சொந்த வண்டியும் குதிரை ஜோடியும் வைத்திருந்தார்; வெல்வெட் மார்புக் கோட்டு போட்டுக் கொண்ட பந்தெலைமோன் என்றொரு வண்டிக்காரனும்

அவரிடம் இருந்தான். சந்திரன் ஒளி வீசிக் கொண்டிருந்தான். அமைதி நிலவிற்று; கதகதப்பாயிருந்தது ஆனால் இலையுதிர் காலக் கதகதப்பு அது. நகரச் சுற்றுப் புறத்தில் இறைச்சிக் கொட்டிலுக்கு அருகே நாய்கள் குரைத்தன. நகரச் சுற்று வட்டாரத்தில் ஸ்தார்த்செவ் தமது வண்டியை இருக்கச் சொல்லிவிட்டு ஒரு சந்தின் வழியே இடுகாட்டை நோக்கி நடந்தார். "ஒவ்வொருவருக்கும் அவருக்குரிய அதிசய இயல்புகள் இருக்கவே செய்கின்றன?" என்று தமக்குத் தாமே கூறிக் கொண்டார். "கண்ணு விபரீதமான நங்கையாவாள். யார் அறிவார்? - வேடிக்கையாய் இல்லாமல் மெய்யாகவே அவள் விரும்பி இதைச் செய்திருக்கலாம். இங்கே என்னைச் சந்திக்க அவள் வந்து சேரலாம்." இப்படி அவர் ஒரு மங்கலான, வீணான நம்பிக்கைக்கு அடி பணியவே, அது அவரை மதி மயங்கச் செய்தது.

அவரது பாதையின் கடைசிப் பகுதி ஒரு திடலின் குறுக்கே சென்றது. இடுகாடு தொலைவிலே காரிய திட்டாய் ஒரு காடு அல்லது பெரிய பூங்கா போலத் தெரிந்தது. வெண்ணிறக் கற்சுவர் கண்ணெதிரே தோன்றியது, பிறகு வாயில் வழி... வாயில் வழியின் உச்சியில் பொறிக்கப்பட்டிருந்த வாசகத்தை நிலாவொளியில் படிக்க முடிந்தது: "உங்களுக்கும் ஒரு நேரம் வரும்..." புழைக் கதவைத் திறந்து கொண்டு உள்ளே சென்ற ஸ்தார்த்செவ் அகலமான நடைபாதையின் இரு மருங்கிலும் வெண்ணிறச் சிலுவைகளும் நினைவுச் சின்னங்களும் உயரமான நெட்டிலிங்க மரங்களும் நிற்கக் கண்டார், இவை யாவும் அவரது பாதையில் நெடிய கரு நிழல்கள் பதித்திருந்தன. சுற்றிலும் நெடுந் தொலைவுக்கு யாவும் கறுப்பும் வெள்ளையுமாய்த் தெரிந்தன, கனவிலாழ்ந்திருந்த மரங்கள் வெள்ளைக் கற்களுக்கு மேல் தமது கிளைகளை விரித்து நீட்டியிருந்தன. வெளியே திடலில் இருப்பதைவிட இங்கே வெளிச்சமாய் இருப்பதாய்த் தோன்றிற்று. மேப்பிள் மரங்களின் இலைகள் பாதங்களைப் போல் கண்ணுக்குத் தெரிந்தன, நடைபாதையின் மஞ்சள் மணலையும் வெண்ணிறக் கல்லாறைக் கற்களையும் பின்னணியாய்க் கொண்டு இந்த இலைகள் தெளிவான உருவரைகளுடன் காட்சியளித்தன. நினைவுச் சின்னங்களில் இருந்த வாசகங்கள் பளிச்செனக் கண்ணுக்கு தெரிந்தன. ஸ்தாரத்செவின் மனத்துள் ஓர் எண்ணம் உதித்தது அவரை ஆட்கொண்டுவிட்டது: வாழ்வில் முதல் முறையாய்ப் பார்க்கிறோம், திரும்பவும் பார்ப்பது

துர்லபம்தான்; இது வேறு எவ்வுலகையும் போன்றதல்லாத ஓர் உலகம்; நிலாவொளி இவ்விடத்தைத் தனது தொட்டிலாய்க் கொண்டிருப்பது போல் இங்கு அவ்வளவு மென்மையாகவும் இனிமையாகவும் இருக்கிறது; உயிர் என்பது இல்லாத, இல்லவே இல்லாத உலகமாயினும் கருமை படர்ந்த ஒவ்வொரு நெட்டிலிங்க மரத்திலும் ஒவ்வொரு கல்லறையிலும் விந்தை நிலவுவதை, அமரத்துவம் வாய்ந்த, அமைதி நிறைந்த, அதிமதுர வாழ்வு உண்டேன்று உறுதிகூறும் விந்தை நிலவுவதை உணர முடிகிறது என்பதாய் நினைத்தார் அவர். கல்லறைக் கற்களிலிருந்தும் வாடிப் போன மலர்களிலிருந்தும் இலைகளின் கூதிர் பருவ வாசனையிலிருந்தும் சோகமும் அமைதியும் மிதந்து பரவின.

சுற்றிலும் நிசப்தம் நிலவிற்று. வானத்திலிருந்து விண்மீன்கள் உருக்கமான பணிவுடன் கீழே உற்று நோக்கின. ஸ்தார்த்செவின் காலடி ஓசை பொருத்தமற்றுக் கடூரமாய்க் கேட்டது. கோயிலின் கடிகாரம் மணியடித்தபோது, தாம் இறந்து போய் என்றென்றுக்குமாய்ப் புதைக்கப்பட்டு விட்டதாய் அவர் கற்பனை செய்து கொண்டார். அப்போதுதான், யாரோ தம்மைப் பார்த்துக் கொண்டிருப்பது போல அவருக்குத் தோன்றியது; இது அமைதியோ சாந்தியோ அல்ல, நிலவுதல் என்பது இல்லாத நிலையில் ஆழ்ந்த சோகமாகும், நம்பிக்கைக்கு இடமில்லாத அவலத்தின் ஒடுங்கிய நிலையாகும் என்பதாய் நினைத்தார்...

திமெத்தியின் நினைவுச் சின்னம் சிறிய திருக்கோயிலின் வடிவில் இருந்தது, அதன் கூரையில் தேவதூதன் ஒருவனது உருவம் தெரிந்தது. முன்னொரு காலத்தில் இத்தாலிய இசை நாடகக் குழு ஒன்று எஸ். நகருக்கு வருகை தந்தது, இக்குழுவைச் சேர்ந்த ஒரு பாடகி இங்கு மரணமடைந்து இவ்விடத்தில் அடக்கம் செய்யப்பட்டாள். அவளுடைய நினைவில் எழுப்பப்பட்ட சின்னமாகும் இது. அவளைப் பற்றி இப்போது நகரில் யாருக்கும் நினைவில்லை, ஆனால் அவளுடைய கல்லறையின் வாயில் தொங்கிய விளக்கு நிலாவொளியை எதிரொளித்தது, இதனால் அது எரிவது போல் தோன்றியது.

யாரும் கண்ணில் படவில்லை. நடு நிசியில் யார்தான் இங்கே வருவார்? ஆயினும் ஸ்தார்த்செவ் காத்திருந்தார். நிலாவொளி அவரது உணர்ச்சிகளைத் தட்டியெழுப்பிற்று போலும், முத்தங்களையும் அரவணைப்புகளையும் கற்பனை செய்து கொண்டு ஆர்வத்தோடு காத்திருந்தார்... கல்லறைக்கு அருகே

சுமார் அரை மணி நேரம் உட்கார்ந்திருந்தார், பிறகு தொப்பியைக் கையில் வைத்துக் கொண்டு பக்கத்து நடைபாதைகளில் அங்குமிங்கும் நடந்தார். இந்தக் கல்லறைகளில் அடக்கம் பெற்ற பெண்களிலும் நங்கையரிலும் எத்தனை பேர் எழிலுடையோராய், கவர்ச்சி வாய்ந்தோராய் இருந்திருப்பார்கள்? எத்தனை பேர் காதல் கொண்டிருந்திருப்பார்கள், இரவில் உணர்ச்சி வேகங் கொண்டு துடித்தும் காதலின் இன்பப் பிணைப்பில் கட்டுண்டு கிரங்கியும் இருந்திருப்பார்கள்? இவ்வாறெல்லாம் நினைத்துப் பார்த்தார். இயற்கை அன்னைதான் எவ்வளவு மோசமான கேலிக் கூத்து நடத்தி மனிதர்களை எள்ளி நகையாடுகிறது! இதை ஒத்துக் கொள்வது எவ்வளவு அவமானகரமானது! இவ்வாறு ஆலோசித்துக் கொண்டிருந்த ஸ்தார்த்செவுக்கு கூச்சலிட்டுக் கத்த வேண்டும் போலிருந்த, காதலையே தாம் நாடுவதாய், அதை அடைய வேண்டுமென்றே காத்திருப்பதாய்க் கூச்சலிட்டுக் கத்த வேண்டும் போலிருந்தது. அவர் எதிரே இருந்தவை இப்போது வெண்ணிறச் சலவைக் கற்களாய் இல்லை, அழகுடன் மிளிரும் உடல்களாய் காட்சியளித்தன. கூச்சப்பட்டுக் கொண்டு மர நிழல்களில் ஒளிந்து நின்ற உருவங்களை அவர் கண்ணுற்றார், அவற்றின் கதகதப்பை அவரால் உணர முடிந்தது, அவருடைய ஏக்கத் தவிப்பு பொறுக்க முடியாததாகி விட்டது...

அப்போது சட்டென நாடகத்திரை இறக்கி விடப்பட்டது போல் சந்திரன் ஒரு மேகத்துக்குப் பின்னால் மறைந்தான், சுற்றிலும் ஒரே இருட்டாகிவிட்டது. வாயில் வழியை அவர் அடைவதற்குள் பெரும்பாடாகி விட்டது, ஏனெனில் அதற்குள் கூதிர் பருவ இரவைப் போல் அவ்வளவு இருட்டாகி விட்டது. ஒன்றரை மணிநேரம் தேடியலைந்து தமது வண்டி நின்று கொண்டிருந்த சந்தினை வந்தடைந்தார்.

"நிற்கவே முடியவில்லை, அப்படிக் களைத்துப் போய் விட்டேன்" என்று பந்தெலைமோனிடம் சொன்னார்.

உள்ளே ஏறி உட்கார்ந்து இருக்கையில் சுகமாய்ச் சாய்ந்து கொண்டதும் தன்னுள் கூறிக் கொண்டார் அவர்:

"ஓ, உடம்பை நான் இப்படி ஊதிப் பருத்துப் போக விட்டிருக்கக் கூடாது!"

சிறுகதைகளும் குறுநாவல்களும்

3

மணம் புரிந்து கொள்ளும்படிக் கேட்பதென்ற திட்டத்துடன் மறுநாள் மாலையில் அவர் தூர்க்கின் குடும்பத்தாரிடம் சென்றார். ஆனால் அவர் சென்ற தருணம் சரியானதாய் அமையவில்லை, எக்கத்தெரீனா இவானவ்னாவின் அறையில் முடியொப்பனையாளர் அவளுக்குக் கூந்தல் ஒப்பனை செய்து கொண்டிருந்தார். பொழுதுபோக்கு மன்றத்தில் நடன நிகழ்ச்சிக்குப் போவதற்காக அவள் தயாராகிக் கொண்டிருந்தாள்.

திரும்பவும் நெடுநேரம் சாப்பாட்டு அறையில் உட்கார்ந்து தேநீர் அருந்த வேண்டியதாயிற்று. இவான் பெத்ரோவிச் தமது விருந்தினர் சிந்தனையில் ஆழ்ந்து சோர்ந்த நிலையில் இருப்பதைக் கண்டதும் தமது மார்புக் கோட்டின் பையிலிருந்து சில காகிதங்களை எடுத்து ஜெர்மானியப் பணியாளர் ஒருவர் வேதனைக்குரிய வேடிக்கையான அரைகுறை ருஷ்யனில் எழுதியிருந்த கடிதத்தைப் படித்துக் காட்டினார்.

இதைக் கவனமின்றிக் கேட்டவாறு ஸ்தார்த்செவ் தம்முள் கூறிக் கொண்டார்:

"இவர்கள் கொடுக்கக் கூடிய சீதனம் முறைவாய் இருக்காது."

உறக்கமில்லாத இரவை அடுத்து அவர் திகைப்புற்ற நிலையில் இருந்தார், தூக்கமூட்டும் இனிப்பான பானம் குடித்துவிட்ட மாதிரி இருந்தது. கனவில் மிதப்பது போன்ற ஓர் உணர்வும் மகிழ்ச்சிப் பூரிப்பும் கதகதப்பும் அவர் உள்ளத்தை ஆட்கொண்டிருந்தன, அதே போது குளிர்ந்து ஜில்லிட்ட கனமான சிறு துகள் ஒன்று அவர் தலையில் இருந்து கொண்டு அவருடன் வாதாடிற்று:

"காலம் கடந்து போகும் முன் இந்தக் காரியத்தைக் கைவிடு நீ. அவள் உனக்கு ஏற்றவள் தானா? செல்லம் கொடுத்து வீணாக்கப்பட்டவள் அவள், மனம் போன போக்கில் செல்கிறவள், பிற்பகல் இரண்டு மணி வரை தூங்குகிறவள், நீயோ கோயில் மணியக்காரரின் மகன், மாவட்ட மருத்துவன்..."

"சரி, அதனால் என்ன?" என்று நினைத்தார் அவர்.

“அதோடு, அவளை நீ மணந்து கொண்டால் அவளுடைய பெற்றோர் உன்னை மாவட்ட மருத்துவ வேலையை விட்டுவிட்டு நகரில் வந்து வசிக்கும்படிச் செய்வார்கள்.”

“சரி, நகரில் வசித்தால் என்னவாம்?”என்று தம்மைத் தாமே கேட்டுக் கொண்டார். “அவறுக்கு அவர்கள் சீதனம் தருவார்கள், நாங்கள் நகரில் குடித்தனம் அமைத்துக் கொள்வோம்...”

முடிவில் எக்கத்தெரீனா இவானவ்னா தோள்கள் தெரியும்படித் தணிந்தமைந்த நடன ஆடை அணிந்து கண்ணைப் பறிப்பவளாய், தூய்மையின் உருவினளாய் வந்து நின்றாள். ஸ்தாரத்செவுக்கு அப்படியே அவளை விழுங்கி விடலாம் போலிருந்தது, வைத்த கண் வாங்காமல் அப்படி அவளைப் பார்த்துக் கொண்டிருந்தார். அவளைப் பார்த்துப் புளகாங்கிதமடைந்து புன்னகை புரிய முடிந்ததே தவிர வாய் திறந்து அவரால் ஒரு வார்த்தை பேச முடியவில்லை, அப்படி ஆனந்தப் பரவசமுற்று விட்டார்.

எல்லோரிடத்தும் அவள் விடை பெற்றுக் கொள்ள முற்பட்டாள்; உடனே அவரும் எழுந்தார், இனி அங்கே அவருக்கு என்ன வேலை? நேரமாகிவிட்டது, வீட்டுக்குப் போக வேண்டும், சிகிச்சைக்காகப் பலரும் வந்து காத்துக் கொண்டிருப்பார்கள் என்றார்.

“அட பாவமே!” என்றார் இவான் பெத்ரோவிச். “என்ன செய்வது? புறப்படுங்கள்! அப்படியே கண்ணுவையும் அழைத்துச் சென்று பொழுதுபோக்கு மன்றத்தில் விட்டுச் செல்லுங்கள்.”

வெளியே மழை தூறிற்று, ஒரே இருட்டாயிருந்தது. பந்தெலைமோனின் வறட்டு இருமலைக் கொண்டுதான் வண்டி நின்ற இடத்தை அவர்கள் கண்டு கொள்ள வேண்டியிருந்தது. வண்டியின் கூண்டு உயர்த்தி விடப்பட்டிருந்தது.

இவான் பெத்ரோவிச் விகடப் பேச்சு பேசியவாறு தம் மகள் வண்டியில் ஏறுவதற்கு உதவி புரிந்தார், பிறகு வழியனுப்பி வைத்தார்; “சரி, புறப்படுங்கள்! வாங்க, வாங்க, போய் வாங்க!”

வண்டி புறப்பட்டது.

“நேற்று இடுகாட்டிலே காத்திருந்தேன்”என்றார் ஸ்தார்த்செவ். “கொஞ்சங்கூட இரக்கமில்லாமல் நீ...”

“இடுகாட்டில் காத்திருந்ீர்களா?”

“ஆமாம், ஏறத்தாழ இரண்டு மணி நேரம் இருந்து பார்த்தேன், தவியாய்த் தவித்துப் போனேன்...”

“நல்லா வேண்டும் - விளையாட்டு என்பது கூடவா புரியாமல் போயிற்று உங்களுக்கு?”

எக்கத்தெரீனா இவானவ்னா பலக்கச் சிரித்தாள் - இவரைச் சரியானபடி ஏமாற்றி விட்டோம், அளவிலாதபடி அல்லவா தன் மீது காதல் கொண்டிருக்கிறார் என்று ஆனந்தப்பட்டுக் கொண்டாள், ஆனால் மறுகணமே அவள் திடுக்குற்றுக் கூச்சலிட்டாள், ஏனெனில் பொழுதுபோக்கு மன்ற வாயில் வழியினுள் குதிரைகள் திரும்பிய வேகத்தில் வண்டி வெடுக்கென ஒருக்களித்தது. உடனே ஸ்தார்த்செவ் அவள் இடுப்பை அணைத்துப் பிடித்துக் கொண்டார். அவளும் தனக்கு ஏற்பட்ட அதிர்ச்சியில் அவர் மீது சாய்ந்து கொண்டு விட்டாள். உணர்ச்சி வயப்பட்டுப் போன ஸ்தார்த்செவ் தம்மைக் கட்டுப்படுத்திக் கொள்ள முடியாமல் அவளை இறுகக் கட்டிப் பிடித்துக் கொண்டு பரபரப்புடன் அவள் உதடுகளிலும் கழுத்திலும் முத்தங்கள் பதித்தார்.

“போதும் விடுங்கள்” என்றாள் அவள், வறண்ட குரலில்.

அதே கணத்தில் வண்டியிலிருந்து இறங்கி ஓடினாள். விளக்கு வெளிச்சத்தில் பிரகாசித்த மன்ற வாயிலின் அருகே நின்றிருந்த போலீஸ்காரன் பந்தெலைமோனைப் பார்த்துக் கத்தினான்:

“ஏய் தூங்குமூஞ்சி! ஏன் நிற்கிறாய்? ஓட்டு வண்டியை!”

ஸ்தார்த்செவ் வீட்டுக்குச் சென்றார், சீக்கிரமாகவே அங்கிருந்து திரும்பினார். வேறொருவருடைய நீள் கோட்டைப் போட்டுக் கொண்டு, கழுத்தில் கட்டியிருந்த விறைப்பான வெள்ளை டை புடைத்துக் கொண்டு ஒரு பக்கமாய்ச் சாய்ந்து நழுவ, நள்ளிரவில் பொழுதுபோக்கு மன்ற முன்னறையில் அமர்ந்து மகிழ்ச்சிப் பூரிப்புற்று எக்கத்தெரீனா இவானவ்னாவிடம் சொன்னார்:

“ஒரு போதும் காதல் கொண்டிராதோர் காதலைப் பற்றி ஏதும் அறியாதோரே ஆவர்! இதுவரை காதலை உள்ளது உள்ளபடி யாரும் சித்திரித்ததாய் எனக்குத் தெரியவில்லை. இன்பக் களிப்பூட்டுவதும் உள்ளத்தை வதைபடச் செய்வதுமான

இந்த மிக மென்மையான உணர்ச்சியைச் சித்தரிப்பது முடியாத காரியமென்றே நான் சொல்வேன். இதை அனுபவித்தவர் எவரும், ஒரேயொரு முறையேனும் அனுபவித்து அறிந்தவர் எவரும் சொற்களால் இதை எடுத்துரைக்க ஒரு போதும் முயல மாட்டார். எதற்காக இந்தப் பீடிகைகளும், விளக்ககங்களும்? வீண் பேச்சுக்கள் எல்லாம் எதற்காக? எனது காதல் அளவு கடந்தது... உன்னைக் கேட்டுக் கொள்கிறேன். வேண்டிக் கொள்கிறேன்" என்று தம் மனத்திலுள்ளதை முடிவில் வெளிப்படையாய்க் கூறி முடித்தார்: "என் மனைவியாகிவிடு நீ!"

"திமீத்ரி இயோனிச்" என்றாள் எக்கத்தெரீனா இவானவ்னா, சிறிது நேரம் ஆலோசித்தவாறு இருந்த பின் மிகவும் உருக்கமான முகபாவத்துடன். "திமீத்ரி இயோனிச், எனக்கு நீங்கள் அளிக்கும் இந்தச் சிறப்புக்காக உங்களுக்கு ஆழ்ந்த நன்றி தெரிவிக்கிறேன், உங்களை வெகுவாய் மதிப்பவள் நான், ஆனால்..." என்று அவள் எழுந்து நின்று பேசிச் சென்றாள், நீங்கள் என்னை மன்னிக்க வேண்டும், உங்கள் மனைவி ஆக முடியாதவள் நான். மனம் விட்டு பேசுவது நல்லது. திமீத்ரி இயோனிச், உங்களுக்குத் தெரிந்ததுதான் இது, வாழ்க்கையில் யாவற்றுக்கும் முதலாய்க் கலையையே நான் நேசிக்கிறேன், இசை மீது அடங்காத மோகங் கொண்டிருக்கிறேன், இசை என் வாழ்க்கையை அதற்கே அர்ப்பணித்துக் கொள்ள விரும்புகிறேன். நான் இசைமணியாக வேண்டுமென விரும்புகிறேன், பெயரும் புகழும் வெற்றியும் சுதந்திரமும் வேண்டுமென விழைகிறேன். இந்நகரில் நான் என்றென்றுக்குமாய் இருந்து சலிப்பூட்டும் இந்த வீண் வாழ்க்கையில், எனக்குச் சகிக்க முடியாததாகிவிட்ட இந்த வாழ்க்கையில் தொடர்ந்து காலத்தைக் கழிக்க வேண்டும் என்கிறீர்கள் நீங்கள். மனைவியாகவிட வேண்டும் என்கிறீர்கள் - என்னால் முடியாது, என்னை மன்னியுங்கள்! உன்னதமான, ஒளிமிகுந்த குறிக்கோள் ஒன்றை நோக்கி முன்செல்லவே பாடுபட வேண்டும், குடும்ப வாழ்க்கை என்றென்றுக்குமாய் என்னைக் கட்டுண்டு விடும்படிச் செய்யும். திமீத்ரி இயோனிச்" (அவள் இலேசாய்ப் புன்னகை புரிந்து கொண்டாள். "திமீத்ரி இயோனிச்" என்னும் பெயரை உச்சரித்தபோது தன்னை அறியாமல் அவள் "அலெக்சேய் பியா பிலாத்திச்சை" நினைத்துக் கொண்டாள்), "திமீத்ரி இயோனிச், நீங்கள் அன்பு உள்ளமும் தயாள சிந்தையும் கூர்மதியும் கொண்டிருக்கிறீர்கள், ஏனைய எல்லோரையும் விட சிறந்தவராய் இருக்கிறீர்கள்..." அவள் கண்களில் கண்ணீர் அரும்பி

விட்டது, "உங்களுக்காக என் உள்ளம் கரைந்துருகிறது, ஆனால்... ஆனால், நீங்கள் என்னைப் புரிந்து கொள்ள வேண்டும்..."

வாய் விட்டு அழுது விடாதிருக்கும் பொருட்டு முகத்தைத் திருப்பிக் கொண்டு அறையிலிருந்து வெளியே சென்றாள் அவள்.

இதன் பிறகு ஸ்தார்த்செவின் நெஞ்சு படபடத்துத் துடிக்க வில்லை. மன்றத்தை விட்டு வெளியேறித் தெருவுக்கு வந்த அவர் முதல் வேலையாய்த் தமது கழுத்திலிருந்து அந்த விறைப்பான உடையைக் கழற்றியெடுத்துவிட்டு ஆழமாய் மூச்சை உள்ளுக்கு இழுத்தார். அவருக்குக் கொஞ்சம் வெட்கமாகவே இருந்தது, தமது தன்மானத்துக்கு ஊறு நேர்ந்துவிட்டதாய் நினைத்தார் - தாம் இப்படி நிராகரிக்கப்பட முடியுமென அவர் எதிர்பார்க்கவே இல்லை. தமது கனவுகளும் துயரங்களும் நம்பிக்கைகளும் அமெச்சூர்கள் தயாரித்து அளிக்கும் குட்டி நாடகத்தின் கடைசிக் காட்சியைப் போல் இப்படி அபத்தமாய் முடிவுறுமென அவர் நினைக்கவே இல்லை. தமது உள்ளத்து உணர்ச்சிகளையும் தமது இந்தக் காதலையும் நினைக்க நினைக்க அவருக்கு நெஞ்சு பொறுக்கவில்லை, அப்படியே அழுதுவிட வேண்டும் போலிருந்தது, அல்லது முழு பலத்தையும் கொண்டு தமது குடையால் பந்தெலைமோனின் அகன்ற முதுகிலே மொத்த வேண்டும் போலிருந்தது.

தொடர்ந்து மூன்று நாட்களுக்கு அவருக்கு ஒன்றும் சரிப்பட்டு வரவில்லை, அவர் சாப்பிடவுமில்லை, தூங்கவுமில்லை. ஆனால் எக்கத்தெரீனா இவானவ்னா இசைக் கல்லூரியில் சேர்வதற்காக மாஸ்கோ சென்று விட்டாள் என்னும் செய்தி கிடைத்ததும் அவர் அமைதியடைந்து தொடர்ந்து முன்பு போலவே வாழ முற்பட்டார். முன்பு தாம் இடுகாட்டிலே அலைந்தது பற்றியோ, நீள் கோட்டைத் தேடி நகரெங்கும் வண்டியிலே சுற்றியது பற்றியோ எப்போதாவது அவருக்கு நினைவு வந்த போது உடம்பை நிமிர்த்திச் சோம்பல் முறித்தவாறு கூறிக் கொண்டார்:

"என்ன பாடு, இருந்தாலும் என்ன பாடு!"

4

நான்கு ஆண்டுகள் கழிந்தன. நகரில் ஸ்தார்த்செவுக்குத் தொழில் வெகுவாய் அதிகரித்து விட்டது. தினமும் காலையில் தியலீடுல் மருத்துவமனையில் நோயாளிகளை அவசரமாய்ப்

பார்வையிட்டு மருந்து கொடுத்துவட்டு நகரில் தமக்குள்ள நோயாளிகளைப் பார்ப்பதற்காகப் புறப்படுவார். இப்போது அவர் இரட்டைக் குதிரைகள் அல்ல, கிணுகிணுக்கும் மணிகளையுடைய மூன்று குதிரைகள் பூட்டிய வண்டியிலே சென்றார். நேரங் கழித்து இரவில் வீட்டுக்குத் திரும்பினார். ஊதிப் போய்த் தொந்தியும் தொப்பியுமாகி விட்டார், நடந்தால் அவருக்குப் படபடப்பு ஏற்பட்டது, நடப்பதைத் தவிர்த்துக் கொண்டார். பந்தெலைமோனும் பருத்துப் பெருத்து விட்டான், சுற்றளவு அதிகமாகியதைத் தொடர்ந்து மேலும் சோகமாய்ப் பெருமூச்சு விட்டுத் தனது அவல நிலைமை குறித்து முறையிட்டு வந்தான்: "எந்நேரமும் வண்டியிலேதான், ஓய்வே இல்லை!"

ஸ்தார்த்செவ் மிகப் பல வீடுகளுக்கும் சென்றார், மிகப் பலரையும் சந்தித்தார், ஆனால் யாருடனும் அவர் நெருங்கிப் பழகவில்லை. அவர்களுடைய பேச்சும் கருத்துக்களும் நகரவாசிகளது தோற்றமுங்கூட அவருக்கு எரிச்சலைத்தான் உண்டாக்கின. எஸ். நகரில் எவருடனும் தாம் சீட்டாடிக் கொண்டும் சேர்ந்தமர்ந்து உணவருந்திக் கொண்டும் இருந்த வரை அந்த ஆள் அமைதியானவராகவும் இனிய சுபாவமுடையவராகவும், ஏன் ஓரளவு கெட்டிக்காரராகவுங்கூட இருந்ததையும், உரையாடலானது சாப்பாடு அல்லாத பிற விவகாரங்களுக்கு - உதாரணமாய் அரசியல் அல்லது விஞ்ஞானத்துக்கு - திரும்பியதும் உடனே திகைத்துப் போய்த் தவித்ததையும், அல்லது அந்த ஆளை விட்டுத் தூர விலகிச் செல்வதையன்றி வேறு வழியில்லாதபடி அப்படி அடிமுட்டாள்தனமான, கொடுமை வாய்ந்த தத்துவ ஞானம் பேச ஆரம்பித்ததையும் படிப்படியாய் அவர் தெரிந்து கொண்டார். மிதவாத மனப்பான்மை கொண்டவருடன் ஸ்தார்த்செவ் பேச முற்பட்டு, ஆண்டவன் அருளுடன் மனிதகுலம் முன்னேறிச் செல்கிறதென்றும் காலப் போக்கில் இனி நாம் பாஸ்போர்ட்டுகளையும் மரண தண்டனையையும் விட்டொழித்துவிட முடியுமென்றும் சொன்னதும், அந்த ஆள் சட்டெனச் சந்தேகக் கண் கொண்டு ஓரப் பார்வையால் அவரை உற்று நோக்கியவாறு, "தெருவிலே இஷ்டத்துக்கு ஒருவரையொருவர் கழுத்தை அறுத்துக் கொண்டு நிற்கலாமென்றா?" என்று கேட்டார். தேநீர் அருந்தும் போதோ, இரவில் சாப்பிடும் போதோ ஸ்தார்த்செவ் ஒவ்வொருவரும் வேலை செய்வது அவசியமாகும், உழைப்பின்றி வாழ்க்கை இல்லை என்று சொன்னதும், சுற்றிலும் இருந்தவர்கள்

தம்மைத் தாக்குவதற்காகக் கூறப்பட்டதாய் இதைக் கருதிக் கொண்டு ஆவேசமாய் வாதாடத் தொடங்குவார்கள். அது மட்டுமின்றி இவர்கள் எல்லாம் எந்த வேலையுமின்றிச் சும்மாவே இருந்தவர்கள் என்பதாலும், எதிலுமே நாட்டமில்லாதவர்கள் என்பதாலும் இவர்களுடன் பேசுவதற்கும் ஒன்றும் இருக்காது. ஆகவே ஸ்தார்த்செவ் உரையாடலையே தவிர்த்துக் கொண்டு, இவர்களுடன் அமர்ந்து சாப்பிடுவதோடும், சீட்டாடுவதோடும் நிறுத்திக் கொண்டு விட்டார். யாருடைய வீட்டிலாவது நடைபெறும் குடும்பக் கொண்டாட்டம் எதற்காவது அழைக்கப்பட்டு ஸ்தார்த்செவ் அங்கே செல்ல நேரும் போது அவர் வாய் பேசாமல் அமர்ந்து தமது சாப்பாட்டுத் தட்டை வெறிக்கப் பார்த்தபடிச் சாப்பிட்டுக் கொண்டிருப்பார். இந்த வைபவங்களின் போது பேசப்படும் பேச்சுக்கள் சிறிதும் சுவையற்றனவாய் நியாயமின்றியும் அசட்டுத்தனமாகவும்தான் இருக்கும், எப்போதும் எரிச்சல் உண்டாக்கி அவரைக் கோபங் கொள்ளவே செய்யும். ஆகவே, அவர் வாயை மூடிக் கொண்டு பேசாமல் இருப்பது வழக்கம். எப்போதும் அவர் சாப்பாட்டுத் தட்டை வெறிக்கப் பார்த்தவாறு "உம்" மென்று இருந்ததால், போலிஷ் கலப்பு சிறிதும் இல்லாவிட்டாலும் நகரில் அவர் "ஆத்திரக்காரப் போலிஷ்காரர்" என்பதாய்ப் பெயர் பெறலானர்.

நாடகங்கள், கச்சேரிகள் போன்ற பொழுது போக்குகளைத் தவிர்த்துக் கொண்டு நாள் தவறாமல் மாலையில் சுமார் மூன்று மணி நேரம் மனநிறைவுடன் சீட்டாடினார். சிறிது சிறிதாகவும் அவர் அறியாமலும் இன்னொரு பொழுது போக்கிலும் ஈடுபடும்படி இழுக்கப்பட்டார்: பல வீடுகளுக்கும் சென்று நோயாளிகளைப் பார்வையிட்டுச் சுற்றி வருகையில் அவர் சேகரித்த பண நோட்டுகளை அந்திப் பொழுதில் தமது பைகளிலிருந்து எடுத்துக் கணக்கிடுவது தான் இந்தப் பொழுதுபோக்கு. இந்த நோட்டுகள் அவரது பைகள் நிறைய திணிந்திருக்கும், சில மஞ்சளாகவும், சில பச்சையாகவும் இருக்கும், சிலவற்றில் செண்டு மணம் வீசும், சிலவற்றில் புளிக்காடி அல்லது மணப்புகை அல்லது எண்ணெயின் வாசனையடிக்கும், சில சமயம் எல்லாப் பைகளிலுமாய்ச் சேர்ந்து மொத்தம் எழுபது ரூபிள் வரை இருக்கும். இப்படிச் சில நூறு ரூபிள் சேர்ந்ததும் "பரஸ்பரக் கடன் செலாவணிக் கழகத்தில்" தமக்குள்ள கணக்கில் அவர் இந்தப் பணத்தைக் கட்டி விடுவது வழக்கம்.

எக்கத்தெரீனா இவானவ்னா சென்றபின் கழிந்த இந்த நான்கு ஆண்டுகளில் அவர் இரண்டே தரம்தான் தூர்க்கின் குடும்பத்தாரின் வீட்டுக்குச் சென்றிருந்தார், வேரா இயோசிபவ்னா கூப்பிட்டு அனுப்பியதன் பேரில் சென்று அவளுடைய தலைவலிக்குச் சிகிச்சை அளித்தார். எக்கத்தெரீனா இவானவ்னா ஒவ்வொரு கோடையிலும் நகருக்குத் திரும்ப வந்த பெற்றோருடன் தங்கியிருந்தாள், ஆனால் ஸ்தார்த்செவ் அவளை ஒருதரம் கூடப் பார்க்கவில்லை - எப்படியோ அவ்விதம் நேர்ந்து வந்தது.

இப்போது நான்கு ஆண்டுகள் உருண்டோடிவிட்டன. அமைதியாய்க் கதகதப்பாய் இருந்த ஒருநாள் காலையில் மருத்துவமனையில் ஒரு கடிதம் கொண்டு வந்து தரப் பட்டது. திமீத்ரி இயோனிச்சுக்கு வேரா இயோசிபவ்னா எழுதியிருந்தாள். அவர் வராதிருப்பது தனக்குப் பெரிய ஏமாற்றமாய் இருக்கிறதென்றும், தவறாமல் உடனே வந்து தன்னை அவர் பார்வையிட்டுத் தனது உபாதையைக் குறையச் செய்ய வேண்டுமென்றும், தவிரவும் அன்று தனது பிறந்த நாளாகுமென்றும் அவள் எழுதியிருந்தாள். கடிதத்தின் அடியில் ஒரு குறிப்பும் காணப்பட்டது: “அம்மாவுடன் சேர்ந்து நானும் வேண்டுகிறேன். **க.**”

ஸ்தார்த்செவ் ஆலோசித்துப் பார்த்தார். பிறகு அந்தியில் தூர்க்கின் குடும்பத்தாரிடம் சென்றார்.

“வணக்கமே வணக்கம்!” என்று வழக்கம் போல் இவான் பெத்ரோவிச் கண்களால் புன்னகை புரிந்து காட்டி அவரை வரவேற்றார். அதோடு பிரெஞ்சையும் ருஷ்யனையும் கலந்து “போன்மூர்த்தே!” என்று முகமன் கூறினார்.

பெரிதும் வயதான தோற்றமுடையவளாகித் தலைநரைத்துப் போய்விட்ட வேரா இயோசிபவ்னா, ஸ்தார்த்த செவின் கையைப் பிடித்து அழுத்தி ஆடம்பரமாய்ப் பெருமூச்செறிந்தவாறு கூறினாள்:

“டாக்டர், சல்லாபமாய் என்னுடன் பேச விரும்பவில்லை நீங்கள். எங்கள் வீட்டுப் பக்கம் வருவதே இல்லை, உங்களுக்கு நான் வயதானவளாகி விட்டேன். ஆனால் இளையவள் இப்போது எங்களுடன்தான் இருக்கிறாள், அவளுக்கு இந்தப் பாக்கியம் கிடைத்தாலும் கிடைக்கலாம்.”

கண்ணு எப்படி இருந்தாள்? முன்னிலும் ஒல்லியாகவும், வெளிறிட்டும் காணப்பட்டாள், ஆனால் முன்னிலும் இனிமையும் வனப்புமுடையவளாய் இருந்தாள். இப்போது அவள் கண்ணு அல்ல, எக்கத்தெரீனா இவானவ்னா. புதுமையின் மாசற்ற தகதகப்பும், அறியாப் பிள்ளையின் முகபாவமும் மறைந்து விட்டன. அவள் பார்த்த பார்வையில் புதியதாய் ஏதோ ஒன்று இருப்பது தெரிந்தது. இங்கே தூர்க்கின் குடும்பத்தாரின் வீட்டில் இப்போது தனக்குக் கலகலப்பாய் இல்லாதது போலத் தோன்றினாள்.

“நாம் ஒருவரையொருவர் பார்த்து எத்தனை ஆண்டுகளா கின்றன” என்று ஸ்தார்த்செவின் கைக்குள் அவள் தன் கையை வைத்துக் கொண்டு சொன்னாள். அவளுடைய நெஞ்சு படபடத்துக் கொண்டது தெளிவாகவே தெரிந்தது. ஆவல் மிக்கவளாய் அவரது முகத்தை உற்றுப் பார்த்துக் கொண்டு பேசினாள்: “ஊதிப் போய் விட்டீர்கள்! பழுப்பேறி முன்னிலும் அதிகமாய் ஆணின் தோற்றமுடையவராகியுள்ளீர்கள், ஆனால் மொத்தத்தில் அப்படி ஒன்றும் அதிகமாய் மாறிவிடவில்லை.”

அவள் இன்னமும் கவர்ச்சி வாய்ந்தவளாய், மிகவும் கவர்ச்சி வாய்ந்தவளாய் இருக்கக் கண்டார் அவர். ஆனால் இப்போது அவளிடம் ஏதோ ஒரு குறை இருப்பதாய், அல்லது வேண்டாத ஒன்று அவளிடம் ஒட்டிக் கொண்டு விட்டதாய் நினைத்தார். இது என்னவென்று அவரால் தெளிவாய்க் கூற முடியவில்லை, ஆயினும் இந்த ஏதோ ஒன்று அவரை முன்பு போல் உணர்ச்சி வயப்பட்டு விடாதவாறு தடுத்தது. அவளது வெளிறிட்ட தோற்றமும் அவளது புதிய முகபாவமும் இலேசான புன்னகையும் அவளது குரலும் அவருக்குப் பிடிக்கவில்லை. விரைவில் அவளது ஆடைகளும் அவள் அமர்ந்திருந்த நாற்காலியும் தமக்குப் பிடிக்காமற் போனதை உணர்ந்தார் அவர். முன்பு அவளைத் தாம் அனேகமாய் மணந்து கொள்ளும் அளவுக்குச் சென்றுவிட்ட அந்தப் பழங்காலத்திலும் தமக்குப் பிடிக்காத ஏதோ ஒன்று அவரது உள்ளத்தில் நிறைந்திருந்த அந்தக் காதலும், அவரைக் கிளர்ச்சியுறச் செய்த உற்சாகமான நம்பிக்கைகளும் கனவுகளும் அவர் நினைவுக்கு வந்தன, அவர் சங்கடப்பட்டுக் கொண்டார்.

தேநீர் அருந்தினார்கள், கேக் சாப்பிட்டார்கள். வேரா இயோசிபவ்னா அவளது புதினத்தைப் படித்துக் காட்டினாள், மெய்யான வாழ்க்கையில் ஒருபோதும் நடைபெறாதவற்றைப்

படித்துக் காட்டினாள். அவர் அதைக் கேட்டுக் கொண்டு அவளது நரைத்துப் போன அழகான தலையைப் பார்த்தவாறு அமர்ந்திருந்தார், எப்போது இது முடிவுறப் போகிறதெனக் பாத்திருந்தார்.

"கதை எழுதத் தெரியாதது குற்றமல்ல, கதை எழுதினோம் என்பதை மறைக்க முடியாதவராய் இருப்பதுதான் குற்றம்" என்று அவர் தமக்குத்தாமே கூறிக் கொண்டார்.

"கெட்டபடியாய் இல்லை!" என்றார் இவான் பெத்ரோவிச்.

பிறகு எக்கத்தெரீனா இவானவ்னா மிகவும் பலமாகவே நெடுநேரம் பியானோ வாசித்தாள். அவள் வாசித்து முடிந்ததும் நெடுநேரம் அவளுக்கு நன்றி தெரிவித்து வாழ்த்துரைத்தார்கள்.

"இவளை நான் மணந்து கொள்ளாதது நல்லதுதான்" என்று நினைத்துக் கொண்டார் ஸ்தார்த்செவ்.

அவள் அவரைப் பார்த்தாள்; தன்னைத் தோட்டத்துக்கு வருமாறு அழைப்பாரென அவள் எதிர்பார்த்தது தெரிந்தது. ஆனால் அவர் மௌனமாய் அமர்ந்திருந்தார்.

"நாம் இருவரும் பேசுவோம்" என்று அவரிடம் வந்து சொன்னாள் அவள். "எப்படி இருக்கிறீர்கள்? உங்கள் வாழ்க்கை எப்படி இருக்கிறது? பல நாட்களாய் நான் உங்களைப் பற்றி நினைத்துப் பார்த்தேன்" என்று அவள் பதற்றத்துடன் கூறிச் சென்றாள். "உங்களுக்கு கடிதம் எழுத வேண்டுமென்று, தியலீஷிக்குச் சென்று உங்களைப் பார்க்க வேண்டுமென்று விரும்பினேன். போவதென்று தீர்மானங் கூடச் செய்து விட்டேன், பிற்பாடுதான் வேண்டாமென்று சும்மாயிருந்தேன் - என்னைப் பற்றி நீங்கள் இப்போது என்ன நினைக்கிறீர்கள், யாருக்குத் தெரியும் என்று சும்மாயிருந்தேன். இன்று உங்கள் வரவை எதிர்பார்த்து ஆவலுடன் காத்திருந்தேன். தோட்டத்துக்குப் போகலாம், வாங்க."

இருவரும் தோட்டத்துக்குச் சென்றனர், நான்கு ஆண்டுகளுக்கு முன்பு செய்தது போல அந்தப் பழைய மேப்பிள் மரத்துக்கடியில் பெஞ்சில் உட்கார்ந்தனர்.

"சரி, நீங்கள் எப்படி இருக்கிறீர்கள், சொல்லுங்கள்" என்றாள் எக்கத்தெரீனா இவானவ்னா.

“நல்லபடியாகத்தான் இருக்கிறேன், ஏதோ ஒரு மாதிரி நடக்கிறது” என்று பதிலளித்தார் ஸ்தார்த்செவ்.

சொல்வதற்கு வேறொன்றும் இருப்பதாய் அவர் மனதுக்குப் படவில்லை. இருவரும் பேசாமல் அமர்ந்திருந்தார்கள்.

“நான் கிளர்ச்சியுற்றிருக்கிறேன்” என்று சொல்லி எக்கத் தெரீனா இவானவ்னா கைகளால் முகத்தை மூடிக் கொண்டள். “நீங்கள் இதைக் கவனிக்காது ஒதுக்கிவிட வேண்டும்! வீட்டுக்குத் திரும்பி வந்து எல்லோரையும் மீண்டும் பார்த்து அப்படி நான் மகிழ்ச்சி கொண்டிருக்கிறேன், இந்த நிலைமை இன்னும் எனக்குப் பழக்கமாகவில்லை. எவ்வளவு செழுமையான நினைவுகள்! விடியும்வரை ஓயாமல் நாம் இருவரும் பேச வேண்டியிருக்கும் என்பதாய்த் தோன்றிற்று.”

அவளது முகத்தையும் பிரகாசமான கண்களையும் அவர் தம் கண்ணெதிரே காண முடிந்தது. அறையில் இருந்ததைக் காட்டிலும் இங்கே இருட்டில் அவள் அதிக இளைமையாய்த் தோன்றினாள். அந்தக் காலத்தில் அவளிடம் இருந்த அந்த அறியாப் பிள்ளையின் முகபாவமுங்கூட இப்போது அவளுக்குத் திரும்பி விட்டதாய் நினைத்தார். சிறு பிள்ளைக்குரிய வெகுளித் தனத்துடன் அவள் தன்னை நோட்டமிடுவதை அவர் கண்ணுற்றார். ஒரு காலத்தில் அவளை அத்தனை ஆர்வமோடு, அப்படி உளம் கனிந்து, அவ்வளவு பயனற்றவாறு காதலித்த இந்த ஆளிடம் நெருங்கி வர வேண்டுமென்று, இவரைப் புரிந்துகொள்ள வேண்டுமென்று விரும்பியது போல் அவள் நோட்டமிட்டாள். இந்தக் காதலுக்கா அவளது கண்கள் அவருக்கு நன்றி தெரிவித்தன. மிகவும் அற்பமான சிறு விவரமும் அடங்கலாய் யாவும் உடனே அவருக்கு நினைவு வந்தன. இடுகாட்டில் அவர் அலைந்தது, பிறகு பொழுது விடிவதற்குச் சிறிது நேரம் முன்பு அறவே களைத்து ஓய்ந்து போய் வீட்டுக்குத் திரும்பியது ஆகிய யாவும் அவர் மனக் கண்முன் தெரிந்தன. திடுமென அவருக்குத் துக்கமாயிருந்தது, கடந்ததை நினைத்துத் துயருற்றார். அவர் ஆன்மாவினுள் ஓர் ஒளிச் சுடர் படபடத்தது.

“உன்னைப் பொழுதுபோககு மன்றத்துக்கு அழைத்துச் சென்றேனே, அந்த அந்திப் பொழுது உனக்கு ஞாபகத்தில் இருக்கிறதா?” என்று கேட்டார் அவர். “மழை தூறிற்று, இருட்டாய இருந்தது...”

அவருடைய ஆன்மாவில் ஒளிவிட்ட அந்தச் சுடர்பெரிதாயிற்று; அவருக்கு இப்பொழுது ஒரு விருப்பம் உண்டாயிற்று, பேச வேண்டுமென்று, தமது வாழ்க்கை இப்படி ஆயிற்றே எனப் புலம்ப வேண்டுமென்று...

"அந்தோ!" என்று முனகினார் அவர். "என் வாழ்க்கையைப் பற்றிக் கேட்டாய். நாங்கள் இங்கே வாழவா செய்கிறோம்? இல்லை, வாழவில்லை; வயோதிகமடைகிறோம், ஊதிப் பருத்துச் செல்கிறோம், இழிவுறுகிறோம். நாட்கள் ஒன்றன் பின் ஒன்றாய்க் கழிகின்றன, குறிப்பிட்டுச் சொல்லக்கூடிய நினைவுகளோ, சிந்தனைகளோ இல்லாமல் வாழ்க்கை சப்பிட்டுப் போய், கசந்து போய் எப்படியோ நடைபெற்றுச் செல்கிறது... பகற் பொழுது பணம் பண்ணுவதில் போகிறது, அந்திப் பொழுது பொழுது போக்கு மன்றத்தில், எனக்குக் கொஞ்சமும் பிடிக்காத சீட்டாட்டக்காரர்கள், குடிகாரர்கள், வாய்ப் பேச்சுக்காரர்களின் மத்தியில் கழிகிறது. என்ன வாழ்க்கை இது?"

"ஆனால் உங்களது மருத்துவப் பணி இருக்கிறது, வாழ்க்கையில் புனிதமான குறிக்கோள் இருக்கிறது. உங்களுடைய மருத்துவமனை குறித்து நீங்கள் ஆர்வமாய் பேசுவது வழக்கம். அப்போதெல்லாம் நான் வினோதமானவளாய் இருந்தேன். பியானோ வாசிப்பதில் நான் புகழ்பெறப் போவதாய்க் கற்பனை செய்து வந்தேன். இக்காலத்தில் இளம் பெண்கள் எல்லோரும்தான் பியானோ வாசிக்கிறார்கள், அதே போல்தான் நானும் வாசித்தேன், நான் வாசித்ததில் தனிச் சிறப்புக்குரியது ஒன்றும் இருக்கவில்லை. அம்மா எந்த அளவுக்கு எழுத்தாளரோ அந்த அளவுக்கு நான் பியானிஸ்டுதான். அப்போது உங்களை நான் புரிந்து கொள்ளவில்லை, ஆனால் பிற்பாடு மாஸ்கோவில் நான் அடிக்கடி உங்களைப் பற்றி நினைத்தேன். உங்களைப் பற்றி மட்டுமேதான் நினைத்துக் கொண்டிருந்தேன். மாவட்ட மருத்துவராய் இருந்து பணியாற்றுவதும், துயருறுவோருக்கு உதவுவதும், மக்களுக்கு தொண்டு புரிவதும் மெய்யான இன்பமாயிற்றே! ஆம், மகத்தான இன்பம்!" என்று மிகுந்த உற்சாகத்துடன் திரும்பவும் கூறினாள் எக்த்தெரீனா இவானவ்னா. "மாஸ்கோவில் நான் உங்களைப் பற்றி நினைக்கையில் எனக்கு நீங்கள் இலட்சிய மனிதராய், உன்னதமானவராய்த் தோன்றினீர்கள்..."

நாள்தோறும் அந்தியில் அத்தனை மன நிறைவோடு தமது கோட்டுப் பைகளிலிருந்து வெளியே எடுத்த பண நோட்டுகள்

ஸ்தார்த்செவின் நினைவுக்கு வந்தன, அவருடைய ஆன்மாவில் ஒளிவிட்ட அந்தச் சுடர் அணைந்து போயிற்று.

வீட்டுக்குள் செல்வதற்காக அவர் எழுந்தார். அவருடன் கரம் கோத்து நடந்தாள் அவள்.

"நான் அறிந்தோரில் மிகச் சிறந்தவர் நீங்கள்" என்று தொடர்ந்து பேசிச் சென்றாள் அவள். "நாம் அடிக்கடி சந்தித்துப் பேசலாம் இல்லையா? நீங்கள் இதற்கு இசைந்து எனக்கு உறுதி மொழி கூற வேண்டும். நான் பியானிஸ்டு அல்ல, என்னைப் பற்றி இப்போது எனக்கு எந்தவிதமான பிரமையும் இல்லை. உங்கள் முன்னால் இனி ஒருபோதும் நான் பியானோ வாசிக்க மாட்டேன், இசையைப் பற்றிப் பேசவும் மாட்டேன்."

அவர்கள் வீட்டுக்குள் திரும்பியதும் வெளிச்சமான அறையில் அவளது முகத்தையும், துயரம் தோய்ந்து ஊடுருவும்படித் தன்னை உற்று நோக்கிய நன்றி கலந்த அவளது பார்வையையும் கவனித்த போது ஸ்தார்த்செவுக்குச் சற்று கலக்கமாகவே இருந்தது, ஆயினும் அவர் தமக்குத் தாமே மீண்டும் வலியுறுத்திக் கூறிக் கொண்டார்: "இவளை நான் மணந்து கொள்ளாதது நல்லது தான்."

அவர் விடை பெற்றுக் கொண்டார்.

"இரவு சாப்பாட்டுக்கு முன்பே நீங்கள் புறப்பட்டுச் செல்வது நியாயமாகாது" என்றார் அவரை வழியனுப்பி வைத்த இவான் பெத்ரோவிச். "விசித்திரத்திலும் வீ-சித்திரம்தான் போங்கள்! சரி, செய்து காட்டு நீ!" என்று கூறிப் பாவாவின் பக்கம் திரும்பினார்.

பாவா - இப்போது சிறு பையனாய் இருக்கவில்லை அவன். மீசை வைத்த இளைஞனாகி விட்டான் - உடனே நாடகப் பாணியில் நின்று ஒரு கையை உயர்த்தித் துன்பியல் நாடகக் குரலில் கூறினான்:

"துர்பாக்கியவதியே, மடிந்தொழி நீ!"

ஸ்தார்த்செவுக்கு இவையெல்லாம் இப்போது எரிச்சலைத்தான் உண்டாக்கின. அவரது வண்டியினுள் ஏறி உட்கார்ந்து, முன்னொரு காலத்தில் அவருக்கு உயிரனையதாய் இருந்த அந்த இருள் சூழ்ந்த வீட்டையும் தோட்டைத்தையும் உறறுப் பார்த்தார். உடனே யாவும் - வேரா இயோசிபவ்னாவின்

புதினங்கள், கண்ணுவின் பேரிறைச்சலான பியானோ வாசிப்ப, இவான் பெத்ரோவிச்சின் விகடப் பேச்சுக்கள், பாவாவின் நாடக நடிப்பு ஆகிய யாவும் - அவரது மனத்திரையிலே பளிச்சிட்டுச் சென்றன. இந்நகரிலேயே தேர்ந்த ஆற்றலுடையவர்களே இப்படி மட்ட ரகத்தினராய் இருக்கையில் இந்த நகரிலிருந்து என்னதான் எதிர்பார்க்க முடியும் என்று அவர் தன்னைத்தானே கேட்டுக் கொண்டார்.

மூன்று நாட்களுக்குப் பிற்பாடு எக்கத்தெரீனா இவானவ்னாவிடமிருந்து அவருக்கு ஒரு கடிதம் கொண்டு வந்து கொடுத்தான் பாவா.

"எங்கள் வீட்டுக்கு வரவில்லையே நீங்கள், என்ன காரணம்?" என்று எழுதியிருந்தாள் அவள். "எனக்குப் பயமாயிருக்கிறது - எங்கள்பால் உங்களுக்கு மனம் மாறிவிட்டதோ என்று நான் பயப்படுகிறேன், இந்த எண்ணம் என்னைப் பயங்கரமாய் வருத்துகிறது. எனக்கு ஆறுதல் அளியுங்கள், யாவும் நல்ல படியாகவே இருப்பதாய் இங்கு வந்து சொல்லுங்கள்."

"அவசியம் உங்களை நான் பார்த்துப் பேசியாக வேண்டும்.

தங்கள்,
எ.தூ."

கடிதத்தைப் படித்துவிட்டுச் சற்று நேரம் ஆலோசித்தார், பிறகு பாவாவிடம் கூறினார் அவர்:

"இன்று நான் வருவதற்கில்லை, வேலை நிறைய இருக்கிறது என்று சொல்லப்பா. மூன்று தினங்களில் வருவதாய்ச் சொல்லு."

மூன்று தினங்கள் சென்றன, ஒரு வாரமும் சென்றது, அப்போதும் அவர் போகவில்லை. பிறகு ஒரு நாள் தூர்க்கின் குடும்பத்தாரின் வீட்டு வழியே வண்டியில் சென்ற போது, இறங்கி ஒரேயொரு நிமிடம் தலையைக் காட்டிவிட்டு வரலாம் என்று நினைத்தார், ஆனால் சற்று ஆலோசனை செய்து விட்டு... வண்டியை நிறுத்தச் சொல்லாமல் நேரே போய்ச் சேர்ந்தார்.

பிறகு அவர் தூர்க்கின் குடும்பத்தாரின் வீட்டுக்குப் போகவே இல்லை.

5

மேலும் சில ஆண்டுகள் கழிந்தன. ஸ்தார்த்செவ் மேலும் ஊதிப் போய், சதைக் குன்று போலானார். மூச்சு வாங்கிற்று, நடக்கும் போது தலையை அவர் பின்னால் சாய்த்துக் கொள்ள வேண்டியிருந்தது. உப்பிய உருவாய், செக்கச் சிவந்து போய் வண்டியிலே அவர் அமர்ந்திருக்க, அவரது மூன்று குதிரைகளிலும் மணிகள் கிணுகிணுக்க, மேலே பெட்டி ஆசனத்தில் பந்தெலைமோனும் உப்பிய உருவாய், செக்கச் சிவந்து போய், கழுத்தின் பின்புறத்தில் மடிப்பு மடிப்பாய்ச் சதை தெரிய, நேரே முன்னால் நீட்டிய அவனது கரங்கள் மரத்தாலானவை போல் தோன்ற, எதிரே வரும் வண்டிக்காரர்களைப் பார்த்து "பலம், வலம், வலப் புறமாய்ப் போ!" என்று கூச்சலிடுவதைப் பார்க்கையில், வண்டியில் செல்வது மனிதனல்ல, வழிபாட்டுக்குரிய தேவனே போல நினைக்கத் தோன்றும். அவருக்கு மூச்சுவிட நேரமில்லாமல் நகரில் அவரது மருத்துவத் தொழில் அவ்வளவு விரிவடைந்து விட்டது. கிராமத்தில் ஒரு பண்ணைக்கும், நகரில் இரண்டு வீடுகளுக்கும் உரிமையாளராகி விட்டார், மேலும் இலாபகரமான மூன்றாவது வீடு ஒன்றையும் வாங்க வேண்டுமென விரும்பினார். எதாவது வீடு ஏலத்துக்கு வரப் போவதாய்ப் பரஸ்பரக் கடன் செலாவணிக் கழகத்தில் அவருக்குத் தெரிய வந்ததும் அதைப் பார்வையிடுவதற்காக எந்த முன்னறிவிப்புமின்றி அதனுள் புகுந்து விடுவார். சரிவர உடுத்திக் கொள்ளாத நிலையில் அறைகளினுள் பெண்களும் குழந்தைகளும் இருப்பது பற்றிக் கவலைப்படாமல், எல்லா அறைகளிலும் புகுந்து சுற்றிப் பார்ப்பார். திகைத்து மிரண்டு போய் அந்தப் பெண்களும் குழந்தைகளும் அவரை உற்று நோக்குவர். அவர் தமது கைத்தடியால் ஒவ்வொரு கதவிலும் தட்டியவாறு விசாரிப்பார்:

"இது என்ன படிப்பறையா? இது படுக்கை அறையா? இது என்ன அறை?"

முழு நேரமும் திணறித் திணறி மூச்சு விட்டு நெற்றியிலிருந்து வியர்வையைத் துடைத்துக் கொள்வார்.

வேலைகள் மிகுதியாகிவிட்ட போதிலும் மாவட்ட மருத்துவப் பதவிலிருந்து அவர் விலகிக் கொள்ளவில்லை. பேராசை பிடித்தவராகிக் கைக்குக் கிடைத்ததை எல்லாம் அள்ளி மூட்டை

கட்டிக் கொள்ள விரும்பினார், தியலீடுலும் சரி, நகரிலும் சரி எல்லோரும் அவரை இப்போது "இயோனிச்" என்றே குறிப்பிட்டு வந்தார்கள். "எங்கே போகிறார் இயோனிச்?" அல்லது "இயோனிச்சைக் கூப்பிட்டுக் காட்டுவோமா?" என்றார்கள்.

அவருடைய குரல் கீச்சிட்டுக் கூவும் குரலாகி விட்டது, தொண்டையைச் சுற்றிலும் மடிப்பு மடிப்பாய் இருந்த ஊளைச் சதையே காரணமாய் இருந்திருக்க வேண்டும். அவருடைய சுபாவமுங்கூட மாறிவிட்டது, எரிந்து விழும் முன்கோபியாகி விட்டார் அவர். நோயாளிகளைப் பரிசீலனை செய்யும் போது திடுமென அவருக்குக் கோபம் வந்துவிடும், கைத்தடியால் கடுப்புடன் தரையைத் தட்டி, கேட்கச் சகிக்காத அவரது குரலில் கூச்சிலிடுவார்:

"நான் கேட்பதற்கு மட்டும் பதில் சொல்லுங்கள், வீண் பேச்சு பேச வேண்டாம்!"

தனிக் கட்டையாய்த்தான் வாழ்கிறார் அவர். வாழ்க்கை அவருக்கு அறவே சப்பிட்டுப் போய்விட்டது. எதிலுமே நாட்டமில்லாதவராய் வாழ்ந்து வருகிறார்.

கண்ணுவின் மீது அவருக்கிருந்த அந்தக் கால்தான் தியலீடுல் அவர் வாழ்ந்துவரும் இந்தக் காலம் பூராவிலும் அவருக்குக் கிட்டிய ஒரேயொரு இன்ப அனுபவமாகும், இதுவே அவரது கடைசி இன்ப அனுபவமாகவும் இருக்கும் போல் தெரிகிறது. அந்திப் பொழுதில் பொழுது போக்கு மன்றத்தில் சீட்டாடுகிறார், பிறகு பெரிய மேஜையின் முன் தனியே அமர்ந்து இரவு சாப்பாடு சாப்பிடுகிறார். மன்றச் சிப்பந்திகளில் மிகவும் முதியவனும் மதிப்புக்குரியவனுமான இவான் அவருடைய மேஜைக்கு அருகே நின்று பணிவிடைபுரிகிறான். லாஃபித் 17ஆம் எண் மதுதான் எப்போதும் அவருக்குக் கொண்டுவரப்படுகிறது. மன்றத்தின் நிர்வாக ஊழியர், தலைமைச் சமையற்காரர் பணியாட்கள் ஆகிய எல்லோருக்கும் அவருக்குப் பிடித்தது எது, பிடிக்காதது எது என்று தெரியும். அவரைத் திருப்திப்படுத்த இவர்கள் எல்லோரும் தம்மால் இயன்றது அனைத்தும் செய்கிறார்கள். இல்லையேல் அவ்வளவு தான், திடுமென அவர் கடுங்கோபமடைந்து தமது கைத்தடியால் தரையிலே தட்ட ஆரம்பித்து விடுவார்.

இப்படிச் சாப்பிடும்போது எப்போதாவது அரிதாய்த் திரும்பிப் பார்ப்பார், அருகாமையில் நடைபெறும் உரையாடலில் பங்கு கொண்டு இரண்டு வார்த்தை பேசுவார்:

“எதைப் பற்றிப் பேசுகிறீர்கள்? என்ன? யார் அது?”

பக்கத்தது மேஜையில் நடைபெறும் உரையாடல் தூர்க்கின் குடும்பத்தாரைப் பற்றியதாய் இருக்குமாயின், அவர்களிடம் கேட்பார் அவர்:

“தூர்க்கின் குடும்பத்தைப் பற்றியா சொல்கிறீர்கள்? பியனோ வாசிக்கும் மகள் இருக்கிறாளே, அந்தக் குடும்பம்தானே?”

அவ்வளவுதான் அவரைப் பற்றிச் சொல்லக் கூடியது எல்லாம்.

தூர்க்கின் குடும்பத்தார் எப்படி இருக்கிறார்கள்? இவான் பெத்ரோவிச் வயோதிகமடைந்து விடவில்லை, எவ்வகையிலும அவர் மாற்றமடைறந்து விடவில்லை, விகடத் துணுக்குகள் கூறுகிறார், வேடிக்கையான கதைகள் சொல்கிறார். வேரா இயோசிபவ்னா தனது புதினங்களை எப்போதும் போல் ஆர்வமிக்கவளாய், வெகுளித்தனத்துடன் தனது விருந்தினர்களுக்குப் படித்துக் காட்டுகிறாள். கண்ணு நாள் தோறும் நான்கு மணி நேரம் பியானோ வாசிக்கிறாள். குறிப்பிடத்தக்கவாறு வயதானவளாய்த் தோன்றுகிறாள். அடிக்கடி அவளுக்கு உடம்பு சரியாய் இருப்பதில்லை, தாயுடன் கூட ஒவ்வோர் ஆண்டிலும் இலையுதில் காலத்தில் கிரீமியா போய் வருகிறாள். ரயில் நிலையத்துக்குச் சென்று அவர்களை வழியனுப்பி வைக்கும் இவான் பெத்ரோவிச் ரயில் புறப்பட்டதும் கண்களைத் துடைத்துக் கொண்டு கூச்சலிடுகிறார்:

“போய், வாங்க, போய் வாங்க!”

கைக்குட்டையை உயர்த்தி வீசிக் காட்டுகிறார்.

▣

நாய்க்காரச் சீமாட்டி

1

கடற்கரையில் புது முகம் ஒன்று - நாய்க்காரச் சீமாட்டி ஒருத்தி - காணப்பட்டதாகப் பேசிக் கொண்டார்கள். இரண்டு வாரங்களுக்கு முன்பு யால்தாவுக்கு வந்து அதன் வழிமுறைகளுக்குப் பழக்கப்பட்டிருந்த திமீத்ரி திமீத்ரிச் கூரொவும் புதிதாக வந்தோரிடம் அக்கறை செலுத்தத் தொடங்கியிருந்தார். நடுத்தர உயரமும் வெண்பொன் கேசமும் கொண்ட இளநங்கை ஒருத்தி பெரெட் தொப்பியணிந்து கடற்கரை நடைபாதை வழியே செல்வதை வெர்னே கபேயின் முகப்புப் பந்தலின் கீழ் அமர்ந்திருந்த அவர் கவனித்தார். வெள்ளை நாய் ஒன்று அவள் பின்னால் ஓடிற்று.

அப்புறம் அவர், நகரப் பூங்காவிலும் சதுக்கத்திலும் தினந்தோறும் பலமுறை அவளைச் சந்தித்தார். எப்போதும் அவள் அதே பெரெட் தொப்பி அணிந்து, வெள்ளை நாய் பின் தொடர, தனியாகவே உலாவினாள். அவள் யார் என்பது ஒருவருக்கும் தெரியவில்லை. எல்லோரும் அவளை "நாய்க்காரச் சீமாட்டி" என்றே அழைத்தார்கள்.

"இவள் இங்கே கணவனுடனோ தெரிந்தவர்களுடனோ இல்லை என்றால் இவளை அறிமுகப்படுத்திக் கொள்வது வீண் போகாது" என்று எண்ணமிட்டார் கூரொவ்.

அவருக்கு இன்னும் நாற்பது வயதாகவில்லை, அதற்குள் பன்னிரண்டு வயதில் ஒரு மகளும் உயர்நிலைப் பள்ளி

மாணவர்களான இரு மகன்களும் இருந்தார்கள். கல்லூரியில் இரண்டாவது ஆண்டு படித்துக் கொண்டிருந்த பொழுதே பெரியவர்கள் அவருக்கு மணம் முடித்து விட்டார்கள்; இப்போதோ அவர் மனைவி அவரைக் காட்டிலும் ஒன்றரை மடங்கு முதியவளாகத் தோற்றமளித்தாள். நல்ல உயரமும், கரும் புருவங்களும், விறைப்பும், பெருமிதமும், கம்பீரமும் வாய்ந்த இந்த மாது, அவளே தன்னைப் பற்றிச் சொல்லிக் கொண்டது போல, "சிந்தனையாளி". ஏராளமாகப் புத்தகங்கள் படிப்பாள், கணவரை மற்றெல்லோரும் அழைப்பது போன்று திமீத்ரி என அழைக்காமல் திமீத்திரி என அழைப்பாள். அவரோ அவளை நுனிப்புல் மேய்பவள், குறுகிய நோக்கினள், நயப் பாங்கு அற்றவள் என உள்ளூறக் கருதிவந்தார்; ஆயினும், அவளிடம் அவருக்கு ஒரே அச்சம். வீட்டில் அவருக்கு இருப்பே கொள்ளாது. அவளுக்குத் துரோகம் செய்ய அவர் வெகு காலத்துக்கு முன்பே தொடங்கிவிட்டார், அடிக்கடி துரோகம் செய்து வந்தார்; அந்தக் காரணத்தினால்தான் போலும், பெண்களைப் பற்றி எப்போதுமே இகழ்ச்சியாகப் பேசினார்; தமக்கு முன்னிலையில் மாதரைப் பற்றிய பேச்சு எழுந்ததும், "கீழ் இனத்தவர்!" என்று அவர்களைக் குறிப்பிட்டார்.

கசப்பான அனுபவத்திலிருந்து தாம் போதிய பாடம் கற்றுக் கொண்டு விட்டதாகவும், எனவே பெண்களை எப்படி வேண்டுமாயினும் அழைக்கத் தமக்கு உரிமையுண்டென்றும் எண்ணி வந்தார் என்றாலும் இந்தக் "கீழ் இனத்தவர்" இல்லாமல் இரண்டு நாட்கள்கூட அவரால் வாழ முடிவதில்லை. ஆண்கள் கூட்டத்தில் அவருக்குச் சலிப்பாக, கட்டிப் போட்டது போலிருக்கும்; அவர்களிடம் கலகலப்பாகப் பேசாமல் உர்ரென்றிருப்பார். பெண்களிடையிலோ, விட்டேற்றியாயிருப்பார்; அவர்களுடன் என்ன பேசுவது; எப்படிப் பழகுவது என்று அவருக்குத் தெரியும்; அவர்கள் நடுவே வாய் திறவாமலிருப்பது கூட அவருக்கு எளிதாயிருந்தது. அவரது தோற்றத்திலும், சுபாவத்திலும், அவர் இயல்பு முழுவதிலுமே இருந்த இனந் தெரியாத கவர்ச்சி பெண்களை அவரிடம் இணக்கங் கொள்ளச் செய்தது, வசீகரித்தது; இதை அவர் அறிந்திருந்தார். அவரையும் ஏதோ ஒரு சக்தி பெண்கள்பால் வலிய ஈர்த்தது.

அந்தரங்கத் தொடர்பு ஒவ்வொன்றும் தொடக்கத்தில் வாழ்க்கையை இன்பப் புதுமையுள்ளதாக்கி, இனிய சுளுவான

நிகழ்ச்சியாக விளங்கினாலும், குல மகளிர் விஷயத்தில், அதிலும் அடியெடுத்து வைக்கத் தயங்குபவர்களும், உறுதியற்றவர்களுமான மாஸ்கோ மாதர் விஷயத்தில், அசாதாரணச் சிக்கல் நிறைந்த பெரும் பிரச்சினை ஆகி விடுவதையும், முடிவில் நிலைமை சகிக்க முடியாத அளவு துன்பகரமாகி விடுவதையும் கூரொவ் மீண்டும் மீண்டும் நேர்ந்த உண்மையிலேயே கசப்பான அனுபவத்திலிருந்து தெரிந்து கொண்டிருந்தார். ஆனால் கவர்ச்சியான பெண் யாரையேனும் புதிதாகச் சந்திக்கும் போதெல்லாம் இந்த அனுபவம் நினைவிலிருந்து எப்படியோ நழுவிவிடும், வாழ்வு வேட்கை மேலெழும், எல்லாமே சகஜமாகவும் வேடிக்கையாகவும் தென்படும்.

இவ்வாறாக, ஒரு நாள் பூங்கா ரெஸ்டாரெண்டில் அவர் உணவருந்திக் கொண்டிருக்கையில், பெரெட் தொப்பியணிந்த நங்கை நிதானமாக நடந்து வந்து பக்கத்து மேஜையெதிரே அமர்ந்தாள். அவளது முகபாவம், நடை, உடை, முடி ஒப்பனை எல்லாமே அவள் நாகரீக சமூகத்தைச் சேர்ந்தவள், மணமானவள், யால்தாவுக்கு முதல் தடவையாக வந்திருக்கிறாள், இங்கே அவளுக்குச் சலிப்புத் தட்டிவிட்டது என்பற்றைக் காட்டின. யால்தா வருபவர்களது ஒழுக்கக்கேடு பற்றிய கதைகளில் பெரும்பாலானவை வெறும் புரளி, தம்மால் முடிந்தால் சந்தோஷமாக வரம்பைக் கடந்திருக்கக் கூடியவர்கள் இட்டுக்கட்டிய கற்பனை என்பது கூரொவுக்குத் தெரியும், அவர் இவற்றைக் காதில் போட்டுக் கொள்வதே இல்லை. ஆயினும் தம்மிடமிருந்து மூன்று தப்படி தள்ளிப் பக்கத்து மேஜை முன்னால் அந்தச் சீமாட்டி வந்தமர்ந்ததும் சுலபமான வெற்றிகளையும், மலைக்கு உல்லாசப் பயணங்கள் செல்வதையும் பற்றிய இந்தக் கதைகள் அவர் நினைவுக்கு வந்தன; சொற்பகாலத் தொடர்பு கொள்வது, அறிமுகமற்ற, பெயர்கூடத் தெரியாத பெண்ணுடன் காதல் லீலை புரிவது என்ற மனோகரமான எண்ணம் அவரைத் திடீரென ஆட்கொண்டது.

சீமாட்டியின் நாயைச் செல்லமாகச் சுடக்குப் போட்டுக் கூப்பிட்டு, அது பக்கத்தில் வந்ததும் விரலை ஆட்டி அதைப் பயமுறுத்தினார். நாய் உறுமியது. கூரொவ் மீண்டும் விரலை ஆட்டினார்.

சீமாட்டி அவரை ஏறிட்டுப் பார்த்துவட்டு மறுகணமே கண்களை தாழ்த்திக் கெண்டாள்.

சிறுகதைகளும் குறுநாவல்களும் 261

"கடிக்காது" என்று சொன்னாள்; அவள் முகம் கன்றிச் சிவந்தது.

"இதற்கு எலும்புத் துண்டு கொடுக்கலாமா?" என்று கேட்ட கூரொவ் அவள் தலையசைப்பால் சம்மதம் தெரிவித்ததுமே, "நீங்கள் யால்தா வந்து அதிக நாள் ஆகிறதோ?" என்று நேசம் தொனிக்க வினவினார்.

"ஐந்து நாளாகிறது."

"நான் இங்கே இரண்டாவது வாரத்தை ஓட்டிக் கொண்டிருக்கிறேன்."

இருவரும் சிறிது நேரம் மௌனமாயிருந்தார்கள்.

"நாட்கள் என்னவோ விரைவாகத்தான் ஓடுகின்றன, ஆனபோதிலும் ஏனோ இங்கே ஒரே சலிப்பாயிருக்கிறது!" என்று அவரை நோக்காமலே கூறினாள் அவள்.

"சலிப்பாயிருக்கிறது என்று சொல்வது வெறும் சம்பிரதாயம் தான். பேல்யேவ், ஷிஸ்த்ரா போன்ற மூலை முடுக்குகளில் வசிக்கும் போது யாருக்கும் சலிப்பு உண்டாவதில்லை. ஆனால் இங்கே வந்ததும், "ஐயோ, ஒரே சலிப்பு! ஐயோ, ஒரே புழுதி!' என்று முறையிட ஆரம்பித்து விடுகிறார்கள், ஏதோ இப்போதுதான் ஸ்பானிய நகர் கிரநாடாவிலிருந்து நேரே வந்து இறங்கியவர்கள் போல."

அவள் சிரித்தாள். பின்பு இருவரும் அறிமுகற்றவர்கள் போலப் பேசாமல் உணவருந்தினார்கள். ஆயினும் சாப்பாட்டுக்குப் பின் இருவரும் சேர்ந்து வெளியேறி, எங்கு போனாலும், எதைப் பற்றிப் பேசினாலும் ஒன்றுதான் என்ற மனோபாவங் கொண்ட, கட்டற்ற, குதூகலமான மனிதர்கள் போன்று, வேடிக்கையும் விளையாட்டுமாக உரையாடலானார்கள். உலாவியவாறே, கடல் மீது தென்பட்ட விந்தையான ஒளியைப் பற்றிப் பேசினார்கள்; கடல்நீர் மனோரம்மியமான இளம் ஊதா நிறத்துடன் திகழ்ந்தது; அதன் மீது நிலவொளி தங்க ரேகைகளிட்டது. பகல் வெக்கைக்குப் பின் ஒரே புழுக்கமாயிருப்பதைப் பற்றி வார்த்தையாடினார்கள். தாம் மாஸ்கோவாசி என்றும், கல்லூரியில் மொழி இயல் கற்றதாகவும், ஆனால் வங்கியில் வேலை செய்வதாகவும், தனியார் இசைநாடகக் குழுவில்

பாடுவதற்கு ஒரு காலத்தில் பயின்றதாகவும் பின்பு அந்த எண்ணத்தை விட்டு விட்டதாகவும், மாஸ்கோவில் தனக்கு இரண்டு சொந்த வீடுகள் இருப்பதாகவும் கூரொவ் அவளிடம் சொன்னார். அவள் பீட்டர்ஸ்பர்கில் வளர்ந்ததாகவும் எஸ். என்ற நகரில் வாழ்க்கைப்பட்டதாகவும், இரண்டு ஆண்டுகளாக அவ்வூரில் இருந்து வருவதாகவும், யால்தாவில் இன்னும் ஒரு மாதம் தங்கப் போவதாகவும், அவளது கணவரும் ஓய்வெடுத்துக் கொள்ள விரும்புவதாகவும், எனவே அவரும் யால்தாவுக்கு வரக் கூடுமென்றும் கூரொவ் அவளிடமிருந்து தெரிந்து கொண்டார். கணவர் வேலை செய்வது குபேர்னியா நிர்வாகக் கவுன்சிலிலா அல்லது சேம்ஸ்த்வோ போர்ட்லா என அவளால் தெளிவாகக் கூற முடியவில்லை. அவளுக்கே இது வேடிக்கையாயிருந்தது. அவளது பெயர் ஆன்னா செர்கேயிவ்னா என்பதையும் கூரொவ் தெரிந்து கொண்டார்.

ஓட்டல் அறைக்கு திரும்பிய பின்னர் கூரொவ் அவளைப் பற்றி எண்ணமிட்டார். மறுநாள் தாம் அவளைச் சந்திப்பது நிச்சயம், கட்டாயம் சந்தித்தாக வேண்டும் என நினைத்தார். உறங்குவதற்காகப் படுத்தவர், மிகச் சமீபத்தில்தான் அவள் உயர்நிலைப் பள்ளி மாணவியாயிருந்தாள் என்பதையும் இப்போது தமது மகள் படிப்பது போலவே பாடங்களைப் படித்துக் கொண்டிருந்தாள் என்பதையும் நினைவு கூர்ந்தார்; அவளது சிரிப்பிலும், பழக்கமில்லாதவனுடன் பேசும் விதத்திலும் எவ்வளவு கூச்சமும் தயக்கமும் காணப்பட்டது என்பதையும் ஞாபகப்படுத்திக் கொண்டார். வாழ்க்கையிலேயே இப்போதுதான் முதல் தடவையாக அவள் தனியாயிருக்கிறாள் போலும், ஆண்கள் அவளை ஒரேயொரு மறைமுக நோக்கத்துடன் (இந்த நோக்கத்தை அவள் ஊகிக்காமலிருக்க முடியாது) பின் தொடர்வதற்கும், உற்றுப் பார்ப்பதற்கும் அவளுடன் உரையாடுவதற்கும் வாய்ப்பான நிலைமை இப்போது தான் ஏற்பட்டிருக்கிறது போலும் என்று எண்ணினார். அவளது நேர்த்தியான மெல்லிய கழுத்தையும் அழகிய சாம்பல் நிறக் கண்களையும் நினைத்துப் பார்த்தார்.

“அவளிடம் ஏதோ ஏக்கம் இருக்கிறது” எனச் சிந்தித்தவாறே உறங்கி போனார்.

2

அவர்கள் பரிச்சயமாகி ஒரு வாரம் கடந்துவிட்டது. அன்று விழா நாள். அறைக்குள் ஒரே புழுக்கம், வெளியிலோ சூறைக் காற்று படலம்படலமாகப் புழுதியைக் கிளப்பியது, தொப்பிகளைத் தலைகளிலிருந்து பறக்கடித்தது. நாள் முழுதும் தாகம் எடுத்த வண்ணமாயிருந்தது. கூரொவ் அடிக்கடி கபேக்குப் போய் ஷர்பத்தும் ஐஸ்கீமும் வாங்கி வருவதும் ஆன்னா செர்கேயிவ்னாவுக்கு உபசாரம் செய்வதுமாயிருந்தார். வெக்கை பொறுக்க முடியவில்லை.

மாலையில் காற்று அடங்கியதும் அவர்கள் கப்பல் வருவதைப் பார்க்கும் பொருட்டுத் துறைமுகம் சென்றார்கள். கப்பல் துறையில் ஏராளமானோர் குறுக்கும் நெடுக்கும் உலாவியவாறு, யாரையோ வரவேற்பதற்காகப் பூச் செண்டுகளுடன் காத்திருந்தார்கள். நாகரிக யால்தாக் கூட்டத்தின் இரண்டு சிறப்பிலயல்புகள் அங்கே சட்டெனக் கண்ணில்பட்டன; முதலாவது, வயது முதிர்ந்த சீமாட்டிகள் யுவதிகள் போன்று உடையணிந்து கொண்டிருந்தார்கள்; இரண்டாவது, ஜெனரல்களின் தொகை மிக அதிகமாயிருந்து.

கடலில் கொந்தளிப்பு மிகுந்திருந்த படியால் கப்பல் தாமதித்து, சூரியன் மறைந்த பின்பே வந்து சேர்ந்தது; துறையோரமாக நிறுத்தப்படுவதற்கு முன்னர் நெடுநேரம் இப்புறமும்அப்புறமும் திரும்பிச் சாரி பாய்ந்தது. ஆன்னா செர்கேயிவ்னா தெரிந்தவர் யாரையோ தேடுபவள் போலக் கப்பலையும் பிரயாணிகளையும் காட்சிக் கண்ணாடி வழியே துருவிப் பார்த்தாள். பின்னர் கூரொவ் பக்கம் திரும்பிய போது அவள் விழிகள் பளிச்சிட்டன. மிக அதிகமாகப் பேசினாள், சரமாரியாகக் கேள்விகளைப் பொழிந்தாள், எதைப் பற்றிக் கேட்டோம் என்பதை அக்கணமே மறந்து விட்டாள். பிறகு காட்சிக் கண்ணாடியைக் கூட்டத்தில் தவறவிட்டு விட்டாள்.

நாகரீகக் கும்பல் கலைந்து சென்றது, முகங்கள் கண்ணுக்குத் தெரியவில்லை, காற்று அடங்கிவிட்டது, ஆயினும் கூரொவும் ஆன்னா செர்கேயிவ்னாவும், கப்பலிலிருந்து இன்னும் யாராவது வருகிறார்களா என்று எதிர்பார்ப்பவர்கள் போல நின்று கொண்டிருந்தார்கள். ஆன்னா செர்கேயிவ்னா பேசுவதை

நிறுத்திவிட்டு கூரொவை நோக்காமல் மலர்களை முகர்ந்து பார்த்துக் கொண்டிருந்தாள்.

"பருவநிலை நல்லதாகி இனிமையான மாலையாக மாறி விட்டது. இப்போது நாம் எங்கே போகலாம்? எங்காவது வண்டியில் செல்வோமா?" என்றார் கூரொவ்.

அவள் பதில் பேசவில்லை.

அவர் அவளையே நிலையாக நோக்கிக் கொண்டிருந்து விட்டுத் திடீரென அவளைக் கட்டித்தழுவி உதடுகளில் முத்தமிட்டார். மலர்களின் நறுமணமும் ஈர்ப்பும் அவரைச் சூழந்தன. மறுகணமே யாரேனும் பார்த்து விட்டார்களோ என்று அச்சத்துடன் பின்பக்கம் திரும்பிப் பார்த்தார்.

"உங்கள் அறைக்குப் போவோம்..." என்று தணிவான குரலில் சொன்னார்.

இருவரும் விரைந்து நடந்தார்கள்.

அறையில் இறுக்கமாயிருந்தது. ஜப்பானியக் கடையில் அவள் வாங்கியிருந்த ஏதோ ஒருவகை அத்தரின் மணம் வீசியது. இப்போது அவள் மீது கண்ணோட்டிய கூரொவ், "வாழ்க்கையில்தான் எத்தகைய விந்தைச் சந்திப்புகள் நிகழ்கின்றன!" என எண்ணமிட்டார். அவருடன் உடலுறவு கொண்ட பலவகையான மாதரையும் பற்றிய நினைவுகள் அவர் மனத்துள் எழுந்தன. அவர்களில் சிலர் கவலையற்ற, இனிய சுபாவமுள்ள பெண்கள்; உடலுறவில் இன்பமுற்றவர்கள்; மிகமிகக் குறுகிய நேரத்திற்கேயாயினும் தங்களுக்கு மகிழ்ச்சி அளித்ததற்காக அவரிடம் நன்றி பாராட்டியவர்கள். அவர் மனைவியைப் போன்ற வேறு சிலரோ, உண்மை ஆர்வம் இன்றி, வெட்டிப் பேச்சும், பசப்பும், நடிப்புமாக, இதெல்லாம் வெறும் களியாட்டமோ வேட்கையோ அல்ல அதனிலும் ஆழ்ந்த மகத்துவம் வாய்ந்தது என்பது போன்ற பாவனையுடன் காதல் புரிந்தவர்கள். மற்றும் நல்ல அழகிகளான இரண்டு மூன்று பெண்கள் இருந்தனர், விறுவிறுப்பு இழந்து போனவர்கள், வாழ்க்கை வழங்கக் கூடியதைக் காட்டிலும் அதிக இன்பத்தை அதனிடமிருந்து வலிந்து பெற வேண்டுமென்ற வைராக்கியத்தின் மூர்க்க வெறி இவர்களது முகபாவத்தில் பளிச்சிட்டு மறையும். இவர்கள் புத்திளமையைக் கடந்தவர்கள், சபல சித்தமுள்ளவர்கள்,

கோணப் புத்தியும் கொடுமனமும் கொண்டவர்கள், மதியீனர். இவர்களிடம் கூரொவுக்கு இருந்த மோகம் அடங்கியதும், அவருக்கு இவர்களது அழகு வெறுப்பையே ஊட்டியது; இவர்களுடைய உள்ளாடைகளின் ஓர ஒப்பனைப் பின்னல்கள் மீன் செதிள்களைத்தான் நினைவுப்படுத்தின.

இங்கேயோ, அனுபவமில்லாத இளமையின் பேதமையும் தடுமாற்றமும் கூச்சமும் வெளிப்படையாகப புலப்பட்டன. இதற்றோடு, யாரோ திடீரெனக் கதவைத் தட்டிவிட்டது போல, ஒருவகையான பதைபதைப்பும் தென்பட்டது. “நாய்க்காரச் சீமாட்டி” ஆன்னா செர்கேயிவ்னா, நடந்த விவரத்தை விசேஷ முக்கியத்துவம் வாய்ந்ததாக, ஆழ்ந்த தன்மை கொண்டதாக, தனது வீழ்ச்சியாகக் கருதுவது போன்று தோன்றியது. இது கூரொவுககு விந்தையாகவம் பொருத்தமற்றதாகவும் பட்டது. ஏக்கமும் சோர்வும் குடிகொண்ட அவளது முகத்தின் இரு மருங்கிலும் நீண்ட கூந்தல் சோகமாகத் தொங்கியது. பழம் பெரும் ஓவியங்களில் காணக்கூடிய பாவிப் பெண் போன்று வருத்தத்துடன் சிந்தனையிலாழ்ந்திருந்தாள்.

“இது சரியல்ல, இனி நீங்களே என்னை மதிக்கமாட்டீர்கள்” என்றாள்.

மேஜை மேல் முலாம் பழம் இருந்தது. கூரொவ் அதில் ஒரு சிறு துண்டு நறுக்கி, நிதானமாகத் தின்ன ஆரம்பித்தார். யாரும் பேசவில்லை, குறைந்தது அரைமணி நேரம் இப்படிக் கழிந்திருக்கும்.

ஆன்னா செர்கேயிவ்னாவைப் பார்க்கப் பரிதாபமாயிருந்தது. வாழ்க்கையை அதிகம் அறியாத, பேதமை வாய்ந்த ஒரு நல்ல பெண்ணுக்குரிய தூய்மை அவளிடமிருந்து வெளிப்பட்டது. மேஜை மேல் எரிந்து கொண்டிருந்த ஒற்றை மெழுகுவத்தியின் வெளிச்சத்தில் அவளது முகம் சரிவர தெரியவில்லை, ஆயினும் நெஞ்சு பொறுக்கமாட்டாதவளாய் அவள் வேதனைப்பட்டாள் என்பது தெளிவாகவே தெரிந்தது.

“எதற்காக நான் உன்னை மதிக்கமாட்டேன் என்கிறாய்? அர்த்தமில்லாத பேச்சாய் என்ன சொல்வது என்று தெரியாமல் இருக்கிறதே” என்றார் கூரொவ்.

“கடவுள் என்னை மன்னிப்பாராக!” என்று கண்ணங்களில் கண்ணீர் ததும்பக் கூவினாள் அவள். “பயங்கரம், பயங்கரம்” என்றார்.

“சமாதானம் தேடிக் கொள்ளத் தேவையில்லையே.”

“என் செயலுக்குச் சமாதனம் ஏது? நான் கெட்டவள், இழிந்தவள். என்னை இகழ்ந்து கொள்கிறேனே தவிர சமாதானம் தேடிக் கொள்ள நினைக்கவில்லை. கணவரை அல்ல, என்னையே நான் ஏமாற்றிக் கொண்டுவிட்டேன். இப்பொழுது மட்டும் அல்ல, எவ்வளவோ காலமாக என்னையே ஏமாற்றிக் கொண்டு வருகிறேன். என் கணவர் நேர்மையானவராக, தகுதி வாய்ந்தவராக இருக்கலாம், ஆனால், நிச்சயமாக அவர் சரியான அடிவருடி! அலுவலகத்தில் அவர் என்ன செய்கிறாரோ, என்ன வேலை பார்க்கிறாரோ அறியேன், ஆனால் அண்டிப் பிழைக்கும் அடிவருடி என்பது மட்டும் எனக்குத் தெரியும். அவருக்கு வாழ்க்கைப் பட்டபோது எனக்கு இருபது வயது; அடங்கா ஆவல் என்னை அலைக்கழித்தது; நான் நாடியது மேன்மை வாய்ந்தது. வேறுவிதமான வாழ்க்கை இருக்கத்தான் வேண்டும் என்று எனக்குள் சொல்லிக் கொண்டேன். வாழ விரும்பினேன்! நன்கு வாழ, முழுமையாக வாழ... அடங்கா ஆவல் என்னை அரித்துத் தின்றது... உங்களுக்கு அது புரியாது. ஆனால் ஆண்டவன் மேல் ஆணையிட்டுச் சொல்கிறேன், என்னால் என்னை அடக்கியாள முடியவில்லை, எனக்கு ஏதோ நேர்ந்து விட்டது, கட்டுப்படுத்திக் கொள்ளவே இயலாது போயிற்று. உடம்பு சரியாயில்லை என்று கணவரிடம் சொல்லிவிட்டு இங்கே வந்தேன்... மதிமயங்கிய நிலையில், பைத்தியக்காரி போல இங்கே நான் சுற்றித் திரிந்து கொண்டிருந்தேன்... ஆனால் இதோ நான் கேவலமான பிறவியாய், உருப்படாதவளாய், எல்லாருடைய இகழ்ச்சிக்கும் உரியவளாய் விட்டேன்.”

கூரொவுக்கு இந்தப் பேச்சைக் கேட்கச் சலிப்பாயிருந்தது. அவளது வெகுளித்தனமும் சிறிதும் எதிர்பாராத, கொசஞ்சமும் பொருத்தமில்லாத அவளது அங்காலய்ப்பும் அவருக்கு எரிச்சலையே உண்டாக்கியது. விழிகளில் கண்ணீர் இல்லாதிருந்தால் அவள் வேடிக்கை செய்கிறாள், அல்லது நடிக்கிறாள் என்று எண்ணியிருப்பார்.

“எனக்குப் புரியவில்லை. உனக்கு என்ன வேண்டும் என்கிறாய்?” என்று சாந்தமான குரலில் கேட்டார் அவர்.

அவரது மார்பிலே முகத்தைப் புதைத்து அவரோடு ஒண்டிக் கொண்டாள் அவள்.

“நம்புங்கள், கெஞ்சிக் கேட்டுக் கொள்கிறேன், என்னை நம்புங்கள்... நேர்மையான, தூய்மை வாய்ந்த வாழ்க்கையே எனக்கு வேண்டும். கெட்டதை என்னால் சகிக்க முடியாது. என் செயல் எனக்கே விளங்குவதாய் இல்லை. சாதாரண மக்கள் சொல்வார்கள்: ‘பிசாசு பிடித்து விட்டது’ என்று. எனக்குப் பிசாசு பிடித்திருப்பதாகத்தான் இப்போது நானும் சொல்லிக் கொள்ள வேண்டும்” என்றாள்.

“வேண்டாம், வேண்டாம்...” என முணுமுணுத்தார் கூரொவ்.

அவளது நிலைக்குத்திட்ட, கிலி கொண்ட விழிகளுள் உற்று நோக்கி, அவளை முத்தமிட்டு, தணிந்த குரலில் கொஞ்சலாகத் தேறுதல் கூறினார். சிறிது சிறிதாக அவள் நிம்மதியடைந்தாள். அவளுக்கு உற்சாகம் பிறந்தது. இருவரும் சிரிக்கலானார்கள்.

சற்று நேரத்துக்குப் பின் அவர்கள் வெளியே சென்ற போது கரையோர நடைபாதையில் எந்த ஆத்மாவும் இல்லை. சைப்ரஸ் மரங்களுடன் நகரம் உயிரற்றதாகத் தோன்றியது. கடல் மட்டும் பேரிரைச்சலுடன் கரையில் மோதிக் கொண்டிருந்தது. தன்னந்தனியான மீன்படகு ஒன்று அலைகள் மேல் அசைந்தாடியது, அதிலிருந்த விளக்கு தூங்கி வழிவது போல மினுமினுத்தது.

குதிரை வண்டி ஒன்றைத் தேடிப் பிடித்து ஏறிக் கொண்டு இருவரும் ஓரியாந்தாவுக்குச் சென்றார்கள்.

“நடையில் மாட்டியிருந்த முகவரிப் பலகையைப் பார்த்து உனது குடும்பப் பெயரை இப்போதுதான் தெரிந்து கொண்டேன். வான் திதெரித்ஸ் என்று எழுதியிருந்தது. உன்னுடைய கணவர் ஜெர்மானியரா?” என்று கேட்டார் கூரொவ்.

“இல்லை. அவருடைய பாட்டனார் ஜெர்மானியர் போலிருக்கிறது. அவர் ருஷ்யச் சத்திய சமயத்தவர் தான்.”

ஓரியாந்தா சேர்ந்ததும், மாதாகோயிலின் அருகே பெஞ்சியில் அமர்ந்து, கீழே கடலை நோக்கியவாறு மௌனமாயிருந்தார்கள். காலை மூடுபனிக்கிடையே யால்தா நகர் தெளிவின்றி மங்கலாகத் தெரிந்தது. மலைச்சிகரங்களுக்கு மேல் அசையாது நின்றன வெண் முகில்கள். மரங்களில் இலைகள் சிலுசிலுக்கவில்லை. வெட்டுக் கிளிகள் சிலம்பின. கடலின் ஒரே மாதிரியான, ஆழ்ந்த முழக்கம் கீழிருந்து வந்து, அமைதி பற்றி, நம் எல்லோருக்கும் நேரவிருக்கும் மீளா உறக்கம் பற்றி உரையாடியது. யால்தாவோ ஓரியாந்தாவோ இல்லாத காலத்திலும் கடல் இவ்வாறே முழங்கியது, இப்போதும் முழங்குகிறது, நாம் மறைந்த பிறகும் இதே போல எதையும் பொருட்படுத்தாமல் ஆழ்ந்து முழங்கிக் கொண்டிருக்கப் போகிறது. இந்த இடையறாத தன்மையில், வாழ்வையும் சாவையும் பற்றிய இந்த முழுமையான அலட்சிய பாவத்தில்தான் நமது நிலையான கடைத்தேற்றம், உலகில் உயிர்குலத்தின் நிரந்தர இயக்கம், ஓயாத மேம்பாடு ஆகியவற்றின் மர்மம் அடங்கியிருக்கிறது போலும். இளநங்கையின் அருகே - கடல், மலைகள், மேகங்கள், விரிந்த வானவெளி ஆகியவற்றின் மோகனச் சூழ்நிலையின் சௌந்தரியத்தில் சொக்கிப் போய், அமைதியடைந்து வைகறையின் மெல்லொளியில் எழிலின் உருவாகத் திகழ்ந்த யுவதியின் அருகே - அமர்ந்தவாறு, கூரொவ் சிந்தித்தார்: பார்க்கப் போனால் இவ்வுலகத்தில் எல்லாமே உண்மையில் வனப்பு வாய்ந்தவையே - எல்லாமே, அதாவது, வாழ்வின் மேலான இலட்சியங்களையும் மனித மாண்பினையும் செய்யும் செயல்களையும் தவிர, எல்லாமே வனப்பு வாய்ந்தவையே என்று தம்முள் கூறிக் கொண்டார்.

யாரோ ஒருவன் - காவலாளாயிருக்கும் - பக்கத்தில் வந்து அவர்களை உற்றுப் பார்த்துவிட்டு அப்பால் சென்றான். இதிலுங்கூட ஏதோ மர்மமும்; அழகும் மிளிர்வதாகத் தோன்றியது. பியதோஸியாவிலிருந்து வரும் கப்பல், விளக்குகள் இன்றி, துறையை நெருங்குவது காலைப் புலரொளியில் பளிச்செனத் தெரிந்தது.

"புல்லில் பனி படிந்திருக்கிறது" என நீண்ட மௌனத்துக்குப் பிறகு கூறினாள் ஆன்னா செர்கேயிவ்னா.

"ஆமாம். திரும்பிச் செல்வோம், நேரமாகிவிட்டது."

நகருக்குத் திரும்பினார்கள்.

இதன் பின்னர் தினந்தோறும் நடுப்பகலில் அவர்கள் கரையோர நடைபாதையில் சந்தித்தார்கள், பகலுணவும் மாலையுணவும் சேர்ந்து அருந்தினார்கள், உலாவினார்கள், கடலைக் கண்டு வியந்தார்கள். அவள் தனக்குத் தூக்கம் வருவதில்லையென்றும், நெஞ்சு படபடக்கிறதென்றும் குறை பட்டுக் கொண்டாள். ஒரே மாதிரியான கேள்விகளை திரும்பத் திரும்பக் கேட்டாள். ஒரு சமயம் பொறாமையாலும், இன்னொரு சமயம் அவர் தன்னைப் போதிய அளவு மதிக்கவில்லையோ என்ற அச்சத்தாலும் துன்புற்றாள். அடிக்கடி அவர், சதுக்கத்திலோ பூங்காவிலோ சுற்றுமுற்றும் யாரும் இல்லாத நேரம் பார்த்து, அவளை அருகே இழுத்துத் தழுவி ஆவேசமாக முத்தமிடுவார். ஒருவித வேலையுமற்ற சுகவாழ்வு; யாரேனும் பார்த்துவிடப் போகிறார்களே என்ற அச்சத்துடன் சுற்றும் கண்ணோட்டியவாறு பட்டப் பகலில் முத்தமிட்டுக் கொஞ்சுதல்; வெக்கை; கடல் வாடை; நன்கு உண்டு நன்கு உடுத்தி வேலை ஏதுமின்றி மிடுக்காய் நடைபோடுவோர் ஓயாமல் கண்ணெதிரே தோன்றி மறைந்த காட்சி - இவை எல்லாம் கூரொவுக்குப் புத்துயிரும் ஊக்கமும் அளிப்பனவாய் இருந்தன. அவர் ஆன்னா செர்கேயிவ்னாவை அழகி என்றும், மோகினி என்றும், மெச்சினார், அடங்காத துடிப்புடன் அவளோடு காதல் புரிந்தார், ஓரடி விலகாமல் அவளையே சுற்றி வந்தார். அவளோ அடிக்கடி சிந்தனையில் ஆழ்ந்தாள். தன்னை அவர் மதிக்கவில்லையென்றும், துளிக்கூடக் காதலிக்க வில்லையென்றும், உதவாக்கரைப் பெண்ணாகவே கருதுவதாகவும் ஒப்புக் கொள்ளுமாறு செய்ய எப்போதும் முயன்று வந்தாள். அநேகமாக ஒவ்வோர் இரவும் அவர்கள் வண்டியிலேறி நகருக்கு வெளியே ஓரியாந்தாவுக்கோ, அருவிக்கரைக்கோ போவார்கள். இந்த உல்லாசப் பயணங்கள் இன்பமாகவே இருந்தன. இவை ஒவ்வொன்றும் எழிலும் சிறப்பும் மிக்க புதுப்புது மனப்பதிவுகளை அளித்தன.

அவளுடைய கணவர் வந்து விடுவானோ எதிர்பார்த்தார்கள். ஆனால் அவரிடமிருந்து கடிதம் மட்டுமே வந்தது. கண்நோய் காரணமாகத் தாம் வெளிச் செல்ல முடியாதபடி ஆகி விட்டதால்அவளை உடனே ஊர் திரும்புமாறு அதில் அவர் வேண்டிக் கொண்டிருந்தார். ஆன்னா செர்கேயிவ்னா அவரசமாகப் புறப்பட ஆயத்தம் செய்தாள்.

“நான் போவது நல்லதுதான். இதுவே விதி” என்று கூரொவிடம் கூறினாள்.

யால்தாவிலிருந்து அவள் குதிரை வண்டியில் புறப்பட்டாள். அவரும் ரயில் நிலையம் வரை உடன் சென்றார். பகல் முழுவதும் பயணம் செய்தபின்பே ரயில் நிலையம் சேர்ந்தார்கள். ஆன்னா செர்கேயிவ்னா விரைவு வண்டியில் ஏறி, இடத்தில் அமர்ந்தபின், இரண்டாவது மணி அடித்ததும் அவள் கூரொவிடம், "எங்கே, இப்படித் திரும்புங்கள், இன்னொரு தடவை உங்களைப் பார்க்கிறேன். இன்னும் ஒரே தடவை. அப்படித்தான்" எனக் கூறினார்.

அழவில்லையாயினும் அவள் ஏக்கமே வடிவாய், நோயுற்றவள் போல இருந்தாள். அவளது உதடுகள் துடித்தன.

"உங்களைப் பற்றி நினைத்துக் கொண்டிருப்பேன்... உங்கள் நினைவாகவே இருப்பேன். ஆண்டவன் உங்களுக்கு அருள்வாராக. என்னைப் பற்றிக் கெடுதலாக நினைக்காதீர்கள். நாம் ஒரேயடியாகப் பிரிகிறோம், மீண்டும் சந்திக்கவே மாட்டோம். அதுதான் சரி, ஏனெனில் நாம் சந்தித்திருக்கவே கூடாது. நல்லது, விடை கொடுங்கள். கடவுள் உங்களுக்கு அருள் பாலிப்பாராக" என்றாள்.

ரயில் விரைவாகச் சென்றுவிட்டது, அதன் விளக்குகள் சீக்கிரமே மறைந்துவிட்டன: ஒரு நிமிடத்திற்கெல்லாம் அதன் தடதடப்புக் கூடக் காதில் விழவில்லை - இந்த இன்ப மயக்கத்துக்கு, இந்தப் பித்துக்குச் சட்டென முடிவு கட்டிவிட வேண்டுமென்று எல்லாம் சேர்ந்து திட்டமிட்டுச் சதி புரிந்தாற் போல் யாவும் அமைந்தன. கூரொவ் பிளாட்பாரத்தில் தனியே நின்று, இருண்ட தொலைவில் பார்வையைச் செலுத்தியவாறு, வெட்டுக் கிளிகளின் கிறீர்ச்சொலியையும், தந்திக் கம்பிகளின் ரீங்காரத்தையும் அப்போதுதான் உறக்கத்திலிருந்து விழித்துக் கொண்டவர் போன்ற உணர்ச்சியுடன் கேட்டார். தமது வாழ்க்கையில் இது இன்னுமொரு எதிர்பாராத சம்பவம் அல்லது தற்செயல் நிகழ்ச்சி என்றும், இதுவும் முடிந்துவிட்டதென்றும், எஞ்சியிருப்பதெல்லாம் நினைவு மட்டுமே என்று எண்ணினார்... அவர் உள்ளம் கரைந்து உருகியது, துயருற்றது. அவருக்கு ஓரளவு பரிதாபமாவுங்கூட இருந்தது. இனி எந்நாளும் அவளை அவர் பார்க்கப் போவதில்லை, அவருடன் இருக்கையில் இந்த யுவதி உண்மையில் இன்பமடையவில்லை. அவர் அவளிடம் நட்பும் பாசமுமாக இருந்தது மெய்தான்; ஆயினும் அவளுடன் அவர் நடந்து கொண்ட முறையில், அவருடைய குரலில், கொஞ்

சல்களில் கூட, ஏளனத்தின் சாயல் அல்லவா, பாக்கியசாலியான ஆணின், அதிலும் அவளைப் போல் இரு மடங்கு வயதான ஆணின் மெத்தனமான அகம்பாவச் சாயல் அல்லவா படிந்திருந்தது? அவள் ஓயாமல் அவரை நல்லவரென்றும் அசாதாரண மனிதரென்றும் பெருந்தன்மை வாய்ந்தவரென்றும் கூறி வந்தாள். அவர் உண்மையில் இருப்பது போலன்றி வேறுவிதமாய் அவள் கண்ணுக்குத் தோன்றியிருக்க வேண்டும். அப்படியானால் அவர் தம்மையும் அறியாமலே அவளை ஏமாற்றி விட்டார் என்றுதானே அர்த்தம்...

ரயில் நிலையத்தில் அதற்குள் இலையுதிர்கால வாடை வீசியது, மாலை குளிராயிருந்தது.

பிளாட்பாரத்திலிருந்து வெளியே வந்து கொண்டிருந்த கூரொவ், "நானும் வடக்கே போக வேண்டிய வேளை வந்து விட்டது. ஆமாம் புறப்பட்டாக வேண்டும்!" என்று தம்முள் கூறிக் கொண்டார்.

3

அவர் மாஸ்கோவுக்குத் திரும்பி வந்ததும் குளிர்கால நடைமுறைகள் தொடங்கி விட்டன: வீட்டில் கணப்புகள் மூடப்பட்டன: காலையில் குழந்தைகள் பள்ளி செல்ல ஆயத்தம் செய்து கொண்டு தேநீர் அருந்துகையில் இருட்டாகவே இருந்ததால் ஆயா கொஞ்ச நேரத்துக்கு விளக்கேற்ற வேண்டியிருந்தது. கடுங் குளிர் ஆரம்பித்தது. முதன் முதல் வெண்பனி பெய்து, சறுக்கு வண்டியில் முதல் தரம் சவாரி செய்யும் போது வெண்ணிறத் தரையையும், வெண்ணிறக் கூரைகளையும் காண இனிமையாயிருக்கிறது; தாராளமாக, சிரமமின்றி மூச்சுவிட முடிகிறது; புத்திளமைப் பருவம் நினைவுக்கு வருகிறது. உறைபனி படிந்து வெண்மையாக ஒளிரும் முதுபெரும் லிண்டன் மரங்களும் பிர்ச் மரங்களும் பெருந்தன்மை வாய்ந்த தோற்றம் பெறுகின்றன. சைப்ரஸ், கூந்தற்பனை மரங்களைக் காட்டிலும் இவை நமக்கு நெருங்கியவை; இவற்றின் அருகாமையிலிருக்கும் போது மலைகளையும் கடலையும் பற்றிய நினைவுகள் தலை காட்டுவதில்லை.

கூரொவ் மாஸ்கோவலேயே பிறந்து வளர்ந்தவர். அவர் மாஸ்கோ திரும்பிய அன்று வானம் தெளிவாயிருந்தது.

கடுங்குளிராய் இருந்தது. மென்முடி உள்வரியிட்ட மேல் கோட்டும் கதகப்பான கையுறைகளும்அணிந்து பெட்ரோவ்கா வீதிக்கு உலாவச் சென்றார். சனிக்கிழமை மாலை மாதாகேயில் மணியோசையைக் கேட்டதும், அண்மையில் முடிவுற்ற அவரது பயணமும் அவர் சென்றிருந்த இடங்களும் அவற்றின் கவர்ச்சியை அறவே இழந்து விட்டன. கொஞ்சங் கெஞ்சமாக அவர் மாஸ்கோ வாழ்க்கையில் மூழ்கலானார். தினந்தோறும் மூன்று செய்தியேடுகள் படித்தார், ஆனால் மாஸ்கோச் செய்தியேடுகளைப் படிப்பதில்லை என்பது தமது கோட்பாடென்று சொல்லிக் கொண்டார். ரெஸ்டாரெண்டுகள், கிளப்புகள், விருந்துகள், கொண்டாட்டங்கள் ஆகிய இந்த சூழல் திரும்பவும் அவரைத் தன்னுள் இழுத்துச் சென்றது. பெயர் பெற்ற வழக்கறிஞர்களும் நடிகர்களும் தமது வீட்டுக்கு வந்து செல்வது பற்றியும், மருத்துவர் கிளப்பில் தாம் ஒரு பேராசிரியருடன் சீட்டாடுவது பற்றியும் முன்பு போலவே பெருமைப்பட்டுக் கொண்டார்... இப்போது அவர் பாடு ஒரே வேட்டை தான்...

ஒரு மாதம் கழிந்ததும் ஆன்னா செர்கேயிவ்னாவின் நினைவு மங்கிவிடும், பரிதாபத்துக்குரிய அவளது புன்னகையுடன், ஏனைய பல பெண்களைப் போல் கனவிலே மட்டும் எப்போதாவது காட்சி தருவாள் என்றுதான் கூரொவ் நினைத்தார். ஆனால் ஒரு மாதத்துக்கு மேல் கழிந்தது; குளிர் காலம் அதன் உச்சத்தை அடைந்து விட்டது, அப்போதும் ஏதோ முந்திய நாள்தான் அன்னா செர்கேயிவ்னாவை விட்டுப் பிரிந்தது போல அவர் நினைவில் யாவும் பசுமையாயிருந்தன. அது மட்டுமல்ல, நாளாக ஆக இந்த நினைவுகள் அதிக வலிவடைந்து வந்தன. சந்தடியற்ற மாலை நேரத்தில், பாடங் கற்கும் குழந்தைகளின் குரல்கள் அவரது படிப்பு அறைக்கு எட்டும் பொழுதும், ரெஸ்டாரெண்டில் அவர் பாட்டோ, ஆர்கன் வாத்திய இசையோ கேட்கும் பொழுதும், கணப்புப் புகை போக்கியில் பனிப்புயல் இரையும் பொழுதும், கப்பல் துறையில் நடந்தவை, மலைகள் மீது மூடுபனி அடர்ந்த அதிகாலை, பியதோஸியாவிலிருந்து வரும் கப்பல், ஆசை முத்தங்கள் எல்லாம் சட்டென அவர் நினைவுக்கு வந்துவிடும். நிகழ்ந்தவற்றை எண்ணிப் பார்த்தவாறே அறையில் குறுக்கும் நெடுக்குமாக நடப்பார்; சிரிப்பார். அப்புறம் நினைவுகள் கனவுகளாக மாறும், நடந்தவை நடக்கப் போகிறவற்றுடன் கற்பனையில் கலந்துவிடும். ஆன்னா செர்கேயிவ்னா அவர் கனவில்

தோன்றவில்லை, நிழல் போல எங்கும் அவர் பின் சென்றாள், எப்போதும் அவரைத் தொடர்ந்தாள். கண்களை அவர் மூட வேண்டியதுதான், உடனே உயிரோவியமாக எதிரே அவள் காட்சியளித்தாள், உண்மையிலிருந்ததை விட அதிக ஒயிலுடனும் தோன்றினாள். தம்மையும் அவர் யால்தாவில் இருந்ததைவிட நல்லவராக இருக்கக் கண்டார். மாலை வேளைகளில் புத்தக அலமாரிகளிலிருந்தும், கணப்பிலிருந்தும், மூளையிலிருந்தும் அவள் எட்டிப் பார்த்தாள்; அவள் மூச்சு விடுவதும், அவளது ஆடை இனிமையாகச் சரசரப்பதும் அவர் காதில் விழுந்தன. வீதியில் செல்லுங்கால் எல்லாப் பெண்களையும் விழிகளால் தொடர்ந்து, அவளைப் போன்றவள் யாராவது இருக்கிறாளா என்று தேடினார்...

தமது அனுபவங்களை யாரிடமாவது சொல்ல வேண்டுமென்ற அடங்கா ஆசை அவரை ஆட்கொண்டது. ஆனால் வீட்டில் காதலைப் பற்றிப் பேச முடியாது, வெளியே மனம் விட்டுப் பேச யாருமில்லை. குடியிருப்பவர்களிடமோ, வங்கியில் சக ஊழியர்களிடமோ சொல்வதற்கில்லை. தவிர, என்னத்தைச் சொல்வது? அப்போது அவர் காதலித்தாரா என்ன? ஆன்னா செர்கேயிவ்னாவுடன் அவருக்கு இருந்த உறவினில் எழிலார்ந்ததோ, கவிதை நயமுடையதோ, அறிவுறுத்துவதோ, அல்லது சுவையானதோ கூட ஏதேனும் இருந்ததா? ஆகவே காதலைப் பற்றியும் பெண்களைப் பற்றியும் பொதுப்பட பேசுவதுடன் திருப்தியடைய வேண்டியிருந்தது. அவர் என்ன சொல்ல விரும்பினார் என்று யாருக்கும் விளங்கவில்லை. அவருடைய மனைவி மட்டும் கரும் புருவங்கள் துடிக்க, "இந்தா, திமீத்திரி, கோமாளி வேஷம் உனக்குக் கொஞ்சங்கூடப் பொருத்தமாய் இல்லை" என்று சீறினாள்.

ஒரு நாள் இரவு மருத்துவர் கிளப்பில் சீட்டாடிவிட்டு சக ஆட்டக்காரர்களில் ஒருவரான அரசாங்க அலுவலருடன் சேர்ந்து புறப்படுகையில் அடக்க மாட்டாமல் கூரெவ் அவரிடம் கூறினார்:

"யால்தாவிலே அவ்வளவு அற்புதமான பெண்ணுடன் எனக்கு பரிச்சயம் ஏற்பட்டது தெரியுமா உங்களுக்கு?"

அந்த அலுவலர் பேசாமல் சறுக்கு வண்டியில் ஏறி உட்கார்ந்த பின் சட்டெனத் திரும்பிக் கூப்பிட்டார்:

“திமீத்ரி திமீத்ரிச்!”

“என்ன?”

“நீங்கள் சொன்னது சரிதான்: மீன் கறியில் கவிச்சு தான் அடித்தது!”

சர்வசாதாரணமான விவரம்தான், ஏனோ கூரொவை இது கொதிப்புறச் செய்தது. அவமானப் படுத்துவதாய், அசிங்கமானதாய் அவருக்குப் பட்டது. எல்லாம் காட்டுமிராண்டி முறைகள்! மோசமான மனிதர்கள்! ஒன்றுக்கும் உதவாத மாலைப் பெழுதுகள்! உப்பு சப்பற்ற, வெறுமையான பகல்கள்! வெறித்தனமான சீட்டாட்டம், வயிறு புடைக்க சாப்பாடு, மிதமிஞ்சிய குடி, ஒரே விஷயத்தைப் பற்றிய ஓயாத பேச்சு. பெரும் பகுதி நேரமும் சக்தியும் யாருக்கும் பயனில்லாத வீண் வேலைகளிலும் திரும்பத் திரும்ப ஒன்றையே விவாதிப்பதிலும் விரையமாகின்றன. இறுதி விளைவு என்னவெனில் குறுகிச் சிறுத்த மண்ணிலே உளையும் படியான: கேவலமான வாழ்வுதான், புன்மை வாய்ந்த அற்பங்களில் சூழலுவதுதான். இதிலிருந்து தப்பியோடவும் வழியில்லை. பைத்தியக்கார மருத்துவமனையிலோ, கைதிகளது குடியிருப்பிலோ அடைப்பட்டிருப்பது போன்ற நிலைமை!

கூரொவ் இராத் தூக்கமின்றி ஆத்திரத்தால் கொதித்துக் கொண்டிருந்தார். மறுநாள் முழுதும் தலைவலி அவரை வருத்திற்று. அடுத்த இரவுகளிலும் சரிவரத் தூங்க முடியாமல் படுக்கையில் உட்கார்ந்து சிந்தித்தார். இல்லையேல் அறையில் மேலுங் கீழுமாக நடைபோட்டார். குழந்தைகளைக் கண்டாலே கரித்து, வங்கியை நினைத்ததுமே கசந்தது. எங்குமே போகப் பிடிக்கவில்லை, எதைப் பற்றியும் பேச விருப்பமில்லை.

டிசம்பர் மாதம் கிறிஸ்துமஸ் விடுமுறையின் போது அவர் பயணத்துக்கு ஆயத்தம் செய்தார். ஓர் இளைஞனின் காரியமாகப் பீட்டர்ஸ்பர்க் போவதாக மனைவியிடம் சொல்லிவிட்டு, எஸ். நகருக்குச் சென்றார். எதற்காக? அவருக்கே தெளிவாகத் தெரியவில்லை. ஆன்னா செர்கேயிவ்னாவைப் பார்த்துப் பேச வேண்டும். முடிந்தால் சந்திப்புக்கு ஏற்பாடு செய்ய வேண்டும் என்பது மட்டும் தான் தெரிந்தது.

எஸ். நகருக்குக் காலையில் போய்ச் சேர்ந்து, ஹோட்டலில் யாவற்றிலும் சிறந்த அறையாகப் பார்த்து அமர்த்திக் கொண்டார். அறையில் தரை முழுவதும் இராணுவக் கம்பள விரிப்பிடப் பட்டிருந்தது; மேஜை மேல் தூசிபடிந்த மசிக்கூடு இருந்தது. உயர்த்திய கரத்தில் தொப்பியை பிடித்தவாறு குதிரைச் சவாரி செய்யும் தலையில்லா வீரனின் உருவம் இந்த மசிக்கூட்டை அலங்கரித்தது. ஹோட்டல் காவலாள் அவருக்கு வேண்டிய தகவல்களைத் தெரிவித்தான்: அதாவது, வான் திதெரித்ஸ் ஸ்தாரோ - கன்சார்நயா வீதியில் சொந்த வீட்டில் வசிப்பதாகவும், ஹோட்டலிலிருந்து வீடு தூரமில்லை என்றும், அவர் செல்வச் செழிப்புடன் வாழ்வதாகவும், சொந்தக் குதிரைகளும் வண்டியும் வைத்திருப்பதாகவும், ஊர் முழுவதும் அவரை அறியுமென்றும் சொன்னான். அவரது பெயரை த்ரீதிரித்ஸ் என உச்சரித்தான் காவலாள்.

கூரொவ் அவசரமின்றி நடந்து, ஸ்தாரோ - கன்சார் நயா வீதிக்குச் சென்று வீட்டைத் தேடிப் பிடித்தார். அந்த வீட்டின் முன்பக்கத்தில் உச்சியில் கூராணிகளுடன் கூடிய நீளமான பழுப்பு நிற வேலியடைப்பு எழுப்பப்பட்டிருந்தது.

சன்னலையும் வேலியடைப்பையும் மாறி மாறிப் பார்த்த கூரொவ், “இந்த மாதிரி வேலியடைப்பு எழுப்பினால் எவரும் தப்பி ஓடத்தான் விரும்புவர்” என்று நினைத்துக் கொண்டார்.

இன்று விடுமுறையாதலால் கணவர் அனேகமாய் வீட்டில் தான் இருப்பாரென கூரொவ் சிந்திக்கலானார். இல்லாவிட்டாலும் இப்படித் திடுமென அவள் வீட்டிலே போய் நின்று அவளைச் சங்கடத்துக்கு உள்ளாக்குவது மதிகெட்ட செயல். குறிப்பு எழுதி அனுப்பலாம், ஆனால் அது கணவர் கைக்குப் போய்ச் சேருமாயின் பெருங்கேடுதான் விளையும். தக்க தருணம் வாய்க்கலாம், அவளைப் பார்க்கும்படி நேரலாம் என்று காத்திருப்பதுதான் நல்லதென நினைத்தார். ஆகவே, தெருவில் மேலும் கீழுமாய் நடந்து வேலியடைப்பை நெருங்கியதும் நடையைத் தளர்த்திக் கொண்டு வாய்ப்பு கிட்டுமா என்று பார்த்தபடிக் காத்திருந்தார். பிச்சைக்காரன் ஒருவன் வாயிலுக்குள் புகுந்ததையும் நாய்கள் அவனை விரட்டியடித்ததையும் கண்டார். பிறகு ஒரு மணி நேரம் கழித்து, பியானோ இசையின் தெளிவற்ற மெல்லிய நாதங்கள் அவர் காதுக்கு எட்டின. வாசிப்பது ஆன்னா செர்கேயிவ்னாவாகத்தான் இருக்குமென நினைத்தார். முன்வாயிற்

கதவு திடீரெனத் திறந்தது. யாரோ கிழவி வெளியே வந்தாள். அவள் பின்னால் ஓடி வந்த அவர் நன்கு அறிந்திருந்த அந்த வெள்ளை நாய். கூரொவ் அதைக் கூப்பிடப் போனார், ஆனால் அவருக்கு நெஞ்சு படபடத்தது, மனக் கிளர்ச்சி அடைந்துவிட்ட அந்த நிலையில் நாயின் பெயர் அவர் நினைவுக்கு வரவில்லை.

அவர் தொடர்ந்து நடந்து கொண்டிருந்தார், அந்தப் பழுப்பு நிற வேலியடைப்பின் மீது அவருக்கு வெறுப்பு மேலும் மேலும் கடுமையாகியது. தம்மைப் பற்றி ஆன்னா செர்கேயிவ்னா மறந்து விட்டாள், பொழுது போக்குக்கா இதற்குள் வேறு ஆள் யாரையேனும் பிடித்துக் கொண்டிருப்பாள் என்று இப்பொழுது எரிச்சலாய் நினைத்துக் கொண்டார். பொழுது விடிந்து பொழுது போனால் இந்தப் பாழாய்ப் போன வேலியடைப்பைப் பார்க்க வேண்டியுள்ள இளம் பெண் வேறு என்ன செய்வாள்? அவள் ஓட்டல் அறைக்குத் திரும்பினார். என்ன செய்வதென்று தெரியாமல் சிறிது நேரம் சோபாவில் உட்கார்ந்திருந்தார், பிறகு சாப்பாட்டை முடித்துக் கொண்டு; நெடுநேரம் உறங்கினார்.

அவர் கண்விழித்த பேது மாலையாகிவிட்டது. இருண்ட சன்னல்களை நோக்கியவாறு,

“அசட்டு வேலை, தொல்லை பிடித்தது!” என்று தம்முள் கூறிக் கொண்டார். “எப்படியோ தூங்கித் தொலைத்து விட்டேன். இனி இராப் பொழுதை எப்படிக் கழிப்பது?”

மருத்துவமனைப் போர்வை போன்ற, மலிவான, சாம்பல் நிறக் கம்பளியைப போர்த்திக் கொண்டு கட்டிலில் எழுந்து உட்கார்ந்து, சிடுசிடுப்புடன் தம்மைத் தாமே கடிந்து கொண்டார்:

“நீயும் உன் நாய்க்காரச் சீமாட்டியும்!... பிரமாதச் சாதனைதான்!... பெரிதாய் ஓடி வந்தாயே, என்ன ஆயிற்று பார்!”

காலையில் அவர் ரயில் நிலையத்தில் வந்து இறங்கிய போது, உள்ளூர் நாடக மன்றத்தில் “கெய்ஷா” நாடகம் அன்று முதல் முறையாக நடிக்கப்படப் போவதாகக் கொட்டை எழுத்துக்களில் அறிவித்த விளம்பரத்தைக் கவனித்திருந்தார். இப்போது அது நினைவுக்கு வரவே, உடை மாற்றிக் கொண்டு நாடக மன்றத்துக்குப் புறப்பட்டார்.

"நாடகங்களின் முதல் இரவுக் காட்சிக்கு அவள் தவறாமல் வருகிறவளாய் இருக்கலாமே" என்று தம்முள் கூறிக் கொண்டார்.

நாடகமன்றம் நிறைந்திருந்தது. எல்லாச் சிற்றூர் நாடக மன்றங்களைப் போலவே இங்கும் சரவிளக்குகளுக்கு மேல் புகை மண்டியிருந்தது, சுற்று மாடியடுக்குகளில் இருந்தோர் அமைதியின்றி இரைந்து கொண்டிருந்தார்கள். முன் வரிசையில், ஆடம்பரமான உள்ளூர்ப் பெரிய மனிதர்கள் திரை எப்போது உயர்த்தப்படுமென்று எதிர்பார்த்தவாறு பின்பக்கம் கையை இணைத்துக் கொண்டு நின்றிருந்தார்கள். ஆளுநரது மாடத்தில் ஆளுநரின் மகள், மென்முடிக் கழுத்துச் சுற்றாடை அணிந்து முன்னிருக்கையில் வீற்றிருந்தாள்; ஆளுநர் அடக்கத்துடன் திரைச்சீலையின் மறைவில் அமர்ந்திருந்தார். அவருடைய கைகள் மட்டும் தான் வெளியே தெரிந்தன. மேடைத் திரை அசைந்தது, வாத்தியக் குழு நெடுநேரம் சுருதி சேர்த்துக் கொண்டிருந்தது. வரிசையாக எல்லோரும் உள்ளே வந்து இருக்கைகளில் அமர்ந்த போது கூரொவின் கண்கள் பரபரப்புடன் அவர்களைத் துழாவிக் கொண்டிருந்தன.

ஆன்னா செர்கேயிவனாவும் வந்தாள், மூன்றாது வரிசையில் அமர்ந்து கொண்டாள். கண்கள் அவளை வந்தடைந்ததும் அவருக்கு இதயம் வெடுக்கென நின்றுவிட்டது போலிருந்தது. உலகில் தமக்கு இவளைக் காட்டிலும் அன்புக்குரிய நெருங்கிய ஆத்மா யாரும் இல்லை, இவள் இல்லையேல் வாழ்வில் தமக்கு இனிமை ஏதும் இல்லை என்பது அக்கணமே அவருக்கு தெளிவாகியது. சிறு உருவாய் நகரத் திரளில் கண்ணுக்குத் தெரியும்படி மறைந்து விடும்படியானவள், தனிச் சிறப்பு ஏதும் இல்லாதவளாய் அசட்டுக் காட்சிக் கண்ணாடியைக் கையில் பிடித்திருந்தவள் - இப்பொழுது இவள் அவருடைய வாழ்வு அனைத்துக்கும் மையமாகி விட்டாள். அவரது துன்பமும் இன்பமுமாகி விட்டாள். அவளே எல்லாம் என்றல்லவா ஆகிவிட்டாள். பக்குவமடையாத கற்றுக்குட்டிப் பிடில்காரர்களையுடைய சோபையற்ற வாத்தியக் குழுவிடமிருந்து எழுந்த ஒலிகளைக் கேட்டு அயர்ந்தவாறு, இவ்வளவு அழகாய் இருக்கிறாளே என்று எண்ணினார்... எண்ணங்களிலும் கனவுகளிலும் மிதந்தார்...

ஆன்னா செர்கேயிவ்னாவுடன் கூட வந்தவர் பின்புறம் கவிந்த தோள்களையுடைய நெட்டையான இளைஞர் - சிறிய கிருதா

வைத்திருந்தார், அடிக்கொரு தரம் தலையை ஆட்டியவாறு நடந்து வந்த அவளுக்குப் பக்கத்து இருக்கையில் அமர்ந்து கொண்டார், எந்நேரமும் யாருக்கோ சிரம் தாழ்த்தி வணக்கம் தெரிவிக்கிறாரென நினைக்கத் தோன்றியது. அவளது கணராகவே இருக்க வேண்டும் - முன்பு யால்தாவில் அவள் மனம் கசந்து, "அடிவருடி" என்று குறிப்பிட்டாளே அந்த ஆளாகவே இருக்க வேண்டும். மெய்தான், அவரது ஒல்லியான நெட்டை உருவிலும் கிருதாவிலும் உச்சந்த தலையிருலிந்த சிறு வழுக்கையிலும் பணியாளுக்குரிய அடிவருடித்தனம் தென்படத்தான் செய்தது. அவர் முகத்தில் இனிப்பான புன்னகை பூத்திருந்தது, பணியானது முறை உடுப்பிலுள்ள பணிச்சின்ன வில்லையைப் போல் அவரது கோட்டின் மார்பில் ஏதோ ஒரு விஞ்ஞானக் கழகத்தின் பதக்கச் சின்னம். பளிச்சிட்டது.

முதலாவது இடைவேளையின் போது கணவர் புகை பிடிப்பதற்காக வெளியே சென்றார். அவள் மட்டும் தனியே இருக்கையில் அமர்ந்திருந்தாள். சற்று பின்னால் உட்கார்ந்திருந்த கூரொவ் அவளிடம் சென்று, புன்னகையை வலிய வருவித்துக் கொண்டும் நடுங்கும் குரலில், "வணக்கம்" என்றார்.

அவள் நிமிர்ந்து அவரைப் பார்த்தாள், உடனே அவளுக்கு முகம் வெளிறிவிட்டது. கலவரத்துடன் மறுபடியும் அவரை உற்றுப் பார்த்தாள், அவளால் தன் கண்களை நம்ப முடியவில்லை. கையிலிருந்த காட்சிக் கண்ணாடியையும் விசிறியையும் இறுகப் பிடித்து நெரித்தாள, மூர்ச்சித்து விடாமல் இருக்கும் பொருட்டு அரும்பாடுபட்டாள் என்பது தெரிந்தது. இருவரும் மௌனமாயிருந்தார்கள். அவள் வீற்றிருந்தாள், அவளது குழப்பதைக் கண்டு மிரண்டு போன கூரொவ் அவளுககுப் பக்கத்தில் உட்காரத் துணியாமல் நின்று கெண்டிருந்தார். சுருதி கூட்டப் பெற்ற பிடில்கள் புல்லாங்குழல்களுடன் சேர்ந்து இசைத்தன. ஒன்றும் புரியாமல் இருவரும் கலங்கினர், நாற்புறமிருந்தும் எல்லோரும் தங்களையே நோக்குவதாய் நினைத்னர். முடிவில் அவள் எழுந்து வெளிச் செல்லும் வாயில் பக்கம் நடந்தாள், அவர் பின் தொடர்ந்தார். இருவரும் எங்கே போவது என்று தெரியாமல் நடைகளில் நடந்தார்கள், படிக்கட்டுகளில் ஏறி இறங்கினார்கள். நீதித்துறை அலுவலர்கள், பள்ளி ஆசிரியர்கள், அரசாங்க அதிகாரிகள் ஆகியோருக்குரிய உடுப்புகள் அணிந்தவர்கள், பதக்கங்கள் பூண்டவர்கள், அவர்கள் முன் தோன்றி மறைந்தார்கள்; சீமாட்டிகள் பளிச்சிட்டுச்

சென்றனர், மாட்டல்களில் தொங்கிய மென்முடிக் கோட்டுகள் கண் முன்னால் வந்து நின்ற பின் மறைந்து போயின, காற்று குப்பெனக் குளுமையாய் வீசியது, சிகரெட்டுத் துண்டுகளின் வீச்சம் அதில் மிதந்து வந்தது. கூரொவுக்கு நெஞ்சின் படபடப்பு காதில் இரைந்தது.

"அட கடவுளே! எதற்காக இங்கே இவர்கள் எல்லாரும்... எதற்காக இந்த வாத்தியக் குழு..." என்று வேதனையுடன் நினைத்தார்.

திடீரென அவருக்கு நினைவு வந்தது: அன்று யால்தாவிலிருந்து ஆன்னா செர்கேயிவ்னாவை வழியனுப்பியதும் எல்லாம் முடிந்து விட்டது. இருவரும் இனி ஒருபோதும் சந்திக்கப் போவதில்லை என்று தமக்குள் சொல்லிக் கொண்டது நினைவு வந்தது. ஆனால் முடிவு இப்போது நெடுந் தொலைவுக்கு அப்பால் அல்லவா சென்று விட்டது!

"மேல் வகுப்புக்கு போகும் வழி" என்று குறிக்கப்பட்டிருந்த இருளடைந்த குறுகலான படிக்கட்டின் பக்கம் வந்ததும் அவள் நடையை நிறுத்தினாள்.

"துணுக்குற்று மிரளச் செய்து விட்டீர்கள்!" என்று அவள் மூச்சு விட முடியாமல் திணறியவாறு சொன்னாள்; இன்னமும் கதிகலக்கம் அவளை விட்டு நீங்கவில்லை, முகம் வெளிறிட்டுதான் இருந்தது. "ஐயோ, என்னைத் துணுக்குற்று மிரளச் செய்து விட்டீர்கள்! உயிரே போய்விட்டது! ஏன் இங்கே வந்தீர்கள்? ஐயோ, எதற்காக வந்தீர்கள்?" என்றாள்.

"ஆன்னா, இதைக் கேள்" என்று தணிவான குரலில் பதற்றத்துடன் அவசரமாய் அவர் கூறினார். "ஆன்னா, இதைக் கேள்... இதை நீ புரிந்துகொள்ள வேண்டும்... மன்றாடிக் கேட்கிறேன், புரிந்து கொள்ள முயற்சி செய்ய வேண்டும்..."

அவள் அச்சமும் மன்றாடலும் காதலும் கலந்த பார்வையை அவர் மீது பதித்தாள், பிறகு அவரது முகச் சாயலைத் தன் நினைவில் நிலையாக பதிய வைக்க முயலுவது போல் அப்படி அவரை அசங்காமல் உற்றுப் பார்த்தாள்.

"நான் பட்ட துன்பத்துக்கு அளவே இருக்காது" - அவரது பேச்சைக் காதில் வாங்கிக் கொள்ளாமலே அவள் தொடர்ந்து

கூறினாள். "வேறு எதைப் பற்றியும் நினைக்க முடியாதவளாய் இத்தனை காலமும் உங்களையே நினைத்திருந்தேன். உங்களைப் பற்றிய நினைவுகளில் தான் உயிர் வாழ்ந்து வந்திருக்கிறேன். யாவற்றையும் மறக்க வேண்டும் என்று தான் எவ்வளவோ முயற்சி செய்து பார்த்தேன் - ஐயோ, நீங்கள் ஏன் இங்கே வந்தீர்கள்?"

மேலே நடைவழியில் நின்று புகை பிடித்துக் கொண்டிருந்த உயர்நிலைப் பள்ளி மாணவர்கள் இருவர் கீழே பார்த்தார்கள். ஆனால் கூரொவ் எதையும் லட்சியம் செய்யாமல் ஆன்னா செர்கேயிவ்னாவை அருகே இழுத்து அணைத்து மாறி மாறி முகத்திலும், கன்னங்களிலும், கரங்களிலும் முத்தமிட்டார்.

"என்ன செய்கிறீர்கள், ஐயோ, என்ன செய்கிறீர்கள்?" என்று அவள் மெல்ல அவர் பிடியிலிருந்து விலகிக் கலவரத்துடன் கூறினாள். "இருவரும் சித்தம் கலங்கியவர்கள் ஆகிவிட்டோம். இன்றைக்கே திரும்பிப் போய் விடுங்கள், இந்தக் கணமே போய் விடுங்கள்... எல்லா தெய்வங்களின் பெயராலும் மன்றாடிக் கேட்டுக் கொள்கிறேன்... யாரோ வருகிறார்கள்!" என்றாள்.

கீழிருந்து யாரோ மாடிப்படியேறி வந்து கொண்டிருந்தார்.

"நீங்கள் போய் விடத்தான் வேண்டும்" என்று ஆன்னா செர்கேயிவ்னா இரகசியக் குரலில் தொடர்ந்து கூறினாள். "காதில் விழுகிறதா, திமீத்ரி திமீத்ரிச்? நான் மாஸ்கோ வந்து உங்களைச் சந்திக்கிறேன். எந்நாளும் எனக்கு மகிழ்ச்சி இல்லை - இதுகாறும் இருந்ததில்லை, இப்போது இல்லவே இல்லை, இனிமேலும் இருக்கப் போவதில்லை! ஆகவே என்னை மேலும் துன்புறுத்த வேண்டாம்! நிச்சயம் மாஸ்கோ வருவேன், உங்களைச் சந்திப்பேன் - ஆணையிட்டுச் சொல்கிறேன்! இப்போது நாம் பிரிந்தாக வேண்டும்! என் அன்பே, ஆருயிரே! நாம் விடை பெற்றுக் கொள்ளத்தான் வேண்டும்!" என மொழிந்தாள்.

அவர் கையைப் பிடித்துக் குலுக்கிவிட்டுப் படிக்கட்டில் அவள் வேகமாகக் கீழே இறங்கினாள், மீண்டும் மீண்டும் அவரைத் திரும்பிப் பார்த்துக் கொண்டாள். மெய்யாகவே அவள் துன்புற்றாள் என்பதை அவளது விழிகள் காட்டின. கூரொவ் சற்று நேரம் நின்று உற்றுக் கேட்டுவிட்டு, சந்தடியெல்லாம் அடங்கிப் போனதும் அங்கிருந்து விலகி, மேல் கோட்டை

வாங்கிப் போட்டுக் கொண்டு நாடக மன்றத்தை விட்டு வெளியே சென்றார்.

4

ஆன்னா செர்கேயிவ்னா மாஸ்கோவுக்கு வந்து அவரைச் சந்திக்கத் தொடங்கினாள். மாதர்நோய் நிபுணர் ஒருவரைக் கலந்தாலோசிக்க வேண்டுமென்று கணவரிடம் கூறிவிட்டு, இரண்டு மூன்று மாதங்களுக்கு ஒருமுறை எஸ். நகரிலிருந்து புறப்பட்டு வந்தாள். அவள் கணவர் அதை நம்பவும் செய்தார், நம்பாமலும் இருந்தார். மாஸ்கோவில் எப்போதும் அவள் “ஸ்லாவ்யான்ஸ்கிய் பஜார்” ஓட்டலில் தங்கினாள். வந்திறங்கியதும் சிவப்புக் குல்லாய் அணிந்த ஓர் ஏவலாள் மூலம் கூரொவுக்குச் செய்தி சொல்லி அனுப்பினாள். கூரொவ் அந்த ஓட்டலுக்கு சென்று அவளைச் சந்திப்பது வழக்கம். மாஸ்கோவில் யாருக்கும் இது தெரியாது.

குளிர்காலத்தில் ஒருநாள் காலை கூரொவ் அவளைக் காணச் சென்றார் (முந்திய நாள் மாலை ஏவலாள் வந்தபோது அவர் வீட்டிலில்லை.) மகளுடைய உயர்நிலைப் பள்ளியும் அந்த வழியில் இருந்ததால் அவளை அங்கே கொண்டு போய் விடலாமென்று தம்முடன் அழைத்துச் சென்றார். ஈரம் தோய்ந்த பெரும் திவலைகளாகப் வெண்பனி பெய்து கொண்டிருந்தது.

“வெப்பநிலை மூன்று டிகிரியாக இருந்த போதிலும் பனி பெய்கிறது பார்” என்று மகளிடம் சொன்னார் கூரொவ். “இந்த வெப்பநிலை தரையருகே மட்டுந்தான். வாயு மண்டலத்தின் மேலடுக்குகளில் வெப்பநிலை வேறாயிருக்கும்.”

“அதிருக்கட்டும், அப்பா, குளிர்காலத்தில் இடி இடிப்ப தில்லையே, ஏன்?” என்று கேட்டாள் பெண்.

அவர் இதைப் பற்றியும் அவளுக்கு விளக்கினார். இவ்வாறு மகளுடன் பேசிக் கொண்டிருந்த அதே நேரத்தில் அவர் வேறு விஷயங்களைக் பற்றிச் சிந்தனை செய்தார். தமது காதலுக்கு உரியவளைச் சந்திப்பதற்காகச் செல்வதையும், தமது இந்தக் காதல் வெளியே யாருக்கும் தெரியாததாய் இருப்பதையும், இனியும் அவ்வாறே இருக்கப் போவதையும் அவர் நினைத்துப் பார்த்தார். அவர் இரட்டை வாழ்க்கை வாழ்ந்து வந்தார் - ஒன்று

எல்லார் கண்ணுக்கும் தெரியும்படியான பகிரங்க வாழ்க்கை, வழக்க வழியிலான உண்மையும் வழக்க வழியிலான ஏமாற்றும் மிகுந்தது, அவரது நண்பர்களும் அவருக்குத் தெரிந்த ஏனைய எல்லாரும் வாழ்ந்து வந்ததற்கு முற்றிலும் ஒத்தது; இன்னொன்று மறைவில் நடைபெற்ற இரகசிய வாழ்க்கை. நிலைமைகளின் விபரீத இணைவின் - சந்தர்ப்பவசமான இணைவாகவும் இருக்கலாம் - காரணமாய், எவை எல்லாம் அவருக்கு முக்கியமாகவும் கருத்துக்கு, உரியனவாகவும் இன்றியமையாதனவாகவும் இருந்தனவோ, எவற்றில் அவர் தம்மைத் தாமே ஏமாற்றிக் கொள்ளாமல் உள்ளப் பூர்வமாய் ஈடுபட்டு வந்தாரோ, எவை அவரது வாழ்வின் உட்கருவாய் இருந்தனவோ அவை யாவும் வெளியே தெரியாதபடி இரகசியமாய் நடந்தேறின; அதே போது அவரிடமிருந்து பொய்மையெல்லாம், தம்மையும் தம்மிடமிருந்த உண்மையையும் மூடி மறைத்துக் கொள்ள அவர் பயன்படுத்திக் கொண்ட வெளி வேடங்கள் எல்லாம் - உதாரணமாக வங்கியில் அவரது வேலை, கிளப்பில் அவரது விவாதங்கள், அவரது “கீழ் இனத்தவர்”, ஆண்டு விழாக் கொண்டாட்டங்களுக்கு மனைவியுடன் கூட போய் வந்தது ஆகியவை எல்லாம் - மறைவின்றிப் பகிரங்கமாய் நடந்தேறின. தம்மையே அளவுகோலாகக் கொண்டு அவர் ஏனையோரையும் மதிப்பிட்டார்; கண்ணுக்குத் தெரிந்தவற்றை அவர் நம்பவில்லை, ஒவ்வொருவர் வாழ்விலும் மெய்யானவையும் சுவையானவையும் இருப்பவை, யாவும் வெளியே தெரியாதபடி இரவின் இருட்டில் இரகசியமாக நடந்தேறுவதாய் அனுமானித்துக் கொண்டார். ஒவ்வொரு ஆணின் வாழ்வும் மர்மத்தையே மையமாகக் கொண்டு சூழலுகிறது, அதனால் தான் தனிப்பட்ட சொந்த இரகசியங்களுக்கு தக்க மதிப்பு அளிக்கப்பட வேண்டும் என்று பண்பட்டவர்கள் எல்லாரும் அப்படி வலுவாய் வற்புறுத்துகிறார்களோ, என்னமோ என்று அவர் நினைத்தார்.

மகளை உயர்நிலைப் பள்ளி வரை கொண்டுபோய் விட்டபின் கூரொவ் “ஸ்லாவ்யான்ஸ்கிய் பஜார்” ஓட்டலுக்குச் சென்றார். முன் கூடத்தில் மேல் கோட்டைக் கழற்றிவைத்துவிட்டு, மாடிக்குச் சென்று, அறைக் கதவை மெல்லத் தட்டினார். ஆன்னா செர்கேயிவ்னா, அவருக்கு மிகவும் பிடித்தமான பழுப்பு நிற உடையணிந்திருந்தாள். பயணத்தாலும் பரபரப்பினாலும் களைத்து ஓய்ந்து போய், முந்திய நாள் மாலையிலிருந்தே அவரது வருகையை எதிர் பார்த்துக் காத்துக் கொண்டிருந்தாள். அவள்

முகம் வெளிறியிருந்தது. புன்னகை புரியாமலே அவரை உற்று நோக்கினாள். ஆயினும் அறைக்குள் அவர் வந்து சேர்வதற்குக் கூட அவகாசம் அளிக்காமல் பாய்தோடி வந்து அவர் மார்போடு ஒட்டிக் கொண்டாள். பல ஆண்டுகளாகச் சந்திக்காதது போல் அப்படி நெடுநேரம் இதழ் பதித்து முத்தமிட்டுக் கொண்டார்கள்.

"என்ன சேதி? எப்படி இருக்கிறாய்?..." என்று கேட்டார் அவர். "புதிதாய் ஏதேனும் நடந்ததா?"

"இதோ சொல்கிறேன்... ஒரு நிமிடம்... பேச முடியவில்லை..."

அழுகை பீறிட்டுக் கொண்டு வந்ததால் அவளால் பேச முடியவில்லை. எதிர் பக்கம் திரும்ப, கைக்குட்டையால் கண்களைத் துடைத்துக் கொண்டாள்.

"துயரம் தீர அழுது நிம்மதியடையட்டும், காத்திருக்கலாம்" என்று நினைத்து, அவசரமின்றி அவர் சாய்வு நாற்காலியில் அமர்ந்தார்.

மணியடித்து அவர் தேநீர் கொண்டுவரச் சொன்னார். பிறகு அவர் தேநீர் அருந்திய போதும் சன்னலைப் பார்த்தபடித்தான் அவள் நின்று கொண்டிருந்தாள்... உணர்ச்சி மேலிட்டவளாய்க் கண்ணீர் வடித்தாள், இருவரது வாழ்க்கையும் சோகம் வாய்ந்ததாய் இருப்பதை நினைத்து உள்ளம் வெதும்பினாள். திருடர்களைப் போல் அல்லவா யார் கண்ணிலும் படாமல் இருவரும் இரகசியமாகச் சந்திக்க வேண்டியிருக்கிறது! இருவரது வாழ்க்கையும் பாழாகி விட்டதே!

"வேண்டாம், அழாதே!" என்றார் அவர்.

அவருக்குத் தெளிவாகவே தெரிந்தது - தம் இருவரது காதலும் விரைவில் முடிவடையப் போவதில்லை, இது எப்போது முடிவுறும் என்று யாராலும் சொல்வதற்கில்லை என்பது தெளிவாகவே தெரிந்தது. ஆன்னா செர்கேயிவ்னா மேலும் ஆழமாகியே வந்தது. அவரை அவள் தனக்குரிய தெய்வமாகக் கொண்டிருந்தாள். அவளிடம் போய் இதெல்லாம் ஒரு நாள் முடிவடைந்தாக வேண்டுமென்று சொல்லிப் பயன் இல்லை. ஒருபோதும் அவள் நம்பமாட்டாள்.

அருமையாய் அன்பு மொழிகள் சொல்லி அவளைத் தேற்றும் நோக்கத்துடன் கூரொவ் அவளிடம் சென்று அவளது

தோள்களை அணைத்துப் பிடித்துக் கொண்ட போது திடுமென நிலைக் கண்ணாடியில் தமது உருவம் தெரியக் கண்டார்.

ஏற்கெனவே அவருக்குத் தலை நரைக்கத் தொடங்கியிருந்தது, கடந்த சில ஆண்டுகளில் இப்படித் தாம் மூப்படைந்து விட்டதைக் கண்ட போது அவருக்கு வியப்பாய் இருந்தது. அவரது கைகளால் அணைக்கப்பட்டிருந்த இளமைப் பூரிப்பும் எழிலும் வாய்ந்திருந்த இந்த ஜீவனுக்காக, விரைவில் தம்மைப் போலவே வாடி வதங்கவிருந்த அவள் எதற்காக அவர் உள்ளம் கரைந்து உருகியது. அவள் எதற்காக இப்படி அவரைக் காதலிக்கிறாள்? பெண்கள் எப்போதுமே அவரை அவரது உண்மை உருவில் அல்லாமல் வேறொரு உருவில் கண்ணுற்று வந்தார்கள். அவர்கள் காதல் கொண்டது அவர் மீதல்ல; அவர்களது கற்பனையின் படைப்பான வேறொரு ஆளின் மீது. வாழ்நாள் முழுதும் அவர்கள் ஆர்வத்துடன் தேடிக் கொண்டிருந்த அந்த ஆளின் மீது அவர்கள் காதல் கொண்டார்கள். அவர்கள் தங்களது தவற்றைக் கண்டு கொண்ட பின்னரும் அவர்கள் முன்பு போலவே தொடர்ந்து அவரைக் காதலித்தார்கள். அவர்களில் ஒருத்தியாவது அவரால் இன்பமடைந்ததில்லை. காலம் கழிந்து சென்றது, அவர் வெவ்வேறு பெண்களையும் சந்தித்து நெருங்கிய உறவு கொண்டார், பிறகு பிரிந்து சென்றார். ஆனால் யார் மீதும் அவர் காதல் கொண்டதில்லை. அவர்களிடையே என்னென்னமோ இருந்தது, காதல் மட்டும் இருந்ததில்லை.

இப்போதுதான், தலை நரைத்த பிறகு, வாழ்வின் முதன் முதல் மெய்யாகவும் முழுமையாகவும் காதல் கொண்டார்.

ஆன்னா செர்கேயிவ்னாவும் அவரும் ஒருவரை ஒருவர் நெருங்கிய, அத்யந்த முறையில், கணவரும் மனைவியும் போலக் காதலித்தனர், உயிருக்கு உயிரான நண்பர்கள் போல ஒருவரை ஒருவர் நேசித்தனர். இருவரும் ஒருவருக்காக ஒருவர் விதியால் திட்டமிடப்பட்டதாக அவர்களுக்கு தோன்றியது. அவளுக்கு வேறொருத்தி மனைவியாகவும் இருந்தது ஏனென்று அவர்களுக்கு விளங்கவில்லை. பருவம் மாறியதும் மண்டலம் விட்டு மண்டலம் செல்லும் ஆணும் பெண்ணுமான இரு பறவைகளை யாரோ பிடித்துத் தனித் தனித் கூண்டுகளில் அடைத்து விட்டது போன்றிருந்தது அவர்களது நிலைமை. கடந்த காலத்திலும் நிகழ் காலத்திலும் இருவரும் புரிந்த வெட்கத்துக்குரிய எல்லாத் தவறுகளையம் ஒருவருக்கு ஒருவர் மன்னித்துக் கொண்டு

விட்டார்கள். இந்தக் காதல் இருவரையும் மாற்றி விட்டதை இருவரும் உணர்ந்தனர்.

முன்பெல்லாம் மனச் சோர்வு ஏற்பட்டதும் மனத்துக்குத் தோன்றிய எந்த நியாயத்தையும் கொண்டு அவர் தம்மைத் தேற்றிக் கொள்வது வழக்கம்; இப்பொழுது அவருக்கு இந்த நியாயங்கள் பொருளற்றவையாகிவிட்டன; ஆழ்ந்த இரக்கம் அவரை உள்ளம் குழையச் செய்தது நேர்மைவாய்ந்தவராய், அன்புமிக்கவராக இருக்க விரும்பினார்...

"அழாதே, என் கண்ணே, வேண்டிய மட்டும் அழுது விட்டாய், போதும்... வா, பேசுவோம், என்ன செய்வது என்று ஆலோசிப்போம்" என்றார்.

பிறகு அவர்கள் நெடுநேரம் கலந்தாலோசித்தார்கள். யார் கண்ணிலும் படாமல் மறைப்பதும் ஏமாற்றுவதும் வெவ்வேறு நகர்களில் வசிப்பதும் நெடுநாள் சந்திக்காமலிருப்பதும் எல்லாம் தேவைப்படாதபடிச் செய்வது எப்படி, சகிக்க முடியாத இந்த விலங்குகளைத் தகர்ப்பது எப்படி என்று ஆலோசனை செய்தார்கள்.

தலையை இறுகப் பற்றியவாறு, "எப்படி? எப்படி? எப்படி?" என்று திரும்பத் திரும்ப கேட்டார் கூரொவ்:

தீர்வு நெருங்கி வந்துவிட்டது, இன்னும் இரண்டு விரற்கடையே பாக்கி, பிறகு வனப்பு மிக்க புது வாழ்வு ஆரம்பமாகிவிடும் என்பதாகத் தோன்றியது. ஆனால் மறுகணமே, முடிவுக்கு இன்னும் நெடுந் தொலைவு இருக்கிறது, யாவற்றிலும் கடினமான, மிகச் சிக்கலான பகுதி இப்போதுதான் ஆரம்பமாகிறது என்பதை இருவரும் உணர்ந்தார்கள்.

∎

மணமகள்

1

அந்தி மணி ஒன்பதாகி விட்டது. தோட்டத்தின் மீத முழு நிலவு ஒளி வீசிக் கொண்டிருந்தது. ஷிமின் வீட்டில் பாட்டியார் மார்ஃபிபா மிகாய்லொவ்னா ஏற்பாடு செய்திருந்த அந்தி நேர ஆராதனை அப்போதுதான் முடிவுற்றிருந்தது. ஒரு நிமிடம் வெளியே செல்வோமென்று நழுவித் தோட்டத்துக்கு வந்திருந்த நாதியா, உள்ளே சாப்பாட்டு அறையில் மேஜையின் மேல் உண்டிகள் எடுத்து வைக்கப்படுவதையும், ஆடம்பரமான பட்டு ஆடையில் அவளுடைய பாட்டி பரபரத்துக் கொள்வதையும் பார்க்க முடிந்தது. தேவாலயக் குருவாகிய திருத்தந்தை ஆந்திரேய் அங்கே நாதியாவின் தாய் நீனா இவானவ்னாவுடன் பேசிக் கொண்டிருந்தது தெரிந்தது. சன்னல் வழியே பார்க்கையில் நீனா இவானவ்னா செயற்கை வெளிச்சத்தில் மிக இளமையாய் இருந்தாள். திருத்தந்தை ஆந்திரேயின் மகனான ஆந்திரேய் ஆந்திரேயிச் கவனமாய்க் காது கொடுத்துக் கேட்டுக் கொண்டு அவளருகே நின்றிருந்தான்.

தோட்டத்தில் குளுமையாகவம் நிசப்தமாகவும் இருந்தது; கருநிழல்கள் அமைதியாய்த் தரை மீது சாய்ந்திருந்தன. எங்கோ நெடுந் தொலைவில் - நகரத்துக்கு அப்பால் தான் இருக்கும் - தவளைகள் கத்தும் சப்தம் காதுக்கு எட்டிற்று. மகிழ்ச்சி பொங்கும் மே மாதத்தின் உணர்வு காற்றிலே இழைந்தது. ஆழமாய் மூச்சை உள்ளுக்கு இழுத்துக் கொண்ட மனத்துள் நாம் கற்பனை செய்து கொள்ள முடியும் - எங்கோ நகருக்கு அப்பால் தொலைவில், வானத்துக்கு அடியில், மர உச்சிகளுக்கு

மேல், வயல்களிலும் வனங்களிலும் வசந்தம் தனது வாழ்வைத் துவக்குகிறது - விந்தையான, அற்புதமான வாழ்வு, செழுமையான, புனிதமான வாழ்வு, பாவ ஆத்மாக்களாகிய நாம் அந்த வாழ்விலிருந்து விலக்கி ஒதுக்கப்பட்டிருக்கிறோம் - என்பதாய் மனத்துள் கற்பனை செய்து கொள்ள முடியும். வாய்விட்டு அழ வேண்டும் போலல்லவா இருக்கும்.

நாதியாவுக்கு இப்போது வயது இருபத்து மூன்று. பதினாறு வயதானதிலிருந்தே திருமணம் குறித்து ஆர்வத்தோடு கனவுகள் கண்டு வந்தவள் அவள். முடிவில் இப்போது நிச்சயமாகியிருந்தது, சாப்பாட்டு அறையில் நின்று கொண்டிருந்த அந்த இளைஞன் ஆந்திரேய் ஆந்திரேயிச்சை அவள் மணந்து கொள்வதென்று. அவனை அவளுக்குப் பிடித்திருந்தது. ஜூலை 7ஆம் நாள் மணவிழா நடைபெறவிருந்தது. அயினும் அவள் உள்ளத்தில் மகிழ்ச்சி இல்லை; அவளால் சரிவர தூங்க முடியவில்லை; அவளது குதூகலம் எங்கோ மறைந்தோடிவிட்டது... நிலவறையிலிருந்த சமையறையின் திறந்த சன்னல்களிலிருந்து, பலரும் ஓடியாடி வேலை செய்யும் சப்தமும், கத்திகளது கணீரொலியும் கேட்டன. கப்பி அமைப்பால் இழுத்து மூடப்பட்ட கதவு படீர் படீரென்று அடித்துக் கொண்டிருந்தது. வான்கோழி வதக்கப்படும் வாசனையும் ஊறிப் பதனமான செர்ரியின் புளிப்பும் மூக்கில் எறின. மாற்றமின்றி என்றென்றுக்குமாய் இப்படியே யாவும் நடந்தேறும் என்பதாகவே தோன்றிற்று.

வீட்டிலிருந்து யாரோ வெளியே வந்து வாயில் முகப்பில் நின்றது தெரிந்தது. வந்தது அலெக்சாண்டர் திமஃபேயிச்; எல்லோரும் இவனை சாஷா என்றே கூப்பிட்டனர். சுமார் பத்து நாட்களுக்கு முன்பு மாஸ்கோவிலிருந்து இங்கு வந்திருந்தான் இவன். நெடுங் காலத்துக்கு முன்பு மரீயா பெத்ரோவ்னா என்றொரு விதவை, நொடித்துப் போன உயர் குலத்துச் சீமாட்டி, சிற்றுருவாய்ப் மெலிந்து பிணியுற்றவர், நாதியாவின் பாட்டியிடம் வந்து தருமம் கேட்பது வழக்கம். பாட்டிக்கு அவர் தூரத்து உறவினர், அவருக்கு சாஷா என்றொரு மகன் இருந்தான். எக்காரணத்தாலோ பலரும் அவன் ஒரு சிறந்த கலைஞனாகக் கூடியவன் என்று கூறினார்கள். அவனுடைய தாய் இறந்து போனதும், பாட்டி தமது ஆன்மா விமோசனத்துக்கா வேண்டி, அவனை மாஸ்கோவில் கமிசரோவ் பள்ளிக்கூடத்தில் சேர்த்துப் படிக்க வைத்தார். இரண்டொரு ஆண்டுக்குப் பிற்பாடு அவன் அங்கிருந்து மாறி ஒரு கலைப் பள்ளியில் சேர்ந்து கொண்டான்.

இந்தப் பள்ளியில் ஏறத்தாழ பதினைந்து ஆண்டுகள் இருந்தபின், கட்டடக் கலைப் பிரிவில் முடிவில் ஒரு வழியாய் இறுதித் தேர்வுகளைச் சமாளித்து வெளியே வந்தான். ஆனால் கட்டடக் கலைஞனாய் வேலை செய்யாமல், மாஸ்கோவில் ஓர் அச்சகத்தில் வேலை தேடிக் கொண்டான். ஒவ்வோர் ஆண்டும் கோடையில் அவன் இங்கு வந்து தங்குவான்; நோயுற்றவனாய், ஓய்வு பெறுவதற்காகவும் உடம்பைத் தேற்றிக் கொள்வதற்காகவுமே அவன் இங்கு வருவது வழக்கம்.

கழுத்து வரை பொத்தான் போட்ட நீள் கோட்டும், பாத முனைகள் தேய்ந்து பிசிராகிவிட்ட அலங்கோலமான கான்வாஸ் சட்டையும் போட்டிருந்தான் அவன். சட்டை இஸ்திரி போடப்பட்டு எவ்வளவோ காலமாயிருக்கும், ஆளின் தோற்றம் பார்க்கச் சகிக்காது. ஒல்லியாய் இளைத்துப் போய் பெரிய கண்களும் நீண்ட எலும்பு விரல்களும் தாடியும் பழுத்த மேனியுமாய் இருந்தான்; இவ்வளவையும் மீறி அவன் கண்ணுக்கு இனியவனாகவே இருந்தான். ஷிமின் குடும்பத்தாருடன் இருப்பது அவனுக்குத் தனது பெற்றோருடன் இருப்பது போலிருந்தது, பிறந்து வளர்ந்த சொந்த வீட்டிலே இருப்பது போல் இங்கு அவன் இருக்க முடிந்தது. இங்கு வரும்போது அவன் தங்கியிருந்த அறை நெடுநாட்களாகவே சாஷாவின் அறையென அழைக்கப்பட்டு வந்தது.

வாயில் முகப்பிலே நின்ற அவன் நாதியாவைப் பார்த்ததும் நேரே அவளிடம் சென்றான்.

"இங்கே நன்றாகத்தான் இருக்கிறது" என்றான்.

"நன்றாகத்தான் இருக்கிறது. செப்டம்பர் வரை இங்கேயே இரு நீ."

"ஆம், இருக்க வேண்டியதாகிவிடும் போலிருக்கிறது. அனேகமாய செப்டம்பர் வரை உங்களுடன் இருப்பேன் நான்."

காரணம் இல்லாமல் சிரித்தான், பிறகு அவளுக்குப் பக்கத்தில் உட்கார்ந்தான்.

"இங்கே உட்கார்ந்து அம்மாவைப் பார்த்துக் கொண்டிருந்தேன்" என்றாள் நாதியா. "இங்கிருந்து பார்க்கையில் அம்மா எவ்வளவு இளைமையாய் இருப்பதாய்த் தெரிகிறது அம்மாவை

நான் குற்றங் குறையற்றவராய்ச் சொல்லவில்லை" என்றாள். சற்று நேரம் மௌனமாய் இருந்தபின் மேலும் கூறினாள்; "இருப்பினும் என் அம்மா ஏனையோரைப் போல அல்ல, அற்புதமானவர்."

"ஆம், அருமையானவர்தான்" என்று சாஷா உடன்பாடு தெரிவித்தான். "உன் அம்மா அவர் வழியில் ரொம்ப நல்லவர்தான், இனிமையானவர்தான், ஆனால்... புரியும்படி எப்படி இதைச் சொல்வது? இன்று அதிகாலையில் நான் சமையலறைக்குள் சென்றேன், வேலையாட்கள் நான்கு பேர் படுக்கை ஏதுமின்றி வெறுந் தரையில் கந்தல்களைப் போட்டுப்படுத்துத் தூங்கிக் கொண்டிருந்தார்கள். ஒரே நாற்றம், மூட்டைப் பூச்சி, கரப்பான்... இருபது ஆண்டுகளுக்கு முன்பு எப்படியோ, அதே நிலையில் தான் யாவும் இருந்து வருகின்றன, கொஞ்சங்கூட மாற்றமில்லை. பாட்டியைக் குறை சொல்லிப் பயனில்லை, அவருக்கு வயதாகி விட்டது - ஆனால் உன் தாய் பிரெஞ்சு பேசுகிறார், நாடகங்களில் நடிக்கிறார்... **இவர்** புரிந்து கொள்ள வேண்டாமா?"

சாஷா பேசும் போது நீளமான எலும்பு விரல்கள் இரண்டைத் தன் பேச்சைக் கேட்போருக்கு முன்னால் உயர்த்திக் காட்டுவான், அது அவன் வழக்கம்.

"இங்கு யாவும் எனக்கு விசித்திரமாய் இருக்கிறது, இவை நான் பழக்கப்படாதவை" என்று மேலும் கூறிச் சென்றான் அவன். "தெய்வமே, யாரும் இங்கு எதுவும் செய்வதாய்த் தெரியவில்லையே! உன் தாய் பெரிய கோமகளைப் போல் நடைபோடுவதைத் தவிர எதுவும் செய்யக் காணோம், பாட்டியும் ஒன்றுமே செய்வதில்லை, நீயும் அப்படித்தான். நீ மணம் புரிந்து கொள்ளப் போகும் இந்த ஆந்திரேய் ஆந்திரேயிச்சும் ஒன்றும் செய்யாமலேதான் காலமோட்டுகிறான்."

இதெல்லாம் சென்ற ஆண்டிலேயே நாதியா கேட்டிருந்ததுதான். அற்கு முந்திய ஆண்டிலேயே கேட்டிருந்ததாய் அவளுக்கு ஞாபகம். சாஷாவின் சிந்தனை இந்த ஒரே வழியில்தான் செல்லக் கூடியது என்பது அவளுக்குத் தெரியும். இதை அவள் ஒரு வேடிக்கையாய் நினைத்து மகிழ்ந்த காலம் ஒன்று உண்டு, ஆனால் ஏனோ இப்பொழுது இது அவளுக்கு எரிச்சல் உண்டாக்கிற்று.

"இதெல்லாம் பழஞ் சரக்கு, கேட்டுக் கேட்டுக் காது புளித்துப் போய் விட்டது" என்று சொல்லி எழுந்தாள் அவள். "புதிதாய் எதுவும் சிந்திக்க முடியாதா உன்னால்"

அவன் சிரித்தான், பிறகு அவனும் எழுந்தான். இருவருமாய் வீட்டக்குத் திரும்பினர். கண்ணுக்கு இனியவளாய், நெட்டையாய், மெல்லுருவினளாய் இருந்தாள் அவள். அவன் பக்கத்தில் நடந்தபோது, காண்போர் மனதை உறுத்தும்படி எடுப்பான ஆடையலங்காரத்தோடு ஆரோக்கியம் மிக்கவளாய்த் தோன்றினாள் அவள். இது அவளுடைய மனதுக்கே தெரிந்தது; அவனை நினைக்கையில் அவளுக்குப் பாவமாய் இருந்தது, மன்னிப்பு கேட்க வேண்டும் போலிருந்தது.

"நீ என்னென்னமோ பேசுகிறாய்" என்றாள் அவள். "எனது ஆந்திரேயைப் பற்றிச் சொன்னாயே - உனக்கு அவனைப் பற்றி ஒன்றும் தெரியாது."

"**எனது** ஆந்திரேய்... உனது ஆந்திரேய் எப்படியாவது இருக்கட்டும் போ! என் கவலை எல்லாம் உனது இளைமைப் பருவம் வீணாகிறதே என்பதுதான்."

இருவரும் சாப்பாட்டு அறைக்குள் சென்ற போது எல்லோரும் இரவு சாப்பாட்டுக்காக மேஜையைச் சுற்றிலும் உட்காரப் போயினர். பாட்டி - வீட்டில் எல்லோரும் அவரை பாட்டி என்றே கூப்பிட்டார்கள் - குண்டாய்ப் பருத்து அவலட்சணமாய் இருந்தார். உரக்கப் பேசிக் கொண்டிருந்தார் அவர். இந்த வீட்டுக்கு அவரே அதிபர் என்பது நன்றாய்த் தெரிந்தது. சந்தையில் பெட்டிக் கடைகளில் வரிசை ஒன்று அவருக்குச் சொந்தமாயிருந்தது, தூண்களையும் தோட்டத்தையும் கொண்ட இந்தப் பழைய வீடும் அவருடையதுதான். ஆயினும் தினமும் காலையில் கண்களில் கண்ணீர் தளும்பத் தம்மை நாசத்திலிருந்து காத்தருளும்படித் தேவனிடம் பிரார்த்தனை செய்வார். இவரது மருமகளும் நாதியாவின் தாயுமான நீனா இவானவ்னா வெண்ணிற கேசமுடையவள், இறுகிப் பிடிக்கும் கச்சு அணிந்து வில் பிடிப்பு மூக்குக் கண்ணாடியும் எல்லா விரல்களிலும் வைர மோதிரமும் போட்டிருப்பவள்; திருத் தந்தை ஆந்திரேய் பல்லில்லாத கிழவர், ஒல்லியானவர், எந்நேரமும் ஏதோ வேடிக்கையாய்ச் சொல்லப் போகிறவரைப் போன்ற முகபாவமுடையவர்; அவரது மகனும் நாதியாவை மணந்து கொள்ளப் போகிறவனுமான ஆந்திரேய் ஆந்திரேயிச் தசைப் பற்றுள்ளவன், சுருட்டை முடிகளுடன் ஓரளவு நடிகன் அல்லது கலைஞன் போல் கண்ணுக்கினிய இளைஞன் - இவர்கள் மூவரும் சேர்ந்து மனோவசியம் குறித்துப் பேசிக் கொண்டிருந்தார்கள்.

"இங்கு ஒரே வாரத்தில் உனக்கு உடம்பு தேறிவிடும், பாரேன்" என்று சாஷாவிடம் கூறினார் பாட்டி.

"ஆனால் நீ நிறையச் சாப்பிட வேண்டும். எவ்வளவு மோசமாய் இருக்கிறது உன் உடம்பு!" என்று பெருமூச்செறிந்து கொண்டார். "பார்க்கச் சகிக்கவில்லை! அசல் தெருச் சுற்றித் தறுதலைப் பிள்ளை போலல்லவா இருக்கிறாய்?"

"அடாப்பிடியாய் வாழ்ந்து மரபு வழி வந்தது அனைத்தையும் விரயமாக்கினான்" என்று இடையில் புகுந்து கண்கள் பளிச்சிட மெதுவாய்க் கூறினார், திருத்தந்தை ஆந்திரேய். "முடிவில் மாடு மேய்ப்பதைத் தவிர வேறுவழி இல்லை."

"முதுபெரும் என் தந்தை என் உயிருக்கு உயிரானவர்" என்று சொல்லி ஆந்திரேய் ஆந்திரேயிச் தன் தந்தையின் தோளில் தட்டினான். "ஒப்பற்றவர், அருமையானவர்!"

எல்லோரும் மௌனமாயிருந்தனர். திடுமென சாஷா சப்தமாய்ச் சிரித்துவிட்டுக் கைத்துணியை உதடுகளில் வைத்து அழுத்திக் கொண்டான்.

"அப்படியானால் மனோவசியத்தில் உனக்கு நம்பிக்கை உண்டென்றா சொல்கிறாய்?" என்று நீனா இவானவ்னாவைக் கேட்டார் திருத்தந்தை ஆந்திரேய்.

"நம்பிக்கை உண்டென்று நிச்சயமாய்ச் சொல்ல முடியவில்லை என்னால்" என்று நீனா இவானவ்னா கண்டிப்பும், ஏன் கடுமையுங்கூடக் கொண்ட முகபாவத்துடன் பதிலளித்தாள். "ஆனால் விந்தைக்குரியவை, விளங்காத புதிராய் இருப்பவை இயற்கையில் பலவும் இருப்பதை நான் ஏற்றுக் கொள்ளவே வேண்டும்."

"நீ சொல்வது சரிதான், ஒத்துக் கொள்கிறேன், ஆயினும் எங்களைப் பொறுத்தவரை நம்பிக்கையானது எங்களுக்கு விந்தைக்குரியவற்றின் வரம்பை வெகுவாய்க் குறுகச் செய்து விடுவதையும் நான் குறிப்பிட்டாக வேண்டும்."

கொழுத்த ஒரு பெரிய வான்கோழி மேஜையின் மீது கொண்டு வந்து வைக்கப்பட்டது. திருத்தந்தை ஆந்திரேயும் நீனா இவானவ்னாவும் தொடர்ந்து உரையாடிச் சென்றனர். நீனா இவானவ்னாவின் விரல்களிலிருந்த வைரங்கள் ஜொலித்தன,

அவள் கண்களில் கண்ணீர் பளிச்சிட்டது, அவள் உணர்ச்சி வயப்பட்டு விட்டாள்.

“உங்களுடன் என்னால் வாதாட முடியுமெனக் கருதவில்லை நான்” என்றாள் அவள். “என்றாலும் விளங்காத புதிர்கள் வாழ்க்கையில் பலவும் உண்டென்பதை நீங்களும் ஒத்துக் கொள்வீர்கள், இல்லையா?”

இரவு சாப்பாடு முடிந்ததும் ஆந்திரேய் ஆந்திரேயிச் பிடில் வாசித்தான், நீனா இவானவ்னா பியானோவில் இணைவாய் இசைத்தாள். பத்து ஆண்டுகளுக்கு முன்பு அவன் பல்கலைக்கழகத்தில் மொழியியல் துறையில் பட்டம் பெற்று வெளிவந்தவன், ஆனால் வேலையோ குறிப்பிட்ட தொழிலோ எதுவுமில்லாதவனாகவே வாழ்ந்தான். எப்போதாவது தரும் நிதிக்கான கச்சேரிகளில் அவன் வாசிப்பான். நகரில் அவன் ஓர் இசைஞனாய் அழைக்கப்பட்டு வந்தான்.

ஆந்திரேய் ஆந்திரேயிச் வாசித்தான், எல்லோரும் மௌனமாய்க் கேட்டுக் கொண்டிருந்தார்கள். மேஜை மீதிருந்த சமொவாரிலிருந்து அமைதியாய் ஆவி வெளி வந்தது, சாஷா ஒருவன் மட்டும்தான் தேநீர் அருந்தினான். பன்னிரண்டு மணியானதும் பிடிலின் கம்பிகளில் ஒன்று படீரெனத் தெறித்தது. எல்லோரும் சிரித்தார்கள், பிறகு சந்தடிக்கும் சலசலப்புக்குமிடையே விடை பெற்றுக் கொண்டார்கள்.

தன்னை மணந்து கொள்ளப் போகிறவனிடம் விடை பெற்றுக் கொண்ட பின் நாதியா தன் தாய்க்கும் தனக்கும் உரிய மாடிப் பகுதிக்குச் சென்றாள் (கீழ் வீட்டில் பாட்டியார் இருந்து வந்தார்). கீழ் வீட்டில் சாப்பாட்டு அறையில் விளக்குகள் நிறுத்தப்பட்டு வந்தன, சாஷா இன்னும் தேநீர் அருந்தியவாறு அங்கே உட்கார்ந்திருந்தான். மாஸ்கோ பாணியில் அவன் நெடுநேரம் நேரம் அருந்திக் கொண்டு உட்கார்ந்திருப்பது வழக்கம், ஒன்றன்பின் ஒன்றாய் ஆறு ஏழு கிளாஸ் குடிப்பான். நாதியா ஆடைகளைக் களைந்து விட்டுப் படுக்கையில் படுத்த பிறகும், நீண்ட நேரம் கழித்து கீழே வேலையாட்கள் வேலை செய்யும் சப்தமும் பாட்டி அவர்களைத் திட்டுவதும் அவள் காதில் விழுந்தன. முடிவில் வீடெங்கும் அமைதியாகி விட்டது, கீழே சாஷாவின் அறையிலிருந்து மட்டும் எப்போதாவது நீட்டி இழுத்து ஒலிக்கும் இருமலின் சப்தம் கேட்டது.

2

நாதியா விழித்துக் கொண்ட போது மணி இரண்டடித்திருக்க வேண்டும், பொழுது புலர ஆரம்பித்திருந்து. இரவு நேரக் காவற்காரன் தனது கட்டையைத் தட்டும் சப்தம் எங்கோ தொலைவிலிருந்து ஒலித்தது. நாதியாவால் தூங்க முடியவில்லை, அவளுடைய படுக்கை படுத்துறங்கச் சங்கட்டமாய் அளவு மீறி மிருதுவாய் இருப்பதாய் நினைத்தாள். மே மாதத்தில் இதற்கு முந்திய இரவுகளில் செய்தது போலவே இப்போதும் அவள் படுக்கையில் உட்கார்ந்து கொண்டு சிந்திக்க முற்பட்டாள். அவளுடைய சிந்தனைகள் முந்திய இரவுகளில் எப்படியோ அதே போலத் தான் அலுப்பூட்டுவனவாய், ஓயாமல் நச்சரிப்பனவாய் இருந்தன - ஆந்திரேய் ஆந்திரேயிச் அவளை அணுகி எப்படி ஊடாடினான், மணம் முடித்துக் கொள்ளுமாறு வேண்டினான், எப்படி அவனை அவள் ஏற்றுக் கொண்டாள், நற்குணமும் நல்லறிவுமுடைய இவனது சிறப்புகளை எப்படி அவள் சிறிது சிறிதாய்த் தெரிந்து கொண்டு பாராட்ட முற்பட்டாள் என்ற அதே சிந்தனைகள் தான் அவள் மனத்தில் எழுந்தன. ஆனால் ஏனோ தெரியவில்லை, மண விழாவுக்கு இன்னும் ஒரேயொரு மாதமே எஞ்சியிருந்த இந்தச் சந்தர்ப்பத்தில், இனமறியாத துயரமூட்டும் ஏதோ ஒன்று தனக்ககாக் காத்திருப்பது போன்ற அச்சம், அல்லது அமைதியின்மை அவளை வருத்த முற்பட்டது.

"டிக்-டாக், டிக்-டாக்" என்று சோர்வுடன் ஒலித்தது காவற்காரன் எழுப்பிய சப்தம். "டிக்-டாக்...."

அந்தப் பழங்காலத்திய பெரிய சன்னலின் வழியே தோட்டத்தையும், அதற்கப்பால் செழிப்பாய்ப் பூத்துக் குளுமையால் மயங்கிச் சொக்கிப் போன செந்நீல மலர்ப் புதர்களையும் காண முடிந்தது. அடர்த்தியான வெண்ணிற மூடுபனி முக்காடிட்டு இம்மலர்களை மூட விரும்புவது போல் இவற்றை நோக்கிப் படர்ந்து வந்தது. இன்னும் தூக்கம் கலையாத காகங்கள் தொலைவில் மரங்களிலிருந்து கரைந்தன.

"தெய்வமே, நான் ஏன் இப்படிச் சோகமாய் இருக்கிறேன்?"

மண விழாவிக்கு முன்பு மணப்பெண்கள் எல்லோருக்கும் இப்படித்தான் இருக்குமோ? யார் கண்டார்? அல்லது சாஷா கூறியதைக் கேட்டுக் கொண்டிருந்ததன் விளைவாய் இருக்குமோ? ஆனால் மனப்பாடம் செய்து ஒப்பிக்கிறவனைப் போல்

மீண்டும் மீண்டும் அதையே தானே சாஷா ஆண்டாண்டு தோறும் கூறி வந்தான். அவன் கூறியது எப்போதுமே அறியாப் பிள்ளையினது அதிவினோதப் பேச்சு போலத்தானே ஒலித்தது. அப்படியிருந்தும் சாஷாவைப் பற்றிய நினைவை ஏன் அவளால் தன் மனத்திலிருந்து விரட்ட முடியவில்லை? என்ன காரணம்?

காவற்காரனது சப்தம் நின்று போய் நெடுநேரமாகிவிட்டது. சன்னலுக்கு அடியிலும் தோட்டத்திலும் புள்ளினங்கள் கூச்சலிட்டன, தோட்டத்திலிருந்து மூடுபனி அகன்றுவிட்டது, வசந்த சூரியனது ஒளி யாவற்றைச் சுற்றிலும் பிரகாசித்தது, யாவும் புன்னகை புரிந்தன. மொத்தத்தில் அந்தத் தோட்டம் அனைத்துமே கதிரவனது அரவணைப்பில் கதகதப்புற்றுப் புத்துயிர் பெற்றெழுந்துவிட்டது, மரங்களின் இலைகளில் பனித் துளிகள் வைரங்களாய் ஜொலித்தன. கவனியாது விடப்பட்டிருந்த அந்தப் பழைய தோட்டம் அன்று காலை இளைமைத் துடிப்பும் குதூகலமும் கொண்டு விட்டதாய் விளங்கிற்று.

பாட்டி முன்பே விழித்தெழுந்துவிட்டார். ஆழ்ந்து அதிர்ந்து கரகரப்பாய் இருமினான் சாஷா. கீழ்வீட்டில் வேலையாட்கள் சமொவாரைக் கொண்டு வந்து வைத்து, நாற்காலிகளை நகர்த்திப் போடும் சப்தம் கேட்டது.

நேரம் மெல்ல கழிந்து சென்றது. முன்பே எழுந்துவிட்ட நாதியா நெடுநேரமாய்த் தோட்டத்தில் நடந்து கொண்டிருந்தாள். அப்படியும் காலைப் பொழுது கழிவதாயில்லை.

அந்நேரத்தினால் நீனா இவானவ்னா கண் கலங்கியவளாய் ஒரு கிளாஸ் கனிம ஊற்று நீருடன் இங்கே வந்தாள். ஆன்மீயத்திலும் ஹோமியோபதியிலும் அவள் ஈடுபட்டு வந்தாள், நிறைய படித்தாள், சமயத் துறையிலான தனது ஐயப்பாடுகள் குறித்துப் பேசுவதில் விருப்பம் கொண்டவளாய் இருந்தாள். இவற்றுக் கெல்லாம் தனக்குப் புரியாத விந்தையான, ஆழமான உட்பொருள் இருக்க வேண்டுமென நாதியா நினைத்துக் கொண்டாள். தாயை முத்தமிட்டுவிட்டு அவள் பக்கத்தில் நடந்தாள் நாதியா.

“அம்மா, எதற்காக அழுதே நீ?” என்று கேட்டாள்.

“நேற்று இரவு நான் ஒரு கிழவரையும் அவர் மகளையும் பற்றிய கதை படித்தேன். கிழவர் ஏதோ ஓர் அலுவலகத்தில் வேலை செய்துவந்தார். என்ன ஆயிற்று தெரியுமா? அந்த

அலுவலக அதிபர் இந்தக் கிழவருடைய மகளிடம் காதல் கொண்டு விடுகிறார்! இன்னும் நான் பூராவும் படித்து முடிக்கவில்லை, ஆனால் மிகவும் உருக்கமான ஓர் இடத்துக்கு வந்தேன், என்னால் அழாமல் இருக்க முடியவில்லை" என்று சொல்லி நீனா இவானவ்னா தனது கிளாசிலிருந்து ஒரு வாய் குடித்தாள். "இன்று காலை இது நினைவுக்கு வந்தது, மீண்டும் அழுதேன்."

"கடந்த பல நாட்களாய் எனக்கு மனம் சரியாகவே இல்லை" என்றாள் நாதியா. சற்று நேரம் மௌனமாய் இருந்த பின் "என்னால் தூங்க முடியவில்லையே, ஏன்?" என்று கேட்டாள்.

"மகளே, ஏனென்று தெரியவில்லையே எனக்கு. என்னால் தூங்க முடியாவிட்டால், கண்களை - இதோ பார், இப்படி - கெட்டியாய் மூடிக் கொள்வேன்; ஆன்னா கரேனினா எப்படி இருப்பாள், எப்படிப் பேசுவாள் என்று கற்பனை செய்து பார்ப்பேன், அல்லது வரலாற்றிலிருந்து, பழங் காலத்திலிருந்து எதையாவது கற்பனை செய்து கொள்வேன்…"

தன் தாய் தன்னைப் புரிந்து கொள்வில்லை, அவளால் தன்னைப் புரிந்து கொள்ளவும் முடியாது என்பதாய் ஓர் உணர்வு நாதியாவுக்கு உண்டாயிற்று. இம்மாதிரி ஓர் உணர்வு இதன் முன் என்றுமே அவளுக்கு ஏற்பட்டதில்லை. இது அவளுக்கு அச்சம் தருவதாய் இருந்தது. ஒளிந்து கொள்ள விரும்பினாள் அவள், தனது அறைக்குத் திரும்பி விட்டாள்.

இரண்டு மணியானதும் எல்லோரும் மதிய உணவுக்காக உட்கார்ந்தனர். அன்று புதன்கிழமை, விரத நாள். பாட்டிக்கு இறைச்சியில்லாத போர்ஷ் சூப்பும், பிறகு மீனும் கூழும் பரிமாறினர்.

பாட்டியைக் கலாட்ட செய்ய விரும்பிய சாஷா இறைச்சியில்லாத போர்ஷ் சூப்பு, இறைச்சி சூப்பு இரண்டையும் சாப்பிட்டான். முழு நேரமும் அவன் வேடிக்கையாய்ப் பேசிச் சிரிப்பு மூட்ட முயன்றான். ஆனால் அவனுடைய விகடங்கள் எளிதில் முடிவுறாமல் நீண்டுச் சென்றன, யாவும் நீதி போதிப்பவையாய் இருந்தன. விகடத்தைக் கூறும் முன்பு வற்றிப் போய் உயிரற்றவையாய்த் தோன்றிய நீளமான தனது எலும்பு விரல்களை அவன் உயர்த்திக் காட்டியதைக் கண்ணுற்ற போது யாருக்கும் சிரிப்பு வரவில்லை; நோய் வாய்ப்பட்டவன்,

அதிகம் காலம் இவனால் வாழ முடியாது என்ற எண்ணம் தான் மனத்துள் எழுந்து எல்லோரையும் இவனுக்காகப் பரிதாபப்பட்டு அழ வேண்டுமென நினைக்கச் செய்தது.

சாப்பாடு முடிந்ததும் பாட்டியார் களைப்பாறுவதற்காகத் தமது அறைக்குச் சென்றார். நீனா இவானவ்னா சிறிது நேரம் பியானோ வாசித்தாள். பிறகு அவளும் சாப்பாட்டு அறையிலிருந்து போய்ச் சேர்ந்தாள்.

"ஓ, நாதியா" என்றான் சாஷா; மதிய உணவுக்குப் பிற்பாடு அவனுக்கு வழக்கமான அந்தப் பேச்சை ஆரம்பித்தான். "நான் சொல்வதைக் கேட்க மாட்டேன்கிறாயே நீ! கேட்டால் எவ்வளவு நன்றாயிருக்கும் தெரியுமா?"

பழங்காலத்து நாற்காலியில் சுருட்டி மடக்கிக் கொண்டு உட்கார்ந்திருந்த நாதியா கண்களை மூடிக் கொண்டாள். அவன் சாவதானமாய் அறையில் மேலும் கீழுமாய் நடந்தான்.

"இங்கிருந்து விலகி நீ வெளியே போய்ப் படிப்பாயானால் எவ்வளவு நன்றாயிருக்கும்" என்றான் அவன். "அறிவொளி பெற்றுப் புனித ஆத்மாக்களாவோர் தான் மனதுக்கு இனியவராவர், இவர்கள் மட்டும்தான் நமக்கு வேண்டும். இப்படிப்பட்டவர்கள் எவ்வளவுக்கு எவ்வளவு அதிகமாய் இருக்கிறார்களோ, அவ்வளவுக்கு அவ்வளவு சீக்கிரமாய்ச் சொர்க்கலோக அரசு பூவுலகில் உதிக்கும். அப்போது உனது இந்த நகரில் எந்த ஒரு கல்லும் விட்டு வைக்கப்படாமல் யாவும் தலைகீழாய்ப் புரட்டப்படும், மந்திர ஜாலமாய்த் தோன்றும்படி யாவும் மாறிவிடும். பிறகு இங்கே அற்புதமான பெரும் பெரும் கட்டடங்களும், கண்கவர்ப் பூங்காக்களும், அதிசயப் பூநீர்ச் சுனைகளும் தோன்றிவிடும்; நேர்த்தியான மக்கள் உதித்தெழுவர்... ஆனால் இதுவல்ல பிரதான விவகாரம். பிரதான விவகாரம் என்னவெனில் அப்பொழுது கும்பல் என்பதே இருக்காது; இன்று இச்சொல் நமக்கு உணர்த்தும் பொருளில் எதுவும் இல்லாதொழிந்துவிடும்; இந்த இழிவு இதன் தற்போதைய அம்சத்தில் இல்லாதொழிந்து போகும். ஏனெனில் ஒவ்வொரு தனி மனிதனும் நம்பிக்கை கொண்டவனாகி விடுவான், தான் வாழ்வது எதற்காக என்பதை உணர்ந்து கொண்டு விடுவான், கும்பலிலிருந்து யாரும் ஆதரவு தேடிக் கொள்ள முனையமாட்டார்கள். எனது அருமை நாதியா, என் தங்கமே,

இங்கிருந்து போய் விடு நீ! சலனமற்றுத் தேங்கிக் கிடக்கும், சலிப்பூட்டும் இந்தக் கேடுகெட்ட வாழ்க்கையை இனியும் உன்னால் சகித்துக் கொண்டிருக்க முடியாதென்பதை இவர்கள் எல்லோருக்கும் தெரியப்படுத்து நீ! ஏனையோருக்கு இல்லா விட்டாலும் உனக்காவது தெரியப்படுத்திக் கொள்!"

"சாஷா, முடியாதே என்னால்! நான் திருமணம் அல்லவா புரிந்து கொள்ளப் போகிறேன்."

"இருக்கட்டுமே! அதனால் என்னவாம்?"

இருவரும் வெளியே தோட்டத்துக்குச் சென்று நடந்தனர்.

"எப்படியும் நீ இவை எல்லாம் குறித்து சிந்தித்தாக வேண்டும், வீணில் உண்டு வாழும் உனது வெற்று வாழ்க்கை வெறுக்கத்தக்கது, நீதிநேர்மையற்றது என்பதை நீ புரிந்து கொள்ள வேண்டும்" என்று தொடர்ந்து கூறிச் சென்றான் சாஷா. "நீயும் உன் அம்மாவும் உன் பாட்டியும் வீணில் உண்டு வாழ்வதற்காக ஏனையோர் அல்லவா வேலை செய்ய வேண்டியிருக்கிறது? ஏனையோரது வாழ்வை அல்லவா நீங்கள் விழுங்கி நாசமாக்குகிறீர்கள்? இது நல்லதா, சிந்தித்துப் பார்! அசிங்கமல்லவா இது?"

"ஆம், நீ சொல்வது சரிதான்" என்றே கூற விரும்பினாள் நாதியா. தனக்குப் புரிகிறது என்று அவனிடம் சொல்ல விரும்பினாள். ஆனால் அவள் கண்கள் பனித்துவிட்டன, அவளால் பேச முடியவில்லை, அவளுடைய உள்ளம் குமைந்து போய் ஒடுங்கிக் கொண்டுவிட்டது போலிருந்தது. அவள் தனது அறைக்குப் போய்ச் சேர்ந்தாள்.

அந்திப் பொழுதில் ஆந்திரேய் ஆந்திரேயிச் வந்திருந்தான், வழக்கம் போல் நெடுநேரம் பிடில் வாசித்தான். இயற்கையாகவே அவன் ஒரு பேசா மடந்தை, பிடில் வாசித்தால் பேச வேண்டியதில்லை என்பதாலேயே பிடிலில் அப்படி அவன் மோகம் கொண்டிருந்தானோ, என்னமோ? பத்து மணியானபின் வீட்டுக்குப் புறப்படுவதற்காக அவன் கோட்டைப் போட்டுக் கொண்டதும், நாதியாவைக் கட்டித் தழுவிக் கொண்டு அவள் முகத்திலும் தோள்களிலும் கைகளிலும் முத்தங்கள் பொழிந்தான்.

"என் மனத்துக்குரியவளே, என் அன்பே, என் அழகியே" என்று முணுமுணுத்தான். "ஆகா, எப்படி நான் இன்புறுகிறேன், தெரியுமா உனக்கு? இன்பம் தாங்காமல் எனக்குப் பித்து பிடித்து விடும் போலிருக்கிறது!"

இதுவுங்கூட அவள் நெடுங் காலத்துக்கு முன்பு, மிக நெடுங் காலத்துக்கு முன்பு கேட்டிருந்தது போல், ஏதோ ஒரு நாவலில், இப்போது யாரும் படிக்காத, கிழிந்து போன பழைய புத்தகம் ஒன்றில் படித்திருந்தது போல் பட்டது அவளுக்கு.

சாப்பாடு அறையில் சாஷா மேஜையின் பக்கத்தில் அமர்ந்து தனது நீளமான ஐந்து விரல்களின் நுனி மேல் சாசரை வைத்து அதிலிருந்து தேநீர் அருந்திக் கொண்டிருந்தான். பாட்டி தனியார் சீட்டு ஆடிக் கொண்டிருந்தார். நீனா இவானவ்னா படித்துக் கொண்டிருந்தாள். சாமிப் படத்தின் விளக்கில் தீபம் படபடத்தது, யாவும் அமைதி வாய்ந்தனவாய், நிலைத்து நீடிப்பனவாய்த் தோன்றின. நாதியா விடைபெற்றுக் கொண்டு தனது மாடி அறைக்குச் சென்றாள், படுக்கையில் படுத்த அதே கணத்தில் தூங்கி விட்டாள். ஆனால் முந்திய இரவில் விழித்துக் கொண்டது போலவே, பொழுது புலர ஆரம்பித்ததும் விழித்துக் கொண்டு விட்டாள். அவளால் தூங்க முடியவில்லை, கலக்கம் தரும் கனமான ஏதோ ஒன்று அவள் இதயத்தை அழுத்திற்று. எழுந்து உட்கார்ந்து முழங்கால்களில் தலையைச் சாய்ந்துக் கொண்டு சிந்தனை செய்தாள், தன்னை மணந்து கொள்ளப் போகிறவனைப் பற்றி, தனது திருமணத்தைப் பற்றி... எக்காரணத்தாலோ அப்பொழுது அவளுக்கு நினைவு வந்தது, தனது தாய் அவரது கணவரைக் காதலிக்கவில்லை என்பது சொந்தத்தில் தாயிடம் தற்போது எதுவுமில்லை, பாட்டியை, அதாவது அவரது மாமியாரையே முற்றிலும் சார்ந்தவராய் வாழ வேண்டியிருந்தது என்பது நினைவு வந்தது. நாதியா எவ்வளவோ முயன்றுங்கூட அவளால் புரிந்து கொள்ள முடியவில்லை, எப்படி அவளால் தன் தாயை விசேஷமானவராய், அற்புதமானவராய்க் கருதிக் கொள்ள முடிந்தது, அவர் சர்வசாதாரணமான, சோகமுறும் பெண்ணாய் இருப்பதை எப்படிக் கண்டு கொள்ள முடியாமற் போயிற்று என்பதை அவளால் புரிந்து கொள்ள முடியவில்லை.

கீழ் வீட்டில் சாஷாவும் விழித்துக் கொண்டு விட்டான் - அவன் இருமியது அவளுக்குக் காதில் விழுந்தது. சூதறியாதவன்,

வினோதப் பிறவி என்பதாய் நினைத்தாள் நாதியா. அவன் காணும் கனவுகளில், அந்த உன்னதப் பூங்காக்களிலும் போற்றத்தக்க பூநீர்ச் சுனைகளிலும் அபத்தமான ஏதோ ஒன்று இருப்பதாய் நினைத்தாள். ஆனால் அவனுடைய சூதறியா நிலையில், அவனுடைய அந்த அபத்தத்திலுங்கூட எழிலார்ந்தவை நிறைய இருந்தன; ஆகவே தான் இங்கிருந்து விலகிச் சென்று படித்தால் என்ன என்று அவள் நினைத்து வியந்து கொண்ட அத்தருணத்தில் அவளது இதயத்திலும், அவளது ஆன்மாவிலும் புத்தார்வமிக்க குளுமை நிரம்பி வழிந்தது, அவள் பேரானந்தத்தில் மூழ்கித் திளைத்தாள்.

"சிந்திக்காமலிருப்பதுதான் நல்லது..." என்று அவள் தன்னுள் கூறிக் கொண்டாள். "இதெல்லாம் குறித்து சிந்திக்கமாலிருப்பதுதான் நல்லது."

"டிக்-டாக்" என்று கேட்டது, தொலைவில் இரவு நேரக் காவற்காரன் எழுப்பிய சப்தம். "டிக்-டாக்... டிக்-டாக்..."

3

ஜூன் மாதத்தின் நடுவில் சாஷா திடுமெனத் தாங்க முடியாதபடிச் சலிப்புற்றவனாகி, மாஸ்கோவுக்குத் திரும்பிவிட வேண்டும் என்பதாய்ப் பேசத் தொடங்கினான்.

"இந்த நகரில் என்னால் இருக்க முடியாது" என்று அலுத்துக் கொண்டான். "குழாய்த் தண்ணீர் இல்லை, வடிகால் வசதி இல்லை! சாப்பிட உட்கார்ந்தால் சகிக்க முடியவில்லை - சமையலறை சொல்ல முடியாதபடி அப்படி அசிங்கமாய் இருக்கிறது..."

"இன்னும் அதிக நாட்கள் இல்லை, தறுதலைப் பிள்ளை யாண்டானே, பொறுத்திரு நீ" என்று முணுமுணுக்கும் குரலில் சொன்னார் பாட்டி. "ஏழாம் தேதிதான் மணவிழா."

"பொறுத்திருக்க முடியவில்லையே என்னால்!"

"செப்டம்பர் வரையில் எங்களுடன் இருக்கப் போவதாய்ச் சொன்னாயே."

"ஆனால் இப்பொழுது நான் இருக்க விரும்பவில்லை, நான் போய் வேலை செய்தாக வேண்டும்."

கோடைப்பருவம் மழையும் குளிருமாயிருந்தது. மரங்கள் எந்நேரமும் நனைந்து போய்ச் சொட்டிக் கொண்டிருந்தன, தோட்டம் துயரக் கோலம் பூண்டு நேசமற்றதாய்த் தோன்றிற்று. இங்கிருந்து போய்ச் சேர்ந்து வேலையில் இறங்கிவிட வேண்டுமென்ற ஆவல் இயல்பாகவே உண்டாயிற்று. இதன்முன் கேட்டிராத புதிய பெண் குரல்கள் எல்லா அறைகளிலும் மாடியிலும் கீழ் வீட்டிலும் கேட்டன, பாட்டியின் அறையில் தையல் இயந்திரம் சடசடத்து இரைந்தது - எல்லாம் சீதனத்துக்கான களேபரம். குளிர்காலக் கோட்டுகளில் மட்டும் நாதியாவுக்கு ஆறுக்குக் குறையாமல் தயாராகி வந்தன. இவற்றில் மிகவும் மலிவானதற்கே முன்னூறு ரூபிள் செலவாகியதாய்ப் பாட்டி பெருமையாய்க் கூறிக் கொண்டார். இந்த அமளியும் பரபரப்பும் சாஷாவுக்கு எரிச்சல் உண்டாக்கின. அவன் தனது அறையில் உட்கார்ந்து ஆத்திரப்பட்டுக் கொண்டிருந்தான். ஆயினும் அவர்கள் அவனிடம் ஏதேதோ சொல்லி அவனைப் போகாமல் இருக்கும்படி வைத்து விட்டனர், ஜூலை முதல் தேதிக்கு முன்னால் போவதில்லை என்று அவன் வாக்களிக்க வேண்டியதாயிற்று.

நாட்கள் பறந்தோடின. புனித பீட்டர் விழா நாளன்று ஆந்திரேய் ஆந்திரேயிச் மதிய உணவுக்குப் பிற்பாடு நாதியாவை மாஸ்கோ தெருவுக்கு அழைத்துச் சென்றான், இளந் தம்பதியருக்காக நெடு நாட்களுக்கு முன்பே அங்கு வாடகைக்கு எடுக்கப்பட்டு ஏற்பாடாகியிருந்த வீட்டை இன்னொரு தரம் அவளுக்குக் காட்டு வதற்காக அழைத்துச் சென்றான். அது மாடிவீடு, ஆனால் மாடிப் பகுதியில் மட்டும்தான் சாமான்கள் வாங்கிப் போடப்பட்டு வேலைகள் யாவும் முடிவுற்றிருந்தன. நடனக் கூடத்தில் மரக் கட்டைகள் வேய்ந்தது போல் தோன்றும்படி வர்ணம் பூசப்பட்டு பளபளப்பாயிருந்த தரையில் வளைவு மரநாற்காலிகளும் பியானோவும் பிடில் வாசிப்பவருக்கான இசையேடு தாங்கியும் இருந்தன. வர்ணத்தின் நெடி மூக்கில் ஏறிற்று. சுவரில் தங்க நிறச் சட்டமிடப்பட்ட ஒரு பெரிய ஓவியம் காணப்பட்டது - உடைந்த பிடியுடன் கூடிய கருநீலக் குடுவையையும் அதன் அருகே அம்மண உருவில் நிற்கும் மாதுவையும் காட்டிய சித்திரம் அது.

“பிரமாதமான ஓவியம்” என்று பரவசப் பெருமூச்சு விட்டவாறு கூறினான் ஆந்திரேய் ஆந்திரேயிச். “ஷிஷ்மச் சேவ்ஸ்கி தீட்டிய சித்திரம்.”

அடுத்தாற் போல் இருந்த வரவேற்பறை, இங்கு ஒரு வட்ட மேஜையும் நீலத்துகிலில் ஒப்பனை செய்யப்பட்ட ஒரு சோபாவும் சில நாற்காலிகளும் இருந்தன. சோபாவுக்கு மேல் சுவரில் திருத்தந்தை ஆந்திரேயின் பெரிய புகைப்பட உருவம் தொங்கிற்று - எல்லாப் பதக்கங்களும் உயரமான திருநாள் தொப்பியும் அணிந்திருந்தார் அவர். பிறகு இருவரும் உணவு அலமாரியுடன் கூடிய சாப்பாட்டு அறைக்குச் சென்றனர், அங்கிருந்து படுக்கை அறைக்கு வந்து சேர்ந்தனர். இங்கே மங்கலான வெளிச்சத்தில் அருகருகே இரு படுக்கைகள் இருப்பது தெரிந்தது, இந்தப் படுக்கை அறையை ஏற்பாடு செய்தவர்கள் வாழ்க்கை இங்கே எப்போதுமே இனிமையாய் இருக்கும், வேறு எவ்விதமாகவும் இருக்க முடியாதெனக்க கருதியதாய்த் தெரிந்தது. ஆந்திரேய் ஆந்திரேயிச் கணமும் தன் கரத்தை நாதியாவின் இடையைவிட்டு எடுக்கவில்லை, எல்லா அறைகளுக்கும் அவளை அழைத்துச் சென்று காட்டினான். பலமெல்லாம் இழந்து விட்டது போல் அவள் பதற்றமடைந்தாள். குற்றமிழைத்தவளைப் போல் கலங்கினாள். இந்த அறைகள், படுக்கைகள், நாற்காலிகள் யாவற்றின் மீதும் அவளுக்கு வெறுப்புதான் உண்டாயிற்று, ஆடைகளின்றி அம்மணமாய் நின்ற அந்த மாதை நினைத்த போது அவளுக்கு வயிற்றைப் புரட்டிற்று. ஆந்திரேய் ஆந்திரேயிச்சைத் தான் இனி காதலிக்க முடியாது என்பது அவளுக்கு தெளிவாய்ப் புலப்பட்டது, என்றும் அவன் மீது தனக்கு காதல் இருந்ததில்லையோ என்பதாய் நினைத்தாள். இதை எப்படிச் சொல்வது, யாரிடம் சொல்வது, எதற்காகச் சொல்வது என்று அவளுக்குத் தெரியவில்லை. இராப் பகலாய் இதைப் பற்றிச் சிந்தனை செய்துங்கூட அவளுக்கு இது புரிவதாயில்லை... அவன் தனது கரத்தால் அவளது இடையை அணைத்துப் பிடித்திருந்தான், அளவிலா அன்பும் பணிவும் கொண்டவனாய் அவளுடன் பேசினான், தனது வீட்டைச் சுற்றிப் பார்த்துக் கொண்டு நடந்த அவன் இன்பத்திலே தான் திளைத்திருந்தான். ஆனால் அவளுடைய கண்ணுக்கு யாவும் கொச்சையாய், அசட்டுத்தனமாய் சகிக்க முடியாத கேவலமாய்த் தெரிந்தன, அவளது இடையை அணைத்திருந்த அவனுடைய கரம் உணர்வற்று விறைத்துப் போய் இரும்பு வளையமாகிவிட்டது போல் அவளுக்கு தோன்றிற்று. ஓடிச் சென்றுவிட, அழுது புலம்ப, சன்னல் வழியே குதிக்க எக்கணமும் தயாராயிருந்தாள் அவள். ஆந்திரேய் ஆந்திரேயிச் அவளைக் குளிப்பு அறைக்கு

அழைத்துச் சென்றான், அங்கே சுவரில் பொருத்தப்பட்டிருந்த குழாயைத் தொட்டான், உடனே நீர் பீறிட்டது.

"எப்படி இருக்கிறது, பார்த்தாயா?" என்று கேட்டு வாய்விட்டுச் சிரித்தான் அவன். "நமது குளிப்ப அறையில் குழாய்த் தண்ணீர் வேண்டுமென்று நான் அவர்களிடம் நூறு வாளி பிடிக்கும் படியான தண்ணீர் தொட்டியை வைகத்தமைக்கச் சொன்னேன்."

சற்று நேரம் முற்றத்தில் நடந்தபின் இருவரும் தெருவுக்குச் சென்றனர், அங்கே வாடகைக் குதிரை வண்டியில் ஏறிக் கொண்டனர். கனத்த மேகங்களாய்ப் புழுதி எழுந்தது, மழை பெய்யும் போலிருந்தது.

"உனக்குக் குளிராகவா இருக்கிறது?" என்று புழுதியில் கண்களைச் சுளித்துக் கெண்டு கேட்டான் ஆந்திரேய் ஆந்திரேயிச்.

அவள் பதில் சொல்லவில்லை.

"நான் வேலையற்றவனாய்ச் சும்மாயிருக்கிறேனென நேற்று சாஷா என்னைக் கடிந்து கொண்டானே, நினைவிருக்கிறதா உனக்கு?" என்று சற்று நேரத்துக் கெல்லாம் கேட்டான் அவன். "ஆம், அவன் சொன்னது சரிதான். முழுக்க முழுக்க உண்மைதான். நான் ஒன்றும் செய்யாமல் தான் இருக்கிறேன், எனக்குச் செய்யத் தெரிந்த வேலை எதுவும் இல்லை. என் அன்புக்குரியவளே, ஏன் இப்படி ஒரு நாள் நான் சின்னம் பதித்த தொப்பி வைத்துக் கொண்டு அலுவலகத்துக்குச் செல்வதாய் நினைத்ததுமே எனக்கு வேதனையாய் இருக்கிறதே ஏன்? வழக்கறிஞர், லத்தின் மொழி ஆசிரியர், நகராண்மைக் கழக உறுப்பினர் போன்றோரை எனக்குப் பார்க்கவே சகிக்கவில்லையே ஏன்? ருஷ்யத் தாயகமே! ஓ, ருஷ்யத் தாயகமே! எத்தனைச் சோம்பேறிகளை, உதாவக்கரைகளை நீ பேணிக்காக் கின்றாய்! என் போன்ற எண்ணற்றோரைப் பேணிக் காக்கின்றாயே எத்தனையோ காலமாய், உன் பொறுமையை எண்ணெண்பது!"

தனது சோம்பேறி வாழ்க்கையைக் காலத்தின் கோலத்தைக் காட்டும் குறியாய்க் கொண்டு, இவ்வாழ்க்கை குறித்து தத்துவார்த்தம் பேசினான் அவன்.

“என் அன்புக்குரியவளே, மணம் முடித்துக் கொண்டதும் நாம் கிராமத்துக்குச் சென்று வாழ்வோம், நாம் வேலை செய்வோம்” என்று தொடர்ந்து கூறிச் சென்றான். “தோட்டமும் ஓடையும் கொண்ட நிலம் கொஞ்சம் வாங்கிக் கொள்வோம், பாடுபட்டு உழைப்போம், வாழ்க்கையைக் கண்டறிந்து கொள்வோம்... ஓ, எவ்வளவு இனிமையாய் இருக்கும்!”

தலையிலிருந்து தொப்பியை எடுத்தான், காற்றிலே அவன் முடிகள் அலைவுற்று ஆடின. “கடவுளே, நான் வீட்டுக்குப் போக விரும்புகிறேன்! கடவுளே!” என்று முழு நேரமும் நினைத்தவாறு அவனுடைய பேச்சைக் கேட்டுக் கொண்டிருந்தாள் அவள். நாதியாவின் வீட்டை அடைவதற்குச் சற்றே முன்பு இருவரும் திருத்தந்தை ஆந்திரேயைத் தாண்டிச் சென்றனர்.

“இதோ பார், என் தந்தையை!” என்று ஆனந்தமாய்க் கூவித் தொப்பியை ஆட்டினான் ஆந்திரேய் ஆந்திரேயிச். “முதுபெரும் என் தந்தை என் உயிருக்கு உயிரானவர்” என்று சொல்லியவாறு வண்டிக்காரனிடம் அவனுக்குரிய சத்தத்தைத் தந்தான். “ஒப்பற்றவர்! அருமையானவர்!”

நாதியா அமைதியில்லாதவளாய், நலமிழந்தவளாய் வீட்டுக்குள் சென்றாள்; அந்திப் பொழுது முழுதும் வீட்டில் விருந்தினர்கள் கூடியிருந்தார்கள், இவர்களுடன் நல்லபடியாய்ப் பேசிப் புன்னகை புரிந்தாக வேண்டும், பிடில் இசை கேட்டாக வேண்டும், எல்லா அபத்தங்களையும் ஓயாமல் திருமணத்தைப் பற்றிய பேச்சையும் காது கொடுத்துக் கேட்டாக வேண்டும் என்பதை மறக்க முடியாதவளாய்க் கலங்கினாள். பாட்டி அவரது ஆடையில் தடபுடலாய், சமொவாருக்குப் பக்கத்தில் விரைப்பாகவும் அமத்தலாகவும் அமர்ந்திருந்தார். திருத்தந்தை ஆந்திரேய் நுட்பநயம் வாய்ந்த அவரது புன்சிரிப்பு முகத்திலே தவழ அறைக்குள் வந்தார்.

“நீங்கள் முழு நலத்துடன் இருப்பதைப் பார்க்கும் பாக்கியமும் தூய மன நிறைவும் பெற்றவன் நான்” என்று பாட்டியிடம் சொன்னார் அவர். மெய்தானா, அல்லது வேடிக்கைக்காகச் சொல்லியதா என்பது விளங்கவில்லை.

4

சன்னல் கண்ணாடிகளிலும் கூரையிலும் காற்று மோதித் தடதடத்தது. சீட்டியடிக்கும் சப்தம் கேட்டது. அடுப்படிப் புகைபோக்கியிலிருந்து கூளிச் சாத்தானுடைய சோகம் தோய்ந்த முரளி தொணதொணத்தது. இரவு ஒரு மணி இருக்கும். வீட்டில் எல்லோரும் படுத்திருந்தனர், ஆனால் யாரும் தூங்கவில்லை. கீழ் வீட்டில் பிடில் வாசிக்கபடுவது காதுக்கு எட்டுவதாய் நாதியாவுக்குத் தோன்றிற்று. வெளியிலிருந்து பலத்த சப்தம் காதைத் துளைத்தது, சாளரக் கதவு ஒன்று பிய்த்தெறியப் பட்டிருக்க வேண்டும். ஒரு நிமிடத்துக்கெல்லாம், கையில் ஒரு மெழுகு வத்தியைப் பிடித்துக் கொண்டு நீனா இவானவ்னா உட்சட்டையிலே அறைக்குள் வந்தாள்.

"நாதியா, என்ன சப்தம் அது?" என்று கேட்டாள்.

நாதியாவின் தாய் தலைமுடிகளை ஒற்றைச் சடையாய் பின்னியிருந்தாள், மிரட்சியோடு கூடிய புன்னகை அவள் முகத்தில் தெரிந்தது. புயல் வீசிய இந்த இரவில் என்றும் இல்லாதபடி வயதானவளாய், அழகில்லாதவளாய், குட்டையாய்த் தோன்றினாள். நாதியா அண்மையில் தன் தாயை அதியற்புதமானவராய்க் கருதியதையும் தாய் கூறிய சொற்களைக் கேட்டுப் பெருமிதமடைந்ததையும் நினைத்துக் கொண்டாள். ஆனால் நாதியா எவ்வளவோ முயன்றும் தாய் கூறிய அந்தச் சொற்கள் என்னவென்று அவள் நினைவுக்கு வரவில்லை - அவள் நினைவுக்கு வந்தவை எல்லாம் நலிந்து போனவையாகவும் பகட்டாகவுமே இருந்தன.

அடுப்படிப் புகைபோக்கியினுள் அடிக்கட்டைக் குரல்கள் பாட்டு பாடுவது போல் அவளுக்கு தோன்றிற்று, "அட கடவுளே!" என்று அவை கூவியது தெளிவாய்க் கேட்டது. நாதியா உடனே படுக்கையில் எழுந்து உட்கார்ந்து கொண்டு செறுமினாள், ஆவேசமாய்த் தலைமுடிகளைப் பிடித்து இழுத்தாள்.

"அம்மா, அம்மா!" என்று அவள் கூச்சலிட்டாள். "அம்மா, நான் எப்படித் தவியாய்த் தவிக்கிறேன், தெரியுமா உனக்கு? உன்னை வேண்டுகிறேன், மன்றாடிக் கேட்டுக் கொள்கிறேன் - நான் இங்கிருந்து போய்விட அனுமதி நீ!"

"எங்கே?" என்று கேட்டாள், திடுக்குற்றுவிட்ட நீனா இவானவ்னா. படுக்கையின் ஓரத்தில் உட்கார்ந்து கொண்டு "நீ எங்கே போக விரும்புகிறாய்?" என்று கேட்டாள்.

நாதியா மேற்கொண்டு பேச முடியாமல் கதறி அழுதாள்.

"இந்த நகரிலிருந்து நான் போய்விட விரும்புகிறேன்" என்றாள் முடிவில் அவள். "மணவிழா வேண்டாம், நடக்கப் போவதில்லை அது! நான் சொல்வதை நம்ப வேண்டும் நீ. அந்த ஆள் எனக்குப் பிடிக்கவில்லை... அவனைப் பற்றிப் பேசவே சகிக்கவில்லை எனக்கு."

"அருமை மகளே, நீ அப்படியெல்லாம் சொல்லக் கூடாது" என்று, கதிகலங்கிப் போன நீனா இவானவ்னா அவசர அவசரமாய்ப் பேசினாள். "உன் மனதை அமைதிப் படுத்திக் கொள். உனக்கு மனது சரியாய் இல்லை. சற்று நேரத்தில் சரியாகி விடும். அடிக்கடி இம்மாதிரி நேர்வது உண்டு. ஆந்திரேயுடன் நீ சண்டை போட்டிருப்பாய், ஆனால் காதலர்களது பிணக்குகள் முத்தங்களிலே முடிவுறுகிறவை."

"போ அம்மா, நீ போ!" என்று விக்கியவாறு கூறினாள் நாதியா.

"ஆமாம்" என்றாள் நீனா இவானவ்னா, சற்று நேரம் மௌனமாயிருந்தபின். "சில நாட்களுக்கு முன்பு வரை நீ ஒரு சிறுமியாய் இருந்தாய், இப்போது நீ மணமகளாகி விட்டாய். இயற்கையானது வளர்சிதை மாற்றமடைந்த வண்ணமுள்ளது. உன்னை அறியாமலே தாயாகி விடுவாய், பிறகு என்னைப் போல் நீயும், தொல்லை தரும் மகளையுடைய கிழவியாகி விடுவாய்."

"அம்மா, எனது அருமை அம்மா, நீ அன்பும் சாமர்த்தியமும் மிக்கவள், நீ துன்புறுகிறாய்" என்றாள் நாதியா. "தாங்கவொண்ணாதபடித் துன்புறுகிறாய் - எதற்காக இப்படி நீ இந்த வழக்கமான வெற்றுரைகளை என்னிடம் சொல்கிறாய்? எதற்காக இதெல்லாம்?"

நீனா இவானவ்னா பேச முயன்றாள், ஆனால் வாய் திறந்து ஒரு வார்த்தை பேச முடியாதவளாய் விக்கிவிக்கி அழுதபடித் தனது அறைக்குத் திரும்பிச் சென்றாள். மீண்டும் அடுப்படிப் புகைபோக்கியில் அடிக்கட்டைக் குரல்கள் முனகின; நாதியா

திடுமெனப் பீதியுற்றுப் படுக்கையிலிருந்து துள்ளிக் குதித்துத் தன் தாயின் அறைக்குள் ஓடினாள். நீனா இவானவ்னா அழுகையால் கண்கள் சுரந்து போய், நீலப் போர்வையை இழுத்துப் போர்த்திக் கொண்டு கையில் ஒரு புத்தகத்துடன் படுக்கையில் படுத்திருந்தாள்.

"அம்மா, நான் சொல்வதைக்கேள்" என்றாள் நாதியா. "ஆலோசித்துப்பார், நான் சொல்வதைப் புரிந்துகொள்ள முயற்சி செய் - உன்னை மன்றாடிக் கேட்டுக் கொள்கிறேன்! நம்முடைய வாழ்க்கை எவ்வளவு வீணானது, அவமானகரமானது, சிந்தித்துப் பார் நீ! என் கண்கள் திறக்கப்பட்டு விட்டன, யாவற்றையும் இப்போது நான் தெளிவாய்க் காண்கிறேன். உன்னுடைய அந்த ஆந்திரேய் ஆந்திரேயிச் எப்படிப்பட்ட ஆள்? அம்மா, கொஞ்சமாவது புத்தியுடைய ஆளா? அட தெய்வமே! ஆலோசித்துப் பார் அம்மா நீ! அவன் ஒரு மூடன்!"

நீனா இவானவ்னா வெடுக்கென எழுந்து உட்கார்ந்தாள்.

"நீயும் உன் பாட்டியுமாய்ச் சேர்ந்து என்னைச் சித்திரவதை அல்லவா செய்கிறீர்கள்" என்று விக்கித் திணறியவாறு அவள் கூறினாள். "நான் வாழ விரும்புகிறேன்! ஆம், வாழ விரும்புகிறேன்" என்று மறு முறையும் சொல்லித் திரும்பத் திரும்ப நெஞ்சில் மொத்திக் கொண்டாள். "நீங்கள் என்னைச் சுதந்திரமாய் வாழ விட மாட்டேன்கிறீர்கள். எனக்கு ஒன்றும் வயதாகவிடவில்லை, நீங்கள் தான் என்னைக் கிழவியாக்கியிருக்கிறீர்கள்!"

அவள் அவலமாய் அழுதாள், படுத்துப் புரண்டு, தன் மீது போர்வையைச் சுற்றிக் கொண்டாள். பரிதாபத்துக் குரிய அசட்டுச் சிறுமி போலிருந்தது அவளைப் பார்ப்பதற்கு. நாதியா தனது அறைக்குத் திரும்பிச் சென்று உடுத்திக் கொண்டாள்; பிறகு காலைப் பொழுது எப்போது வருமென்று சன்னலருகே அமர்ந்து காத்திருந்தாள். சிந்தனையில் மூழ்கியவளாய் இரவு முழுதும் அங்கேயே உட்கார்ந்திருந்தாள். வெளியே சன்னலின் அடைப்பில் யாரோ தட்டுவது போலவும் சீட்டியடிப்பது போலவும் இருந்தது.

காற்று அடித்து எல்லா ஆப்பிள்களையும் மரத்திலிருந்து உதிர்த்துத் தள்ளிவிட்டதென்றும், பழைய பிளம் மரத்தை முறித்தெறிந்து விட்டதென்றும் மறுநாள் காலையில் பாட்டி முறையிட்டார். மகிழ்ச்சியின்றி அழுது விடிந்த மங்கலான

காலை அது, விடிந்ததிலிருந்தே விளக்கேற்றி வைக்க வேண்டும் போலிருக்கும் நாட்களில் ஒன்று அது. எல்லோரும் குளிருவதாய்க் குறைப்பட்டுக் கொண்டார்கள். சன்னல் கதவுகளில் மழைத் துளிகள் சடசடத்தன. நாதியா காலை உணவருந்தியதும் சாஷாவின் அறைக்குச் சென்று, வாய் பேசாமல் வெடுக்கென மூலையில் ஒரு நாற்காலிக்கு முன்னால் மண்டியிட்டு முகத்தைக் கைகளால் மூடிக் கொண்டாள்.

"என்ன ஆயிற்று?" என்று கேட்டான் சாஷா.

"முடியாது என்னால்!" என்று கூவினாள் அவள்.

"இதன் முன் எப்படி இங்கு என்னால் வாழ முடிந்ததோ, தெரியவில்லை, எனக்குப் புரியவில்லை! என்னை மணந்து கொள்ளப் போகும் இவனை நான் வெறுக்கிறேன்! என்னையே நான் வெறுக்கிறேன், இந்த வேலையற்ற வெற்று வாழ்க்கையை அடியோடு வெறுக்கிறேன்..."

"வேண்டாம், வேண்டாம்..." என்று அவள் சொல்லியதைப் புரிந்து கொள்ளாமலே இடைமறித்துப் பேசினான் சாஷா, "வேண்டாம், கவலைப்படாதே... எல்லாம் சரியாகிவிடும்..."

"இந்த வாழ்க்கையை வெறுக்கிறேன்" என்று தொடர்ந்து கூறினாள் நாதியா. "இன்னும் ஒரு நாளைக்குக் கூட என்னால் இதைச் சகிக்க முடியாது! நாளைக்கே இங்கிருந்து போய்விட விரும்புகிறேன். உனக்குப் புண்ணியம் உண்டு, உன்னுடன் என்னை அழைத்துச் சென்றுவிடு!"

வியப்புற்றுப் போய்க் கணப் பொழுதுக்கு சாஷா அவளை உற்றுப் பார்த்தான். அதன் பிறகுதான் அவனுக்கு உண்மை புலப்படலாயிற்று, உடனே சிறு பிள்ளையைப் போல ஆனந்தப்பட்டுக் கொண்டான், செருப்புக் கால்களில் தத்துபுத்தென ஆடிக் களி நடனம் புரிந்தான்.

"பிரமாதம், பிரமாதம்!" என்று கைகளைத் தேய்த்துக் கொண்டான். "தெய்வமே, என்னென்பேன் இதை!"

விரிந்த கண்கள் அசங்காது, அன்பு கெழுமிய பார்வையோடு அவனை அவள் உற்று நோக்கினாள், மந்திரத்தால் கட்டுண்டவள் போல் காத்திருந்தாள். மகோன்னதமான ஏதோ ஒன்றை, அளவு கடந்த முக்கியத்துவம் வாய்ந்த ஏதோ ஒன்றை அதே கணத்தில்

அவன் கூறுவானென எதிர்பார்த்துக் காத்திருந்தாள். இன்னும் அவன் ஒன்றும் சொல்லிவிடவில்லை, ஆயினும் அவள் தன் எதிரே புத்தம் புதியதான, விசுவ வடிவம் கொண்டதான ஏதோ ஒன்று உதித்தெழுவதாய் நினைத்தாள்; அடங்காத ஆவலோடு எதற்கும் தயாராய், சாகவுங்கூடத் தயாராய் அவனை அவள் உற்று நோக்கினாள்.

"நாளைக்கு நான் புறப்பட்டுப் போகப் போகிறேன்" என்று சிறிது நேரத்துக்குப் பிற்பாடு அவன் கூறினான். "என்னை வழியனுப்பி வைக்க நீ ரயில் நிலையத்துக்கு வா. உன்னுடைய துணிமணிகளையும் பிறவற்றையும் எனது பெட்டியில் எடுத்துச் செல்வேன், உனக்கும் டிக்கெட் வாங்கிக் கொள்வேன். பிறகு மூன்றாவது மணி அடிக்கும்போது நீயும் ரயிலில் ஏறிக் கொள், இருவருமாய்ப் போய்ச் சேருவோம், மாஸ்கோ வரை என்னுடன் வா, அதன் பிறகு தனியே நீ பீட்டர்ஸ்பர்க் போகலாம், உன்னிடம் பாஸ்போர்ட் இருக்கிறது?"

"இருக்கிறது."

"புறப்படு நீ, எந்நாளும் இது பற்றி நீ வருந்த மாட்டாய் - நிச்சமாய்ச் சொல்கிறேன், வருந்தவே மாட்டாய்!" என்று ஆர்வத்துடன் கூறினான் சாஷா. "இங்கிருந்து சென்று நீ படிக்க வேண்டும், அதன் பிறகு யாவும் அவற்றுக்குரிய வழியில் நடந்தேறும். நீ உன் வாழ்க்கையைத் தலைகீழாய் மாற்றிக் கொண்டதும் யாவும் மாற்றமடைந்துவிடும். முக்கியமானது என்னவென்றால் நீ உன் வாழ்க்கையைத் தலைகீழாய் மாற்றிக் கொண்டுவிட வேண்டும், வேறு எதைப் பற்றியும் நீ கவலைப்பட வேண்டியதில்லை. சரி, நாளைக்கு இருவரும் புறப்படுகிறோம் அல்லவா?"

"ஆமாம்! நிச்சயம் புறப்படுகிறோம்!"

உள்ளுக்குள் தான் வெகுவாய்க் கலக்கமடைந்திருப்பதாய், தன் நெஞ்சு என்றும் இல்லாதபடிப் படபடத்துக் கொள்வதாய் நாதியா கற்பனை செய்து கொண்டாள்; வீட்டை விட்டுச் செல்லப் போகும் தறுவாயில் இப்போது நிச்சமாய் தனக்கு நெஞ்சு உறுத்தவே செய்யும், வேதனை தரும் எண்ணங்களால் தான் அலைக்கழிக்கப்படவே நேரும் என்று நினைத்துக் கொண்டாள். ஆனால் மாடியில் அவளது அறைக்குச் சென்று படுக்கையிலே படுத்தது தான் தாமதம், உடனே

அவளுக்குத் தூக்கம் வந்துவிட்டது. கண்ணீர் காய்ந்த கறைபட்ட முகத்தோடும், புன்னகை பூத்த உதட்டோடும், அந்திப் பொழுது வரை அசங்காது நிம்மதியாய்த் தூங்கினாள்.

5

குதிரை வண்டிக்குச் சொல்லியனுப்பியாகிவிட்டது. கோட்டு அணிந்து தலையில் தொப்பியும் வைத்துக் கொண்டுவிட்ட நாதியா, கடைசியாய் ஒரு தரம் தன் தாயையும் இவ்வளவு காலமாய்த் தன்னுடையதாய் இருந்தவை யாவற்றையும் பார்த்துவிட்டு வருவதற்காக மாடிக்குச் சென்றாள். தனது அறையில் படுக்கைக்கு அருகே போய் நின்றாள், படுக்கை இன்னும் கதகதபோடுதான் இருந்தது. பிறகு சப்தமின்றி மெல்ல தன் தாயின் அறைக்குள் சென்றாள். நீனா இவானவ்னா தூங்கிக் கொண்டிருந்தாள், அவளது அறையில் அமைதி குடி கொண்டிருந்தது. தாயை முத்தமிட்டுவிட்டு அவள் முடிகளைத் தடவிச் சரிசெய்த பின் இரண்டொரு நிமிடம் நாதியா அப்படியே நின்றாள்... பிறகு அவசரமின்றி அடிமேல் அடி வைத்து கீழ் வீட்டுக்கு வந்தாள்.

மழை தாரையாய் ஊற்றிக் கொண்டிருந்தது. மழையில் நனைந்து போய் வாயில் முகப்புக்கு முன்னால் குதிரை வண்டி ஒன்று உயர்த்தி விரிக்கப்பட்ட கூண்டுடன் நின்றிருந்தது.

வேலையாள் சாமான்களை எடுத்துச் சென்று வண்டியில் வைத்தான். "நாதியா, வண்டியில் உனக்கு இடம் இல்லை" என்றார் பாட்டி அந்நேரத்தில். "இந்த மழையில் ஏன்தான் நீ அவனுடன் சென்று வழியனுப்பி வைக்க விரும்புகிறாயோ, தெரியவில்லை! நீ வீட்டிலே இருப்பது தான் நல்லது. மழை எப்படிக் கொட்டுகிறது பார்!"

நாதியா ஏதோ சொல்லுவதற்காக வாயெடுத்தாள், ஆனால் பேச முடியவில்லை ஆவளால். குதிரை வண்டிக்குள் அவள் ஏறி உட்காருவதற்குச் சாஷா உதவினான், கம்பளியால் அவளது முழங்கால்களை மூடினான். பிறகு அவனும் ஏறி அவள் பக்கத்தில் அமர்ந்து கொண்டான்.

"சாஷா, நல்லபடியாய்ப் போய் வா! கடவுள் அருள் புரிவாராக!" என்று வாயில் முகப்பிலிருந்து கத்தினார் பாட்டி. "மாஸ்கோ போய்ச் சேர்ந்ததும் தவறாமல் கடிதம் எழுது!"

"எழுதுகிறேன், போய் வருகிறேன், பாட்டி!"

"தேவலோக அரசியின் அருள் உன்னைக் காப்பாற்றுவதாக!"

"மழை விடாமல் கொட்டுகிறதே" என்றான் சாஷா.

இப்போதுதான் நாதியாவுக்கு அழுகை வந்தது. மெய்யாகவே தான் வீட்டை விட்டுச் செல்வதை இப்போது தான் உணர்ந்து கொண்டாள் அவள் - பாட்டியிடம் விடை பெற்றுக் கொண்ட போதோ, அதற்கு முன் தன் தாய்க்கு அருகே நின்றிருந்த போதோ பிரிந்து செல்கிறோம் என்பதை முழு அளவில் அவள் நம்பவில்லை. நகரே, போய் வருகிறேன் நான்! யாவும் அடித்து மோதிக் கொண்டு அவள் மனத்துள் எழுந்தன - ஆந்திரேய், அவனது தந்தை, புதிய வீடு, குடுவைக்கு அருகே அம்மண உருவில் நின்ற அந்த மாது முதலான நினைப்புகள் அவளால் அலை மோதின. ஆனால் இவை முன்பு போல் அவளைப் பீதி கொள்ளச் செய்யவுமில்லை, சுமையாய் இருத்தி அவளை வருத்தவுமில்லை, யாவும் சிறு விவகாரங்களாய், அற்பமானவையாய் மாறிவிட்டன, கடந்த காலத்தினுள் மேலும் மேலும் தொலைவில் விலகிச் சென்றன. ரயில் வண்டியினுள் அவர்கள் ஏறி உட்கார்ந்து ரயில் புறப்பட்டதும், இதுகாறும் பெரிதாகவும் முக்கியமானதாகவும் இருந்த இந்தக் கடந்த காலம் முழுதும் ஒரு சிறு கட்டியாய்ச் சுருங்கி விட்டது, இதுகாறும் கண்ணுக்குப் பெரும்பாலும் புலப்படாமலே இருந்த பிரமாண்டமான எதிர்காலம் இப்போது தெளிவாய் அவள் கண்ணெதிரே தோற்றமளித்தது. மழைத் துளிகள் சன்னல் கண்ணாடிகளில் தாளம் போட்டன, எங்கும் பசும் பயிர் நிலங்களையும் பறந்தோடும் தந்தி மரங்களையும் கம்பிகளில் அமர்ந்த புள்ளினங்களையும் தவிர கண்ணில் வேறு எவையும் படவில்லை. திடுமென ஆனந்தம் அவளைத் திக்கு முக்காடச் செய்தது. சுதந்திரமாய் வாழப் போகிறோம், படிக்கப் போகிறோம் என்று அவள் நினைத்துக் கொண்டாள். அவள் சிரித்தாள், அழுதாள், பிரார்த்தனை செய்தாள்.

"சரி, சும்மாயிரு" என்று சொல்லிக் குறுநகை புரிந்து கொண்டான் சாஷா, "சும்மாயிரு நீ!"

6

இலையுதிர் காலம் சென்றது, பிறகு குளிர்காலமும் சென்றது, நாதியாவுக்கு இப்போது வீட்டு நினைப்பு வந்து

விட்டது, தினம்தோறும் தன் தாயைப் பற்றியும் பாட்டியைப் பற்றியும் நினைத்துக் கொண்டாள், சாஷாவையும் பற்றி நினைத்துக் கொண்டாள். வீட்டிலிருந்து வந்த கடிதங்கள் இனி ஒன்றும் செய்வதற்கில்லை என்று சாந்தமனப்பான்மை கொண்டவையாகவும் அன்பு மிக்கவையாகவும் இருந்தன; யாவும் மறக்கப்பட்டு மன்னிக்கப்பட்டு விட்டாற் போல் தோன்றிற்று, மே மாதத் தேர்வுகள் முடிவுற்றபின் அவள் முழு நலமுடையவளாய், குதூகலம் வாய்ந்தவளாய் வீட்டுக்குப் புறப்பட்டுச் சென்றாள், வழியில் சாஷாவைப் பார்ப்பதற்காக மாஸ்கோவில் இறங்கினாள். அவன் இதற்கு முந்திய ஆண்டில் எப்படி இருந்தானோ அப்படியே தான் இருந்தான் - தாடியோடும் பரட்டைத் தலையோடும் முன்பு போட்டிருந்த அதே பழங்காலத்து நீள் கோட்டோடும் கான்வஸ் கால்சட்டையோடும் இருந்தான், அவனுடைய கண்கள் எப்போதும் போல் பெரிதாகவும் அழகாகவும் இருந்தன. ஆனால் நோயால் நலிவுற்றுத் துன்புறுகிறவனாய்த் தோன்றினான், முன்னிலும் வயதாகித் தளர்ந்து மெலிந்து போயிருந்தான், ஓயாமல் இருமினான். அவன் மங்கிப் போய் நாட்டுப்புறத்து ஆள் மாதிரி இருப்பதாய் நினைத்தாள் நாதியா.

“ஓ, நாதியா அல்லவா வந்திருக்கிறாள்!” என்று கூவி ஆனந்தமாய்ச் சிரித்துக் கொண்டான் அவன். “என் அன்புக்குரியவளே, என் தங்கமே!”

அச்சகக் கூடத்தில் புகையிலைப் புகைப் படலத்துக்கும், மூக்கில் ஏறிய மசியின், வண்ணத்தின் நெடிக்கும் மத்தியில் இருவரும் உட்கார்ந்து கொண்டனர்; பிறகு அவனுடைய அறைக்குச் சென்றனர். அங்கும் புகை மண்டியிருந்தது, ஒரே குப்பையும் அழுக்குமாய் இருந்தது. மேஜை மீது குளிர்ந்து ஜில்லிட்ட சமொவாருக்குப் பக்கத்தில் உடைந்த தட்டு ஒன்று இருந்தது, அதில் கறுப்புக் காகிதத் துண்டு கிடந்தது. செத்துப் போன ஈக்கள் தரையிலும் மேஜையிலும் சிதறிக் கிடந்தன. சாஷா தனது சொந்த வாழ்க்கை குறித்துச் சிறிதும் கவலைப்படாமல் எந்நேரமும் அலங்கோலத்துக்கு மத்தியில் வசித்து வந்தான், வாழ்க்கை வசதியைச் சிறிதும் மதியாதவனாய் இருந்தான் என்பதை இங்கிருந்தவை யாவும் புலப்படுத்தின. அவனுடைய சொந்த இன்பம் குறித்து, சொந்த வாழ்க்கை குறித்து யாராவது அவனுடன் பேசியிருந்தால், அவனிடம் ஆசையும் நேசமும் கொண்டவர் யாராவது உண்டா என்று கேட்டிருந்தால்,

கேள்வியின் பொருள் விளங்காமல் சிரித்துவிட்டு அவன் சும்மாயிருந்திருப்பான்.

"யாவும் நல்லபடியாகவே நடைபெற்றுவிட்டன" என்று அவசர அவசரமாய்க் கூறினாள் நாதியா, "இலையுதிர் காலத்தில் அம்மா என்னைப் பார்ப்பதற்காகப் பீட்டர்ஸ்பர்கிற்கு வந்திருந்தார். பாட்டி கோபமாகயில்லை, ஆனால் அடிக்கடி என் அறைக்குள் சென்று சுவர்களின் மேல் சிலுவைக் குறி போட்டுக் காட்டுகிறார் என்று அம்மா சொன்னார்."

சாஷா மகிழ்ச்சி மிக்கவனாகவே காணப்பட்டான், ஆனால் இருமிக் கொண்டிருந்தான், கம்மிக் கரகரத்த குரலில் பேசினான். மெய்யாகவே கடுமையாய் நோய் வாய்ப்பட்டிருக்கிறானா, அல்லது எல்லாம் தனது கற்பனைதானா என்று வியந்தவாறு நாதியா அவனை நோட்டமிட்டுக் கொண்டிருந்தாள்.

"சாஷா, எனது அருமை சாஷா! நீ நோயால் நலிவுற்றிருக் கிறாய்!" என்றாள் அவள்.

"அதெல்லாம் இல்லை. கொஞ்சம் நலக்குறைவு - கடுமையாய் ஒன்றுமில்லை..."

"அட கடவுளே" என்று கிளர்சியுற்ற குரலில் சொன்னாள் நாதியா. "ஏன் டாக்டரிடம் பேசாமல் இருக்கிறாய்? உடம்பைக் கவனித்துக் கொள்ளாமலே இருக்கிறாயே ஏன்? எனது அருமை சஷாவே, என் அன்புக்குரியவனே" என்று முணுமுணுத்தாள், அவள் கண்களில் கண்ணீர் பனித்துவிட்டது. ஏனோ ஆந்திரேய் ஆந்திரேயிச்சும் குடுவைக்கு அருகே அம்மண உருவில் நின்ற அந்த மாதும், நாதியாவின் கடந்த காலம் முழுதுமே - அவளது பிள்ளைப் பருவத்தைப் போல் அவ்வளவு நெடுங் காலத்துக்கு முற்பட்டதாய் இப்போது அவளுக்குத் தோன்றிய இவை யாவும் - அவள் மனக் கண் எதிரே எழுந்தன. சாஷா கடந்த ஆண்டில் இருந்தது போல் இப்போது சுயச்சிறப்பு வாய்ந்தவனாய், கூர்மதி கொண்டவனாய், சுவையானவனாய்த் தெரியவில்லையே என்று அவள் அழுதாள். "எனது அருமை சாஷா, நீ மிகவும் கடுமையாய் நோயுற்றிருக்கிறாய். இப்படி வெளிறிட்டுப் போய் ஒல்லியாய் மெலிந்த இந்நிலையிலிருந்து உன்னை மீட்பதற்கு நான் எதை வேண்டுமானாலும் கொடுக்க தயங்கமாட்டேன்! அந்த அளவுக்கு உனக்கு நான் கடமைப்பட்டிருக்கிறேன். எனது அருமை சாஷா, நீ எனக்கு எவ்வளவு பெரிய காரியம் செய்திருக்கிறாய் என்பது

தெரியாது உனக்கு! இப்போது என் வாழ்விலே நீ தான் எனக்கு மிகவும் நெருங்கியவன், உயிருக்கு உயிரானவன், தெரியுமா?"

இருவரும் உட்கார்ந்து பேசிக் கொண்டிருந்தார்கள். பீட்டர்ஸ்பர்கில் ஒரு குளிர்காலத்தைக் கழித்தபின் அவளுக்கு இப்போது அவன் கூறிய ஒவ்வொன்றிலும், அவனது புன்சிரிப்பிலும், அவனது தோற்றம் அனைத்திலுமே காலங் கடந்து விட்ட, பழம் பாணியாகிவிட்ட, முற்றுப் பெற்றுவிட்ட ஏதோ ஒன்று, ஏற்கெனவே பாதியளவு கல்லறையில் அடக்கம் பெற்றுவிட்ட ஏதோ ஒன்று இருப்பதாய் தோன்றிற்று.

"நாளை மறுநாள் நான் வோல்கா ஆற்றில் பயணம் போகப் போகிறேன்" என்றான் சாஷா. "பிறகு வேறு எங்கோ போகப் போகிறேன். குமிஸ் சாப்பிடப் போகிறேன். குமிஸ்* சாப்பிட்டுப் பார்க்க விரும்புகிறேன் நான். என்னுடன் என் நண்பன் ஒருவனும் அவன் மனைவியும் வருகிறார்கள். மனைவி அதியற்புதமான பிறவி. போய்ப் பார்க்கும்படி அவளிடம் நான் வற்புறுத்தி வருகிறேன். அவளுடைய வாழ்க்கையைத் தலை கீழாய் மாற்ற விரும்புகிறேன்."

இருவரும் வேண்டிய மட்டும் பேசியபின் ரயில் நிலையத்துக்குச் சென்றார்கள். சாஷா அவளுக்குத் தேநீர் வாங்கிக் கொடுத்து உபசரித்தான், ஆப்பிள் வாங்கித் தந்தான். ரயில் புறப்பட்டது, அவன் சிரித்துக் கொண்டு கைக் குட்டையை ஆட்டியவாறு நின்றான். அவனுடைய கால்களிலிருந்தே எவ்வளவு கடுமையாய் அவன் நோயுற்றிருந்தான் என்பதையும், இனி அதிக காலம் உயிருடன் இருக்கக் கூடியவனல்ல என்பதையும் அவள் காண முடிந்தது.

நண்பகலில் நாதியா தனது சொந்த நகரை வந்தடைந்தாள். ரயில் நிலையத்திலிருந்து வீட்டுக்கு குதிரை வண்டியில் சென்ற போது தெருக்கள் பொருத்தமின்றி அகலமாகவும், வீடுகள் மிகச் சிறிதாகவும் குறளியாகவும் இருப்பதாய்த் தெரிந்தன. யாரையும் காண்பது அரிதாய் இருந்தது. பியானோ சுதி சரி செய்பவரான அழுக்கேறிய மேல் கோட்டு அணிந்த ஜெர்மானியர் தான் அவள் கண்ணுற்ற ஒரேயொரு ஆள். வீடுகள் புழுதி படிந்திருந்தாய்த் தோன்றின. பாட்டி இப்போது மெய்யாகவே வயது முதிர்ந்த கிழவியாகி விட்டார், எப்போதும் போல் பருத்துக் குண்டாய் அவலட்சணமாய் இருந்தார். கரங்களை விரித்து நாதியாவைக்

---
* குமிஸ் - குதிரைப் பால்.

கட்டிப் பிடித்து அவளது தோள்களில் முகத்தைப் புதைத்துக் கொண்டு, அவளிடமிருந்து தம்மை விலக்கிப் பிரிக்க முடியாதது போல், நெடுநேரம் அழுதார். நீனா இவானவ்னாவும் வெகுவாய் வயதானவளாகி விட்டாள். அழகெல்லலாம் குன்றிச் சிறுத்து ஒடுங்கி விட்டாற் போல் இறுக்கிப் பிடிக்கும் கச்சுதான் இன்னும் அணிந்திருந்தாள், எல்லா விரல்களிலும் இன்னும் வைரங்கள் ஜொலித்தன.

"என் மகளே" என்று அங்கமெல்லாம் அதிர்நது ஆடியவாறு கூறினாள் அவள். "எனது அருமை மகளே!"

பிறகு அவர்கள் உட்கார்ந்து கொண்டு மௌனமாய்க் கண்ணீர் வடித்தனர். கடந்த காலம் மீள முடியாதபடி மறைந்து விட்டதைப் பாட்டியும் அம்மாவும் உணர்ந்து கொண்டு விட்டார்கள் என்பதை எளிதில் காண முடிந்தது. சமுதாயத்தில் அவர்களுடைய அந்தஸ்து, முன்பு அவர்களுக்கு இருந்த சிறப்பு, தமது வீட்டுக்கு விருந்தினர்களை அழைப்பதற்கு அவர்களுக்கு இருந்த உரிமை இவை எல்லாம் போய்ச் சேர்ந்து விட்டன. சிரமமில்லாமல் எந்தக் கவலையுமின்றி நடந்தேறி வரும் வாழ்க்கையின் நடுவில், போலீசார் இரவிலே நுழைந்து வீட்டைச் சோதனை செய்து வீட்டின் அதிபர் ஏதோ மோசடியிலோ பொய்க் கையெழுத்திட்டு ஏமாற்றியதிலோ ஈடுபட்டது கண்டு பிடிக்கப்படும் போது, சிரமமோ கவலையோ இல்லாத வாழ்க்கையிடமிருந்து விடை பெற்றுக் கொள்ள வேண்டியதாகும் போது, எப்படி இருக்கும் - அப்படித்தான் இருந்தது பாட்டிக்கு அம்மாவுக்கும்!

நாதியா மாடிக்கு சென்றாள். அதே படுக்கையை, வெண்ணிறத் திரைச் சீலைகளோடு கூடிய அதே சன்னலை, அந்தச் சன்னலிலிருந்து பார்க்கையில் கதிரவன் ஒளியிலே மூழ்கிக் குதூகலமாய், வாழ்க்கையின் ஆட்டமும் பாட்டமும் மிக்கதாய்த் தெரிந்த தோட்டத்தின் அதே காட்சியைக் கண்ணுற்றாள். தனது மேஜையைத் தொட்டுப் பார்த்தாள், அங்கே அமர்ந்து சிந்தனையில் மூழ்கிப் போனாள். அருமையான மதிய உணவு அருந்தியிருந்தாள், அதற்குப் பின் தளதளப்பான தீஞ்சுவைப்பாலேடு இட்ட தேநீரும் குடித்திருந்தாள், ஆயினும் அவளுக்கு ஏதோ ஒன்று இல்லாமல் குறையாய் இருந்தது, அறைகளில் ஒருவித வெறுமை இருப்பது தெரிந்தது, கூரை தணிந்து தாழ்ந்து விட்டதாய்ப்பட்டது. அந்தியில் அவள்

படுத்துக் கொண்டு போர்வையை இழுத்து மூடிக் கொண்ட போது இந்தக் கதகதப்பான, அளவுக்கு மீறி மிருதுவாயிருந்த படுக்கையில் படுத்திருப்பதில் நகைப்புக்குரியது ஏதோ ஒன்று இருப்பதாய் நினைத்தாள்.

நீனா இவானவ்னா நிமிட நேரத்துக்கு அறைக்குள் வந்தாள், ஏதோ குற்றமிழைத்தவளைப் போல் தயங்கியவாறு, திருட்டு முழி முழித்துக் கொண்டு உட்கார்ந்தாள்.

"சரி, நாதியா! நீ எப்படி இருக்கிறாய்?" என்று கேட்டாள், "மகிழ்ச்சியாய் இருக்கிறாயா? மெய்யான மகிழ்ச்சிதானா?"

"ஆமாம், அம்மா,"

நீனா இவானவ்னா எழுந்து நின்று நாதியாவின் மீதும் சன்னலின் மீதும் சிலுவைக் குறியிட்டுக் காட்டினாள்.

"சமயப் பற்று மிக்கவளாகி விட்டேன், தெரிகிறதல்லவா உனக்கு?" என்றாள் அவள். "ஆம், நான் தத்துவவியல் படித்து வருகிறேன், ஓயாமல் சிந்தனை செய்கிறேன்... எனக்கு மிகப் பலவும் இப்போது தெட்டத் தெளிவாய்த் தெரிகிறது. வாழ்க்கையை நாம் பட்டகத்தின் மூலம் பார்வையிட வேண்டும், இதுதான் மிகவும் முக்கியமானதாய்த் தோன்றுகிறது எனக்கு."

"அம்மா, இதைச் சொல்லேன்: பாட்டி நல்லபடியாய் இருந்து வருகிறாரா?"

"நல்லபடியாய் இருப்பதாய்த்தான் தெரிகிறது. நீ சாஷாவுடன் போனதும் உன்னுடைய தந்தியைப் படித்துப் பார்த்த போது பாட்டி அதே இடத்தில் அப்படியே விழுந்துவிட்டார். மூன்று நாட்களுக்குப் படுத்த படுக்கையாய்க் கிடந்தார், அசையவே இல்லை. அதன் பிறகு எந்நேரமும் பிரார்த்தனை செய்து கொண்டும் அழுது கொண்டும் இருந்தார். ஆனால் இப்பொழுது நல்லபடியாகவே இருந்து வருகிறார்."

அவள் எழுந்து அறையில் மேலும் கீழுமாய் நடக்கலானாள்.

"டிக்-டாக், டிக்-டாக்...." என்று இரவு நேரக் காவற்காரன் தட்டினான்.

“வாழ்க்கையைப் பட்டகத்தின் மூலம் பார்க்க வேண்டும், இதுதான் பிரதானமானது” என்றாள் அவள். “அதாவது வாழ்க்கையை அதன் மிக எளிய மூலக் கூறுகளாய் நமது உணர்வில் பகுத்துக் கொள்ள வேண்டும், ஒளியை அதன் ஏழு அடிப்படை வண்ணங்களாய்ப் பகுக்கின்றோமே, அது போல. ஒவ்வொரு கூறையும் தனித்தனியே ஆய்ந்தறிய வேண்டும்.”

நீனா இவானவ்னா இதற்கு மேல் என்ன சொன்னாள், எப்போது அங்கிருந்து போய்ச் சேர்ந்தாள் என்பதெல்லாம் நாதியாவுக்கு தெரியாது, அவ்வளவு சீக்கிரம் தூங்கி விட்டாள் அவள்.

மே மாதம் கழிந்தது, ஜூன் பிறந்தது. வீட்டில் யாவும் நாதியாவுக்கு மீண்டும் பழக்கப்பட்டுப் போயின. பாட்டி சமொவாருக்குப் பக்கத்தில் உட்கார்ந்து கொண்டு தேநீரை ஊற்றிக் கொடுத்ததும் ஆழந்த பெருமூச்சு விட்டுக் கொண்டார். நீனா இவானவ்னா அந்திப் பொழுதில் தனது தத்துவவியலைப் பற்றிப் பேசினாள். இன்னமும் அவள் பாட்டியின் தயவை எதிர்பார்த்து வாழும் சார்பு நிலையில்தான் இருந்து வந்தாள், சல்லிக் காசு வேண்டுமானாலும் அவள் பாட்டியிடம் தான் கேட்டு வாங்க வேண்டியிருந்தது. வீடு நிறைய ஈயாய் இருந்தது, வீட்டின் கூரை மேலும் மேலும் தணிந்து செல்வது போலிருந்தது, பாட்டியும் நீனா இவானவ்னாவும் வீட்டைவிட்டு வெளியே போவதே இல்லை, திருத்தந்தை ஆந்திரேயையும் ஆந்திரேய் ஆந்திரேயிச்சையும் சந்திக்க நேர்ந்து விடுமோ என்று அஞ்சினர். நாதியா தோட்டத்திலும் தெருக்களிலும் நடந்து வீடுகளையும் திராபையான வேலிகளையும் பார்த்தபடிச் செல்வாள். நெடுங் காலத்துக்கு முன்பே இந்த நகர் மிகப் பழையதாகிக் காலங் கடந்ததாகி விட்டதாகவும், தற்போது அது தனது இறுதி முடிவையோ, புதியதும் இளைமையானதுமான ஏதோ ஒன்றையோ எதிர்பார்த்துக் காத்திருப்பதாகவும் அவளுக்குத் தோன்றியது. இந்தப் புதிய, தூய வாழ்க்கை ஆரம்பமானதும், ஒவ்வொருவரும் அச்சமின்றி அவரது தலைவிதியை நேர் எதிரே பார்த்தவாறு, தாம் செல்லும் பாதை சரியானதே என்ற திட நம்பிக்கையோடு, நேரே முன்னோக்கிச் செல்லக் கூடியதான, ஒவ்வொருவரும் குதூகலமாகவும் சுதந்திரமாகவும் இருக்கக் கூடியதான இந்த வாழ்க்கை ஆரம்பமானதும், எவ்வளவு நன்றாய் இருக்கும்! இந்த வாழ்க்கை சீக்கிரமாகவோ மெதுவாகவோ நிச்சயம் வரவே செய்யும்! பாட்டியின் வீட்டில்,

நான்கு வேலையாட்களும் வசிப்பதற்குச் சுற்றிலும் குப்பையும் அழுக்குமாயுள்ள நிலவறை ஒன்றைத் தவிர வேறு இடமில்லாத இந்த வீட்டில் ஏதும் எஞ்சாது அடியோடு மறைந்து போகும் காலம் வரவே செய்யும். ஆம், இப்படிப்பட்ட ஒரு வீடு தடமற்றுப் போய், எல்லோரும் இதை அறவே மறந்துவிடும் காலம், இதை நினைவில் வைத்திருப்பவர் யாரும் இல்லாத காலம் வரவே செய்யும். ஒன்றே ஒன்று தான் நாதியாவுக்கு மகிழ்ச்சி தருவதாய் இருந்தது; தோட்டத்தில் அவள் நடந்து கொண்டிருக்கையில் பக்கத்து வீட்டுச் சிறுவர்கள் வேலியிலே தடதடவெனத் தட்டி “இதோ பார், மணமகள், மணமகள்!” என்று கூச்சலிட்டு அவளைப் பார்த்துச் சிரித்தனர்.

சராத்தவிலிருந்து சாஷாவிடமிருந்து ஒரு கடிதம் வந்தது. எதையும் பொருட்படுத்தாமல் ஆடிக் குதிக்கும் அவனது கையெழுத்தில் எழுதியிருந்தான் அவன். வோல்கா ஆற்றில் மேற்கொண்ட பயணத்துக்கு முழு வெற்றி கிட்டிற்று, ஆனால் தனக்குத்தான் சராத்தவில் உடல் நலம் சற்றுக் கேடுற்றுத் தான் தனது குரலை இழக்க நேர்ந்ததென்றும், கடந்த இரு வாரங்களாய் மருத்துவமனையில் இருந்து வருவதாகவும் எழுதியிருந்தான். இதன் பொருளை அவள் புரிந்து கொண்டு விட்டாள். அனேகமாய்த் திட முடிவு என்பதாகவே கூறத்தக்கதான ஒரு முன்னுணர்வு அவளுக்கு உண்டாயிற்று. இந்த முன்னுணர்வும், சாஷாவைப் பற்றிய நினைவு முன்பு போல் இப்போது தன்னை ஈர்ப்பதில்லை என்பதும் அவள் மனத்துள் உறுத்தின. அவள் வாழ வேண்டுமென்று, பீட்டர்ஸ்பர்கில் இருக்க வேண்டுமென்று ஏங்கினாள். சாஷாவுடனான தனது நட்பு அவளுக்குக் கடந்த காலத்துக்குரிய ஒன்றாய்ப்பட்டது. இது உயிரனையதாயினுங் கூடத் தற்போது மிகவும் தொலைவிலே இருந்த ஒன்றாகும். இரவில் அவளால் நன்றாய்த் தூங்க முடியவில்லை. காலையில் அவள் எதையோ கேட்க முயலுவதைப்போல் சன்னலுக்குப் பக்கத்தில் உட்கார்ந்திருந்தாள். கீழ்வீட்டிலிருந்து மெய்யாகவே பேச்சுக் குரல்கள் கேட்டன - நடுங்கியதிரும் அவசரக் குரலில் பாட்டி ஏதோ சொல்லிக் கொண்டிருந்தார். பிறகு யாரோ அழுவது கேட்டது... நாதியா கீழ்வீட்டுக்குச் சென்ற போது பாட்டி அங்கு அறையின் மூலையில் நின்று பிரார்த்தனை செய்து கொண்டிருந்தார், அவரது முகத்தில் கண்ணீரின் கறை படிந்திருந்தது. மேஜையின் மேல் ஒரு தந்தி இருந்தது.

பாட்டி அழுவதைக் கேட்டுக் கொண்டு நாதியா நெடுநேரம் அறையில் மேலும் கீழுமாய் நடந்தாள். முடிவில்தான் அவள் தந்தியை எடுத்துப் படித்தாள். அலெக்சாண்டர் திமஃபியிச், சுருக்கமாய்ச் சொன்னால் சாஷா, நேற்று காலையில் சராத்தவில் காச நோயின் காரணமாய் இறந்து போனதாய் அது கூறிற்று.

நீத்தாருக்கான ஆராதனைக்கு ஏற்பாடு செய்வதற்காகப் பாட்டியும் நீனா இவானவ்னாவும் கோயிலுக்குச் சென்றனர். நாதியா சிந்தனை செய்தவாறு நெடுநேரம் அறைகளில் அங்குமிங்கும் நடந்தாள். சாஷா விரும்பியது போலவே தனது வாழ்க்கை தலைகீழாய் மாற்றபட்டு விட்டதை அவள் தெளிவாகவே உணர்ந்து கொண்டாள். இங்கு அவள் தன்னந் தனியளாய், அந்நியமானவளாய், வேண்டாதவளாய் இருந்தாள்; இங்கே அவளுக்கு வேண்டியது ஒன்றுமில்லை; கடந்த காலம் பிய்த்தெடுக்கப்பட்டுத் தீயில் எரிக்கப்பட்டுச் சாம்பல் எல்லாம் காற்றிலே தூவப்பட்டது போல் மறைந்தொழிந்து விட்டது - இவை யாவற்றையும் அவள் உணர்ந்து கொண்டாள். சாஷாவின் அறைக்குச் சென்று அங்கே நின்றாள்.

“எனது அருமை சாஷா, விடை பெறுகின்றேன்” என்றாள் அவள். வாழ்க்கை அவள் முன்னாள் விரிந்து பரந்திருந்தது - விசாலமான, பிரம்மாண்ட விரிவுடையதான, புதிய வாழ்க்கை அது. இந்த வாழ்க்கை இன்னமும் தெளிவற்றதாகவே, விளங்காத விந்தையாகவே இருப்பினும், அவளை அது வா, வா என்று அழைத்தது, முன்னோக்கி அவளை ஈர்த்திட்டது.

பெட்டியில் யாவற்றையும் எடுத்து வைத்துப் பயணத்துக்குத் தயார் செய்வதற்காக மாடிக்குச் சென்றாள். மறுநாள் காலையில் தன் குடும்பத்தாரிடம் விடை பெற்றுக் கொண்ட குதூகலமாய், அளவிலா ஆர்வத்தோடு நகரை விட்டுச் சென்றாள் - எந்நாளும் திரும்பி வருவதில்லை என்ற உறுதியோடு சென்றாள்.

▣